新完全マス〵

単語

日本語能力試験

N2

重要2200語

監修　石井怜子

著　小谷野美穂　森田亮子　青柳方子　大野純子　木村典子
　　塩田安佐　　鈴木英子　山崎洋子　王亜茹　　齋藤明子
　　田川麻央　　守屋和美　米原貴子

スリーエーネットワーク

Published by 3A Corporation.
Trusty Kojimachi Bldg., 2F, 4, Kojimachi 3-Chome, Chiyoda-ku, Tokyo 102-0083, Japan

ISBN978-4-88319-762-0 C0081

First published 2018
Printed in Japan

4.5 pages/day
(or)
35 words/day.

はじめに

　中級後半では、少し硬い、抽象的な言葉を使った文章が理解できなければなりません。この本に載っている2200語は、複数のコーパスと過去の日本語能力試験を分析して選んだもので、N3までの学習を終えてN2を目指している人が効率よく学習を進めるのに最適です。

本書のポイント！

① 覚えやすい構成

品詞別の構成で覚えやすく、また自分が勉強したいところから学習できます。

② 文の中で意味を確認

易しく自然な例文で、言葉のイメージがつかめます。

③ 学習した言葉を文章（「読んでみよう」）の中で復習

約200語ごとに、そこまでに学習した言葉（太字で示してあります）が入った文章があり、実践的な復習ができます。

④ 聞いて確認

見出しの言葉と「読んでみよう」の音声を聞けるアプリがあるので、覚えた言葉を耳で確認できます。

(http://www.3anet.co.jp/ja/6219/)

⑤ 豊富な参考語で語彙力をアップ

関連する参考語が載っているので、言葉を関連付けて深く学べます。

Preface

In the second part of the middle grade, you need to be able to understand sentences that use slightly formal, abstract words. The 2,200 words in this book have been selected on the basis of analysis of multiple corpora and past Japanese language proficiency examinations. It is an ideal tool for efficient study for students who have already completed courses up to N3 and aim to move onto N2.

This book's distinctive points!

① It has an easy to learn structure.

As the book is organized according to word class, it makes it easier to learn; moreover, you can study from any place in the book that you wish.

② You can confirm the word's meaning in an example sentence.

Through the easy and natural example sentences, you can get a clear image of the word.

③ You can review the words you have learned by reading them in "読んでみよう."

After approximately every 200 words, there is reading material including the words you have studied up to that point (shown in bold), allowing you to do a hands-on review.

④ You can confirm the pronunciation of the word through hearing it.

You can download an application enabling you to hear the headwords and sentences in 読んでみよう in spoken form, so you can check the pronunciation of the words you have learned.
(http://www.3anet.co.jp/ja/6219/)

⑤ There is an abundant number of reference words to boost your vocabulary.

Associated reference words are given to deepen your study of the related word.

前言

　　日语水平达到中级之后，学习者要读懂表达略微生硬、且使用了抽象词的文章。本书所收录的 2200 个单词是分析数种语料库及日语能力考试历年真题之后精选的单词，非常适合已学完 N3 打算报考 N2 的学生。

本书特色

① 编排合理，方便记忆
　所有单词按词性分类，方便记忆，还可以针对性地学习自己感兴趣的部分。

② 通过句子，掌握单词的词义
　例句简单自然，可以正确掌握单词的词义。

③ 通过文章（"読んでみよう"），复习所学的单词
　每 200 个单词后，就有一篇含有所学的相关单词（用粗体表示）的文章，可以在实践中有效地复习。

④ 用耳朵确认
　本书配有包含词条及听"读一读吧"音频的 APP。可以用耳朵确认所学的词汇。
　(http://www.3anet.co.jp/ja/6219/)

⑤ 丰富的参考词，提高词汇量
　辅有相关联的参考词，通过联想记忆可以深入学习该单词。

Lời nói đầu

Học viên ở trình độ nửa sau trung cấp tiếng Nhật phải hiểu được những câu văn có sử dụng từ ngữ hơi cứng, mang tính trừu tượng. Trong cuốn sách này có đưa vào 2200 từ vựng đều là những từ được phân tích và tuyển chọn từ rất nhiều tuyển tập văn học và các bài thi năng lực tiếng Nhật trong quá khứ. Vì vậy, cuốn sách này phù hợp dùng để nâng cao hiệu quả học tập đối với những người đã kết thúc trình độ N3 và nhắm vào mục tiêu đạt trình độ N2.

Các điểm đặc trưng của cuốn sách!

① Bố cục dễ nhớ
   Dễ nhớ nhờ bố cục phân chia các từ loại. Ngoài ra phù hợp với cả những đối tượng muốn tự ôn tập.

② Xác nhận lại ý nghĩa qua các câu văn
   Nắm bắt được ấn tượng của các từ vựng thông qua các ví dụ tự nhiên và dễ hiểu.

③ Ôn tập lại từ vựng đã học qua các đoạn văn "読んでみよう"
   Cứ khoảng 200 từ, sẽ có các bài đọc sử dụng các từ vựng đã học (sẽ được biểu thị bằng các từ in đậm) để người học ôn tập lại.

④ Nghe và xác nhận
   Vì có ứng dụng để có thể nghe được phát âm các từ vựng trong danh sách từ vựng và phần "読んでみよう" nên người học có thể xác nhận lại từ vựng đã học bằng đôi tai của mình.
   (http://www.3anet.co.jp/ja/6219/)

⑤ Nâng cao năng lực từ vựng thông qua các từ vựng tham khảo phong phú
   Cung cấp thêm các từ vựng tham khảo có liên quan, giúp người học có thể hiểu sâu các từ vựng.

目 次
もく　じ

Contents　目录　Mục lục

この本の使い方

①②③④⑤⑥⑦⑧

□ 0081 かいほう 開放 する Open 打开、开放 mở cửa, phóng thích	ドアを開放する/週末は校庭を開放する Open the door / At weekends the schoolyard is opened to all 打开门/周末校园开放 Mở cửa sổ / Mở cửa sân trường vào cuối tuần ☀開放的

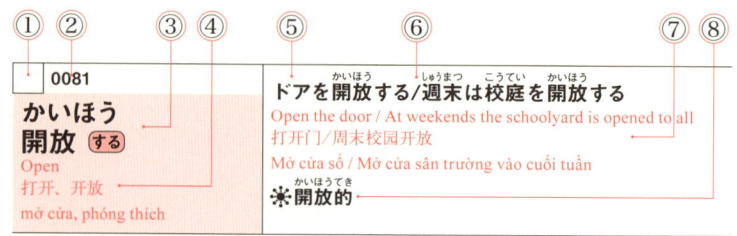

① 覚えたらチェックしましょう。

② 1から2200まであります。

③ 覚える言葉とその表記です。

（「する」が付けられる名詞は、する が付いています。）

④ 見出し語の英語と中国語とベトナム語の訳です。

⑤ 例文を読んで、言葉を覚えましょう。

⑥ 多義語（意味が複数あるとき）は「/」で分けています。

⑦ 例文の英語と中国語とベトナム語の訳です。

⑧ 参考語　自 見出し語の自動詞　他 見出し語の他動詞

⇔ 見出し語の対義語／対語

✤ 見出し語のグループ語／類義語

☀ 見出し語の複合語／派生語など

⊕ 見出し語に関係した接辞

使い方の例

言葉とその意味を覚える。音声も聞こう。

→ 例文を読んで、使い方を知る。

→ 参考語を見て、言葉の使い方を広げる。

→「読んでみよう」を読んで、聞いて、復習する。

N２で必要な接辞の表が、p.36、p.62、p.88に付いています。これを活用して、さらに理解できる言葉を広げましょう。

How to Use This Book

① Once you have learned the word, tick the box.

② There are 2,200 entries.

③ The word to learn and its transcription (する) is attached to the noun if it can be used as a "する" verb.)

④ The English, Chinese and Vietnamese translation of the word

⑤ Read the example sentence and learn it.

⑥ A dividing slash (/) is used for words that have more than one meaning.

⑦ The English, Chinese and Vietnamese translation of the sentence

⑧ Reference word

| 自 | Entry's intransitive form |

| 他 | Entry's transitive form |

⇔ Entry's antonym/pair word

⊗ Entry's related term/synonyms

❋ Entry in a compound or derivative word

⊕ Entry's affix

Example Usage

Learn the word and its meaning. Also listen to how it sounds.

↳ Read the example sentence and become familiar with how to use it.

↳ Look at the reference word to broaden your knowledge of how the word is used.

↳ Read and listen to "読んでみよう," and then use it to review what you have learned.

A table of affixes needed at the N2 level can be found on p.36, p.62, p.88. Use this to increase the number of words you can understand.

本书使用方法

① 记住单词就打个钩吧。

② 表示第 1 个至第 2200 个单词。

③ 要记住的单词和其表记。（可以加"する"的名词，后面有 する。）

④ 单词配有英语、汉语和越南语的翻译。

⑤ 读例句，背单词。

⑥ 多义词（有多种词义）用"／"区分意思。

⑦ 例句配有英语、汉语和越南语的翻译。

⑧ 参考词

| 自 | 词条的自动词 |

| 他 | 词条的他动词 |

⇔ 词条的反义词

⊗ 词条的同类词／同义词

❋ 词条的复合词／派生词等

⊕ 与词条有关的接头词、接尾词

具体使用方法

掌握单词和词义，还要听音频。

↳ 读例句，掌握单词的使用方法。

↳ 看参考词，拓展单词的使用方法。

↳ 听读"読んでみよう"，复习相关单词。

N2 所要掌握的接头词、接尾词表格在 p.36、p.62、p.88。有效使用这些单词表，拓展你能理解的单词量吧。

Cách sử dụng cuốn sách này

① Cùng kiểm tra lại sau khi ghi nhớ.

② Có tới 2200 từ vựng.

③ Từ vựng cần ghi nhớ và cách biểu thị của nó. (Những danh từ có thể kết hợp với " す る " sẽ có kèm theo する)

④ Có phần dịch tiếng Anh, tiếng Trung Quốc và tiếng Việt kèm theo.

⑤ Đọc các ví dụ mẫu và ghi nhớ từ vựng.

⑥ Từ đa nghĩa (khi có nhiều nghĩa) thì các nghĩa được phân cách bằng "/"

⑦ Có phần dịch tiếng Anh, tiếng Trung Quốc và tiếng Việt kèm theo.

⑧ Từ tham khảo.

　　自　Tự động từ trong danh sách từ vựng.

　　他　Tha động từ trong danh sách từ vựng.

　　⇔　Các từ trái nghĩa, đối nghĩa trong danh sách từ vựng.

　　❀　Các từ cùng nhóm nghĩa, các từ đồng nghĩa trong danh sách từ vựng.

　　✳　Các từ phức/các từ phát sinh trong danh sách từ vựng.

　　⊕　Các phụ tố (tiền tố và hậu tố) kết hợp với các từ trong danh sách từ vựng.

> **Ví dụ về cách sử dụng**

Ghi nhớ từ vựng và ý nghĩa của chúng. Lắng nghe cả cách phát âm.

　↳ Đọc ví dụ mẫu để biết cách sử dụng.

　↳ Xem các từ tham khảo để mở rộng cách sử dụng từ.

　↳ Đọc các bài đọc " 読んでみよう " nghe và ôn tập.

Bảng các phụ tố cần thiết ở trình độ N2 có bổ sung kèm theo ở các trang p.36, p.62, p.88. Các bạn hãy sử dụng nó để hiểu hơn và mở rộng vốn từ vựng.

名詞　一般1
めい し　いっぱん

Nouns – General 1
名词 – 一般名词 1
Danh từ – Thông dụng 1

0001

あいず
合図 する
Signal
信号、暗号
ra hiệu

こっちへ来てと友達に手を振って合図した。
I waved my hand as a sign for my friend to come over.
我挥着手向朋友示意"到这里来"。
Tôi vẫy tay cho ra hiệu cho bạn đi đến đây.

pasture/lawn.　　　　　　　　*to lie down*

0002

あおむけ
Lie on your back
仰面朝上
ngửa mặt, nằm ngửa

公園の芝生の上に、あおむけになって寝転んだ。
I lay down on my back on the grass in the park.
在公园的草坪上，仰面躺着。
Tôi nằm ngửa trên bãi cỏ trong công viên.

0003

あき
空き
Free, empty
空位、空房
trống, phòng trống

このホテルは予約がいっぱいで、空きがない。
The hotel is fully booked so there are no free rooms.
这家宾馆已全部预订完，没有空房。
Khách sạn này đã kín lịch đặt phòng trống.

0004

あくま
悪魔
Demon, devil
恶魔、魔鬼
ác quý

この物語には恐ろしい悪魔が出てくる。
A fearful demon appears in this story.
这个故事里有可怕的恶魔出现。
Trong truyện này có con ác quý đáng sợ xuất hiện.

0005

あじみ
味見 する
Taste, try
尝味道
nếm thử

このみそ汁、塩辛いかな。味見してくれない？
This *miso* soup may be a little salty. Can you taste it and tell me what it is like?
这个味噌汤，是不是咸了。能帮我尝一下味道吗?
Canh miso này hình như hơi mặn. Nếm thử hộ tôi được không?

✓ 0006

あたり
当たり
Hit, win
中奖、命中
trúng

このくじで当たりが出ると、現金がもらえる。
If you win this lottery, you will get a cash prize.
这种彩票只要中奖，就能拿到现金。
Nếu trúng giải xổ số này có thể được nhận tiền mặt.

⇔外れ
miss, fail, end.

✓ 0007

あたりまえ
当たり前
Naturally, of course
当然、理所应当
điều đương nhiên

困っている友達を助けるのは当たり前だ。
Naturally, you help a friend in need.
帮助有困难的朋友是理所应当的。
Giúp đỡ bạn bè đang gặp khó khăn là điều đương nhiên.

✓ 0008
あっか
悪化 する
Worsen, deteriorate
恶化
xấu đi

2国間の関係は、ますます悪化している。
Relations between the two countries are gradually deteriorating.
两国间的关系正在逐渐恶化。
Quan hệ giữa hai nước càng ngày càng xấu đi.

0009
あつりょく
圧力
Pressure
压力
áp lực

海の底では水の圧力が大きくなる。
Water pressure becomes great at the bottom of the sea.
在海底，水的压力会变大。
Ở đáy đại dương, áp lực nước tăng lên.

0010
あぶら
脂
Fat, grease
油脂、脂肪
mỡ

この肉は脂が多い。
There is a lot of fat in this meat.
这块肉脂肪很多。
Miếng thịt này nhiều mỡ.

0011
あらわれ
現れ
Manifestation
表现、結果
biểu hiện

列を作って待つのは、日本人の国民性の現れだ。
Waiting in line is a manifestation of the Japanese character.
排队等候是日本国民性的表现。
Xếp hàng đứng đợi là một biểu hiện mang tính dân tộc của người Nhật.

0012
アルカリせい
アルカリ性
Akaline
碱性
tính kiềm

この石けんは弱いアルカリ性だ。
The alkaline content of the soap is low.
这块肥皂是弱碱性的。
Xà phòng này có tính kiềm nhẹ.

※酸性　※中性　*acidic; neutral; indifference*
sour　*neuter gender*

✓ 0013
アルミ(アルミニウム)
Aluminum
铝
nhôm

アルミの鍋は軽くて使いやすい。
Aluminum pots are light and easy to use.
铝锅很轻，用起来方便。
Nồi nhôm nhẹ, dễ sử dụng.

※アルミ製　*made of aluminium.*

0014
あん
案
Plan
方案、意见
phương án

先月の市議会でホール建設の案が出された。
At the municipal council meeting last month, a plan for construction of a hall was presented.
上个月的市议会上提出了建设礼堂的方案。
Một phương án xây dựng hội trường đã được đề xuất trong cuộc họp hội đồng thành phố vào tháng trước.

※〜案(例：法律案) *legislative bill.*

0015
あんてい
安定 する
Stable
稳定、安稳
ổn định

兄は収入が安定した仕事を選んだ。
My older brother chose a job with stable income.
哥哥选择了收入稳定的工作。
Anh trai tôi đã chọn một công việc có thu nhập ổn định.

⇔不安定　※安定的 *stability.*
instability　*stability*

0016

いえで
家出 する
Run away from home
离家出走
bỏ nhà đi

弟は、父と大げんかをして家出した。
My younger brother ran away from home after a big quarrel with our father.
弟弟和父亲大吵了一架后离家出走了。
Em trai tôi cãi nhau với bố rồi bỏ nhà đi.

0017

いきがい
生きがい
Reason to live
生活的意义
lẽ sống

父は、仕事を生きがいにして働いてきた。
My father lives to work.
父亲一直以来把工作当作生活的意义。
Bố tôi luôn làm việc như thể công việc là lẽ sống.

0018

いくじ
育児 する
Childcare
养育幼儿
chăm sóc con cái

育児のために、夫と交代で休暇を取った。
I and my husband took holidays in rotation to look after our child.
为了带孩子，和丈夫轮流休假。
Tôi và chồng đã phải thay nhau xin nghỉ phép để chăm sóc con cái.

0019

✓

イコール
Equal
等于，相等
công bằng, tương đương

「できない」と「しない」はイコールではない。
"Cannot" and "do not" are not the same thing.
"不会做" 不等于 "不做"。
Cấu trúc "không thể làm được" và cấu trúc "không làm" không tương đương nhau.

0020

いし
意志
Will, intent
意志、意向
ý chí

親が反対しても、彼の留学の意志は固かった。
Despite the opposition of his parents, he is resolved to study abroad.
即使父母反对，他留学的意向也很坚定。
Cho dù bố mẹ phản đối thì anh ấy vẫn giữ vững ý chí đi du học.

0021

いしき
意識 する
Consciousness
意识、知觉
ý thức

事故から3日間、妹は意識がなかった。
For three days after the accident, my sister was unconscious.
事故发生后的三天里，妹妹处于昏迷状态。
Trong 3 ngày kể từ khi bị tai nạn, em gái tôi bị mất đi ý thức.

0022

いしょくじゅう
衣食住
Clothing, food and lodging
衣食住行
nhu cầu sinh hoạt thiết yếu

衣食住で最も大切にしているのは何ですか。
Which of clothing, food and lodging are the most important?
衣食住行最重要的是什么？
Trong các nhu cầu sinh hoạt thiết yếu thì cái quan trọng nhất là gì?

0023

いじわる
意地悪 する
Mean, nasty
捉弄、刁难
trêu chọc

「意地悪をしてごめん」と少年は謝った。
"Sorry for being nasty," the boy said.
少年道歉道 :"捉弄你真的不好意思。"
Cậu thiếu niên xin lỗi rằng "Xin lỗi vì đã trêu chọc".

14

0024 **いちぶぶん** **一部分** Part 一部分 một phần	その彫刻は一部分が失われてしまった。 Part of that sculpture has been lost. 那尊雕塑缺失了一部分。 Bức tượng này đã bị mất một phần.
0025 **いちめん** **一面** One side, as far as the eye can see 一面、一片、片面 một mặt, mặt	彼の冷たい一面を見た／一面の雪 I saw his cold side / Snow-covered as far as the eye can see 看到了他冷淡的一面／一片雪 Tôi đã nhìn thấy mặt lạnh lùng của anh ta / Một mặt toàn tuyết ❋一面的　❋～一面（例：辺り一面）
0026 **いちりゅう** **一流** Top class 一流 hàng đầu, cao cấp, đẳng cấp	この店は味もサービスも一流だ。 Taste and service are top class at this restaurant. 这家店不论味道还是服务都是一流的。 Cửa hàng này cả hương vị và dịch vụ đều đẳng cấp. ❋一流～（例：一流メーカー）
0027 **いっか** **一家** Family 一家、全家 cả nhà, cả gia đình	木村さんは一家で旅行に出掛けて留守だ。 The Kimura family is away travelling, and nobody is at home. 木村先生全家都出去旅游了，家里没有人。 Cả nhà ông Kimura đi du lịch vắng nhà.
0028 **いっしゅ** **一種** Kind, type 一种、一类 một loại	この花は桜の一種だ。 This flower is a kind of cherry blossom. 这种花是樱花的一种。 Cây hoa này là một loại hoa anh đào.
0029 **いっしょう** **一生** Lifetime, life 一生、一辈子 cả đời, cuộc đời	有名な探検家の一生を小説に書いた。 I wrote a novel about the life of a famous explorer. 将有名的探险家的一生写成了小说。 Đã viết một tiểu thuyết về cuộc đời của nhà thám hiểm nổi tiếng.
0030 **いっち** **一致** する Consistent, unanimous 一致 nhất trí, thống nhất, giống nhau	会議で全員の意見が一致した。 Opinions at the meeting were unanimous. 会议上所有人的意见一致。 Ý kiến của mọi người trong cuộc họp thống nhất.
0031 **いってい** **一定** する Constant 一定、固定 ổn định, cố định	この部屋は、いつも温度が一定になっている。 In this room, the temperature is always set at a constant level. 这间房间的温度一直都是固定的。 Phòng này nhiệt độ luôn ổn định.

0032		人通りが多い駅前に店を移転した。
いてん		I moved the store to the station forecourt where there are a lot of customers.
移転 する		将店铺搬迁到了人流量大的车站前面。
Transfer, move		Tôi đã chuyển cửa hàng ra trước nhà ga nơi đông người qua lại.
搬迁		
chuyển, đi dời		

0033		平安時代のころから日本風の衣服が発達した。
いふく		Japanese clothing has been developing since Heian times.
衣服		日本风格的衣服是从平安时期发展起来的。
Clothes, clothing		Quần áo kiểu Nhật đã phát triển từ khoảng thời Heian.
衣服、衣裳		
trang phục		

0034		仕事の経験がなくても、意欲があれば採用する。
いよく		Even if you lack work experience, we will take you on if you show motivation.
意欲		就算没有工作经验，只要有热情就录取。
Motivation		Cho dù không có kinh nghiệm làm việc nhưng nếu có mong muốn thì sẽ tuyển dụng.
热情、积极性		
mong muốn		※〜意欲（例：学習意欲）

✓ 0035		メーカーにパソコンの修理を依頼した。
いらい		I asked the manufacturer to repair my PC.
依頼 する		委托生产商修理电脑了。
Request		Tôi đã yêu cầu nhà sản xuất sửa máy tính xách tay.
委托、请求		
yêu cầu, nhờ		

0036		成長期なので、子供の衣料にもお金がかかる。
いりょう		Because the kids are growing, keeping them clothed costs a lot of money too.
衣料		因为处于成长期，所以孩子的衣服也很花钱。
Clothes, clothing		Tốn một khoản tiền cho quần áo của bọn trẻ con vì chúng đang trong thời kỳ phát triển.
衣服		
quần áo		※衣料品

0037		寒くなったので、冬の衣類を準備した。
いるい		I readied my winter clothing because it had grown colder.
衣類		因为变冷了，所以准备了冬天的衣服。
Clothes, clothing		Vì trời trở lạnh nên tôi chuẩn bị quần áo mùa đông.
衣服、衣裳		
đồ mặc, quần áo		

0038		教室での飲食は禁止です。
いんしょく		Food and drink are prohibited in the classroom.
飲食 する		教室内禁止饮食。
Food and drink		Việc ăn uống trong phòng học bị cấm.
饮食、吃喝		
ăn uống		※飲食店

0039		彼は政治の世界からの引退を発表した。
いんたい		He announced his retirement from the world of politics.
引退 する		他宣布退出政坛。
Retirement		Anh ta đã tuyên bố rút khỏi thế giới chính trị.
辞职、退出		
rút lui, nghỉ		

0040

いんりょうすい
飲料水

Potable water

饮用水

nước uống

さいがい　　　そな　　　　　　いんりょうすい　　たくわ
災害に備えて、飲料水を蓄えておこう。

Let's store food and potable water as an emergency precaution.

为了防备灾害，储备点饮用水吧。

Hãy dự trữ sẵn nước uống để phòng thảm họa.

0041

うちあわせ
打ち合わせ

Preliminary meeting

事先商量会

bàn bạc, thảo luận, họp

さんじ
３時からイベントの打ち合わせがあります。

We have a preliminary meeting at three o'clock to discuss the event.

3点开始有活动的事先商量会。

Từ 3 giờ có buổi bàn bạc về sự kiện.

0042

うむ
有無

Whether or not something is available

有无、有没有

có không

でんわ　　　　　　　　　　　　　ちゅうしゃじょう　う む　　たず
電話でレストランに駐車場の有無を尋ねた。

I telephoned the restaurant and asked if they have a parking lot available.

通过电话，向餐厅询问了有没有停车场。

Tôi đã gọi điện thoại đến nhà hàng để hỏi có chỗ để xe hay không.

0043

うん
運

Luck, fortune

运气、命运

vận, số

さいふ　　ひろ　　　　　　　　しんせつ　ひと　　　うん　　よ
財布を拾ったのが親切な人で、運が良かった。

It was lucky that somebody was kind enough to pick the wallet up.

捡到我钱包的是个好心人，真幸运。

Tôi thật tốt số khi người nhặt được ví là người tử tế.

0044

えがお
笑顔

Smile

笑容、笑脸

khuôn mặt tươi cười

かのじょ　えがお　　　はな
彼女が笑顔で話しかけてきた。

She addressed me with a smile.

她面带笑容过来搭话。

Cô ấy đã nói chuyện với khuôn mặt tươi cười.

0045

エチケット

Etiquette, good manners

礼仪、礼节

quy tắc ứng xử

くち　お
口を押さえてせきをするのはエチケットだ。

Holding back a cough is good manners.

捂着嘴咳嗽是礼仪。

Che miệng khi ho là một quy tắc ứng xử.

0046

えんじょ
援助 する

Help, assist

援助、帮助

hỗ trợ

しんがく　　　　　おじ　がくひ　　えんじょ
進学するとき、伯父が学費を援助してくれた。

When I began my studies, my uncle helped with tuition fees.

升学的时候，伯父资助了学费。

Chú tôi đã hỗ trợ tôi tiền học phí khi tôi đi học.

0047

えんせん
沿線

Along the railway, line-side

沿线

dọc tuyến đường

し てつ　えんせん　　じゅうたくち　　つづ
この私鉄の沿線には住宅地が続いている。

There are residential areas all along this private railway line.

这条私营铁路的沿线是鳞次栉比的住宅区。

Khu dân cư phát triển dọc theo tuyến đường sắt tư nhân.

0048	会社の先輩は電話の応対が丁寧だ。
おうたい **応対** (する)	Senior people at the company are polite on the telephone.
Reception, response	公司前辈接打电话时很有礼貌。
应对、接待	Đàn anh trong công ty trả lời điện thoại lịch sự.
ứng tiếp, trả lời	

0049	写真のコンテストに応募した。
おうぼ **応募** (する)	I applied to enter a photo contest.
Apply	报名参加了摄影大赛。
报名参加	Tôi đã ứng tuyển cuộc thi nhiếp ảnh.
ứng tuyển	※応募資格

0050	これまでの技術を応用して、新製品を開発した。
おうよう **応用** (する)	We developed a new product by applying existing technology.
Apply *using*	利用现有的技术开发了新产品。
应用、利用	Chúng tôi đã phát triển một sản phẩm mới bằng cách áp dụng công nghệ từ trước đến nay.
ứng dụng, áp dụng	

✓ 0051	駅前にレストランがオープンする。
オープン (する)	A station forecourt restaurant will open.
Opening	车站前有一家餐厅即将开业。
开业	Nhà hàng này mở cửa hàng trước ga.
mở	

0052	静かなこの道は、お気に入りの散歩コースだ。
おきにいり **お気に入り**	This quiet road is my favorite walking route.
Favorite	这条安静的道路，是我中意的散步路线。
中意、喜欢	Con đường yên tĩnh này là tuyến đường đi bộ ưa thích của tôi.
ưa thích, ưa chuộng	

0053	姉は、おしゃれをしてデートに出掛けた。
おしゃれ (する)	My sister dressed up fashionably and went out on a date.
Fashionable	姐姐精心打扮后出去约会了。
(好)打扮	Em gái tôi ăn diện ra ngoài đi hẹn hò.
ăn diện, trưng diện	

0054	子供にスーパーへお使いに行くように頼んだ。
おつかい **お使い** (する)	I asked the child to go on an errand to the supermarket.
Errand	拜托了孩子去一趟超市。
跑一趟、出去一趟	Tôi nhờ bọn trẻ con đi siêu thị làm mấy việc vặt.
việc vặt	

0055	私と彼は同い年です。
おないどし **同い年**	He and I are the same age.
Same age	我和他同岁。
同年、同岁	Tôi và anh ấy bằng tuổi.
cùng tuổi , bằng tuổi	

0056 おに **鬼** Demon, devil 鬼怪、魔鬼 quỷ	悪いことをすると、鬼が出るよと脅かされた。 I was threatened by someone saying if I did bad things, the devil would get me. 被威胁道要是做了坏事，鬼怪就会出现。 Tôi bị dọa là nếu làm việc xấu thì con quỷ sẽ hiện ra.
0057 おまいり **お参り** (する) Visit 参拝 thăm	正月は毎年神社にお参りしている。 Every New Year's, we visit a temple. 每年正月都去神社参拜。 Tôi thường thăm chùa vào dịp tết hàng năm. ※墓参り
0058 おまもり **お守り** Amulet 护身符 lá bùa	交通安全を祈って神社でお守りを買った。 Praying for road safety, I bought an amulet at the temple. 祈祷交通安全，在神社买了护身符。 Tôi đã mua lá bùa ở đền để cầu chúc đi đường bình an.
✓ **0059** **オリジナル** Original 原创、独创 gốc, chính hãng	これはわが社のオリジナルの製品です。 This is an original product of our company. 这是我们公司独创的产品。 Đây là sản phẩm chính hãng của công ty chúng tôi. ※オリジナル〜(例：オリジナル商品)
0060 おん **恩** Favor, kindness 恩情、恩惠 ân nghĩa	助けていただいたご恩は一生忘れません。 I will never forget your kindness in helping me. 救命之恩，我将终生不忘。 Cả đời tôi sẽ không quên ân nghĩa giúp đỡ.
0061 **おんぶ** (する) Piggyback (ride) 背 cõng	足にけがをした友人をおんぶして山を下りた。 I took a friend whose foot got hurt down the mountain by piggyback. 背着脚受伤的朋友下山了。 Tôi đã cõng người bạn bị thương ở chân xuống núi.
0062 か **可** Permitted, possible 可、可以 có thể, chấp nhận, được phép	この試験では辞書の使用を可とします。 In this examination, use of the dictionary is permitted. 这场考试可以用词典。 Được phép sử dụng từ điển trong trong bài thi này. ⇔不可
0063 **ガード** (する) Guard, protect 抵御、守卫 bảo vệ	サングラスで紫外線から目をガードする。 With sunglasses, you can protect your eyes against ultraviolet rays. 用墨镜帮助眼睛抵御紫外线。 Bảo vệ mắt khỏi tia tử ngoại bằng kính chống nắng.

0064	
がい **害** Harm 危害、损害 hại	たばこは健康に害がある。 Tobacco is harmful to health. 吸烟有害健康。 Thuốc lá có hại cho sức khỏe.

0065	
かいけん **会見** する Conference 会见、会晤 hội kiến, gặp mặt	Ａ国とＢ国の両首相が会見をした。 There was a conference of the prime ministers of Country A and Country B. Ａ、Ｂ两国的首相举行了会晤。 Thủ tướng hai nước A và B đã có buổi hội kiến. ✾記者会見

0066	
がいけん **外見** Appearance 外表、外观 vẻ bề ngoài	外見で人を判断してはいけないと思う。 I don't think you should judge people by their appearance. 我认为不能以貌取人。 Tôi nghĩ rằng không được đánh giá con người qua vẻ bề ngoài.

0067	
かいごう **会合** する Meeting 聚会、集会 họp họp bàn	地域の防災を見直す会合に出席した。 I took part in a meeting on revision of local disaster prevention arrangements. 出席了重新考虑地区防灾的集会。 Tôi đã tham dự một cuộc họp đánh giá thảm hoạ khu vực.

0068	
かいさい **開催** する Hold, arrange 举办、召开 tổ chức	毎年、スピーチの全国大会が開催される。 Every year, a nationwide speech contest is held. 每年都会举办全国演讲比赛。 Cuộc thi hùng biện toàn quốc được tổ chức.

0069	
かいさん **解散** する Break up, dissolve 解散 giải tán, tan rã	６時に解散した/ロックグループが解散した Broke up at six o'clock / The rock group broke up 6点钟解散了/摇滚乐队解散了 Đã giải tán lúc 6 giờ / Nhóm nhạc rock đã tan rã

0070	
かいしゃく **解釈** する Interpret 解释、说明 giải thích, giải nghĩa	この文章は複数の解釈ができる。 This sentence has several different interpretations. 这篇文章可以有很多种解释。 Câu văn này có thể giải nghĩa theo nhiều cách.

0071	
かいしゅう **回収** する Recover 回收、收回 thu hồi, thu lại	家具など大きなごみの回収は有料だ。 There is a charge for recovery of large items of garbage such as furniture. 回收家具等大型垃圾是要收费的。 Việc thu hồi rác to như đồ gia dụng bị mất phí.

☐ **0072** **かいじょ** **解除** する Cancel 解除、废除 miễn trừ, chấm dứt, bãi bỏ	たいふう　す　　　　おおあめけいほう　　かいじょ **台風が過ぎて、大雨警報は解除になった。** The typhoon has passed, and the heavy rain alert has been canceled. 台风过去了，大雨警报解除了。 Con bão qua đi, cảnh báo mưa to được bãi bỏ.
☐ **0073** **かいしょう** **解消** する Solve, eliminate 解除、消除 xóa bỏ, chấm dứt, giải quyết	こうそくどうろ　　かんせい　　　　　じゅうたい　　かいしょう **高速道路が完成すれば、渋滞は解消する。** If the expressway is completed, traffic jams will be eliminated. 高速公路建成的话，堵车就会解决。 Một khi đường cao tốc được hoàn thành, sẽ giải quyết tắc nghẽn giao thông. ❉ストレス解消 _Stress elimination_
☐ **0074** **かいすう** **回数** Times 次数 số lượt, số lần	せつやく　　　　　　がいしょく　かいすう　　へ **節約のために、外食の回数を減らすことにした。** To save money, I decided to reduce the number of times I eat out. 为了节约，决定减少在外吃饭的次数。 Để tiết kiệm tiền, tôi đã quyết định giảm số lần ăn ở ngoài.
☑ **0075** **かいぜん** **改善** する Improve 改善、改进 cải thiện	かいしゃ　　しょくば　かんきょう　　かいぜん　　どりょく **会社は職場環境の改善に努力している。** The company is taking measures to improve the workplace environment. 公司正努力改善工作环境。 Công ty đang nỗ lực cải thiện môi trường làm việc.
☑ **0076** **かいとう** **回答** する Answer, respond 回答、回复 trả lời	りょこう　　かん　　　　　　　　　　かいとう **旅行に関するアンケートに回答した。** I responded to a questionnaire about travel. 回答了关于旅游的调查问卷。 Tôi đã trả lời phiếu khảo sát liên quan đến du lịch.
☐ **0077** **かいとう** **解凍** する Thaw 解冻、化开 rã đông	れいとうしょくひん　　でんし　　　　　かいとう **冷凍食品を電子レンジで解凍した。** I thawed the frozen food in a microwave oven. 用微波炉解冻了冷冻食品。 Tôi đã rã đông thức ăn đông lạnh bằng lò vi sóng.
☑ **0078** **かいはつ** **開発** する Develop 开发、研制 phát triển	エーしゃ　か　ふんしょう　　き　　くすり　かいはつ **A社は花粉症に効く薬を開発した。** Company A has developed a drug that is effective against hayfever. A公司开发了有效治疗花粉症的药。 Công ty A đã phát triển loại thuốc hiệu quả với bệnh dị ứng phấn hoa. ぎ じゅつかいはつ ❉技術開発
☑ **0079** **かいふく** **回復** する Recover 恢复、康复 hồi phục, bình phục	むすこ　こっせつ　　　　　かいふく　　はや **息子は骨折したが、回復が早かった。** My son suffered a fracture, but recovered quickly. 儿子骨折了，但恢复得很快。 Con trai tôi bị gãy xương nhưng đã hồi phục nhanh. かいふく　れい　　ひろうかいふく ❉～回復（例：疲労回復）

0080 かいほう 解放 する Release 解放、解脱 giải phóng, thoát khỏi	父は、退職して仕事の責任から解放された。 My father retired and was released from work responsibilities. 父亲退休后从工作的责任中解脱了出来。 Bố tôi sau khi nghỉ hưu đã được giải phóng khỏi trách nhiệm với công việc. ※ ～解放（例：民族解放）
0081 かいほう 開放 する Open 打开、开放 mở cửa, phóng thích	ドアを開放する／週末は校庭を開放する Open the door / At weekends the schoolyard is opened to all 打开门/周末校园开放 Mở cửa sổ / Mở cửa sân trường vào cuối tuần ※ 開放的
0082 がいらい 外来 Foreign 外来、舶来 ngoại lai	日本では外来の動植物が増えている。 Animals and plants of foreign origin are becoming more frequent in Japan. 在日本，外来的动植物正在增多。 Động thực vật ngoại lai đang gia tăng ở Nhật Bản. ※ 外来～（例：外来生物）
0083 かいらん 回覧 する Circulate 传阅 chuyển xem, xem	会議の資料を会社内で回覧した。 I circulated the meeting documents within the company. 在公司内传阅了会议的资料。 Đã chuyển xem tài liệu của cuộc họp trong công ty. ※ 回覧板
0084 かくかぞく 核家族 Nuclear family 小家庭 gia đình hạt nhân	核家族の子育ては大変だと言う人もいる。 Some people say that raising children in a nuclear family is tough. 也有人说，小家庭的幼儿问题很严峻。 Cũng có người nói rằng việc nuôi dạy trẻ trong gia đình hạt nhân vất vả. ※ 核家族化
0085 かくご 覚悟 する Readiness 决心、思想准备 chuẩn bị sẵn sàng, chấp nhận	父が失業したとき、大学をやめる覚悟をした。 When father lost his job, I was prepared to give up university. 父亲失业的时候，我做好了从大学退学的思想准备。 Khi bố tôi thất nghiệp, tôi đã chuẩn bị sẵn sàng thôi học đại học.
0086 かくじ 各自 Each one, each individual 各自、每个人 mỗi người, mình	昼食は各自で用意してください。 Each of you sort yourselves out for dinner, please. 请各自准备午饭。 Hãy chuẩn bị bữa trưa cho mình.
0087 かくしゅ 各種 Various 各种各样 các loại	この店には各種の調味料がそろえてある。 In this shop, various kinds of seasoning are displayed. 这家店备齐了各种各样的调味料。 Cửa hàng này có bày các loại gia vị.

0088 **かくち** **各地** Everywhere 各地、到处 các nơi, các địa phương, các vùng	日本の各地から桜のニュースが届いています。 News about the cherry blossom "front line" is broadcast from all over Japan. 从日本的各地传来了樱花的新闻。 Đang đưa tin tức về hoa anh đào ở các vùng trên nước Nhật. ❈〜各地 (例：全国各地)
0089 **かくちょう** **拡張** する Broaden 扩展、扩张 mở rộng	道路を拡張する工事が始まった。 Works have begun to broaden the highway. 扩展道路的工程开始了。 Công trình mở rộng đường đã bắt đầu.
0090 **かくど** **角度** Angle 角度 góc độ, các góc độ	日が差す角度は季節によって変わる。 The angle at which the sun sets changes depending on the season. 日光照射的角度根据季节而变化。 Các góc độ chiếu của mặt trời thay đổi tùy thuộc theo mùa.
0091 ✓ **かくにん** **確認** する Check, confirm 确认、证实 xác nhận, kiểm tra	外出するとき、戸締まりを確認する。 When I go out, I check that the door is locked. 外出的时候，确认门窗是否锁好了。 Khi ra khỏi nhà xem kiểm tra khóa cửa. ❈本人確認
0092 **かくりつ** **確率** Probability, chance 概率、几率 xác suất	宝くじの1等に当たる確率はゼロに近い。 The chance of winning top lottery prize is nearly zero. 中一等奖的概率几乎为零。 Xác suất trúng giải nhất số xổ gần như bằng không.
0093 **かげ** **陰** Shadow, space behind something 背后 bóng	誰かが戸の陰に隠れているようだ。 I think there is somebody hiding behind a door. 好像有人藏在门后。 Hình như ai đó núp sau bóng cửa.
0094 **かけいぼ** **家計簿** Household accounts 家庭收支账簿 sổ chi tiêu gia đình	家計簿を付けて、1か月の支出を計算した。 I did the household accounts and calculated one month's outgoings. 记录家庭收支账簿并计算了一个月的支出。 Tôi ghi chép sổ chi tiêu gia đình, tính toán thu chi trong một tháng.
0095 **かけつ** **可決** する Approve 通过 phê chuẩn, thông qua, tán thành	来年度の予算案が国会で可決された。 The following fiscal year's budget was approved at the Diet. 下一年的预算草案在国会上被通过了。 Bàn ngân sách dự toán của năm sau đã được quốc hội phê chuẩn.

0096	
かじつ **果実** Fruit 果实、果子 quả	この果実は生で食べたり、加工されたりする。 This fruit can be eaten raw or processed. 这种果子可以生吃也可以加工。 Loại quả này có thể ăn luôn hoặc dùng để chế biến.
0097	
かじゅう **果汁** Fruit juice 果汁 nước trái cây	このジュースは果汁が100％だ。 This juice is 100% from the fruit. 这种饮料是百分之百的纯果汁。 Loại nước ngọt này là nước trái cây 100%.
0098	
かしょ **箇所** Point, item, place 地方、部分 chỗ, điểm, nơi	会議で問題になった箇所は次の通りです。 Points that were raised at the meeting are as follows. 会议上成为问题的地方是如下几个。 Những chỗ trở thành vấn đề tại cuộc họp như sau. ※〜箇所（例：危険箇所） *dangerous point / place / item*
0099	
かずかず **数々** Numerous, many 很多 nhiều	その画家は数々の名作を残した。 That painter left behind many masterpieces. 那名画家留下了很多名作。 Nhà họa sĩ đó đã để lại nhiều tác phẩm nổi tiếng.
0100	
かそく **加速** する Accelerate 加快速度 thúc đẩy, tăng tốc	前の車を追い越すために、加速した。 I accelerated to overtake the car in front. 为了超过前面的车，加快了速度。 Tăng tốc để đuổi theo xe chạy trước. ※加速化
0101	
かたまり **塊** Lump, ball 团、块 cục, miếng, tảng	子供たちは大きな雪の塊を作って遊んだ。 The children played at making big snowballs. 孩子们做了一个大雪团玩耍。 Bọn trẻ con nặn tuyết thành cục để chơi.
0102	
かっき **活気** Lively 活力、生机 náo nhiệt, sôi động,	この店は、いつも買物客が多くて活気がある。 This shop is always bustling and attracts a lot of customers. 这家店，购物的客人总是很多，很有生机。 Cửa hàng này lúc nào cũng náo nhiệt vì đông khách mua hàng.
0103	
かつやく **活躍** する Active 活跃 thành công, hoạt động tích cực	彼はテニス選手として活躍した。 He was active as a tennis player. 他曾作为网球选手活跃。 Anh ta đã thành công với tư cách là cầu thủ ten nít. ※大活躍

0104

かつよう
活用 する
Use
有效利用
hoạt dụng, tận dụng

空いた時間を活用して単語を覚えている。
I use my free time to learn vocabulary.
有效利用空闲的时间背单词。
Tận dụng thời gian trống học từ vựng.
※ 有効活用
Effective use

0105

かてい
仮定 する
Assume
假设、假定
giả định

仮定の話だが、子供に戻れたら君は何をする。
Speaking hypothetically, what would you do if you could return to childhood?
这只是假设，要是变回小孩子，你会做什么?
Chỉ là chuyện giả định nhưng nếu bọn trẻ con quay về anh sẽ làm gì?

0106

かてい
過程
Process
过程
quá trình

製品を検査する過程で欠陥が見付かった。
A flaw was discovered during the product inspection process.
检验产品的过程中发现了缺陷。
Khiếm khuyết đã được tìm thấy trong quá trình kiểm tra sản phẩm.
※ ～過程（例：成長過程）*growth process.*

0107

かにゅう
加入 する
Subscribe, take out (policy)
加入、参加
gia nhập

病気やけがに備えて保険に加入した。
I took out illness and injury insurance.
为了防备疾病和创伤参加了保险。
Tôi tham gia bảo hiểm để chuẩn bị cho bệnh tật và chấn thương.
※ 加入者
subscriber.

0108

かね
鐘
Bell
钟
chuông

遠くから鐘の音が聞こえる。
You can hear the sound of a bell from a long way off.
从远处传来了钟声。
Tôi có thể nghe tiếng chuông từ xa.

0109

かねつ
加熱 する
Heat up
加热
đun nóng

この食品は必ず加熱して食べてください。
Be sure to heat up this food before eating it.
这个食品务必加热后食用。
Nhớ đun nóng thức ăn này trước khi ăn.

0110

かはんすう
過半数
Majority
半数以上
đa số, quá bán

出席者の過半数が提案に賛成した。
A majority of those present agreed with the proposal.
半数以上的出席者赞成了提议。
Đa số người tham dự đồng ý với bản đề xuất.

0111

かみくず
紙くず
Wastepaper
纸屑
giấy thải

紙くずは、ごみ箱に捨ててください。
Please throw the wastepaper into the trash.
纸屑请扔到垃圾箱里。
Hãy ném giấy thải vào thùng rác.

0112 **から** **殻** Shell 外壳 vỏ	ゆでた卵の殻が上手にむけない。 I find it hard to shell boiled eggs. 不擅长剥水煮蛋的蛋壳。 Tôi không thể bóc vỏ trứng thành thạo.
0113 **がら** **柄** Handle 花纹、花样 hoa văn	この服は裏にも柄がある。 This clothing has a strap-handle on the back as well. 这件衣服里子也有花纹。 Bộ quần áo này mặt trái cũng có hoa văn. ※〜柄（例：花柄）
0114 **かりょく** **火力** Thermal power 火力 nhiệt điện, hỏa lực	火力による発電には天然ガスなどを使う。 Thermal power is generated using natural gas and other fuels. 火力发电使用天然气等。 Sử dụng khí ga tự nhiên để phát điện bằng nhiệt điện. ※火力発電
0115 **カルシウム** Calcium 钙 can xi	牛乳はカルシウムを豊富に含む。 Milk is rich in calcium. 牛奶含有丰富的钙。 Sữa chứa nhiều canxi.
✓ 0116 **カロリー** Calories 卡路里、热量 calo	食堂のメニューにはカロリーが書いてある。 The number of calories is written on the cafeteria menu. 食堂的菜单上标着卡路里。 Calo được viết sẵn trong thực đơn của quán ăn.
0117 **かん** **管** (Gas or water) pipe (煤气・自来水)管道 đường ống (ga, nước)	市は古い水道の管の取り替え工事を行った。 The city carried out water-pipe replacement works. 城市实施了更换旧自来水管道的工程。 Thành phố đã tiến hành công trình thay thế đường ống nước cũ. ※〜管（例：水道管）
0118 **かんかく** **感覚** Sense 感觉、知觉 cảm giác, cảm nhận	彼は色に対する感覚が素晴らしい。 He has a wonderful sense of color. 他对颜色的感觉很棒。 Anh ta có cảm nhận tuyệt vời với màu sắc. ※感覚的　※〜感覚（例：リズム感覚）
0119 **かんき** **換気** する Ventilate, air 换气、通风 thông gió, lưu thông không khí	窓を開けて部屋の換気をした。 I opened the window and aired the room. 打开窗口通了风。 Mở cửa sổ cho lưu thông không khí.

0120 **かんげき** **感激** [する] ~violent/excited.~ Emotion 感激、感动 xúc động, cảm động	３０年ぶりに先生にお会いできて感激した。 I was moved to meet my old teacher for the first time in 30 years. 时隔30年见到了老师，很感动。 Tôi đã xúc động khi được gặp lại thầy giáo sau 30 năm tròn.
0121 **かんしょう** **鑑賞** [する] Appreciate 欣赏、鉴赏 thưởng thức	私の趣味は音楽を鑑賞することです。 My hobby is appreciation of music. 我的爱好是鉴赏音乐。 Sở thích của tôi là thưởng thức âm nhạc. ❋ ～鑑賞（例：映画鑑賞） ~appreciate/enjoy movies.~ ~(えいがかんしょうかい) film festival.~
0122 **かんじょう** **勘定** [する] Count up, bill 计算、付账 thanh toán, tính tiền	人数を勘定する／食事の勘定を済ませる Count up the number of people ／ Pay the bill for a meal 计算人数／付吃饭的账单 Thanh toán tiền theo số người ／ Hoàn thành thanh toán tiền cho bữa ăn
0123 **かんそく** **観測** [する] Observe, detect 观测、观察 quan sát, đo đạc	昨夜の地震で東京は震度５を観測した。 In the earthquake last night, a seismic intensity of five was detected in Tokyo. 在昨天的地震中，东京被观测到烈度5级。 Đã đo được cường độ trận động đất ngày hôm qua ở Tokyo là 5 độ richter.
0124 **かんちがい** **勘違い** [する] ~intuition~ Mistake for 误会、误认为 hiểu nhầm, tưởng nhầm	彼の妹を彼の恋人だと勘違いした。 I mistook his sister for his lover. 把他的妹妹误认为是他的女朋友。 Tôi đã tưởng nhầm em gái của anh ấy là người yêu.
0125 ✓ **かんりょう** **完了** [する] Completion 完毕、完了 hoàn thành	駅前の道路工事が完了した。 Construction works on the road by the station have been completed. 车站前的道路工程施工完毕了。 Công trình xây dựng đường phía trước nhà ga đã hoàn thành.
0126 ✓ **きかい** **器械** Instrument, device 器械、机器 dụng cụ	研究室に新しい実験の器械を入れた。 I put the new instruments for the experiment in the laboratory. 研究室里引进了新的实验器械。 Tôi đã đưa dụng cụ thí nghiệm mới vào phòng thí nghiệm. ❋ ～器械（例：医療器械） ~medical appliance/ surgical instruments~
0127 **きかん** **機関** Organization 机构、组织 cơ quan	専門の機関に川の水の検査を依頼した。 I asked a specialist organization to inspect the river water. 委托了专业的机构检查河水。 Tôi yêu cầu một cơ quan chuyên trách kiểm tra nước sông. ❋ ～機関（例：報道機関） ~Press/information media.~

0128
ききんぞく
貴金属
Precious metal, jewelry
贵金属
trang sức quý

どろぼう　き　きんぞく　げんきん　ひゃく まん えん　と
泥棒に貴金属と現金100万円を取られた。
I was robbed of jewelry and 1 million yen in cash.
被小偷偷走了贵金属和一百万日元的现金。
Tôi đã bị trộm lấy trang sức quý và một triệu yên tiền mặt.

0129
きげん
機嫌
Mood
心情
tâm trạng

あに　　きゅうりょう　あ　　　　き げん
兄は、給料が上がって機嫌がいい。
My brother is in a good mood because of his salary increase.
哥哥涨了工资，心情很好。
Anh trai của tôi vì lương tăng nên đang trong tâm trạng vui vẻ.

0130
きごう
記号
Symbol
符号、记号
ký hiệu

ち ず　　ぶん　　　　　　　き ごう　　がっこう　　あらわ
地図の「文」という記号は学校を表す。
On a map, the symbol 文 signifies a school.
地图上的"文"符号代表学校。
Ký hiệu "文" trên bản đồ thể hiện đó là trường học.
※ はつおん き ごう
　発音記号 *phonetic symbol.*

0131
きこん
既婚
Married
已婚
đã kết hôn

き こん　じょせい　　し ごと　つづ　　　ひと　　ふ
既婚の女性で仕事を続ける人が増えている。
The number of women who are married but have kept working is increasing.
已婚女性中继续工作的人正在增多。
Số người tiếp tục làm việc là phụ nữ đã lập gia đình đang tăng lên.
　　 み こん　　※ き こんしゃ　 *married person.*
⇔未婚　　既婚者
not yet married

0132
きじ
生地
Cloth, fabric
质地、面料
vải

き じ　　　　　　がいこくせい
このスーツの生地は外国製だ。
The fabric of this suit was made overseas.
这套西装的面料是外国制造的。
Vải của bộ com lê này được sản xuất ở nước ngoài.

0133
きじゅん
基準
Standard
标准、基准
tiêu chuẩn

くるま　　あんぜんせい　　　　　　　きび　　　き じゅん
車の安全性については厳しい基準がある。
Cars are subject to strict safety standards.
关于汽车的安全性有很严格的标准。
Có các tiêu chuẩn nghiêm ngặt về an toàn xe hơi.
※ 　き じゅん　れい　かんきょう き じゅん
　～基準（例：環境基準）
environmental standard

0134
きしょう
起床 する *bed.*
Get up
起床
dậy

まいあさ ろく じ　　き しょう
毎朝6時に起床する。
I get up every morning at six o'clock.
每天早上6点起床。
Tôi dậy lúc 6 giờ mỗi sáng.

0135
きすう
奇数
Odd number
奇数、单数
số lẻ

いち　さん　ご　なな　　　き すう
1、3、5、7などを奇数という。
One, three, five and seven are odd numbers.
1、3、5、7这样的数字叫作奇数。
1, 3, 5, 7 v.v. được gọi là số lẻ.
　　ぐうすう
⇔偶数
even number.

0136 **きそ** **基礎** Foundation, basics 基础、根基 cơ sở, căn bản, nền tảng	大学で音楽の基礎を学んで、作曲家になった。 I studied the basics of music at university and became a composer. 在大学学习了音乐的基础，成了作曲家。 Tôi đã học những điều căn bản về âm nhạc ở trường đại học và trở thành một nhà soạn nhạc.　　　※ 基礎的
0137 **ぎだい** **議題** Agenda 议题 chủ đề thảo luận, vấn đề bàn luận	次の議題は会費の値上げについてです。 The next item on the agenda is increasing membership fees. 下一个议题是关于提高会费。 Vấn đề bàn luận tiếp theo là nâng phí hội viên.
0138 **きっかけ** Trigger 契机、机会 nguyên cớ, cơ hội	アニメがきっかけで日本に興味を持った。 My interest in Japan was triggered by anime. 以动画为契机对日本产生了兴趣。 Phim hoạt hình là nguyên cớ làm tôi hứng thú đến Nhật Bản.
0139 **きのう** **機能** する Function 功能、性能 chức năng	この携帯は会話を翻訳する機能がある。 This cellphone has a function for translating conversations. 这款手机有翻译对话的功能。 Điện thoại di động này có chức năng dịch hội thoại. ※ ～機能（例：運動機能）
0140 **きぼ** **規模** Scale 规模、范围 quy mô	駅前のマンション開発計画は規模が大きい。 The apartment house project by the station is large-scale. 车站前公寓开发计划的规模很大。 Kế hoạch phát triển căn hộ ở phía trước nhà ga có quy mô lớn. ※ 小規模　※ 大規模 small scale　　large scale.
0141 **きまり** **決まり** It is a rule that... 规定、规矩 quy định	この公園では、ごみを持って帰るのが決まりだ。 In this park, the rule is that you must take your rubbish home. 在这座公园，把垃圾带回家是规定。 Trong công viên này quy định mang rác về nhà.
0142 **キャンペーン** Campaign 活动、运动 chiến dịch	政府は禁煙のキャンペーンをしている。 The government has launched an anti-smoking campaign. 政府正在开展禁烟运动。 Chính phủ đang thực hiện một chiến dịch không hút thuốc.
0143 **きゅうか** **休暇** Vacation, holiday 休假、假期 nghi	今年の夏の休暇は、どう過ごそうかな。 How shall I spend this summer vacation? 今年夏天的假期，要怎么度过呢？ Tôi sẽ nghỉ hè năm nay như thế nào đây? ※ ～休暇（例：病気休暇） sick leave

0144 **きゅうしゅう** **吸収** する Absorb 吸、吸收 hấp thụ, thấm	このタオルは水をよく吸収する。 This towel absorbs water well. 这条毛巾很吸水。 Khăn này thấm nước tốt.
0145 **きゅうせい** **急性** Acute 急性 cấp tính	男は急性のショック症状で病院へ運ばれた。 The man was taken to hospital with acute shock. 男子因为急性休克被送进了医院。 Người đàn ông đã được chở vào bệnh viện vì triệu chứng sốc cấp tính.
0146 **きゅうぞう** **急増** する Surge 急剧增加 tăng lên nhanh chóng	団地ができて、この町の人口が急増している。 With the completion of the housing project, the population of the town has surged. 住宅区建好后，这座城市的人口正在急剧增加。 Sau khi tòa chung cư hoàn thành dân số của thị trấn này đang tăng lên nhanh chóng.
0147 **きょうか** **強化** する Reinforce, strengthen 加强、强化 tăng cường	事故を減らすため、交通安全指導を強化した。 To reduce the number of accidents, road safety guidance was strengthened. 为了减少事故，加强了交通安全指导。 Chúng tôi tăng cường hướng dẫn an toàn đường bộ để giảm tai nạn.
0148 **きょうかい** **境界** Boundary 境界、边界 ranh giới	土地の境界のことで隣の人と争った。 I was in conflict with a neighbor over the boundaries of our land. 因为土地的边界问题和邻居发生了争论。 Tôi đã tranh chấp với người hàng xóm về ranh giới của đất đai. ✴境界線 boundary line
0149 **きょうぎ** **競技** する Competition 比赛项目、比赛 môn thi đấu	次のオリンピックから新しい競技が加わる。 The new competitive event will be added in the next Olympics. 从下一届奥运会开始会增加新的比赛项目。 Các môn thi đấu mới sẽ được bổ sung từ Olympics tiếp theo. ✴個人競技　✴団体競技
0150 **ぎょうぎ** **行儀** Behavior, manners 举止、礼貌 hành vi cư xử	食べながらしゃべるのは行儀が悪い。 It's bad manners to talk while eating. 一边吃饭一边说话很没有礼貌。 Vừa ăn vừa nói là cách cư xử xấu.
0151 **きょうきゅう** **供給** する Supply 供给、供应 cung cấp	市は断水した地域に水を供給した。 The city supplied water to areas where the supply had been shut down. 市政府向断水的地区供应了水。 Thành phố cung cấp nước cho khu vực bị cắt nước. ⇔需要 demand/request

0152 **きょうちょう** **強調** (する) Emphasize 强调 nhấn mạnh	大臣は消費税を上げる必要性を強調した。 The minister emphasized the necessity of raising consumption tax. 大臣强调了提高消费税的必要性。 Bộ trưởng nhấn mạnh sự cần thiết của việc tăng thuế tiêu dùng.
0153 **きょうどう** **共同** (する) Jointly, cooperatively 共同、联合 chung	友だちと共同でレストランを経営している。 I run the restaurant jointly with some friends. 和朋友共同经营餐厅。 Tôi cùng với bạn kinh doanh chung một nhà hàng. ※共同〜(例：共同開発)
0154 **きょうふ** **恐怖** Fear, be afraid 恐怖、恐惧 sợ hãi	飛行機がひどく揺れて、恐怖を感じた。 I felt afraid when the plane shook badly. 飞机巨烈地摇晃，感到了恐惧。 Chiếc máy bay rung lắc khủng khiếp, tôi cảm thấy sợ hãi. ※恐怖心 Terror, fear
0155 **きょうよう** **教養** Cultured 教养、修养 giáo dục	彼は学問や芸術に通じていて教養がある。 He is well-educated and has knowledge in science and the arts. 他通晓学识与艺术，很有修养。 Ông ta làn người có giáo dục, tinh thông học vấn và nghệ thuật.
0156 **きりつ** **規律** Discipline, rules 规律、规定 kỉ luật	共同生活では互いに規律を守って生活したい。 In our life together, I want both of us to keep certain rules. 在共同生活中，希望互相遵守规定生活。 Khi sống trong cộng đồng chung, tôi muốn mọi người cùng nhau sống tuân thủ kỉ luật.
0157 **きんきゅう** **緊急** Emergency 紧急 khẩn cấp	緊急の場合は、ここに連絡してください。 In case of emergency, please use this contact number. 若有紧急情况，请与本号码联系。 Trong trường hợp khẩn cấp, vui lòng liên hệ tại đây. ※緊急連絡先 emergency contact
0158 **ぐうすう** **偶数** Even number 偶数、双数 số chẵn	2で割ることができる数を偶数という。 Numbers divisible by two are even. 能被2除尽的数字叫作偶数。 Số có thể được chia cho 2 được gọi là số chẵn. ⇔奇数 odd number.
0159 **くうそう** **空想** (する) Fantasy 幻想、空想 giả tưởng	これは地球が爆発するという空想の小説だ。 This is a fantasy novel in which the earth explodes. 这是一本讲述地球爆炸的幻想小说。 Đây là một tiểu thuyết giả tưởng rằng trái đất phát nổ.

0160　　くじ Lottery 彩票、抽签 số số	くじに当たって、旅行に行って来た。 I went traveling after winning the lottery. 中了彩票，去旅游了一趟。 Tôi đã trúng số số và đi du lịch.
0161　　くず Scrap, crumbs 碎屑 vụn	テーブルの上のパンのくずを集めて捨てた。 I gathered the crumbs on the table and threw them out. 聚起桌上的面包碎屑并扔掉。 Tôi tập hợp vụn bánh mì trên bàn lại rồi vứt đi.
0162 ✓　くせ 癖 Habit 习惯、癖好 thói quen	彼女は話しながら髪に触る癖がある。 She has a habit of touching her head while speaking. 她有一边说话一边摸头发的习惯。 Cô ấy có thói quen chạm vào mái tóc của mình trong khi nói chuyện.
0163　　くだ 管 Tube 管子、管道 ống	父は鼻から管を入れて栄養を取っている。 Father is being fed by tube through his nose. 父亲通过插在鼻子里的管子获取营养。 Bố tôi đang nhận dinh dưỡng qua một ống thông qua mũi.
0164　　くつう 苦痛 Pain, ordeal 痛苦 khổ cực	混んだ電車で通勤するのが苦痛だ。 It is a pain commuting in crowded trains. 坐拥挤的电车上下班很痛苦。 Đi làm trên chuyến tàu đông đúc thật khổ cực.
0165　　くぶん 区分 する Classify, divide 区分、划分 phân chia	この歴史の本では時代を6つに区分している。 This history book is divided into six periods. 这本历史书把时代划分成了6个时期。 Trong cuốn sách lịch sử này, thời đại được phân chia thành sáu thời kỳ. ※歴史区分
0166　　くらし 暮らし Living, daily life 生活、度日 cuộc sống	田舎にいたころは、都会の暮らしに憧れていた。 When I was living in the country, I hankered after life in the city. 在乡下的时候，曾向往大城市的生活。 Khi còn sống ở quê, tôi đã ao ước cuộc sống ở thành phố.
0167　　グレー Gray 灰色 màu ghi	面接のために、グレーのスーツを買った。 I bought a gray suit for interviews. 为了面试，买了一套灰色的西装。 Tôi đã mua một bộ vét màu ghi để phỏng vấn.

0168 **くんれん** **訓練** (する) Training 训练 huấn luyện	<ruby>学校<rt>がっこう</rt></ruby>で<ruby>消火器<rt>しょうかき</rt></ruby>を<ruby>使<rt>つか</rt></ruby>う<ruby>訓練<rt>くんれん</rt></ruby>を<ruby>受<rt>う</rt></ruby>けた。 At school, I received training in the use of fire extinguishers. 在学校接受了使用灭火器的训练。 Tôi đã được huấn luyện sử dụng bình chữa cháy ở trường. ※ ～<ruby>訓練<rt>くんれん</rt></ruby>（<ruby>例<rt>れい</rt></ruby>：<ruby>防災訓練<rt>ぼうさいくんれん</rt></ruby>) *disaster prevention drill*
0169 **けい** **計** Total 合计、共计 đo, tính	<ruby>1<rt>いち</rt></ruby><ruby>年間<rt>ねんかん</rt></ruby>で<ruby>計<rt>けい</rt></ruby><ruby>20<rt>にじゅっ</rt></ruby><ruby>回<rt>かい</rt></ruby><ruby>以上<rt>いじょう</rt></ruby><ruby>海外<rt>かいがい</rt></ruby><ruby>出張<rt>しゅっちょう</rt></ruby>する。 In one year, I was sent on business trips abroad at least 20 times in total. 一年之中去国外出差的次数共计20次以上。 Tôi đi công tác nước ngoài tính là trên 20 lần trong một năm.
0170 **けいい** **敬意** Respect 敬意 tôn trọng, kính trọng	みんなは<ruby>彼<rt>かれ</rt></ruby>の<ruby>努力<rt>どりょく</rt></ruby>に<ruby>心<rt>こころ</rt></ruby>から<ruby>敬意<rt>けいい</rt></ruby>を<ruby>表<rt>あらわ</rt></ruby>した。 Everybody showed respect for his commitment. 大家为他的努力由衷地表达了敬意。 Mọi người đều bày tỏ sự kính trọng từ tận đáy lòng trước sự nỗ lực của anh ấy.
0171 **けいかい** **警戒** (する) Vigilance, *alert, be on guard.* 警戒、防范 cảnh giác	<ruby>台風<rt>たいふう</rt></ruby>が<ruby>近<rt>ちか</rt></ruby>づいているので、<ruby>警戒<rt>けいかい</rt></ruby>が<ruby>必要<rt>ひつよう</rt></ruby>だ。 Vigilance is needed as a typhoon is approaching. 因为台风正在靠近，有必要警戒。 Vì cơn bão đang đến gần nên cần cảnh giác.
0172 **けいこう** **傾向** Trend 倾向、趋势 xu hướng	<ruby>現在<rt>げんざい</rt></ruby>、<ruby>景気<rt>けいき</rt></ruby>は<ruby>回復<rt>かいふく</rt></ruby>する<ruby>傾向<rt>けいこう</rt></ruby>にある。 At the moment, the economy has recovery momentum. 现在，经济状况有复苏的趋势。 Hiện nay, nền kinh tế có xu hướng phục hồi. ※ ～<ruby>傾向<rt>けいこう</rt></ruby>（<ruby>例<rt>れい</rt></ruby>：<ruby>増加傾向<rt>ぞうかけいこう</rt></ruby>)
0173 **けいこく** **警告** (する) Warning 警告 cảnh báo	<ruby>学者<rt>がくしゃ</rt></ruby>は、この<ruby>山<rt>やま</rt></ruby>は<ruby>噴火<rt>ふんか</rt></ruby>の<ruby>危険性<rt>きけんせい</rt></ruby>があると<ruby>警告<rt>けいこく</rt></ruby>した。 Volcano experts warned of the risk of an eruption. 学者警告，这座山有喷发的危险性。 Các học giả đã cảnh báo rằng ngọn núi đó có nguy cơ phun trào.
0174 **けいしき** **形式** Format 形式、格式 hình thức	<ruby>手紙<rt>てがみ</rt></ruby>の<ruby>書<rt>か</rt></ruby>き<ruby>方<rt>かた</rt></ruby>には<ruby>決<rt>き</rt></ruby>まった<ruby>形式<rt>けいしき</rt></ruby>がある。 There is a fixed format for writing letters. 信件的写法有规定的格式。 Cách viết thư theo hình thức được quy định. ※ <ruby>形式的<rt>けいしきてき</rt></ruby> *formally*
0175 **けいぞく** **継続** (する) Continue 继续、接续 tiếp tục, gia hạn	このカードは<ruby>簡単<rt>かんたん</rt></ruby>な<ruby>手続<rt>てつづ</rt></ruby>きで<ruby>継続<rt>けいぞく</rt></ruby>できる。 It is a simple procedure to continue using this card. 这张卡只要简单的手续就能续约。 Tấm thẻ này có thể được gia hạn với thủ tục đơn giản. ※ <ruby>継続的<rt>けいぞくてき</rt></ruby> *continually*.

いきいきサロン*

年を取っても**生きがい**を持って元気に生活したいというのは、誰でも持つ願いだ。そのためには、人と人とのつながりがとても重要だ。Ａ市の「いきいきサロン」は、皆が気楽に人と出会える場所だ。

きっかけは、市内に空き家* が**急増**したことだった。市は空き家の**活用**として、家の**一部分**が崩れたような**荒れた空き家**を直して、5年前に地域の交流施設「いきいきサロン」を**オープン**した。この施設は全ての人に**開放**されていて、お年寄りはもちろん、**育児中**の女性、若者、子供も集まってくる。おしゃべりをしたり、お茶を飲んだり、遊んだりして、のんびりした雰囲気の中に**笑顔**と**活気**があふれている。

「ここは、私の**お気に入り**の場所でね。一生懸命**おしゃれ**をして来るの」と85歳の**Ｂ**さん。赤ちゃんを**おんぶ**した**Ｃ**さんは、「うちは**核家族**だから、子供が祖父母と**同い年**くらいの人に遊んでもらえるのがいい」と言う。また小中学生に将棋を教えていた**Ｄ**さんは、「僕はみんなにパソコンを教えてもらっているんだ。**お互いに吸収し合うものがたくさんあって楽しいよ。**」と話してくれた。

ここには「何をしてはいけない」などの**決まり**はない。「**形式的な**ことを決めるより、問題が起こったら、話し合って**改善**する。ただ、相手への**敬意**だけは大切にしている」のだそうだ。

「いきいきサロン」のような小さい**規模**の**交流施設**は、今、全国**各地**に増えつつある。

* 空き家　Empty premises　空房子　nhà trống
　サロン　Salon　沙龙　trung tâm giao lưu cộng đồng

わたしの単語 <ruby>単<rt>たん</rt></ruby><ruby>語<rt>ご</rt></ruby>

On this page, let's write down vocabulary items taken from in
请在这一页写下日常生活中发现的单词吧。
Hãy viết vào trang này những từ vựng tìm thấy trong sinh

The Iki-iki Salon

Everybody wants to live a healthy, fulfilling life, even into old age. For this to happen, human relations are very important. The Iki-iki Salon is a place in the town of A where people can meet others easily.

The roots of the Iki-iki Salon lie in the dramatic increase in the number of empty premises in the town. To make better use of these premises, the local authorities repaired properties that had partly collapsed or were neglected, and opened them five years back as Iki-iki Salons, local forums for social interaction. The salons were open to everybody, not just the aged, but also mothers with infants, teenagers and children. The result was smiling faces and activity in a relaxed atmosphere, with everybody chatting, drinking tea or having fun.

"I like this place, and I dress up as best I can when I come," said 85 year-old B. Said C, carrying a baby on her back, "we are a nuclear family, so it is good that the children are playing with people as old as their grandparents." Said D who was teaching Japanese chess to elementary and junior high school students, "I was taught how to use the computer by these people. It's fun that we can learn so much from each other."

"There are no rules prohibiting anything in particular. Rather than formally making decisions, if a problem arises, ways of improving things are discussed. What is important, though, is to respect the opinions of other people."

Small forums for social interaction like the Iki-iki Salon are increasing in number all over Japan.

活力沙龙

谁都希望上了年纪之后还能充满活力地过着有意义的生活。为此，人与人之间的羁绊就显得尤为重要。A 城市的"活力沙龙"就是一个可以轻松与人相识的地方。

这一契机还要从市内空房子突然增多这件事说起。市政府为了有效利用这些空房子，对部分受损的废弃房屋进行了修缮。并在 5 年前开设了地区性的交流设施——"活力沙龙"。这个"活力沙龙"对所有人都开放，老年人自不用说，育儿中的妈妈、年轻人、还有小孩子都聚集到这里。他们在这里可以聊天、喝茶、嬉戏，在悠闲的氛围中，充满着笑脸与生机。

"这里，是我喜欢的地方。我可是精心打扮过才过来的呢。"85 岁的 B 如是说。背着婴儿的 C 说道："我们家是小家庭，我希望孩子能跟祖父母差不多大的人一起玩耍，这一点也好。"另外，教中小学生将棋的 D 说："我在向大家请教电脑的使用方法呢。彼此可以相互学习的地方有很多，很开心。"

这里没有规定"什么事不能做"。据说，"比起搞形式主义更重要的是，有什么问题，交流改善。只是，尊重对方是大家看重的。"

现在，全国各地都在陆续增设像"活力沙龙"这样小规模的交流设施。

IKIIKI SALON

Ai cũng có mong muốn rằng khi tuổi già vẫn có thể sống một cuộc sống khỏe mạnh có ý nghĩa. Chính vì vậy mà việc gắn kết giữa người với người là rất quan trọng. "Ikiki Salon" ở thành phố A là nơi mà mọi người có thể vui vẻ gặp gỡ nhau.

Cơ hội tạo ra việc này chính là việc số lượng nhà trống trong thành phố tăng lên nhanh chóng. Chính quyền thành phố với mục đích sử dụng hiệu quả các ngôi nhà trống, năm năm trước, đã cải tạo lại ngôi nhà mà một phần đã bị đổ nát để mở ra trung tâm giao lưu cộng đồng "Ikiki Salon". Trung tâm này được mở cửa dành cho tất cả mọi người, người già, phụ nữ đang nuôi con, thanh niên và cả trẻ con đều đến tham dự. Trong bầu không khí thư giãn, mọi người trò chuyện, uống trà, chơi đùa, khuôn mặt cười tươi và ngập tràn sức sống.

Cụ B năm nay đã 85 tuổi nói rằng: "Đây là nơi yêu thích của tôi. Tôi sẽ chăm chỉ chưng diện và tới đây" Còn cô C người đang bế cháu bé đã nói rằng: "Vì gia đình tôi là gia đình hạt nhân nên thật tốt khi cháu có thể được cùng chơi đùa với những người có cùng độ tuổi với ông bà của cháu". Ngoài ra, anh D người dạy cờ cho học sinh tiểu học và trung học cơ sở cũng cho biết rằng: "Tôi được mọi người dạy cho về máy tính. Có rất nhiều thứ để mọi người học hỏi lẫn nhau, thật là thú vị".

Nơi đây không có quy định về việc "Không được làm gì". Nếu có vấn đề gì phát sinh thì thay vì những quyết định mang tính hình thức thì chúng tôi trao đổi nói chuyện để cải thiện điều đó. Nhưng chúng tôi coi trọng sự tôn trọng đối với những người khác.

Các trung tâm giao lưu quy mô nhỏ như "Ikiki Salon" giờ đây đang gia tăng ở các vùng trên toàn quốc.

| 01 | 〜外 がい | Outside, out of
……外
Ngoài〜 | 区域外 くいきがい 対象外 たいしょうがい | not covered (by)
out of limit/boundary. | not subject to
out of scope |

区域外 対象外 — not covered (by) / out of limit/boundary. / not subject to / out of scope

2国間 夫婦間 — between hubby and wife / bilateral.

旧市役所 旧制度 — old city hall/office / old system/ organization.

管理局 テレビ局 — TV station / administration bureau

現国王 現大統領 — present monarch. / current president.

50mごと 3日ごと — per.

今世紀 今年度 — This era century. / This fiscal year.

昨シーズン 昨年度 — last season / last year.

運転士 栄養士 — Chauffer / Nutritionist

非常時 夕食時 — at the time of emergency. / Dinner/ supper time

軍隊式 日本式(のやり方) — military/ army style. / JP style.

No.	接辞	English / Chinese / Vietnamese	Examples
01	〜外（がい）	Outside, out of ／ ……外 ／ Ngoài〜	区域外（くいきがい）　対象外（たいしょうがい）
02	〜間（かん）	Between ／ ……之间 ／ Giữa	2国間（にこくかん）　夫婦間（ふうふかん）
03	旧〜（きゅう）	Old, former ／ 旧…… ／ Cũ, cựu	旧市役所（きゅうしやくしょ）　旧制度（きゅうせいど）
04	〜局（きょく）	Office, bureau, (broadcast) station ／ ……局 ／ Trạm	管理局（かんりきょく）　テレビ局（きょく）
05	現〜（げん）	Current ／ 现任…… ／ 〜hiện nay	現国王（げんこくおう）　現大統領（げんだいとうりょう）
06	〜ごと	Per, every, each ／ 每……, 每隔…… ／ Mỗi	50mごと（ごじゅうメートル）　3日ごと（みっか）
07	今〜（こん）	Current ／ (指现在)本… ／ 〜này	今世紀（こんせいき）　今年度（こんねんど）
08	昨〜（さく）	Last ／ 上一个…… ／ 〜trước	昨シーズン（さく）　昨年度（さくねんど）
09	〜士（し）	Suffix used with a job title ／ ……师 ／ 〜(chỉ người)	運転士（うんてんし）　栄養士（えいようし）
10	〜時（じ）	At a/the time of ／ ……的时候 ／ Vào giờ, lúc	非常時（ひじょうじ）　夕食時（ゆうしょくじ）
11	〜式（しき）	-style ／ ……式 ／ Lễ〜	軍隊式（ぐんたいしき）　日本式（にほんしき）（のやり方（かた））

| 名詞　一般2 | Nouns – General 2
名词 – 一般名词2
Danh từ – Thông dụng 2 | |

| **0176**
けいび
警備 する
Security
警备、警戒
an ninh, bảo vệ | 外国の首相が来るので、街の警備が厳しい。
Street security is very strict as a prime minister from overseas is coming.
因为外国的首相要来。所以街道警备森严。
Vì thủ tướng nước ngoài đến nên bảo vệ phố xá nghiêm ngặt.
※警備員 *security guard.* |

| **0177**
けいやく
契約 する
Agreement, contract
契约、合同
hợp đồng | 新しく地震保険の契約をした。
I took out a new earthquake insurance policy.
签署了新的地震保险合同。
Tôi đã ký một hợp đồng bảo hiểm động đất mới.
※契約書 *agreement* ※契約条件 *terms of agreements* |

| ✓ **0178**

ケース
Case
事例、盒子
vụ, trường hợp, vỏ đĩa | この事件は特殊なケースだ／ＣＤのケース
This incident is a special case / CD case
这一案件是特殊的事例／光盘的盒子
Vụ việc này là trường hợp đặc biệt / Vỏ đĩa CD |

| **0179**
けしいん
消印
Postmark
邮戳
dấu bưu điện | はがきに８月１日の消印が押してあった。
The card was postmarked August 1.
明信片上盖着8月1日的邮戳。
Có đóng dấu bưu điện ngày 8 tháng 1 lên bưu thiếp. |

| **180**
げすい
下水
Sewage
污水
nước thải | Ａ市の下水はこの場所で処理している。
Sewage from City A is processed here.
A城市的污水都在这个地方处理。
Nước thải của thành phố đang được xử lý tại nơi này.
※下水道 |

| **0181**
けつい
決意 する
Determination, resolution
决心、决意
quyết tâm | 大学をやめるという彼の決意は固い。
He was resolute in his decision to quit university.
他不再读大学的决心很坚定。
Quyết tâm bỏ học đại học của anh ta rất vững chắc. |

| **0182**
けっかん
欠陥
Defect, flaw, fault
缺陷
khuyết điểm, bị lỗi | Ａ社の電気ストーブに欠陥が見付かった。
A fault was discovered in the electric heater made by Company A.
找到了A公司的电暖炉的缺陷。
Tìm ra lỗi trong sản phẩm lò sưởi điện của công ty A. |

0183 けっしょう **決勝** Finals 决赛 trận chung kết	かれ 彼はテニスの世界大会で決勝に進んだ。 He advanced to the finals of the world tennis championships. 他进入了网球世界锦标赛的决赛。 Anh ta đã tiến vào trận chung kết tại giải quần vợt thế giới. けっしょうせん ※ 決勝戦
0184 けはい **気配** Indication, air 动静、迹象 cảm giác	うし ひと けはい かん ふ かえ 後ろに人の気配を感じて振り返った。 I turned, sensing the mood of the person behind me. 感到身后有人的动静回头看了一下。 Tôi cảm giác có người đằng sau nên đã quay người lại.
0185 げんかい **限界** Limit 界限、极限 giới hạn	い がく しん ぽ ち りょう げんかい 医学が進歩しても、治療には限界がある。 However much medicine advances, there will always be limits to treatments. 就算医学进步了，治疗也是有极限的。 Cho dù y học có tiến bộ thì trong điều trị cũng có những giới hạn.
0186 げんし **原子** Atom 原子 nguyên tử	みず ぶんし さんそ すいそ げんし 水の分子は酸素と水素の原子からできている。 Water molecules are made up of oxygen and hydrogen atoms. 水分子是由氧原子和氢原子组成的。 Các phân tử nước được tạo thành từ các nguyên tử hydro và oxy. げんし ばくだん ※ 原子爆弾
0187 げんじつ **現実** Reality 现实、真实 sự thực	おんだんか しま しず げんじつ ほん し 温暖化で島が沈むという現実を本で知った。 From a book, I learned about the reality of an island being submerged by global warming. 通过书知道了全球气候变暖会导致岛屿沉没这一现实。 Tôi đã biết được từ cuốn sách sự thực rằng các hòn đảo sẽ chìm do sự nóng lên toàn cầu. げんじつせい げんじつてき ※ 現実性 ※ 現実的
0188 けんしゅう **研修** (する) Training 进修、专研 thực tập, đào tạo	のうぎょう けんしゅう ほっかいどう さん げつたいざい 農業の研修のため、北海道に３か月滞在した。 I spent three months in Hokkaido on an agricultural training course. 为了专研农业，在北海道逗留了3个月。 Để thực tập nông nghiệp, tôi đã ở lại Hokkaido 3 tháng.
0189 げんしょう **現象** Phenomenon 现象 hiện tượng	かみなり でんき ひかり おと はっせい げんしょう 雷は電気によって光と音が発生する現象だ。 Lightning is a phenomenon of sound and light caused by electricity. 雷电是通过电而产生光和声音的现象。 Sấm sét là một hiện tượng tạo ra ánh sáng và âm thanh do điện. し ぜんげんしょう ※ 自然現象
0190 げんしょう **減少** (する) Decrease 减少 giảm	に ほん じんこう げんしょう 日本は人口が減少している。 The Japanese population is decreasing. 日本的人口正在减少。 Dân số của Nhật đang giảm. げんしょうけいこう ※ 減少傾向

0191	
げんじょう **現状** Current status 现状 tình trạng, hiện trạng	地域交通の現状が調査で明らかになった。 The current status of regional traffic issues was revealed by a survey. 通过调查，地区交通的现状变得清楚了。 Tình trạng giao thông của khu vực hiện nay đã sáng tỏ qua cuộc khảo sát.

0192	
げんしりょく **原子力** Nuclear power 原子能 năng lượng nguyên tử	原子力の利用についての討論会があった。 Discussions were held about use of nuclear power. 召开了关于原子能利用的讨论会。 Có một cuộc tranh luận về việc sử dụng năng lượng nguyên tử. ※ 原子力発電

0193	
げんてい **限定** する Limit, restrict to 限定 giới hạn	これは夏だけに限定したメニューです。 This is a menu for the summer only. 这是夏天限定菜单。 Đây là một thực đơn chỉ giới hạn cho mùa hè. ※ 限定的

0194	
げんど **限度** Limit 界限、限度 giới hạn , mức độ giới hạn	法律で残業時間の限度が決められている。 The number of hours of overtime you can do is limited by law. 法律规定了加班时间的限度。 Giới hạn thời gian làm thêm giờ được quyết định bởi luật pháp. ※ ～限度（例：最低限度）

0195	
けんとう **検討** する Consider, discuss 探讨、研究 xem xét, thảo luận	A大学は学部を増やすことを検討している。 University A is considering expanding its number of departments. A大学正在探讨增设院系的事宜。 Trường đại học A đang xem xét tăng số ngành học.

0196	
けんとう **見当** Guess, conjecture 猜测、推测 đoán, ước tính	彼が今どこにいるのか、全く見当が付かない。 I have no idea of his current whereabouts. 完全猜测不到他现在在哪儿。 Tôi không đoán được hiện giờ anh ấy đang ở đâu. ※ 見当違い

0197	
げんば **現場** Site, scene 现场 hiện trường	警察が事故の現場を調べている。 The police are investigating the scene of the accident. 警察正在调查事故现场。 Cảnh sát đang điều tra hiện trường vụ tai nạn. ※ ～現場（例：工事現場）

0198	
こい **恋** Love 恋爱、爱情 tình yêu	会った瞬間、二人の間に恋が生まれた。 The moment they met, they fell in love. 遇见的瞬间，两人之间就产生了爱情。 Khoảnh khắc khi gặp nhau, giữa hai người đã nảy sinh tình yêu.

0199 **こうかい** **後悔** (する) Regret 后悔、懊悔 hối hận	<ruby>学生<rt>がくせい</rt></ruby><ruby>時代<rt>じ だい</rt></ruby>に<ruby>怠<rt>なま</rt></ruby>けたことを<ruby>後悔<rt>こうかい</rt></ruby>している。 I regret my laziness in my student years. 为学生时期的懒惰而后悔。 Tôi hối hận vì đã lười biếng trong thời sinh viên.
0200 **こうかい** **公開** (する) Make public, open 公开、开放 trưng bày công khai, công khai	この<ruby>寺<rt>てら</rt></ruby>は<ruby>年<rt>ねん</rt></ruby>に<ruby>一度<rt>いち ど</rt></ruby>だけ、<ruby>貴重<rt>き ちょう</rt></ruby>な<ruby>宝<rt>たから</rt></ruby>を<ruby>公開<rt>こうかい</rt></ruby>している。 Once a year only, the valuable jewels are displayed to the public. 这座寺庙一年只有一回开放珍贵的宝物。 Ngôi chùa này công khai các báu vật mỗi năm chỉ một lần. ※<ruby>情報公開<rt>じょうほうこうかい</rt></ruby>
0201 **こうきしん** **好奇心** Curiosity 好奇心 tò mò, hiếu kỳ	<ruby>弟<rt>おとうと</rt></ruby>は<ruby>好奇心<rt>こう き しん</rt></ruby>が<ruby>強<rt>つよ</rt></ruby>くて、<ruby>何<rt>なん</rt></ruby>にでも<ruby>興味<rt>きょう み</rt></ruby>を<ruby>持<rt>も</rt></ruby>つ。 My brother is very curious and is interested in everything. 弟弟的好奇心很强，对什么都感兴趣。 Em trai tôi có tính tò mò cao nên quan tâm đến mọi thứ.
0202 **こうけい** **光景** View 景象 quang cảnh	<ruby>桜<rt>さくら</rt></ruby>を<ruby>見<rt>み</rt></ruby>ると、<ruby>入学式<rt>にゅうがくしき</rt></ruby>の<ruby>日<rt>ひ</rt></ruby>の<ruby>光景<rt>こうけい</rt></ruby>を<ruby>思<rt>おも</rt></ruby>い<ruby>出<rt>だ</rt></ruby>す。 When I see cherry blossoms, I am reminded of the day of my university entrance ceremony. 看到樱花，就会回想起开学典礼那天的景象。 Cứ nhìn thấy hoa anh đào, tôi lại nhớ đến quang cảnh ngày nhập học.
0203 **こうげき** **攻撃** (する) Attack 攻击 tấn công	<ruby>敵<rt>てき</rt></ruby>の<ruby>攻撃<rt>こうげき</rt></ruby>に<ruby>備<rt>そな</rt></ruby>えて、<ruby>軍隊<rt>ぐんたい</rt></ruby>が<ruby>国境<rt>こっきょう</rt></ruby>を<ruby>守<rt>まも</rt></ruby>っている。 The army is defending the borders in anticipation of an enemy attack. 为了防备敌人的攻击，军队守卫着国境。 Quân đội đang bảo vệ biên giới để chuẩn bị cho các cuộc tấn công của đối phương. ※<ruby>攻撃的<rt>こうげきてき</rt></ruby>
0204 **こうけん** **貢献** (する) Contribute 贡献 cống hiến, đóng góp	<ruby>将来<rt>しょうらい</rt></ruby>は<ruby>社会<rt>しゃかい</rt></ruby>に<ruby>貢献<rt>こうけん</rt></ruby>できる<ruby>人<rt>ひと</rt></ruby>になりたい。 I want to become someone who contributes to the future of the community. 将来想成为能为社会做贡献的人。 Trong tương lai tôi muốn trở thành một người có thể đóng góp cho xã hội. ※<ruby>貢献度<rt>こうけん ど</rt></ruby> ※<ruby>～貢献<rt>こうけん</rt></ruby>(<ruby>例<rt>れい</rt></ruby>：<ruby>社会貢献<rt>しゃかいこうけん</rt></ruby>)
0205 **こうこう** **孝行** (する) Filial loyalty 孝敬、孝顺 hiếu thảo	<ruby>大学<rt>だいがく</rt></ruby>を<ruby>卒業<rt>そつぎょう</rt></ruby>したら、<ruby>帰国<rt>き こく</rt></ruby>して<ruby>親<rt>おや</rt></ruby>に<ruby>孝行<rt>こうこう</rt></ruby>したい。 After graduating, I want to return to my own country and parents as filial duty requires. 等大学毕业了，想回国孝敬父母。 Khi tôi tốt nghiệp đại học, tôi muốn trở về nước và hiếu thảo với bố mẹ tôi.
0206 **こうしき** **公式** Official 公式、正式 chính thức	<ruby>女王<rt>じょおう</rt></ruby>の<ruby>日本<rt>に ほん</rt></ruby>への<ruby>公式<rt>こうしき</rt></ruby>の<ruby>訪問<rt>ほうもん</rt></ruby>は１０<ruby>年<rt>じゅうねん</rt></ruby>ぶりだ。 It is the first official visit to Japan by the queen in 10 years. 距上次女王对日本进行正式访问已有10年。 Chuyến thăm chính thức của Nữ hoàng đến Nhật Bản đã tròn 10 năm.

0207	２つの都市計画案のうち、後者の案が採用された。
こうしゃ 後者 The latter 后者 chỉ người thứ sau (trong 2 người), bản thứ 2	Of the two urban development plans, the latter was adopted. 在两个城市建设计划中，后者被采用了。 Trong số hai kế hoạch quy hoạch thành phố, bản kế hoạch thứ hai được thông qua. ⇔前者

0208	労働組合は給料について経営者側と交渉した。
こうしょう 交渉 する Negotiate 交涉、谈判 đàm phán	The labor unions negotiated with the management over wages. 劳动工会和经营方就工资问题进行了交涉。 Công đoàn đã đàm phán với người quản lý về tiền lương.

0209	研修の結果、社員のＩＴ技術が向上した。
こうじょう 向上 する Improve 提高、进步 nâng cao	As a result of training, the IT skills of the staff improved. 通过研修，社员的信息技术能力提高了。 Theo kết quả của việc đào tạo, trình độ kỹ thuật của nhân viên IT đã được nâng cao. ※向上心

0210	子供たちは音楽に合わせて行進した。
こうしん 行進 する March 行进 diễu hành	The children marched along to the music. 孩子们踏着音乐的节奏行进。 Bọn trẻ diễu hành theo tiếng nhạc. ※デモ行進

0211	日本の人口の構成を見ると、老人が多い。
こうせい 構成 する Structure 构成、结构 cấu thành	The Japanese population is structurally characterized by a large number of elderly. 从日本的人口结构来看，老人比较多。 Nhìn vào cấu thành của dân số Nhật Bản, ta thấy có nhiều người già. ※～構成（例：家族構成）

0212	太陽の光線を浴びすぎると、がんになりやすい。
こうせん 光線 Ray, beam 光线 nắng, ánh nắng mặt trời	You become vulnerable to cancer if you have too much exposure to the sun's rays. 被阳光的光线照射过多的话，容易得癌症。 Nếu tắm nắng quá nhiều sẽ dễ bị ung thư.

0213	このビルは地震に強い構造になっている。
こうぞう 構造 Construction, structure 结构、构造 cấu trúc, cấu tạo	This building has an earthquake-resistant structure. 这栋楼是抗震结构。 Toà nhà này có cấu trúc mạnh chống động đất. ※構造的　※～構造（例：産業構造）

0214	この仕事は３人が交代で行う。
こうたい 交代 する In rotation 轮流、交替 luân phiên, lần lượt, thay nhau	This work is done by three people in rotation. 这个工作由3个人轮流进行。 Công việc này được thực hiện bởi ba người luân phiên.

0215

こうてい
肯定 (する)

Affirm

肯定、承认

khẳng định

彼に真実を尋ねると、「事実です」と肯定した。

When I asked him about the facts of the matter, he affirmed that it was the truth.

询问他真相，结果他承认道："是事实。"

Khi tôi hỏi anh ta về sự thật, anh ta đã khẳng định "Là sự thật".

⇔否定　※肯定的

0216

ごうどう
合同

Jointly, in partnership

联合

kết hợp, chung, cùng

2つの町が合同で花火大会を行った。

The two towns jointly organized a fireworks festival.

两座城市联合举办了烟火大会。

Hai thành phố cùng nhau biểu diễn pháo hoa.

0217

こうひょう
公表 (する)

Announce

公布、发表

công bố

市は毎年、職員の数や給与を公表している。

Every year, the city announces how many employees it has and what it pays them.

市政府每年都会公布职员的数量与薪酬。

Thành phố công bố số công chức và tiền lương hàng năm.

0218

こうふん
興奮 (する)

Excitement

兴奋、激动

hưng phấn, phấn khích

サッカーの決勝戦を見て、興奮した。

I was excited when I saw the soccer finals.

看了足球的决赛，很激动。

Tôi phấn khích khi được xem trận đấu chung kết bóng đá.

0219

こうほ
候補

Candidate

候补、候选

ứng viên

彼は市長選挙の候補の一人だ。

He is one of the candidates in the mayoral election.

他是市长选举的候选人之一。

Ông là một trong những ứng cử viên cho cuộc bầu cử thị trưởng.

※～候補（例：大統領候補）

0220

こうもく
項目

Item

项目、条款

hạng mục, mục, khoản

通信費の項目には電話代とネット代が入る。

Telephone and internet costs are included in communications charges.

通信费的条款中包含电话费和网费。

Hóa đơn điện thoại và phí ròng được tính vào khoản chi phí truyền thông.

※～項目（例：質問項目）

0221

こうりょ
考慮 (する)

Consider

考虑、衡量

xem xét, cân nhắc

生徒の性格を考慮しながら教育に当たる。

Provide an education while giving due consideration to the personality of students.

一边考虑学生的个性，一边进行教育(因材施教)。

Giáo dục có xem xét đến tính cách của học sinh.

0222

こうりょく
効力

Efficacy, effect

效力

hiệu lực

この契約は期限が切れているので、効力がない。

This contract has expired, so it is no longer effective.

这份合同已经到期，不具备效力。

Thỏa thuận này đã hết hạn và không có hiệu lực.

読んでみよう1

いきいきサロン*

　年を取っても**生きがい**を持って元気に生活したいというのは、誰でも持つ願いだ。そのためには、人と人とのつながりがとても重要だ。Ａ市の「いきいきサロン」は、皆が気楽に人と出会える場所だ。

　きっかけは、市内に空き家*が**急増**したことだった。市は空き家の**活用**として、家の**一部分**が崩れたような**荒れた**空き家を直して、５年前に地域の交流施設「いきいきサロン」を**オープン**した。この施設は全ての人に**開放**されていて、お年寄りはもちろん、育児中の女性、若者、子供も集まってくる。おしゃべりをしたり、お茶を飲んだり、遊んだりして、のんびりした雰囲気の中に**笑顔**と**活気**があふれている。

　「ここは、私の**お気に入り**の場所でね。一生懸命**おしゃれ**をして来るの」と８５歳の**Ｂさん**。赤ちゃんを**おんぶ**した**Ｃさん**は、「うちは**核家族**だから、子供が祖父母と**同い年**くらいの人に遊んでもらえるのがいい」と言う。また小中学生に将棋を教えていた**Ｄさん**は、「**僕**はみんなにパソコンを教えてもらっているんだ。**お互いに吸収し合うものがたくさんあって楽しいよ。**」と話してくれた。

　ここには「**何**をしてはいけない」などの**決まり**はない。「**形式的な**ことを決めるより、問題が起こったら、話し合って**改善**する。ただ、相手への**敬意**だけは大切にしている」のだそうだ。

　「いきいきサロン」のような小さい**規模**の交流施設は、今、全国**各地**に増えつつある。

　　　＊　空き家 Empty premises　空房子　nhà trống
　　　　　サロン Salon　沙龙　trung tâm giao lưu cộng đồng

わたしの単語

たんご

On this page, let's write down vocabulary items taken from in daily life.
请在这一页写下日常生活中发现的单词吧。
Hãy viết vào trang này những từ vựng tìm thấy trong sinh hoạt.

The Iki-iki Salon

Everybody wants to live a healthy, fulfilling life, even into old age. For this to happen, human relations are very important. The Iki-iki Salon is a place in the town of A where people can meet others easily.

The roots of the Iki-iki Salon lie in the dramatic increase in the number of empty premises in the town. To make better use of these premises, the local authorities repaired properties that had partly collapsed or were neglected, and opened them five years back as Iki-iki Salons, local forums for social interaction. The salons were open to everybody, not just the aged, but also mothers with infants, teenagers and children. The result was smiling faces and activity in a relaxed atmosphere, with everybody chatting, drinking tea or having fun.

"I like this place, and I dress up as best I can when I come," said 85 year-old B. Said C, carrying a baby on her back, "we are a nuclear family, so it is good that the children are playing with people as old as their grandparents." Said D who was teaching Japanese chess to elementary and junior high school students, "I was taught how to use the computer by these people. It's fun that we can learn so much from each other."

"There are no rules prohibiting anything in particular. Rather than formally making decisions, if a problem arises, ways of improving things are discussed. What is important, though, is to respect the opinions of other people."

Small forums for social interaction like the Iki-iki Salon are increasing in number all over Japan.

活力沙龙

谁都希望上了年纪之后还能充满活力地过着有意义的生活。为此，人与人之间的羁绊就显得尤为重要。A 城市的"活力沙龙"就是这样一个可以轻松与人相识的地方。

这一契机还要从市内空房子突然增多这件事说起。市政府为了有效利用这些空房子，对部分受损的废弃房屋进行了修缮。并在 5 年前开设了地区性的交流设施——"活力沙龙"。这个"活力沙龙"对所有人都开放，老年人自不用说，育儿中的妈妈、年轻人、还有小孩子都聚集到这里。他们在这里可以聊天、喝茶、嬉戏，就在悠闲的氛围中，充满着笑脸与生机。

"这里，是我喜欢的地方。我可是精心打扮过才过来的呢。"85 岁的 B 如是说。背着婴儿的 C 说道："我们家是小家庭，我希望孩子能跟祖父母差不多大的人一起玩耍，这一点很好。"另外，教中小学生将棋的 D 说："我在向大家请教电脑的使用方法呢。彼此可以相互学习的地方有很多，很开心。"

这里没有规定"什么事不能做"。据说，"比起搞形式主义更重要的是，有什么问题，交流改善。只是，尊重对方是大家看重的。"

现在，全国各地都在陆续增设像"活力沙龙"这样小规模的交流设施。

IKIIKI SALON

Ai cũng có mong muốn rằng khi tuổi già vẫn có thể sống một cuộc sống khỏe mạnh có ý nghĩa. Chính vì vậy mà việc gắn kết giữa người với người là rất quan trọng. "Ikiki Salon" ở thành phố A là nơi mà mọi người có thể vui vẻ gặp gỡ nhau.

Cơ hội tạo ra việc này chính là việc số lượng nhà trống trong thành phố tăng lên nhanh chóng. Chính quyền thành phố với mục đích sử dụng hiệu quả các ngôi nhà trống, năm năm trước, đã cải tạo lại ngôi nhà mà một phần đã bị đổ nát để mở ra trung tâm giao lưu cộng đồng "Ikiki Salon". Trung tâm này được mở cửa dành cho tất cả mọi người, người già, phụ nữ đang nuôi con, thanh niên và cả trẻ con đều đến tham dự. Trong bầu không khí thư giãn, mọi người trò chuyện, uống trà, chơi đùa, khuôn mặt cười tươi và ngập tràn sức sống.

Cụ B năm nay đã 85 tuổi nói rằng: "Đây là nơi yêu thích của tôi. Tôi sẽ chăm chỉ chưng diện và tới đây" Còn cô C người đang bế cháu bé đã nói rằng: "Vì gia đình tôi là gia đình hạt nhân nên thật tốt khi cháu có thể được cùng chơi đùa với những người có cùng độ tuổi với ông bà của cháu". Ngoài ra, anh D người dạy cờ cho học sinh tiểu học và trung học cơ sở cũng cho biết rằng "Tôi được mọi người dạy cho về máy tính. Có rất nhiều thứ để mọi người học hỏi lẫn nhau, thật là thú vị".

Nơi đây không có quy định về việc "Không được làm gì". Nếu có vấn đề gì phát sinh thì thay vì những quyết định mang tính hình thức thì chúng tôi trao đổi nói chuyện để cải thiện điều đó. Nhưng chúng tôi coi trọng sự tôn trọng đối với những người khác.

Các trung tâm giao lưu quy mô nhỏ như "Ikiiki Salon" giờ đây đang gia tăng ở các vùng trên toàn quốc.

01	～外 がい	Outside, out of ……外 Ngoài～	区域外 く いきがい　対象外 たいしょうがい	not covered (by) out of limits/boundary.　not subject to out of scope
02	～間 かん	Between ……之间 Giữa	2国間 に こくかん　夫婦間 ふう ふ かん	between hubby bilateral.　and wife
03	旧～ きゅう	Old, former 旧…… Cũ, cựu	旧市役所 きゅうし やくしょ　旧制度 きゅうせい ど	old city hall/office.　old systems/ organization
04	～局 きょく	Office, bureau, (broadcast) station ……局 Trạm	管理局 かんり きょく　テレビ局 きょく	TV station administration bureau
05	現～ げん	Current 现任…… ～hiện nay	現国王 げんこくおう　現大統領 げんだいとうりょう	present monarch.　current president
06	～ごと	Per, every, each 每……，每隔…… Mỗi	50mごと ごじゅうメートル　3日ごと みっ か	per.
07	今～ こん	Current (指现在)本… ～này	今世紀 こんせい き　今年度 こんねん ど	This era century.　This fiscal year.
08	昨～ さく	Last 上一个…… ～trước	昨シーズン さく　昨年度 さくねん ど	last season　last year.
09	～士 し	Suffix used with a job title ……师 ～(chỉ người)	運転士 うんてん し　栄養士 えいよう し	Chauffer　Nutritionist.
10	～時 じ	At a/the time of ……的时候 Vào giờ, lúc	非常時 ひ じょう じ　夕食時 ゆうしょく じ	at the time of emergency.　Dinner/ supper time
11	～式 しき	-style ……式 Lễ～	軍隊式 ぐんたいしき　日本式(のやり方) に ほんしき かた	military/ army style.　JP style.

名詞　一般2	Nouns – General 2 名词 – 一般名词2 Danh từ – Thông dụng 2

| 0176
けいび
警備 する
Security
警备、警戒
an ninh, bảo vệ | 外国の首相が来るので、街の警備が厳しい。
Street security is very strict as a prime minister from overseas is coming.
因为外国的首相要来，所以街道警备森严。
Vì thủ tướng nước ngoài đến nên bảo vệ phố xá nghiêm ngặt.
※警備員　*security guard.* |

| 0177
けいやく
契約 する
Agreement, contract
契约、合同
hợp đồng | 新しく地震保険の契約をした。
I took out a new earthquake insurance policy.
签署了新的地震保险合同。
Tôi đã ký một hợp đồng bảo hiểm động đất mới.
※契約書　*agreement* ※契約条件　*terms of agreements* |

| ✓ 0178
ケース
Case
事例、盒子
vụ, trường hợp, vỏ đĩa | この事件は特殊なケースだ／ＣＤのケース
This incident is a special case / CD case
这一案件是特殊的事例／光盘的盒子
Vụ việc này là trường hợp đặc biệt / Vỏ đĩa CD |

| 0179
けしいん
消印
Postmark
邮戳
dấu bưu điện | はがきに８月１日の消印が押してあった。
The card was postmarked August 1.
明信片上盖着8月1日的邮戳。
Có đóng dấu bưu điện ngày 8 tháng 1 lên bưu thiếp. |

| 180
げすい
下水
Sewage
污水
nước thải | Ａ市の下水はこの場所で処理している。
Sewage from City A is processed here.
A城市的污水都在这个地方处理。
Nước thải của thành phố đang được xử lý tại nơi này.
※下水道 |

| 0181
けつい
決意 する
Determination, resolution
决心、决意
quyết tâm | 大学をやめるという彼の決意は固い。
He was resolute in his decision to quit university.
他不再读大学的决心很坚定。
Quyết tâm bỏ học đại học của anh ta rất vững chắc. |

| 0182
けっかん
欠陥
Defect, flaw, fault
缺陷
khuyết điểm, bị lỗi | Ａ社の電気ストーブに欠陥が見付かった。
A fault was discovered in the electric heater made by Company A.
找到了A公司的电暖炉的缺陷。
Tìm ra lỗi trong sản phẩm lò sưởi điện của công ty A. |

0183 けっしょう 決勝 Finals 决赛 trận chung kết	彼はテニスの世界大会で決勝に進んだ。 He advanced to the finals of the world tennis championships. 他进入了网球世界锦标赛的决赛。 Anh ta đã tiến vào trận chung kết tại giải quần vợt thế giới. ※決勝戦
0184 けはい 気配 Indication, air 动静、迹象 cảm giác	後ろに人の気配を感じて振り返った。 I turned, sensing the mood of the person behind me. 感到身后有人的动静回头看了一下。 Tôi cảm giác có người đằng sau nên đã quay người lại.
0185 げんかい 限界 Limit 界限、极限 giới hạn	医学が進歩しても、治療には限界がある。 However much medicine advances, there will always be limits to treatments. 就算医学进步了，治疗也是有极限的。 Cho dù y học có tiến bộ thì trong điều trị cũng có những giới hạn.
0186 げんし 原子 Atom 原子 nguyên tử	水の分子は酸素と水素の原子からできている。 Water molecules are made up of oxygen and hydrogen atoms. 水分子是由氧原子和氢原子组成的。 Các phân tử nước được tạo thành từ các nguyên tử hydro và oxy. ※原子爆弾
0187 げんじつ 現実 Reality 现实、真实 sự thực	温暖化で島が沈むという現実を本で知った。 From a book, I learned about the reality of an island being submerged by global warming. 通过书知道了全球气候变暖会导致岛屿沉没这一现实。 Tôi đã biết được từ cuốn sách sự thực rằng các hòn đảo sẽ chìm do sự nóng lên toàn cầu. ※現実性 ※現実的
0188 けんしゅう 研修 する Training 进修、专研 thực tập, đào tạo	農業の研修のため、北海道に３か月滞在した。 I spent three months in Hokkaido on an agricultural training course. 为了专研农业，在北海道逗留了３个月。 Để thực tập nông nghiệp, tôi đã ở lại Hokkaido 3 tháng.
0189 げんしょう 現象 Phenomenon 现象 hiện tượng	雷は電気によって光と音が発生する現象だ。 Lightning is a phenomenon of sound and light caused by electricity. 雷电是通过电而产生光和声音的现象。 Sấm sét là một hiện tượng tạo ra ánh sáng và âm thanh do điện. ※自然現象
0190 げんしょう 減少 する Decrease 减少 giảm	日本は人口が減少している。 The Japanese population is decreasing. 日本的人口正在减少。 Dân số của Nhật đang giảm. ※減少傾向

0191	
げんじょう **現状** Current status 现状 tình trạng, hiện trạng	<ruby>地<rt>ち</rt></ruby><ruby>域<rt>いき</rt></ruby><ruby>交<rt>こう</rt></ruby><ruby>通<rt>つう</rt></ruby>の<ruby>現<rt>げん</rt></ruby><ruby>状<rt>じょう</rt></ruby>が<ruby>調<rt>ちょう</rt></ruby><ruby>査<rt>さ</rt></ruby>で<ruby>明<rt>あき</rt></ruby>らかになった。 The current status of regional traffic issues was revealed by a survey. 通过调查，地区交通的现状变得清楚了。 Tình trạng giao thông của khu vực hiện nay đã sáng tỏ qua cuộc khảo sát.

0192	
げんしりょく **原子力** Nuclear power 原子能 năng lượng nguyên tử	<ruby>原<rt>げん</rt></ruby><ruby>子<rt>し</rt></ruby><ruby>力<rt>りょく</rt></ruby>の<ruby>利<rt>り</rt></ruby><ruby>用<rt>よう</rt></ruby>についての<ruby>討<rt>とう</rt></ruby><ruby>論<rt>ろん</rt></ruby><ruby>会<rt>かい</rt></ruby>があった。 Discussions were held about use of nuclear power. 召开了关于原子能利用的讨论会。 Có một cuộc tranh luận về việc sử dụng năng lượng nguyên tử. ☀<ruby>原<rt>げん</rt></ruby><ruby>子<rt>し</rt></ruby><ruby>力<rt>りょく</rt></ruby><ruby>発<rt>はつ</rt></ruby><ruby>電<rt>でん</rt></ruby>

0193	
げんてい **限定** する Limit, restrict to 限定 giới hạn	これは<ruby>夏<rt>なつ</rt></ruby>だけに<ruby>限<rt>げん</rt></ruby><ruby>定<rt>てい</rt></ruby>したメニューです。 This is a menu for the summer only. 这是夏天限定菜单。 Đây là một thực đơn chỉ giới hạn cho mùa hè. ☀<ruby>限<rt>げん</rt></ruby><ruby>定<rt>てい</rt></ruby><ruby>的<rt>てき</rt></ruby>

0194	
げんど **限度** Limit 界限、限度 giới hạn , mức độ giới hạn	<ruby>法<rt>ほう</rt></ruby><ruby>律<rt>りつ</rt></ruby>で<ruby>残<rt>ざん</rt></ruby><ruby>業<rt>ぎょう</rt></ruby><ruby>時<rt>じ</rt></ruby><ruby>間<rt>かん</rt></ruby>の<ruby>限<rt>げん</rt></ruby><ruby>度<rt>ど</rt></ruby>が<ruby>決<rt>き</rt></ruby>められている。 The number of hours of overtime you can do is limited by law. 法律规定了加班时间的限度。 Giới hạn thời gian làm thêm giờ được quyết định bởi luật pháp. ☀〜<ruby>限<rt>げん</rt></ruby><ruby>度<rt>ど</rt></ruby>（<ruby>例<rt>れい</rt></ruby>：<ruby>最<rt>さい</rt></ruby><ruby>低<rt>てい</rt></ruby><ruby>限<rt>げん</rt></ruby><ruby>度<rt>ど</rt></ruby>）

0195	
けんとう **検討** する Consider, discuss 探讨、研究 xem xét, thảo luận	Ａ<ruby>大<rt>だい</rt></ruby><ruby>学<rt>がく</rt></ruby>は<ruby>学<rt>がく</rt></ruby><ruby>部<rt>ぶ</rt></ruby>を<ruby>増<rt>ふ</rt></ruby>やすことを<ruby>検<rt>けん</rt></ruby><ruby>討<rt>とう</rt></ruby>している。 University A is considering expanding its number of departments. A大学正在探讨增设院系的事宜。 Trường đại học A đang xem xét tăng số ngành học.

0196	
けんとう **見当** Guess, conjecture 猜测、推测 đoán, ước tính	<ruby>彼<rt>かれ</rt></ruby>が<ruby>今<rt>いま</rt></ruby>どこにいるのか、<ruby>全<rt>まった</rt></ruby>く<ruby>見<rt>けん</rt></ruby><ruby>当<rt>とう</rt></ruby>が<ruby>付<rt>つ</rt></ruby>かない。 I have no idea of his current whereabouts. 完全猜测不到他现在在哪儿。 Tôi không đoán được hiện giờ anh ấy đang ở đâu. ☀<ruby>見<rt>けん</rt></ruby><ruby>当<rt>とう</rt></ruby><ruby>違<rt>ちが</rt></ruby>い

0197	
げんば **現場** Site, scene 现场 hiện trường	<ruby>警<rt>けい</rt></ruby><ruby>察<rt>さつ</rt></ruby>が<ruby>事<rt>じ</rt></ruby><ruby>故<rt>こ</rt></ruby>の<ruby>現<rt>げん</rt></ruby><ruby>場<rt>ば</rt></ruby>を<ruby>調<rt>しら</rt></ruby>べている。 The police are investigating the scene of the accident. 警察正在调查事故现场。 Cảnh sát đang điều tra hiện trường vụ tai nạn. ☀〜<ruby>現<rt>げん</rt></ruby><ruby>場<rt>ば</rt></ruby>（<ruby>例<rt>れい</rt></ruby>：<ruby>工<rt>こう</rt></ruby><ruby>事<rt>じ</rt></ruby><ruby>現<rt>げん</rt></ruby><ruby>場<rt>ば</rt></ruby>）

0198	
こい **恋** Love 恋爱、爱情 tình yêu	<ruby>会<rt>あ</rt></ruby>った<ruby>瞬<rt>しゅん</rt></ruby><ruby>間<rt>かん</rt></ruby>、<ruby>二<rt>ふた</rt></ruby><ruby>人<rt>り</rt></ruby>の<ruby>間<rt>あいだ</rt></ruby>に<ruby>恋<rt>こい</rt></ruby>が<ruby>生<rt>う</rt></ruby>まれた。 The moment they met, they fell in love. 遇见的瞬间，两人之间就产生了爱情。 Khoảnh khắc khi gặp nhau, giữa hai người đã nảy sinh tình yêu.

0199 こうかい **後悔** する Regret 后悔、懊悔 hối hận	<ruby>学生<rt>がくせい</rt></ruby><ruby>時代<rt>じ だい</rt></ruby>に<ruby>怠<rt>なま</rt></ruby>けたことを<ruby>後悔<rt>こうかい</rt></ruby>している。 I regret my laziness in my student years. 为学生时期的懒惰而后悔。 Tôi hối hận vì đã lười biếng trong thời sinh viên.
0200 こうかい **公開** する Make public, open 公开、开放 trưng bày công khai, công khai	この<ruby>寺<rt>てら</rt></ruby>は<ruby>年<rt>ねん</rt></ruby>に<ruby>一度<rt>いち ど</rt></ruby>だけ、<ruby>貴重<rt>き ちょう</rt></ruby>な<ruby>宝<rt>たから</rt></ruby>を<ruby>公開<rt>こうかい</rt></ruby>している。 Once a year only, the valuable jewels are displayed to the public. 这座寺庙一年只有一回开放珍贵的宝物。 Ngôi chùa này công khai các báu vật mỗi năm chỉ một lần. ※<ruby>情報公開<rt>じょうほうこうかい</rt></ruby>
0201 こうきしん **好奇心** Curiosity 好奇心 tò mò, hiếu kỳ	<ruby>弟<rt>おとうと</rt></ruby>は<ruby>好奇心<rt>こう き しん</rt></ruby>が<ruby>強<rt>つよ</rt></ruby>くて、<ruby>何<rt>なん</rt></ruby>にでも<ruby>興味<rt>きょう み</rt></ruby>を<ruby>持<rt>も</rt></ruby>つ。 My brother is very curious and is interested in everything. 弟弟的好奇心很强，对什么都感兴趣。 Em trai tôi có tính tò mò cao nên quan tâm đến mọi thứ.
0202 こうけい **光景** View 景象 quang cảnh	<ruby>桜<rt>さくら</rt></ruby>を<ruby>見<rt>み</rt></ruby>ると、<ruby>入学式<rt>にゅうがくしき</rt></ruby>の<ruby>日<rt>ひ</rt></ruby>の<ruby>光景<rt>こうけい</rt></ruby>を<ruby>思<rt>おも</rt></ruby>い<ruby>出<rt>だ</rt></ruby>す。 When I see cherry blossoms, I am reminded of the day of my university entrance ceremony. 看到樱花，就会回想起开学典礼那天的景象。 Cứ nhìn thấy hoa anh đào, tôi lại nhớ đến quang cảnh ngày nhập học.
0203 こうげき **攻撃** する Attack 攻击 tấn công	<ruby>敵<rt>てき</rt></ruby>の<ruby>攻撃<rt>こうげき</rt></ruby>に<ruby>備<rt>そな</rt></ruby>えて、<ruby>軍隊<rt>ぐんたい</rt></ruby>が<ruby>国境<rt>こっきょう</rt></ruby>を<ruby>守<rt>まも</rt></ruby>っている。 The army is defending the borders in anticipation of an enemy attack. 为了防备敌人的攻击，军队守卫着国境。 Quân đội đang bảo vệ biên giới để chuẩn bị cho các cuộc tấn công của đối phương. ※<ruby>攻撃的<rt>こうげきてき</rt></ruby>
0204 こうけん **貢献** する Contribute 贡献 cống hiến, đóng góp	<ruby>将来<rt>しょうらい</rt></ruby>は<ruby>社会<rt>しゃかい</rt></ruby>に<ruby>貢献<rt>こうけん</rt></ruby>できる<ruby>人<rt>ひと</rt></ruby>になりたい。 I want to become someone who contributes to the future of the community. 将来想成为能为社会做贡献的人。 Trong tương lai tôi muốn trở thành một người có thể đóng góp cho xã hội. ※<ruby>貢献度<rt>こうけんど</rt></ruby> ※<ruby>〜貢献<rt>こうけん</rt></ruby>（<ruby>例<rt>れい</rt></ruby>：<ruby>社会貢献<rt>しゃかいこうけん</rt></ruby>）
0205 こうこう **孝行** する Filial loyalty 孝敬、孝顺 hiếu thảo	<ruby>大学<rt>だいがく</rt></ruby>を<ruby>卒業<rt>そつぎょう</rt></ruby>したら、<ruby>帰国<rt>き こく</rt></ruby>して<ruby>親<rt>おや</rt></ruby>に<ruby>孝行<rt>こうこう</rt></ruby>したい。 After graduating, I want to return to my own country and parents as filial duty requires. 等大学毕业了，想回国孝敬父母。 Khi tôi tốt nghiệp đại học, tôi muốn trở về nước và hiếu thảo với bố mẹ tôi.
0206 こうしき **公式** Official 公式、正式 chính thức	<ruby>女王<rt>じょおう</rt></ruby>の<ruby>日本<rt>に ほん</rt></ruby>への<ruby>公式<rt>こうしき</rt></ruby>の<ruby>訪問<rt>ほうもん</rt></ruby>は１０<ruby>年<rt>じゅうねん</rt></ruby>ぶりだ。 It is the first official visit to Japan by the queen in 10 years. 距上次女王对日本进行正式访问已有 10 年。 Chuyến thăm chính thức của Nữ hoàng đến Nhật Bản đã tròn 10 năm.

0207 こうしゃ 後者 The latter 后者 chỉ người thứ sau (trong 2 người), bản thứ 2	２つの都市計画案のうち、後者の案が採用された。 Of the two urban development plans, the latter was adopted. 在两个城市建设计划中，后者被采用了。 Trong số hai kế hoạch quy hoạch thành phố, bản kế hoạch thứ hai được thông qua. ⇔前者
0208 こうしょう 交渉 (する) Negotiate 交涉、谈判 đàm phán	労働組合は給料について経営者側と交渉した。 The labor unions negotiated with the management over wages. 劳动工会和经营方就工资问题进行了交涉。 Công đoàn đã đàm phán với người quản lý về tiền lương.
0209 こうじょう 向上 (する) Improve 提高、进步 nâng cao	研修の結果、社員のＩＴ技術が向上した。 As a result of training, the IT skills of the staff improved. 通过研修，社员的信息技术能力提高了。 Theo kết quả của việc đào tạo, trình độ kỹ thuật của nhân viên IT đã được nâng cao. ❋向上心
0210 こうしん 行進 (する) March 行进 diễu hành	子供たちは音楽に合わせて行進した。 The children marched along to the music. 孩子们踏着音乐的节奏行进。 Bọn trẻ diễu hành theo tiếng nhạc. ❋デモ行進
0211 こうせい 構成 (する) Structure 构成、结构 cấu thành	日本の人口の構成を見ると、老人が多い。 The Japanese population is structurally characterized by a large number of elderly. 从日本的人口结构来看，老人比较多。 Nhìn vào cấu thành của dân số Nhật Bản, ta thấy có nhiều người già. ❋〜構成（例：家族構成）
0212 こうせん 光線 Ray, beam 光线 nắng, ánh nắng mặt trời	太陽の光線を浴びすぎると、がんになりやすい。 You become vulnerable to cancer if you have too much exposure to the sun's rays. 被阳光的光线照射过多的话，容易得癌症。 Nếu tắm nắng quá nhiều sẽ dễ bị ung thư.
0213 こうぞう 構造 Construction, structure 结构、构造 cấu trúc, cấu tạo	このビルは地震に強い構造になっている。 This building has an earthquake-resistant structure. 这栋楼是抗震结构。 Toà nhà này có cấu trúc mạnh chống động đất. ❋構造的　❋〜構造（例：産業構造）
0214 こうたい 交代 (する) In rotation 轮流、交替 luân phiên, lần lượt, thay nhau	この仕事は３人が交代で行う。 This work is done by three people in rotation. 这个工作由3个人轮流进行。 Công việc này được thực hiện bởi ba người luân phiên.

0215

こうてい
肯定 する
Affirm
肯定、承认
khẳng định

彼に真実を尋ねると、「事実です」と肯定した。
When I asked him about the facts of the matter, he affirmed that it was the truth.
询问他真相，结果他承认道："是事实。"
Khi tôi hỏi anh ta sự thật, anh ta đã khẳng định "Là sự thật".

⇔否定　※肯定的

0216

ごうどう
合同
Jointly, in partnership
联合
kết hợp, chung, cùng

2つの町が合同で花火大会を行った。
The two towns jointly organized a fireworks festival.
两座城市联合举办了烟火大会。
Hai thành phố cùng nhau biểu diễn pháo hoa.

0217

こうひょう
公表 する
Announce
公布、发表
công bố

市は毎年、職員の数や給与を公表している。
Every year, the city announces how many employees it has and what it pays them.
市政府每年都会公布职员的数量与薪酬。
Thành phố công bố số công chức và tiền lương hằng năm.

0218

こうふん
興奮 する
Excitement
兴奋、激动
hưng phấn, phấn khích

サッカーの決勝戦を見て、興奮した。
I was excited when I saw the soccer finals.
看了足球的决赛，很激动。
Tôi phấn khích khi được xem trận đấu chung kết bóng đá.

0219

こうほ
候補
Candidate
候补、候选
ứng viên

彼は市長選挙の候補の一人だ。
He is one of the candidates in the mayoral election.
他是市长选举的候选人之一。
Ông là một trong những ứng cử viên cho cuộc bầu cử thị trưởng.

※〜候補（例：大統領候補）

0220

こうもく
項目
Item
项目、条款
hạng mục, mục, khoản

通信費の項目には電話代とネット代が入る。
Telephone and internet costs are included in communications charges.
通信费的条款中包含电话费和网费。
Hóa đơn điện thoại và phí ròng được tính vào khoản chi phí truyền thông.

※〜項目（例：質問項目）

0221

こうりょ
考慮 する
Consider
考虑、衡量
xem xét, cân nhắc

生徒の性格を考慮しながら教育に当たる。
Provide an education while giving due consideration to the personality of students.
一边考虑学生的个性，一边进行教育(因材施教)。
Giáo dục có xem xét đến tính cách của học sinh.

0222

こうりょく
効力
Efficacy, effect
效力
hiệu lực

この契約は期限が切れているので、効力がない。
This contract has expired, so it is no longer effective.
这份合同已到期，不具备效力。
Thỏa thuận này đã hết hạn và không có hiệu lực.

0223 こきょう 故郷 Home area 故乡、家乡 quê hương	父母に会いに故郷へ帰った。 I returned to my home area to meet my parents. 为了见父母，回了家乡。 Tôi trở về quê hương để gặp bố mẹ tôi.
0224 こくほう 国宝 National treasure 国宝 báu vật quốc gia	この寺の建物は国宝に指定されている。 This temple building has been designated a national treasure. 这座寺庙的建筑被指定为国宝。 Tòa nhà của ngôi chùa này được coi là báu vật quốc gia.
0225 こくもつ 穀物 Cereals, grain 谷物、粮食 ngũ cốc	日本は米や小麦などの穀物を輸入している。 Japan imports cereals such as rice and wheat. 日本正在进口大米和小麦等的谷物。 Nhật Bản đang nhập khẩu ngũ cốc như gạo và lúa mì.
0226 こそだて 子育て する Raising a child 抚养孩子 nuôi dưỡng	この町は、保育所や公園が多くて子育てしやすい。 In this town, raising a child is simple because there are many nurseries and parks. 这座城镇的托儿所和公园比较多，抚养孩子很方便。 Thành phố này có nhiều nhà trẻ và công viên nên dễ dàng nuôi dưỡng trẻ.
0227 こっき 国旗 National flag 国旗 quốc kỳ	開会式で選手が国旗を振って行進した。 In the opening ceremony, athletes march waving their national flags. 开幕式上选手挥舞着国旗行进。 Tại lễ khai mạc, các vận động viên vẫy cờ và diễu hành.
0228 こてい 固定 する Fixed 固定 cố định	地震に備えて家具を固定した。 I fixed the furniture in place in case of earthquakes. 为了防备地震，把家具都固定了。 Tôi đã cố định đồ đạc để chuẩn bị cho trận động đất. ※固定化　※固定的
0229 コマーシャル Commercial 广告 quảng cáo	コマーシャルばかりで、ドラマの話が進まない。 We keep getting commercials and the storyline does not progress. 因为全是广告，电视剧的情节没有推进。 Chỉ toàn quảng cáo còn nội dung bộ phim chẳng tiến triển gì.
0230 こんごう 混合 する Compound, mixture 混合 trộn lẫn	実験で液体を混合する割合を間違えた。 In the experiment, a mistake was made in the ratio of fluid in the compound. 在实验中弄错了液体混合的比例。 Tôi đã nhầm tỷ lệ trộn chất lỏng trong thí nghiệm.

0231	栄養のバランスを考えて献立を立てている。
こんだて **献立** Menu 食谱 thực đơn	The menu is compiled taking takes account of nutritional balance. 考虑营养的均衡，确定食谱。 Tôi đang xây dựng thực đơn tính đến sự cân bằng dinh dưỡng.

0232	雨でグラウンドのコンディションが悪い。
コンディション Condition 状况、情况 tình trạng, hiện trạng	The condition of the sports ground is poor due to rain. 下雨导致运动场的状况变得很差。 Tình trạng của mặt sân xấu do mưa.

0233	このワインはコンテストで1位になった。
コンテスト Contest 比赛、竞赛 cuộc thi	This wine came first in the contest. 这款红酒在比赛中拿了第一名。 Rượu này đứng thứ nhất trong cuộc thi. ※〜コンテスト（例：スピーチコンテスト）

0234	父は薬で血圧をコントロールしている。
コントロール する Control 控制、调节 kiểm soát	Father uses drugs to control his blood pressure. 父亲依靠药物调节血压。 Cha tôi sử dụng thuốc để kiểm soát huyết áp.

0235	私は学歴にコンプレックスを持っている。
コンプレックス Complex 情结、自卑感 mặc cảm, cảm giác thấp kém	I have a complex about my academic record. 我特别在意学历。 Tôi mang sự mặc cảm về bằng cấp.

0236	息子は中学のときのクラスメートと婚約した。
こんやく **婚約** する Engagement 婚约、订婚 đính hôn	My son got engaged to a classmate from his junior high school years. 儿子和初中时的同班同学订婚了。 Con trai tôi khi ở trung học đã đính hôn với bạn cùng lớp.

0237	事故が起こった直後は、情報が混乱していた。
こんらん **混乱** する Confusion 混乱 hỗn loạn	Information about what happened directly after the accident was confused. 事故发生后不久，信息陷入了一片混乱。 Ngay sau khi xảy ra tai nạn, thông tin đã bị hỗn loạn.

0238	この地方は昼と夜の気温の差が大きい。
さ **差** Difference, gap 差距、差别 sự chênh lệch	The night-time and day-time temperatures in this area differ widely. 这个地方昼夜温差很大。 Vùng này có sự chênh lệch nhiệt độ lớn giữa ngày và đêm. ※〜差（例：温度差）

0239 **さいかい** **再開** する Restart 重新开始 bắt đầu lại	雨がやんだので、試合が再開された。 Since the rain had stopped, the contest was restarted. 因为雨停了，所以比赛重新开始了。 Khi mưa tạnh, trò chơi đã được bắt đầu lại.
0240 **ざいしつ** **材質** Material 质地、材质 chất liệu	この地図は水に強い材質でできている。 This map is made of water-resistant material. 这张地图是用防水的材质制成的。 Bản đồ này được làm bằng chất liệu chịu nước.
0241 **さいしゅう** **最終** Final, last 最终、最后 cuối cùng	最終のバスに遅れて、タクシーで帰った。 Because I missed the last bus, I took a taxi home. 没有赶上末班公交车，坐出租车回去了。 Tôi đã trễ chiếc xe buýt cuối cùng và phải về bằng taxi. ☀最終〜（例：最終段階）
0242 **さいせい** **再生** する Reuse, play 重新利用、播放 tái sinh, bật	新聞紙を再生する技術／ビデオを再生する Technology for recycling old newspapers / Play a video 将报纸制成再生纸的技术／播放视频 Công nghệ tái sinh giấy báo / Bật băng video
0243 **さいそく** **催促** する Remind 催促、催讨 hối thúc, giục giã	大家さんに今月分の家賃を催促された。 I was reminded by the landlord to pay this month's rent. 被房东催讨了这个月的房租。 Tôi đã bị chủ nhà hối thúc trả tiền thuê nhà tháng này.
0244 **ざいもく** **材木** Timber 木材 gỗ	山で切った木は工場で材木に加工される。 Lumber felled in the mountains is processed into timber at the factory. 山中砍伐的树木在工厂被加工成木材。 Cây bị chặt trên núi được chế biến thành gỗ tại nhà máy.
0245 **さかい** **境** Border 边界、界线 ranh giới	この川を境にA国とB国に分かれている。 This river serves as the border between Country A and Country B. A国和B国以这条河为界线分开。 Dòng sông này đã chia ranh giới giữa 2 nước A và B.
0246 **さくせい** **作成／作製** する Prepare, make 制作、制造 làm, chuẩn bị, soạn thảo	明日の会議の資料を作成した。 I have prepared materials for the meeting tomorrow. 制作了明天的会议资料。 Tôi đã làm tài liệu cho cuộc họp ngày mai.

0247 **ざつおん** **雑音** Noise 杂音 tạp âm, tiếng ồn	雑音が混ざって、電話が聞こえにくい。 Because of the noise, I could not hear what he is saying on the phone. 混有杂音，听不清电话。 Vì lẫn tiếng ồn nên khó nghe điện thoại.
0248 **ざつだん** **雑談** する Chat 闲谈、闲聊 tán gẫu, nói chuyện riêng	あの先生の授業は、雑談が多くて困る。 I am bothered as the teacher always strays off the topic in class. 那位老师的课，闲聊很多，很为难。 Giáo viên đó gặp rắc rối vì có nhiều trò tán gẫu trong lớp.
0249 **さんせい** **酸性** Acidic 酸性 tính axit	大気の汚染が原因で、酸性の雨が降る。 Acid rain is due to pollution of the atmosphere. 大气污染是酸雨形成的原因。 Do ô nhiễm trong khí quyển, mưa axit rơi xuống. ⊗ アルカリ性　⊗ 中性
0250 **サンプル** Sample 样品、样本 mẫu	デパートで化粧品のサンプルをもらった。 I received some sample cosmetics at the department store. 在商场拿到了化妆品的小样。 Tôi nhận mẫu mỹ phẩm tại cửa hàng bách hóa.
0251 **シーン** Scene (movie) 镜头、场面 cảnh tượng	この映画は最後のシーンが印象的だ。 The last scene of this movie is impressive. 这部电影最后的镜头令人印象深刻。 Cảnh cuối cùng trong bộ phim này rất ấn tượng.
0252 **しえい** **市営** Municipal 市营 thành phố quản lý	市民は市営のグラウンドが安く使える。 Citizens can use the municipal park for a small fee. 市民可以以低价使用市营的运动场。 Công dân có thể sử dụng sân bóng do thành phố quản lý với chi phí thấp. ✳ 市営〜（例：市営住宅）
0253 **しき** **式** Ceremony, formula 仪式、公式 lễ, biểu thức	記念の式に出席する/式を使って計算する Attend a commemorative event / Calculate using a formula 出席纪念仪式／使用公式计算 Tham dự lễ kỷ niệm / Tính bằng cách sử dụng các biểu thức ✳ 計算式　✳ 〜式（例：入学式）
0254 **しきゅう** **支給** する Pay 支付 thanh toán, cấp	出張の手当は翌月に支給される。 Business trip allowances are paid the following month. 出差津贴次月支付。 Tiền trợ cấp đi công tác sẽ được thanh toán trong tháng tiếp theo.

0255 **しげき** **刺激** する Stimulate, irritate 刺激 kích thích mạnh	その匂いは鼻を強く刺激した。 The smell was a strong irritant in my nostrils. 这股味道强烈地刺激了鼻子。 Mùi đó kích thích mạnh mũi của tôi.
0256 **しこう** **思考** する Thought, thinking 思考、考虑 suy nghĩ, tư duy	彼の考えは科学的な思考に欠けている。 His opinions lack scientific thinking. 他的想法缺乏科学性的思考。 Suy nghĩ của ông ấy thiếu tư duy khoa học.
0257 **じごく** **地獄** Hell 地獄 địa ngục	うそをつくと地獄へ落ちると祖母が言った。 My grandmother said that you go to hell if you lie. 奶奶说，撒谎会下地獄。 Bà tôi đã nói rằng nếu nói dối sẽ rơi xuống địa ngục. ⇔天国
0258 **じさん** **持参** する Bring 自带 mang theo, cầm theo	明日は、弁当と飲み物を持参してください。 Tomorrow, please bring a boxed lunch and something to drink. 明天，请自带便当和饮料。 Xin vui lòng mang theo cơm hộp và đồ uống vào ngày mai.
0259 **しじ** **支持** する Support 支持、拥护 duy trì, ủng hộ	国民の約4割がこの政党を支持している。 Some 40% of the people support this political party. 约4成的国民支持这个政党。 Khoảng 40% người dân ủng hộ đảng này. ※支持者　※支持率
0260 **ししゃごにゅう** **四捨五入** する Round (up or down) 四舍五入 làm tròn	表の数字は千の位で四捨五入してある。 The figures in the table are rounded to the nearest thousand. 表上的数字将千位四舍五入。 Số liệu trong bảng này được làm tròn đến hàng nghìn.
0261 **ししょく** **試食** する Taste, try 试吃 nếm thử, ăn thử	試食しておいしかったので、この果物を買った。 I tasted it and it was delicious, so I bought this fruit. 因为试吃后觉得很好吃，所以买了水果。 Vì ăn thử thấy ngon nên tôi đã mua loại quả đó.
0262 **じすい** **自炊** する Self-cater 自己做饭 tự nấu	食事は自炊と外食が半分ずつです。 Half the meals I will prepare myself, while I will have the other half at a restaurant. 吃饭是一半自己做饭，一半在外吃。 Bữa ăn thì một nửa tự nấu và một nửa ăn ngoài.

0263	今回、新しい防犯のシステムを開発した。
システム System 系统、体系 hệ thống	We have now developed a new anti-crime system. 这回，开发了新的防盗系统。 Lần này, chúng tôi đã phát triển một hệ thống an ninh mới.

0264	西洋の哲学は現代の思想に影響を与えた。
しそう **思想** Thought, thinking 思想 tư tưởng	Western philosophy has influenced contemporary thought. 西方哲学对现代思想产生了影响。 Triết học phương Tây đã ảnh hưởng đến tư tưởng hiện đại. ※〜思想 (例：社会思想)

0265	卒業式の次第を相談して決めた。
しだい **次第** Ceremony arrangements 顺序 trình tự	We consulted and decided the program for the graduation ceremony. 经过讨论决定了毕业典礼的顺序。 Tôi đã bàn bạc và quyết định trình tự lễ tốt nghiệp.

0266	下町は、物価が安くて住みやすい。
したまち **下町** Downtown 平民区 khu phố buôn bán	In downtown areas, things are cheaper and it is more livable. 平民区物价便宜，宜居。 Khu phố buôn bán có đồ giá rẻ dễ sống.

0267	このタオルは、柔らかくて質がいい。
しつ **質** Quality 质量 chất, chất lượng	This towel is soft and of good quality. 这条毛巾柔软质量好。 Khăn này mềm, có chất lượng tốt. ※質的　※〜質 (例：ガラス質)

0268	日本に来て、地震が多い国だと実感した。
じっかん **実感** [する] Appreciate, really feel 真实感受 cảm nhận thực sự	Coming to Japan, I really appreciated that it is a country prone to earthquakes. 来到日本后真切感受到日本是地震很多的国家。 Tôi đến Nhật và cảm nhận thực sự rằng đất nước này có nhiều trận động đất.

0269	国で会社を作るという夢を実現したい。
じつげん **実現** [する] Realize 实现 thực hiện	I want to realize my dream of starting a company in my homeland. 想实现在故乡成立公司的梦想。 Tôi muốn thực hiện ước mơ thành lập công ty tại đất nước mình.

0270	良いアイデアはすぐに実行に移そう。
じっこう **実行** [する] Put into practice 实行、施行 tiến hành, thực hành	Let's put it into practice immediately if it's a good idea. 有好的点子请立刻付诸行动吧。 Hãy tiến hành ngay những ý tưởng tốt. ※実行力

0271

じっし
実施 する
Implement
实施、施行
thực hiện, thực thi

月に1度、防災訓練を実施する。

Emergency drills are to be held once a month.

每月实施一次防灾演习。

Các buổi tập huấn về thiên tai sẽ được thực hiện mỗi tháng một lần.

0272

じっせき
実績
Performance
实际成绩、业绩
thành tích

A社は車の部品製造で国内トップの実績がある。

Company A is the top performer in the domestic market for vehicle parts manufacturing.

A公司在国内制造汽车零部件方面业绩最佳。

Công ty này có thành tích đứng top nhờ sản xuất phụ tùng.

0273

じつぶつ
実物
Actual article
实物
đồ thật, hiện vật

買い物はネットでするより実物を見てしたい。

When I am shopping, I prefer seeing the actual article to buying online.

比起在网上购买，更想看看实物购买。

Khi mua sắm tôi muốn nhìn đồ thật mua hơn là mua sắm trực tuyến.

0274

しつぼう
失望 する
Disappointment
失望
thất vọng

国民は政治家の変わらない姿勢に失望した。

The people were disappointed at the unchanging attitude of the politicians.

国民对政治家没有改变的态度失望了。

Người dân thất vọng với thái độ của các chính khách không thay đổi.

0275

じつれい
実例
Example, case
实例、案例
ví dụ thực tế

いじめを無くすのに成功した実例を紹介する。

I would like to say something about cases of successful measures to stop bullying.

介绍成功消除欺凌的案例。

Tôi sẽ giới thiệu những ví dụ thực tế đã thành công trong việc loại bỏ bắt nạt.

0276

しつれん
失恋 する
Heartbreak
失恋
thất tình

失恋のショックで、ご飯が食べられなかった。

The shock of heartbreak was so great that I stopped eating.

受到失恋的打击，吃不下饭。

Tôi đã không thể ăn uống bởi cú sốc thất tình.

0277

してい
指定 する
Designate, set
指定
chỉ định, xác định

会社は就職試験の面接日時を指定してきた。

The company has set the time and date of interviewing for the entrance examination.

公司指定了就职考试的面试时间。

Công ty đã chỉ định ngày phỏng vấn và thời gian phỏng vấn.

※指定券　※指定席

0278

じてん
自転 する
Rotation
自转
tự quay

地球は24時間で1回自転する。

The earth rotates once every 24 hours.

地球24小时自转1周。

Trái đất trong 24 giờ tự quay một vòng.

50

	0279

じどう
自動
Automatic, self-
自动
tự động

運転が自動でできる車が開発された。
A self-driving car was developed.
能自动驾驶的汽车被开发了出来。
Chiếc xe có khả năng lái tự động đã được phát triển.
※ 自動化　※ 自動的

	0280

しな
品
Goods, thing
物品
món đồ, mặt hàng, hàng hóa

友達にあげる結婚祝いの品を選んだ。
I chose something as a wedding gift for my friend.
挑选了送给朋友的结婚贺礼。
Tôi đã chọn một món đồ làm quà cưới để tặng bạn.

	0281

しはい
支配 する
Rule over
统治、支配
cai trị, chi phối

王は半世紀の間、国を支配した。
The king ruled over the country for half a century.
国王在半个世纪里统治了国家。
Nhà vua cai trị đất nước này trong nửa thế kỷ.
※ 支配的

	0282

シフト する
Shift
转变、轮班表
kíp, ca

新体制にシフトする／仕事のシフトが変わる
Shift to a new system / The work-shifts change
转变为新制度／改变工作的轮班表
Làm ca theo chế độ mới / Thay đổi ca làm việc

	0283

しぼう
志望 する
Aspiration, wish
志愿、意向
mong muốn, nguyện vọng

就職試験の面接で志望の動機を聞かれた。
At the entrance examination, I was asked what motivated my wish to join the company.
就业考试的面试时被问到求职的动机。
Tôi đã được hỏi về động cơ nguyện vọng trong cuộc phỏng vấn phỏng vấn xin việc.
※ 志望理由　※ 志望理由書

	0284

しぼう
脂肪
Fat
脂肪
Mỡ

すき焼きには多少脂肪がある肉がいい。
Meat with a little fat is good for *sukiyaki*.
日式牛肉火锅要稍微有点脂肪的肉好。
Thịt dùng cho món Sukiyaki có chút mỡ thì tốt.

	0285

しま
Stripe
条纹
kẻ sọc

赤と白のしまのシャツを買った。
I bought a shirt with red-and-white stripes.
买了红白条纹的衬衫。
Tôi mua một cái áo sơ mi kẻ sọc đỏ và trắng.
※ しま模様　※ 縦じま

	0286

じまん
自慢 する
Boast
夸耀、得意
tự hào, tự mãn

彼女は指輪の宝石の大きさを自慢した。
She boasted about the size of the jewels in her ring.
她炫耀了戒指上宝石的大小。
Cô ta tự mãn về độ lớn của viên đá quý của chiếc nhẫn.

0287	コーヒーをこぼして、シャツにしみが付いた。
しみ Stain 污点、污渍 vết bẩn	I knocked over the coffee and stained my shirt. 打翻了咖啡，衬衫上沾了污渍。 Tôi làm đổ cà phê và có một vết bẩn dính lên áo sơ mi của tôi.

0288	大学卒業後は、地元の会社に就職する。
じもと **地元** Local 当地、本地 địa phương, bản địa	After graduating from university, I will join a local company. 大学毕业后，将在当地的公司就职。 Sau khi tốt nghiệp đại học, tôi sẽ làm việc tại một công ty địa phương.

0289	テニスの試合で相手の弱点を攻めて勝った。
じゃくてん **弱点** Weak point 弱点 nhược điểm, điểm yếu	In the tennis match, I won by targeting the opponent's weak point. 在网球比赛中攻击对手的弱点赢得了比赛。 Tôi đã tấn công vào điểm yếu của đối phương trong trận đấu tennis và giành chiến thắng.

0290	飛んできたボールをジャンプして取った。
ジャンプ する Jump 跳跃、跳起 nhảy lên	I jumped and caught the ball in mid-air. 跳起来接到了飞来的球。 Tôi nhảy lên bắt lấy quả bóng bay tới.

0291	その大学の入試は面接を重視している。
じゅうし **重視** する Emphasis 重视、注重 coi trọng, chú trọng	The university places emphasis on the interview in its entrance examinations. 那所大学的入学考试重视面试。 Kỳ thi tuyển sinh tại trường đại học đó chú trọng nhiều vào phỏng vấn. ⊕〜視（例：問題視）

0292	この病院は医療設備が充実している。
じゅうじつ **充実** する Be amply provided with 充实、齐全 đầy đủ, sung túc, bổ sung chỗ thiếu	This hospital has all the medical equipment it needs. 这家医院的医疗设施齐全。 Bệnh viện này có đầy đủ cơ sở vật chất. ✳充実化

0293	書いたレポートを修正して、分かりやすくした。
しゅうせい **修正** する Revise, correct 修正、改正 chỉnh sửa, đính chính, sửa đổi	I revised the completed report and made it easier to understand. 修正了写好的报告，使报告变得更容易理解。 Tôi đã chỉnh sửa bản báo cáo đã viết và làm cho nó dễ hiểu. ✳修正案

0294	隣のマンションでは大規模な修繕が始まった。
しゅうぜん **修繕** する Repair(s) 修缮、修理 tu sửa	Large-scale repair works began at the next apartment block. 隔壁的公寓开始了大规模的修缮。 Tại tòa nhà chung cư bên cạnh, việc tu sửa quy mô lớn đã bắt đầu. ✳修繕費

0295 **しゅうだん** **集団** Group 集体、集团 tập thể, nhóm, bầy đàn	猿は集団で生活する動物だ。 Monkeys are animals that live in groups. 猴子是集体生活的动物。 Khỉ là động vật sống theo bầy. ※集団行動　※集団生活
0296 **じゅうたん** Carpet 地毯 thảm	居間に新しいじゅうたんを敷いた。 I laid a new carpet in the living room. 客厅里铺了新的地毯。 Tôi đặt một tấm thảm mới trong phòng khách.
0297 **じゅうてん** **重点** Priority, emphasis 重点 trọng điểm, chú trọng	受験のために、単語に重点を置いて勉強した。 For the examination, I put the emphasis on vocabulary. 为了考试，把学习重点放在了单词上。 Tôi chú trọng vào việc học từ mới cho bài kiểm tra. ※重点的
0298 **しゅうへん** **周辺** Surroundings 周围、周边 xung quanh	この駅の周辺にはラーメン屋が多い。 There are a lot of *ramen* shops around this station. 这座车站的周围有很多拉面店。 Có nhiều cửa hàng mì xung quanh nhà ga này. ※～周辺 (例：現場周辺)
0299 **じゅうりょう** **重量** Weight 重量 trọng lượng	宅配便はサイズと重量によって値段が変わる。 For home delivery, the price varies depending on size and weight. 快递根据尺寸和重量价格会不同。 Giá cả của dịch vụ chuyển phát thay đổi tùy theo kích cỡ và trọng lượng. ※総重量
0300 **しゅくはく** **宿泊** する Lodging 住宿、投宿 nghỉ trọ	旅行者が安く宿泊できる施設が不足している。 There is a shortage of affordable lodgings where travelers can stay. 能让旅行的人便宜住宿的设施不足。 Đang thiếu các cơ sở mà du khách có thể nghỉ trọ giá rẻ. ※宿泊施設
0301 **しゅざい** **取材** する Interview 采访、取材 thu thập tài liệu	テレビ局がアニメ作りの現場を取材した。 The TV station did interviews at an anime studio. 电视台采访了动画制作的现场。 Đài truyền hình đã thu thập tư liệu xưởng làm phim hoạt hình.
0302 **じゅしょう** **受賞** する Award 获奖 nhận giải thưởng	彼はスピーチ大会で優秀賞を受賞した。 He was awarded top prize at the speech contest. 他在演讲大赛中获得了优秀奖。 Anh ta đã nhận giải thưởng xuất sắc trong cuộc thi hùng biện. ※受賞者

0303

しゅしょく
主食

Staple food
主食
lương thực chính

日本人は長年、米を主食としてきた。

For many years, the staple food of the Japanese has been rice.
日本人长年以米饭为主食。
Người Nhật đã nhiều năm coi gạo là lương thực chính.

0304

しゅだん
手段

Means, method
手段、办法、方式
cách, phương tiện, phương thức

手紙は気持ちを伝える手段の一つだ。

Letters are one way of communicating your feelings.
书信是传递心意的方式之一。
Bức thư là một phương thức truyền đạt tình cảm.

❊～手段 (例：交通手段)

0305

しゅちょう
主張 する

Claim, insist
主张
chủ trương, khăng khăng, khẳng định

男は裁判で、自分は犯人ではないと主張した。

At the trial, the man insisted that he was innocent.
男人在审判中主张自己不是犯人。
Người đàn ôngtại một phiên toà, khăng khăng rằng ông không phải là thủ phạm.

0306

しゅつえん
出演 する

Appear
出演、演出
xuất hiện, diễn xuất

その女優は10年ぶりに映画に出演した。

The actress appeared in a film for the first time in 10 years.
那个女演员时隔10年出演了电影。
Nữ diễn viên đó đã diễn xuất trong bộ phim tròn 10 năm.

❊出演者

0307

しゅっせ
出世 する

Career progress
发迹、成功
thành đạt, thăng tiến

彼は出世が早い。3年目でもう部長だ。

He rose quickly, and has already become department manager after three years.
他发迹得很快。第三年就成部长了。
Anh ta thăng tiến nhanh. Năm thứ 3 đã là trưởng phòng.

0308

じゅんい
順位

Rank
名次、顺序
vị trí, thứ hạng

模擬試験での順位が上がってうれしい。

I am glad to see my ranking in the mock examinations has risen.
在模拟考试中，名次提升了很高兴。
Tôi vui mừng vì thứ hạng trong bài thi thử đã tăng lên.

0309

じゅんかん
循環 する

Circulate, go round
循环
chạy một vòng

このバスは市内を循環している。

This bus goes around the city center.
这辆公交车在城市内循环运行。
Xe buýt này chạy một vòng trong thành phố.

❊循環バス

0310

しょう
賞

Award, prize
奖、奖项
giải thưởng

彼女はピアノコンクールで賞を取った。

She won a prize in the piano competition.
她在钢琴比赛中获奖了。
Cô ấy đã giành giải thưởng tại cuộc thi piano.

❊優秀賞　❊～賞 (例：文学賞　ノーベル賞)

0311	
じょう **上** First class 上等 về, liên quan	おすしの上を注文する。 Order top-grade sushi. 订购了上等的寿司。 Gọi các món về sushi.

0312	
しょうがい **障害** Obstacle, disability 障碍、毛病 chướng ngại, khuyết tật	計画実現への障害/体に障害 (障がい) がある An obstacle to the plan / I have a disability 实现计划的障碍/身体有毛病 Chướng ngại cho việc thực hiện kế hoạch / Cơ thể bị khuyết tật ❋ 〜障害 (例：発達障害)

0313	
じょうき **蒸気** Steam 水蒸气 hơi nước	沸騰したよ。やかんから蒸気が出ているもん。 There is steam coming out of the kettle, so I think it has boiled. 沸腾了噢。水蒸气都已经从水壶中冒出来了。 Sôi rồi. Hơi nước đang thoát ra từ bình đun nước. ❋ 蒸気機関

0314	
じょうきょう **状況** Situation 状况、情况 tình trạng, tình hình	ニュースで地震の被害の状況を知った。 I learned about the earthquake damage situation on the news. 通过新闻了解了地震受灾的情况。 Biết được của tình hình thiệt hại của trận động đất nhờ tin tức.

0315	
しょうこ **証拠** Evidence 证据、证明 chứng cớ	警察は彼が犯人だという証拠を見付けた。 Police found evidence that he was the perpetrator. 警察找到了他就是犯人的证据。 Cảnh sát tìm thấy bằng chứng cho thấy ông ta là thủ phạm.

0316	
しょうじょう **賞状** Certificate of merit 奖状 bằng khen	これは、マラソン大会で優勝したときの賞状だ。 This is a certificate of merit that I got when I won the marathon. 这是在马拉松比赛中赢得的奖状。 Cái này là bằng khen khi tôi chiến thắng trong trận thi đấu chạy việt dã.

0317	
じょうしょう **上昇** する Rise 上升 tăng thêm	温暖化の影響で海面が１９ｃｍ上昇した。 Sea levels have risen 19 cm due to global warming. 受全球气候变暖的影响海平面上升了19厘米。 Mực nước biển đã tăng lên 19cm do ảnh hưởng của sự nóng lên toàn cầu. ❋ 物価上昇 (率)

0318	
しょうすう **少数** Few, minority 少数 một vài, số ít	彼の意見に賛成した人は少数だった。 Only a minority agreed with his opinion. 只有少数人赞成他的意见。 Có một vài người tán thành ý kiến của ông ấy. ⇔ 多数　❋ 少数民族

0319

じょうたつ
上達 (する)

Progress, improve

长进、进步

tiến bộ, tiến triển

この1年で彼の日本語はどんどん上達した。

Over the past year, his Japanese has steadily improved.

在这一年之中，他的日语有了很大的进步。

Trong một năm qua, tiếng Nhật của ấy đã tiến bộ lên nhiều.

※上達法

0320

しょうてん
焦点

Focus

焦点

tiêu điểm, tâm điểm

真ん中の人に焦点を合わせて、写真を撮った。

I took the photograph by focusing on the people right in the middle.

以最中间的人为焦点，拍了照片。

Tôi lấy người ở giữa làm tâm điểm và chụp ảnh.

0321

しょうにん
承認 (する)

Approve

批准、承认

thừa nhận, phê duyệt, chấp thuận

国は新空港の建設を承認した。

The national government approved the construction of the new airport.

国家批准了新机场的建设。

Nhà nước đã chấp thuận xây dựng sân bay mới.

0322

じょうねつ
情熱

Passion, enthusiasm

热情、激情

nhiệt tình

彼は仕事への情熱にあふれている。

He is really enthusiastic about his job.

他对工作充满热情。

Anh ấy tràn đầy nhiệt tình với công việc.

※情熱的

0323

しょうはい
勝敗

(Decide) winner or loser

胜败、胜负

thắng bại

試合の勝敗は最後まで分からない。

No-one knows who will win until the last minute.

比赛的胜负直到最后都不知道。

Tôi không biết thắng bại của trò chơi cho đến khi kết thúc.

0324

しょうひん
賞品

Prize, award

奖品

giải thưởng

優勝者には賞品として時計が贈られます。

A watch will be awarded to the winner as a prize.

作为奖品，冠军能获得手表。

Người thắng cuộc sẽ được nhận một cái đồng hồ coi như giải thưởng.

0325

しょうぶ
勝負 (する)

(Decide) winner or loser

一分胜负

Phân thắng bại

どちらが強いか、相撲を取って勝負した。

They had a sumo match to establish who was stronger.

谁强谁弱，通过相扑一分胜负。

Đấu sumo xem bên nào mạnh để phân thắng bại.

0326

しょうみ
正味

Net

净重

trọng lượng tịnh

箱から出してみると、正味は900gだった。

When taken out of the box, the net weight was 900g.

如果从箱子里拿出来的话，净重900克。

Khi thử lấy ra khỏi hộp thì trọng lượng tịnh là 900 gram.

0327
しょうめい
証明 (する)
Proof
证明
chứng minh

身分を証明するものを見せてください。
Please submit proof of your identity.
请给我看一下证明身份的东西。
Hãy cho tôi xem giấy tờ chứng minh bản thân.

0328
しょうり
勝利 (する)
Victory
胜利
chiến thắng, thắng lợi

最後に私のチームが点を入れて、勝利した。
My team eventually scored some goals and gained the victory.
最后我的队伍得分，赢得了胜利。
Cuối cùng đội của tôi giành được điểm và chiến thắng.

0329
じょうりく
上陸 (する)
Make landfall, land, reach the port
登陆
đổ bộ

台風が九州に上陸した。
The typhoon made landfall on Kyushu.
台风从九州登陆了。
Một cơn bão đổ bộ vào Kyushu.

0330
しょうりゃく
省略 (する)
Skip, miss out
省略
lược bỏ, bỏ qua

時間がないので、細かい説明は省略します。
Because time is short, I will skip the detailed explanation.
因为没有时间了，所以省略详细的说明。
Vì không có thời gian nên tôi sẽ lược bỏ lời giải thích chi tiết.

0331
しょくえん
食塩
Salt
食盐
muối ăn

1日に取る食塩の量は10g以下が良い。
It is better to keep your daily intake of salt at 10 g or lower.
一天摄取的食盐量在10克以下比较好。
Lượng muối ăn vào mỗi ngày nên nhỏ hơn 10 g.

0332
しょくたく
食卓
Table, spread
饭桌、餐桌
Bàn ăn

父の退職祝いで食卓にごちそうが並んだ。
We had a big meal on the occasion of father's retirement.
为庆祝父亲的退休，桌子上摆满了佳肴。
Trên bàn ăn bày các món chiêu đãi để chúc mừng bố tôi về hưu.

0333
しょくもつ
食物
Food, diet
食物、食品
đồ ăn, thực phẩm

栄養がある食物をバランスよく食べた。
I ate balanced diet of nutritious food.
均衡摄取了有营养的食物。
Tôi đã ăn thực phẩm bổ dưỡng một cách cân bằng.

0334
しょくりょう
食糧
Food, provisions
粮食
lương thực

大災害が起きた国へ各国が食糧を送った。
Countries around the world sent food to the scene of the disaster.
各国向发生了大灾难的国家运送了粮食。
Các quốc gia đã gửi lương thực đến nơi thảm hoạ xảy ra.

0335

しょぞく
所属 (する)
Belong to
归属
thuộc

私はテニスサークルに所属している。
I belong to a tennis club.
我归属于网球社团。
Tôi thuộc câu lạc bộ quần vợt.

0336

しょたいめん
初対面
First meeting
初次见面
đầu tiên gặp mặt, lần đầu gặp mặt

彼とは今日が初対面だ。
Today I met him for the first time.
跟他今天是初次见面。
Hôm nay tôi lần đầu tiên gặp mặt anh ta.

0337

しょほ
初歩
Elementary, basic
初级、入门
sơ cấp, thời kỳ đầu

ドイツ語の初歩を学んだ。
I have studied basic German.
学习了德语入门。
Tôi đã học sơ cấp tiếng Đức.
❋初歩的

0338

しょゆう
所有 (する)
Own
所有
sở hữu

家は私の所有だが、土地は親のものだ。
I own the house, but my parents own the land.
房子虽然归我所有，土地却是父母的。
Nhà của tôi thuộc sở hữu của tôi, nhưng đất đai là của bố mẹ tôi.
❋所有権　❋所有者

0339

しょり
処理 (する)
Process, deal with
处理、办理
xử lý

警察が来て、交通事故の処理をした。
The police arrived and dealt with the road accident.
警察来了，处理了交通事故。
Cảnh sát đến và xử lý tai nạn giao thông.
❋～処理（例：ごみ処理）

0340

シリーズ
Series
系列
seri, phần

この映画のシリーズは次の作品で終わる。
This series of films ends with the following work.
这个电影系列下个作品就完结了。
Bộ phim này sẽ kết thúc ở seri sau.
❋シリーズ作品

0341

しる
汁
Juice, soup
汁、汤
nước cốt, nước luộc

レモンの汁を絞る／そばの汁をこぼす
Squeeze out the lemon juice / Spill *soba* soup
挤柠檬汁／洒了荞麦面的汤
Bóp nước cốt chanh / Đổ nước luộc mì

0342

しわ
Wrinkle, crease
褶皱
nếp nhăn

アイロンでシャツのしわを伸ばした。
I removed the creases from my shirt by ironing.
用熨斗熨平了衬衫的褶皱。
Tôi là các nếp nhăn của áo sơ mi bằng bàn là.

☐ 0343 **しん** **芯** Core 内心、芯 trái tim, tấm lòng, ruột	彼女は芯が強い/鉛筆の芯を削る She has a strong spirit / Sharpen a pencil 她内心强大/削铅笔芯 Cô ấy có trái tim kiên cường / Gọt ruột chì
☐ 0344 **しんか** **進化** する Evolve 进化、演化 phát triển, tiến hóa	人類は何万年もの時間をかけて進化した。 Mankind has evolved over many tens of thousands of years. 人类花了几万年的时间进化。 Con người đã tiến hóa qua hàng chục ngàn năm.
☐ 0345 **しんくう** **真空** Vacuum 真空 chân không	空気を抜いて真空にすると、音は伝わらない。 If you remove the air and create a vacuum, sound will not travel. 抽出空气变成真空的话，声音无法传播。 Nếu hút không khí làm môi trường chân không thì âm thanh không truyền đi được. ❋真空パック
☐ 0346 **しんこう** **信仰** する Faith, belief 信仰、信奉 niềm tin, tín ngưỡng	古代の人々は山を神として信仰した。 In ancient times, people worshipped mountains as gods. 古代的人们把大山当作神信奉。 Người cổ đại tin rằng núi là một vị thần.
☐ 0347 **しんこう** **進行** する Proceed, take place 进行 tiến độ	入学式は予定通りに進行した。 The university entrance ceremony proceeded according to schedule. 开学典礼按照计划进行了。 Buổi lễ khai mạc đúng tiến độ. ❋進行方向
☐ 0348 **じんこう** **人工** Artificial 人工、人造 nhân tạo	これは人工のダイヤモンドで作った指輪だ。 This is a ring made from artificial diamonds. 这枚戒指是用人造钻石制作的。 Đây là một chiếc nhẫn được làm từ kim cương nhân tạo. ❋人工的　❋人工～(例：人工呼吸)
☐ 0349 **しんじつ** **真実** Truth, facts 真实、真相 sự thực, chân tướng	裁判で事件の真実が明らかになった。 The facts of the case became clear at court. 通过审判，案件的真相浮出水面。 Tại tòa, chân tướng vụ việc đã trở nên rõ ràng.
☐ 0350 **しんじゅ** **真珠** Pearl 珍珠 ngọc trai	真珠のネックレスを着けて結婚式に出た。 She appeared at the wedding ceremony wearing a pearl necklace. 带着珍珠项链参加了婚礼。 Tôi đeo một chiếc vòng ngọc trai tham dự lễ cưới.

わたしの<ruby>単語<rt>たんご</rt></ruby>

On this page, let's write down vocabulary items taken from in daily life.
请在这一页写下日常生活中发现的单词吧。
Hãy viết vào trang này những từ vựng tìm thấy trong sinh hoạt.

読んでみよう2

お勧め！ お寺の宿泊体験

　お寺の宿泊体験は外国人観光客にも人気がある。今回は山梨県にあるお寺を取材した。その体験をレポートする。

　このお寺は1日5組限定で受け付けていて、信仰に関係なく誰でも泊まれる。

　案内された和室には冷暖房も付いていた。

　夕食を他の宿泊客と一緒に頂いた。地元の野菜を中心とした献立だった。このお寺ではお坊さん志望の学生さんたちが料理を考えて作るのだそうだ。汁の物と伝統的な料理の他、自慢のオリジナル料理が食卓に並んだ。肉、魚は全く使っていないが、実においしかった。お寺の料理のコンテストで、ベスト創作料理賞を受賞したそうだ。

　翌朝、庭を拝見した。静かで、人の気配がない庭を見ていると、現実を忘れてしまいそうだった。昔、有名な小説家が失恋したとき、この庭をたびたび訪れたそうだが、それも納得できると感じた。

　お寺では、お経*を読むなどの体験プログラムも充実していて、好奇心にあふれた外国人が失望することはないだろう。宣伝やコマーシャルはなくても、人気が広がっている理由がよく分かった。

　　　　　　　　　　　　　　　　* お経 Sutra 经、经文 kinh

Recommendation: Overnighting at a temple

These days, you don't have to be Japanese to enjoy the experience of overnighting at a Buddhist temple. For this article, I visited a temple in Yamanashi Prefecture. Here is my account of the experience.

This temple only accepts five groups a day. Anyone is welcome to stay, regardless of their religious views.

In the Japanese-style room shown in the publicity, full air conditioning (heating and cooling) is provided.

I dined with the other guests. The menu was based on locally-grown vegetables. In the temple, it seemed that apprentice monks were devising and preparing the meals. In addition to soup-based and traditional foods, the dining table is also laden with original creations. Neither meat or fish were used, but it was truly tasty. I gathered that this team had been winners in a temple prize contest for creative cuisine.

On the following morning, we visited the garden. Reality seemed to fade from my mind as I silently surveyed the scene, which bore no sign of human presence. In the past, we learned, a famous novelist who suffered a broken heart apparently kept coming back to this garden, and I thought I could see why.

Plenty of opportunities were offered for reading the sutras or experiencing other aspects of temple life, so insatiably curious overseas visitors probably won't be disappointed. Though it does not feature in TV or other advertising, I understood why the popularity of this place has spread.

特别推荐! 寺庙住宿体验!

寺庙住宿体验这一项目在外国游客中也很有人气。这回我们采访了位于山梨县的寺庙，根据所见所闻写了这篇报道。

这座寺庙一天最多只能接待 5 组游客，不管信仰如何，任何人都能入住。

我们被安排在一间日式房间，这间日式房间冷暖气设备齐全。

晚饭是和其他的住宿客人一起吃的。菜品基本上是以当地产的蔬菜为主。据说，这些菜是由想当和尚的学生们考虑食谱并制作的。除了一些汤和传统的菜肴之外，餐桌上还摆有他们引以为豪的独创料理。虽然这些菜看里完全没有使用肉和鱼，但味道着实美味。据说在寺院烹饪大赛上，这家寺院还得过 "最佳创意菜" 奖。

翌日早晨，我们参观了庭院。置身于这安静恬适、远离世俗的庭院之中，仿佛能忘却凡尘。听说从前有位著名的小说家，失恋的时候常常到这座庭院。这下我也觉得能理解他了。

在寺庙，如读经等体验项目丰富多彩。那些充满好奇心的外国人不会失望的吧。这也就可以解释为什么既不做宣传，也不打广告，还能有这样高的人气了。

Khuyến khích trải nghiệm nghỉ trọ tại chùa

Trải nghiệm nghỉ trọ tại chùa cũng được cả du khách nước ngoài yêu thích. Lần này tôi đã đến tỉnh Yamanashi để thu thập tư liệu. Tôi xin báo cáo về trải nghiệm đó.

Ngôi chùa này chỉ nhận giới hạn tối đa 5 nhóm một ngày. Ai cũng có thể nghỉ trọ tại đây mà không liên quan gì đến đức tin.

Điều hòa nóng lạnh được lắp trong căn phòng kiểu Nhật mà chúng tôi được hướng dẫn nghỉ trọ.

Tôi đã ăn cơm tối cùng với những vị khách khác trong chùa. Thực đơn chủ yếu là rau củ của địa phương. Nghe nói các món ăn tại chùa này là do những học viên thực tập đã nghĩ ra và chế biến. Ngoài món nước canh và những món truyền thống thì trên bàn ăn bày toàn những món ăn mà chùa rất tự hào. Tuy hoàn toàn không sử dụng thịt, cá nhưng thật sự những món ăn này rất ngon. Tôi nghe nói họ đã giành được giải món ăn sáng tạo nhất tại một cuộc thi nấu các món ăn chay".

Ngày hôm sau, tôi đã đi chiêm ngưỡng vườn chùa. Khi nhìn cảnh vườn chùa thiếu vắng bóng người tôi cảm giác như quên mất thực tại. Tôi nghe nói ngày xưa có một tiểu thuyết gia nổi tiếng khi bị thất tình đã thường xuyên ghé thăm vườn chùa. Và tôi đã cảm thấy có thể hiểu được điều này.

Tại chùa còn có những chương trình trải nghiệm khác như đọc kinh. Có lẽ những vị khách nước ngoài nhiều tính hiếu kỳ thì sẽ không phải thất vọng. Giờ tôi đã hiểu rõ lý do mà chương trình này được yêu thích mặc dù không tuyên truyền hay quảng cáo.

12	じゅう 重〜	Heavy 重…… ~nặng	じゅうこうぎょう 重工業 *heavy industry*	じゅうろうどう 重労働 *hard/heavy labour!*
13	しょ 諸〜	Many, various 各个…… Các~	しょがいこく 諸外国 *several foreign countries.*	しょもんだい 諸問題 *many/various problems.*
14	しょう 省〜	-saving 省…… Tiết kiệm~	しょうしげん 省資源 *saving resources.*	しょう 省スペース *space saving*
15	しん 〜心	Spirit of ……心 Lòng~	こうじょうしん 向上心 *aspiration ambition*	しんこうしん 信仰心 *religious faith devotion.*
16	せい 〜性	Particle indicating quality or condition ……性 tính~	き のうせい 機能性 *funtionality*	けいざいせい 経済性 *economical.*
17	ぜん 前〜	Previous, former 前任…… ~Trước	ぜんしゃちょう 前社長 *previous chairman*	ぜんせいき 前世紀 *previous generation*
18	そう 総〜	General, overall 总…… Tổng~	そうじんこう 総人口 *Total population*	そうせいさん 総生産 *Gross production.*
19	ちょう 超〜	Super- 特别…… Hơn, quá	ちょうとっきゅう 超特急 *super express*	ちょうまんいん 超満員 *overcrowded; congested*
20	〜づらい	Suffix expressing difficulty 难以…… ~khó	み 見づらい *hard to see.*	よ 読みづらい *hard to read.*
21	どう 同〜①	Same as, as with 相同…… Cùng~, giống nhau	どうじだい 同時代 *Same generation*	どうねんれい 同年齢 *same age.*
22	どう 同〜②	Same (as the previously mentioned), the above 同样的……、此 Cùng~, như~	どうし 同氏 *(same surname) he/she/the said person.*	

名詞　一般3
めいし　いっぱん

Nouns – General 3
名词 – 一般名词 3
Danh từ – Thông dụng 3

0351

じんしゅ
人種

Race, ethnicity
人种、种族
chủng người

アメリカにはさまざまな人種の人が住んでいる。
People of various races live in America.
在美国居住着形形色色的种族。
Tại Mỹ có nhiều chủng người đang sinh sống.

※人種差別

0352

しんしゅつ
進出 する

Advance, enter
进入、进军
mở rộng đầu tư, lấn sang

私の国に各国の企業が進出してきた。
Companies from all over the world have set up units in my country.
各国的企业进军了我们国家。
Ở nước tôi có nhiều doanh nghiệp của các nước đến mở rộng đầu tư.

※～進出（例：社会進出）

0353

しんせい
申請 する

Apply
申请
xin, đăng ký, làm

海外に行くので、パスポートを申請した。
I applied for a passport as I'm going abroad.
因为要出国，所以申请了护照。
Vì sẽ đi ra nước ngoài nên tôi làm hộ chiếu.

※申請書

0354

シンボル

Symbol
象征
biểu tượng

富士山は日本のシンボルだ。
Mount Fuji is a symbol of Japan.
富士山是日本的象征。
Núi Phú Sĩ là biểu tượng của Nhật Bản.

0355

しんらい
信頼 する

Trust, rely on
信赖
tin tưởng

彼は真面目なＡさんを信頼している。
He relies on Mr A, who is a serious sort.
他信赖认真的A。
Anh ấy tin tưởng vào ông A nghiêm túc.

※信頼関係

0356

しんろ
進路

Course
前进方向、走向
tiến trình, lộ trình, đường đi

台風の進路をインターネットで確認した。
I confirmed the course of the typhoon online.
通过网络确认了台风的走向。
Chúng tôi đã xác nhận tiến trình của cơn bão trên Internet.

0357

しんわ
神話

Mythology, myth
神话
truyện thần thoại

神話は、それぞれの民族の神の物語だ。
Myths are tales of the gods of different ethnic groups.
神话是各个民族的神的故事。
Truyện thần thoại là những câu chuyện về các vị thần của mỗi dân tộc.

0358 **すいじ** **炊事** (する) Cooking 烹饪、做饭 nấu cơm	キャンプでは交代で炊事を担当した。 <small>こうたい　すいじ　たんとう</small> At the campsite, we did the cooking in rotation. 露营的时候轮流负责做饭。 Tại trại, chúng tôi luân phiên nhau đảm nhiệm việc nấu cơm.
0359 **すいじゅん** **水準** Level 水平、水准 tiêu chuẩn	この地域は教育の水準が高い。 <small>ちいき　きょういく　すいじゅん　たか</small> People in this area are educated to a high level. 这个地区的教育水平很高。 Tiêu chuẩn giáo dục của khu vực này cao. ❋ ～水準（例：生活水準）
0360 **すいせん** **推薦** (する) Recommend 推荐 tiến cử	教授は優秀な学生を研究機関に推薦した。 <small>きょうじゅ　ゆうしゅう　がくせい　けんきゅうきかん　すいせん</small> The professor recommended his finest students to research organizations. 教授向科研机构推荐了优秀的学生。 Giáo sư tiến cử một sinh viên xuất sắc đến học viện nghiên cứu.
0361 **すいそ** **水素** Hydrogen 氢 hydro	水素と酸素を使って走る車を開発中だ。 <small>すいそ　さんそ　つか　はし　くるま　かいはつちゅう</small> Vehicles using hydrogen and oxygen as fuels are being developed. 正在以氢气和氧气为燃料的汽车。 Xe ô tô chạy bằng hydro và oxy đang được phát triển.
0362 **すいそく** **推測** (する) Guess 推测、猜想 suy đoán	単語の意味を前後の内容から推測した。 <small>たんご　いみ　ぜんご　ないよう　すいそく</small> I guessed the meaning of the word from the context. 通过前后文的内容推测了单词的含义。 Tôi đã đoán ý nghĩa của từ dựa vào nội dung trước và sau.
0363 **すがた** **姿** Appearance, air, figure of 身影、……的样子 bóng dáng, dáng điệu	電車の窓から、駅で待つ母の姿が見えた。 <small>でんしゃ　まど　えき　ま　はは　すがた　み</small> From the train window, I could see the figure of my mother waiting. 透过电车的窗户，看到了在车站等候的母亲的身影。 Từ cửa sổ xe lửa, tôi có thể thấy bóng dáng mẹ tôi chờ ở ga. ❋ ～姿（例：スーツ姿）
0364 **すききらい** **好き嫌い** Likes and dislikes 好恶、挑剔 thích và không thích, kén chọn, khánh	弟 は食べ物の好き嫌いが多い。 <small>おとうと　た　もの　す　きら　おお</small> When it comes to food, my younger brother has many likes and dislikes. 弟弟对食物很挑剔。 Em trai tôi kén chọn về đồ ăn.
0365 **ステップ** Step 迈步、步骤 bước	ダンスのステップを覚える／成功へのステップ <small>おぼ　せいこう</small> Remember the dance steps / Steps to success 记住舞步／通向成功的步骤 Nhớ các bước nhảy / Các bước đến thành công

	0366	A研究所は優秀な頭脳を持つ人を集めている。
ずのう **頭脳** Brain 头脑 bộ não		エー けんきゅうじょ　ゆうしゅう　ずのう　も　ひと　あつ A lot of top-class brains are gathered together at Research Institute A. A研究所在召集拥有优秀头脑的人。 Phòng thí nghiệm A đang tập hợp những người có bộ não xuất sắc.

	0367	アンケートの結果を図表にまとめた。
ずひょう **図表** Chart 图表 biểu đồ		けっか　ずひょう The results of the questionnaire are summarized in the charts. 将问卷调查的结果总结到了图表里。 Kết quả của bản khảo sát được tóm tắt trong biểu đồ.

	0368	雨で車がスリップして、前の車にぶつかった。
スリップ する Slip, skid 滑、打滑 trượt		あめ　くるま　　　　　　　まえ　くるま The car skidded in the rain and hit the car in front. 因为下雨，汽车打滑撞到了前面的车。 Chiếc xe trượt bánh vì mưa và đâm vào xe ở phía trước.

	0369	親と子供の考え方には、ずれがある。
ずれ Deviation, difference 分歧、偏差 sự khác biệt,		おや　こども　かんが　かた Parents and children have different thought processes. 父母和孩子的思考方式有分歧。 Suy nghĩ của cha mẹ và con cái có sự khác biệt.

	0370	子供は正義の味方に憧れる。
せいぎ **正義** Justice 正义 chính nghĩa		こども　せいぎ　みかた　あこが Children love a champion of justice. 小孩子崇拜正义的伙伴。 Trẻ em yêu mến bạn của chính nghĩa. せいぎ かん ❋正義感

	0371	製作したロボットの安全性をテストする。
せいさく **製作/制作** する Produce, make 制作、制造 chế tác, chế tạo		せいさく　　　　　　　　　あんぜんせい We will test the safety of the robot we built. 测试制造好的机器人的安全性。 Kiểm tra sự an toàn của robot mà chúng tôi đã chế tạo.

	0372	お酒を飲むと、父は青春の思い出を語る。
せいしゅん **青春** Youth 青春 tuổi thanh xuân		さけ　の　　　　ちち　せいしゅん　おも　で　かた When he drinks alcohol, father relates his memories of youth. 父亲一喝酒，就会讲述青春的回忆。 Cứ uống rượu là bố tôi lại kể những kỷ niệm tuổi thanh xuân. せいしゅん じ だい ❋青春時代

	0373	ビルの清掃のアルバイトをしている。
せいそう **清掃** する Clean 清扫、打扫 lau dọn		せいそう I am working part-time as a cleaner in office buildings. 在做大楼清扫的兼职。 Tôi đang làm việc bán thời gian là lau dọn tòa nhà.

0374 **せいのう** **性能** Perform 性能、机能 tính năng	この掃除機は小型だが、性能がいい。 This vacuum-cleaner is compact, but it performs well. 虽然这台吸尘器很小，但是性能很好。 Máy hút bụi này nhỏ nhưng tính năng tốt. ※高性能
0375 **せいび** **整備** (する) Maintain, service 维护、保养 bảo dưỡng	高速道路を走るまえに、車を整備してもらった。 Before going onto the expressway, I had my car serviced. 上高速公路之前，保养了一下汽车。 Trước khi chạy lên đường cao tốc, tôi đã đem bảo dưỡng xe ô tô. ※環境整備
0376 **せいぶん** **成分** Component, ingredient 成分 thành phần	この薬には眠くなる成分が入っている。 This drug contains agents that can make you sleepy. 此药含有令人发困的成分。 Thuốc này có chứa các thành phần làm cho buồn ngủ. ※主成分
0377 **せいりつ** **成立** (する) Establish, prepare 成立、成功 thành lập	交渉の成立に向けて、A国と話し合っている。 We are discussing with Country A to prepare for negotiations. 为了谈判的成功，正在与A国进行商议。 Chúng tôi đang nói chuyện với nước A với mục tiêu thành lập các cuộc đàm phán. ※不成立
0378 **せだい** **世代** Generation 一代人 giới	この作家は特に若い世代に人気がある。 This writer is particularly popular among young people. 这位作家特别受年轻一代人的欢迎。 Tác giả này đặc biệt được giới trẻ yêu thích. ※世代間　※世代交代
0379 **せっきん** **接近** (する) Approach 接近 tiếp cận, tiến gần	台風が関東地方に接近している。 A typhoon is approaching the Kanto area. 台风正接近关东地区。 Một cơn bão đang tiến gần vùng Kanto.
0380 **せっけい** **設計** (する) Design 设计 thiết kế	このホテルはアメリカの建築家が設計した。 This hotel was designed by an American architect. 这家酒店是美国建筑师设计的。 Khách sạn này được thiết kế bởi một kiến trúc sư người Mỹ.
0381 **せつぞく** **接続** (する) Connect 连接 kết nối	インターネットへの接続の仕方が分からない。 I do not know how to connect up to the Internet. 不知道怎么连接网络。 Tôi không biết làm thế nào để kết nối Internet.

	0382	携帯のアラームを6時に設定した。
		けいたい　　　　　　　　　　　　　ろくじ　　せってい
せってい		I set my cellphone alarm for six o'clock.
設定 する		将手机闹钟设定在了六点。
Configure, set		Tôi đã đặt chuông báo thức của điện thoại di động lúc 6 giờ.
设定		
đặt, thiết lập		

	0383	5枚でセットの皿/時計を6時にセットする
		ごまい　　　　　　　　さら　とけい　　ろくじ
		A five-plate crockery set / Set the alarm clock for six o'clock
セット する		5件一套的盘子/将钟表调至6点。
Set		Bộ đĩa gồm 5 cái / Đặt đồng hồ lúc 6 giờ
一套、调整		
sét, bộ, đặt		

	0384	平和を望む世論が高まっている。
		へいわ　　のぞ　せろん/よろん　たか
せろん/よろん		Public opinion is shifting toward peace.
世論		期望和平的舆论正在高涨。
Public opinion		Ý kiến công chúng muốn hòa bình đang tăng lên.
舆论		せろん/よろんちょう　さ
dư luận, ý kiến công chúng		☀ **世論調査**

	0385	2つの意見のうち、私は前者に賛成だ。
		ふた　　いけん　　　　　わたし　ぜんしゃ　さんせい
ぜんしゃ		Of the two opinions, I support the former.
前者		在两个意见之中，我赞成前者。
Former		Trong hai ý kiến, tôi đồng ý với ý kiến thứ nhất.
前者		こうしゃ
đầu (thứ nhất)		⇔ **後者**

	0386	彼女は洋服のセンスがいい。
		かのじょ　　ようふく
		In clothing, she has good taste.
センス		她挑衣服的眼光很好。
Sense, taste		Cô ấy có gu ăn mặc.
眼光		れい
gu, khướu		☀ **～センス（例：ファッションセンス）**

	0387	大学の第2外国語はフランス語を選択した。
		だいがく　　だいに　がいこくご　　　　　　　ご　せんたく
せんたく		I chose French as second foreign language at university.
選択 する		大学的第二外国语选择了法语。
Choose		Tôi đã chọn tiếng pháp làm môn ngoại ngữ thứ 2 trong trường
选择		đại học.
chọn		

	0388	政府は教育制度の全般を見直す方針だ。
		せいふ　　きょういくせいど　　ぜんぱん　みなお　ほうしん
ぜんぱん		The government has a policy of comprehensively reforming the
全般		education system.
General, comprehensive		政府的方针是重新审视教育制度的整体。
整体、总体		Chính phủ có chính sách xem xét lại toàn bộ hệ thống giáo dục.
toàn bộ, tổng thể		ぜんぱんてき　　　　ぜんぱん　れい　　せいかつぜんぱん
		☀ **全般的** ☀ **～全般（例：生活全般）**

	0389	少し歩くと、前方に海が見えてきた。
		すこ　ある　　　　ぜんぽう　うみ　み
ぜんぽう		I walked on a little and the sea came into view.
前方		走了一会儿，看到前面有大海。
Ahead		Đi bộ thêm một chút, tôi có thể nhìn thấy biển ngay phía trước.
前方、前面		
phía trước		

0390
せんよう
専用
Special, dedicated
专用
chuyên dụng

ウールのセーターを専用の洗剤で洗った。
I washed the woolen sweater using a special detergent.
用专用的洗涤剂清洗了羊毛衫。
Tôi đã giặt chiếc áo len bằng xả phòng chuyên dụng.
❋ ～専用（例：女性専用）

0391
ぞう
像
Statue, effigy
雕像、景象
tượng

公園にかわいい子供の像がある。
There is a statue of a cute child in the park.
公园里有一尊可爱的儿童雕像。
Có bức tượng của một đứa trẻ xinh đẹp trong công viên.
❋ 将来像　❋ 人物像

0392
そうおん
騒音
Noise (pollution)
噪音、噪声
tiếng ồn, tiếng động

市は飛行場周辺の騒音について調査した。
The city investigated noise pollution around the airport.
市政府就机场周围噪音的问题进行了调查。
Thành phố đã điều tra về tiếng ồn xung quanh sân bay.

0393
ぞうげん
増減 (する)
Increase and decrease
增減
tăng giảm

この市の人口は最近ほとんど増減がない。
Recently, there has been hardly any increase or decrease in the population of this city.
这座城市的人口，最近几乎没有增减。
Dân số của thành phố này gần đây hầu như không có sự tăng giảm.

0394
そうご
相互
Mutual
互相
lẫn nhau

相互の理解を深めるために、話し合いが必要だ。
Discussion is necessary to deepen mutual understanding.
为了互相加深理解，需要进行对话。
Để tăng cường sự hiểu biết lẫn nhau, nói chuyện là cần thiết.
❋ 相互的

0395
そうごう
総合 (する)
Comprehensive, overall
综合
tổng hợp

1年間の成績を総合して評価を付けた。
I made an assessment based on an overall summary of results over one year.
综合一年的成绩，做出了评价。
Tôi tổng hợp thành tích của một năm và đánh giá.
❋ 総合的　❋ 総合～（例：総合病院）

0396
そうさ
操作 (する)
Operate
操作、操控
thao tác

この機械を操作するには、資格が必要だ。
You have to be qualified to operate this machinery.
操作这台机器需要资格证书。
Để thao tác máy này cần có bằng cấp.

0397
そうぞく
相続 (する)
Inheritance
继承
thừa kế

兄が父の財産の半分を相続した。
My elder brother inherited half of my father's assets.
哥哥继承了父亲一半的财产。
Anh tôi thừa kế một nửa tài sản của cha.

0398 **ぞうだい** **増大** する Increase 増大、増多 gia tăng	らいにち　　がいこくじんかんこうきゃく　かず　ぞうだい **来日する外国人観光客の数が増大している。** The number of overseas tourists coming to Japan is increasing. 来日本的外国游客的人数正在增多。 Số lượng du khách nước ngoài đến Nhật Bản đang gia tăng.
0399 **そうち** **装置** Apparatus, device 装置 trang thiết bị	この　そうち　　　けむり　はんのう　　　　　な **この装置は、煙に反応してブザーが鳴る。** This device has a buzzer that sounds when smoke is detected. 这台装置，当它发现有烟时就会鸣响。 Trang thiết bị nà phát ra âm thanh khi có khói. 　あんぜんそうち **※ 安全装置**
0400 **そくてい** **測定** する Measure 測定、測量 cân đo, đo	けんこうしんだん　　しんちょう　たいじゅう　そくてい **健康診断で身長と体重を測定した。** In the health examination, height and weight were measured. 通过体检测量了身高和体重。 Tôi đã đo chiều cao và cân nặng khi khám sức khỏe. 　そくてい　れい　たいじゅうそくてい **※ ～測定（例：体重測定）**
0401 **そくほう** **速報** する News bulletin 快报 bản tin nhanh	テレビ　そくほう　せんきょ　とうせんしゃ　し **テレビの速報で選挙の当選者を知った。** I found out who won the election from a TV news bulletin. 通过电视快报，得知了选举的当选者。 Tôi biết tin về người trúng cử nhờ bản tin nhanh trên tivi. 　きんきゅうじしんそくほう **※ 緊急地震速報**
0402 **そくりょう** **測量** する Survey 測量 đo đạc	どうろ　かくちょう　　　　ぎし　そくりょう **道路拡張のために、技師が測量をした。** Technical staff did the surveying for the road-widening project. 为了拓宽道路，工程师进行了测量。 Để mở rộng đường xá, kỹ thuật viên đã tiến hành đo đạc.
0403 **そしき** **組織** する Organize 组织 thành lập	がくせい　　　　がくえんさい　じっこういいんかい　そしき **学生たちは学園祭の実行委員会を組織した。** Students organized an executive committee for the school festival. 学生们组织了校园节的执行委员会。 Sinh viên thành lập ban ủy chấp hành của lễ hội trường. 　そしきか　　　　そしきてき **※ 組織化　※ 組織的**
0404 **そんざい** **存在** する Existence, life 存在 tồn tại	ちきゅういがい　　　せいぶつ　そんざい　　かのうせい **地球以外にも生物が存在する可能性がある。** There is a chance that life exists on other planets too. 在地球以外也有生物存在的可能性。 Có khả năng tồn tại sinh vật sống ngoài trái đất.
0405 **そんちょう** **尊重** する Respect 尊重 tôn trọng	しょうすう　いけん　　そんちょう　けつろん　だ **少数の意見も尊重して結論を出した。** The conclusion was drawn with due respect given to minority opinion. 尊重哪怕是少数人的意见，得出了结论。 Chúng tôi tôn trọng một vài ý kiến và đưa ra một kết luận.

0406
た
他
Other
其他、另外
khác

大国の経済が他の国に及ぼす影響は大きい。
The influence of the economies of major countries on other lands is great.
大国的经济给其他国家带来的影响是巨大的。
Kinh tế của cường quốc ảnh hưởng lớn đến các nước khác.

0407
た/たんぼ
田/田んぼ
Rice field
稻田
đồng, đồng ruộng

春になると、川から田んぼに水を引く。
When spring comes, water is drawn from the river and supplied to the paddy fields.
到了春天，就把水从河里引到庄稻田里。
Khi mùa xuân đến, rút nước từ sông vào các đồng ruộng.

0408
だい
大
Big, -size
大、大小
to, lớn

携帯の音量を大にした／Ａ４大の用紙
I increased the volume on my cellphone / A4-sized paper
把手机的音量调大／A4 大小的稿纸
Chỉnh tiếng điện thoại to lên / Giấy khổ A4 to

0409
たいけん
体験 する
Experience
体验
trải nghiệm

ホームステイをして日本の文化を体験した。
I experienced Japanese culture on a homestay.
住在当地人家里体验日本文化。
Khi sống homestay tôi đã được trải nghiệm văn hóa Nhật Bản.

0410
たいこ
太鼓
Drum
鼓
trống

祭りで笛や太鼓に合わせて皆踊った。
At the festival, everybody danced to the flute and the drum.
在祭典上，大家都踏着笛声和鼓声跳舞。
Mọi người nhảy múa tại lễ hội theo nhịp trống và sáo.

0411
たいざい
滞在 する
Stay
逗留、停留
lưu lại

ベトナムに観光で３日間滞在した。
I stayed in Vietnam for three days as a tourist.
因旅游，在越南逗留了3天。
Tôi lưu lại Việt Nam trong 3 ngày.

0412
たいさく
対策
Countermeasure, measure
对策
biện pháp, đối sách

市民がごみを減らすための対策を提案した。
A citizen proposed measures to get people to generate less garbage.
为了让市民减少垃圾，提出了相应的对策。
Người dân thành phố đề xuất biện pháp nhằm giảm rác thải.

0413
たいしょう
対象
Object, subject of
对象
đối tượng

留学生を対象とするアンケートを行った。
I surveyed overseas students using a questionnaire specially compiled for them.
进行了以留学生为对象的问卷调查。
Chúng tôi đã tiến hành bản điều tra cho đối tượng là lưu học sinh.

※対象者

0414 **だいしょう** **大小** Size 大小 to nhỏ	収穫したりんごを大小に分けた。 After the picking, the apples were graded by size. 把采摘的苹果按照大小分开。 Phân loại quả to nhỏ cho số táo thu hoạch được.
0415 **たいせい** **体制** System 体制 thể chế	彼はこの小説で社会の体制を批判している。 In this novel, he criticized the social system. 他在这部小说里批判了社会体制。 Ông ta phê phán thể chế xã hội trong cuốn tiểu thuyết này. ※反体制 ※～体制（例：管理体制）
0416 **たいだん** **対談** する Dialogue 对谈、面谈 đối thoại, nói chuyện	雑誌に監督とB選手との対談が載った。 The magazine featured a dialogue between the director and athlete B. 杂志上刊登了教练和选手B的对谈。 Tạp chí đăng cuộc đối thoại của huấn luyện viên và cầu thủ.
0417 **たいはん** **大半** Most 大半、大部分 đa số, phần lớn	この村では大半の人が車を持っている。 In this village, most people have a car. 这个村子大部分的人都有车。 Trong làng này, phần lớn mọi người đều có ô tô.
0418 **だいり** **代理** Proxy, on behalf of 代理 đại diện, thay mặt cho	部長の代理でパーティーに出席した。 I went to the party on behalf of the department manager. 作为部长的代理出席了派对。 Tôi đã tham dự bữa tiệc thay mặt cho trưởng phòng.
0419 **たいりつ** **対立** する Opposition 对立、冲突 đối lập	市長は議会と意見が対立している。 The mayor had a disagreement with the city council. 市长和议会的意见冲突了。 Thị trưởng không đồng ý với ý kiến của Quốc hội.
0420 **たいりょう** **大量** Much, many 大量、大批 lượng lớn	毎日、大量の食品がごみとして捨てられる。 Every day, large amounts of food are thrown away into the trash. 每天，都有大量的食物被当作垃圾丢掉。 Mỗi ngày, một lượng lớn thực phẩm bị ném đi như rác. ※大量～（例：大量生産）
0421 **たうえ** **田植え** Rice-planting 插秧 cấy lúa	この地方では5月の上旬に田植えをする。 In this area, rice is planted in early May. 在这个地方，5月上旬的时候插秧。 Chúng tôi cấy lúa ở khu vực này vào đầu tháng 5.

0422 **たから** **宝** Treasure 宝物 báu vật, kho báu	美術館で昔の王や貴族の宝を見た。 At the museum, we saw the treasures of ancient monarchs and aristocrats. 在美术馆看到了以前的国王和贵族的宝物。 Tôi đã nhìn thấy báu vật của nhà vua và các quý tộc thời xưa ở bảo tàng mỹ thuật. ※ 宝物
0423 **たくはい** **宅配** する Delivery 送货上门 giao hàng	このスーパーでは宅配のサービスをしている。 This supermarket offers a home delivery service. 这家超市提供送货上门的服务。 Siêu thị này có dịch vụ giao hàng. ※ 宅配便
0424 **たけ** **丈** Length 长度 chiều dài	ズボンの丈が長すぎたので、直してもらった。 The legs of my trousers were too long, so I had them adjusted. 因为裤子的长度太长了，所以找人帮忙修改一下。 Chiều dài quần hơi dài nên tôi nhờ sửa.
0425 **たすう** **多数** Many 多数、很多 nhiều	スピーチコンテストに多数の応募があった。 There were many entries in the speech contest. 有很多人报名参加了演讲比赛。 Có nhiều bài ứng tuyển vào cuộc thi hùng biện. ⇔ 少数
0426 **たすうけつ** **多数決** Majority vote 多数表决 biểu quyết đa số	クラスの委員を多数決で決めた。 Class committee members were decided by majority vote. 通过多数表决决定了班干部。 Quyết định ủy viên của lớp bằng biểu quyết đa số.
0427 **たちば** **立場** Position 立场 vị trí, hoàn cảnh, lập trường	父は社員を指導する立場にいる。 My father has a position where gives guidance to employees. 父亲站在指导员工的立场上。 Cha tôi ở vị trí dẫn dắt nhân viên.
0428 **だっこ** する Hug, embrace 抱 ôm	母親は泣いている子供をだっこした。 The mother hugged the crying child. 母亲把哭泣的孩子抱进怀里。 Bà mẹ ôm lấy đứa trẻ đang khóc.
0429 **たび** **旅** する Journey 旅行 chuyến đi, đi du lịch	自転車で日本全国を回る旅をしたい。 I want to travel all around Japan by bicycle. 想要骑着自行车绕着日本全国旅行。 Tôi muốn đi du lịch vòng quanh nước Nhật bằng xe đạp. ※ 長旅　※ 一人旅

0430	食べたことがない果物を試しに買ってみた。
ためし	I tried buying a fruit I had never eaten before.
試し	想尝试一下，买了没吃过的水果。
Try out	Tôi đã mua ăn thử loại trái cây mà tôi chưa bao giờ ăn.
尝试	
thử	

0431	基礎研修が終わって、次の段階に進んだ。
だんかい	After completion of basic training, I progressed to the next stage.
段階	基础培训结束了，进入了下一个阶段。
Stage	Sau khi được đào tạo cơ bản, chúng tôi đã tiến vào giai đoạn tiếp theo.
阶段	
giai đoạn	※ ～段階（例：発達段階）

0432	練習を続けるうちにチームの団結が強まった。
だんけつ	As it continued practising, the team grew more united.
団結 する	不断练习的过程中，增强了团队的团结。
Unite	Trong khi tiếp tục tập luyện, sự đoàn kết của đội đã mạnh lên.
团结	
đoàn kết	

0433	警察はその男が犯人だと断定した。
だんてい	The police asserted that the man was the criminal.
断定 する	警察断定那个男人就是犯人。
Assert, deem	Cảnh sát kết luận rằng người đàn ông đó là thủ phạm.
断定、判定	
kết luận	※ 断定的

0434	彼は単独で北極を横断した。
たんどく	He crossed the Arctic Circle alone.
単独	他单独横穿了北极。
Alone	Anh ta đã vượt Bắc Cực một mình.
单独	
một mình, đơn độc	

0435	肉や豆はたんぱく質を多く含んでいる。
たんぱくしつ	Meat and beans contain lots of protein.
たんぱく質	肉和豆中含有丰富的蛋白质。
Protein	Thịt và đậu chứa nhiều đạm.
蛋白质	
chất đạm	

0436	昔は女性の社会的な地位が低かった。
ちい	In the past, the social status of women was low.
地位	以前女性的社会地位很低。
Status	Ngày xưa, vị trí trong xã hội của phụ nữ còn thấp / Địa vị xã hội của phụ nữ trong quá khứ còn thấp.
地位	
địa vị, vị trí	

0437	団体戦ではチームワークが大切だ。
チームワーク	Teamwork is important in group competition.
	团队比赛中团队协作是很重要的。
Teamwork	Làm việc theo nhóm rất quan trọng trong thi đấu tập thể.
团队协作	
làm việc theo nhóm	

0438	
ちえ **知恵** Wisdom 智慧、経験 trí tuệ, sự khôn ngoan	祖母から昔の人の知恵をたくさん教わった。 I learned a lot about the wisdom of past generations from my grandmother. 祖母教了我很多过去的经验。 Tôi đã học được rất nhiều từ bà mình sự khôn ngoan của người xưa.

0439	
チェンジ する Change 変換、改変 thay, thay đổi	メンバーのチェンジ/車のデザインをチェンジする Change of members / Change the vehicle design 替换成员/改变汽车的设计 Thay đổi thành viên / Thay đổi thiết kế xe hơi ❋ イメージチェンジ

0440	
ちてん **地点** Point, site 地点 điểm, địa điểm	国は地震を観測する地点を増やした。 The government has increased the number of earthquake measurement points. 国家增加了观测地震的地点。 Đất nước đã tăng điểm quan sát trận động đất. ⊕ ～点（例：出発点）

0441	
チャンネル Channel 频道 kênh	つまらないので、テレビのチャンネルを変えた。 I changed the channel as it was boring. 因为太无聊了，所以换了电视的频道。 Tôi đã thay đổi kênh truyền hình vì nó nhàm chán.

0442	
ちゅうけい **中継** する Relay, transmit 转播 truyền, chiếu	サッカーの試合をテレビで中継した。 The football match was relayed live on TV. 电视上转播了足球比赛。 Chiếu trận thi đấu bóng đá qua ti vi.

0443	
ちゅうこ **中古** Second-hand 二手 cũ	安い中古の自転車を買った。 I bought a cheap second-hand bicycle. 买了一辆便宜的二手自行车。 Tôi đã mua một chiếc xe đạp cũ giá rẻ. ❋ 中古車

0444	
ちゅうこく **忠告** する Advise 忠告、劝告 khuyên bảo, răn, cảnh báo	父は息子にあまり酒を飲むなと忠告した。 The father advised his son not to drink too much alcohol. 父亲劝儿子少喝点酒。 Cha tôi khuyên bảo con trai đừng uống nhiều rượu.

0445	
ちゅうせい **中性** Neutral 中性 trung tính	食器を中性の洗剤で洗った。 I washed the tableware in neutral detergent. 用中性的洗涤剂清洗了餐具。 Tôi đã rửa bát đĩa bằng nước rửa trung tính. ❋ アルカリ性　❋ 酸性

☐ 0446 **ちゅうせん** **抽選** する Lottery, draw 抽签、抓阄 bốc thăm	希望者が多数の場合は、抽選とします。 If many people show an interest, we will hold a draw. 报名的人比较多的情况下，将采取抽签的方式。 Trường hợp nếu có nhiều người nộp đơn, chúng tôi sẽ thực hiện bốc thăm.
☐ 0447 **ちゅうりつ** **中立** する Neutral 中立 trung lập	社内で意見の対立があるが、私は中立だ。 There is a conflict of opinion within the company, but I am neutral. 虽然在公司内意见有争执，但是我是中立的。 Có xung đột ý kiến trong công ty, nhưng tôi là trung lập. ❈中立的
☐ 0448 **ちょうか** **超過** する Exceed 超过 vượt quá	支出は予算を大幅に超過した。 Expenses greatly exceeded the budget. 支出远远超过了预算。 Chi tiêu vượt quá nhiều ngân sách dự toán.
☐ 0449 **ちょうせい** **調整** する Adjust 调整 điều chỉnh	試合のまえに、体のコンディションを調整した。 Before the match, I tuned up my fitness. 比赛之前，调整了身体的状况。 Chúng tôi điều chỉnh tình trạng của cơ thể trước trận đấu.
☐ 0450 **ちょうせつ** **調節** する Adjust 调节 điều chỉnh, điều tiết, điều khiển	暑いので、エアコンの温度を調節した。 Because it was hot, I adjusted the air-conditioning temperature. 因为太热了，调节了空调的温度。 Trời nóng, vì vậy tôi điều chỉnh nhiệt độ của máy điều hòa.
☐ 0451 **ちょうり** **調理** する Cook 烹饪 nấu	新鮮な魚を調理した。 I cooked fresh fish. 烹饪了新鲜的鱼。 Tôi đã nấu cá tươi. ❈調理器具
☐ 0452 **ちょうわ** **調和** する Harmony 协调、和谐 hòa hợp, hài hòa	この町は自然と建物が調和している。 In this town, nature and buildings coexist in harmony. 这座小镇上，大自然与建筑物很协调。 Ở thị trấn này, thiên nhiên và các tòa nhà hài hòa với nhau.
☐ 0453 **つうじょう** **通常** Normal 通常、平常 bình thường, thông thường	通常の勤務は9時から5時までだ。 Normal working hours are nine till five. 通常的上班时间是9点到5点。 Công việc bình thường từ 9 giờ đến 5 giờ.

0454 **つうしん** **通信** (する) Communications 通信、通讯 truyền thông, truyền tin	現代の通信の手段はインターネットが中心だ。 The main method of communication these days is the Internet. 现代的通信手段以互联网为中心。 Các phương tiện truyền thông hiện đại được tập trung trên Internet.
0455 **つうよう** **通用** (する) Be commonly used 通用、管用 dùng, sử dụng	10年前の技術はもう通用しない。 Technology of just 10 years ago is no longer commonly used. 10年前的技术已经不管用了。 Công nghệ của mười năm trước sẽ không còn sử dụng.
0456 **つうろ** **通路** Passageway 通路、通道 đường đi, lối đi	通路に荷物を置くと、歩く人の邪魔になる。 If you put things in the passageway, it will be an obstacle. 把行李放在通道上的话，会给路人造成妨碍的。 Để hành lý ở lối đi sẽ cản trở người đi bộ.
0457 **つぶ** **粒** Grain 粒、颗粒 hạt	ご飯の粒が顔に付いているよ。 You have grains of rice stuck to your face. 你的脸上粘着饭粒呢。 Có hạt gạo đang dính trên mặt kia. ※〜粒（例：米粒）　※〜粒（例：1粒）
0458 **ていあん** **提案** (する) Proposal, suggestion 提案、建议 đề xuất	卒業式のやり方に生徒の提案を取り入れた。 I took up a student's suggestion regarding how the graduation ceremony should be arranged. 毕业典礼的举办方法采纳了学生的建议。 Tôi đã thông qua đề xuất của học sinh về cách tổ chức lễ tốt nghiệp.
0459 **ていこう** **抵抗** (する) Resist 抵抗、反抗、逆反 chống lại, kháng cự, chống đối	男は警官に抵抗した／彼の態度に私は抵抗を感じた The man resisted the police / I found it hard to accept his attitude 男人反抗了警察/对他的态度感到了逆反 Người đàn ông chống lại cảnh sát / Tôi cảm thấy sự chống đối trong thái độ của anh ta
0460 **ていし** **停止** (する) Stop 停止 đình chỉ, dừng lại, ngừng, treo	期限を守らないと、本の貸し出しを停止します。 If books are not returned on time, we shall stop lending them out. 不遵守期限的话，将会停止借书的服务。 Nếu bạn không giữ đúng thời hạn, chúng tôi sẽ ngừng việc mượn trả sách. ※一時停止
0461 **ていれ** **手入れ** (する) Care 修整、养护 chăm sóc, bảo dưỡng	きれいな花が咲くように、毎日手入れをする。 Take care every day, to ensure that beautiful flowers bloom. 为了开出好看的花朵，每天都会养护。 Chăm sóc mỗi ngày để hoa nở đẹp.

0462

データ
Data, electronic file
数据
dữ liệu

人口の変化のデータ/原稿をデータで送る
Data relating to population change / Send the manuscript electronically
人口变化的数据/以数据的形式发送原稿
Dữ liệu về sự biến đổi dân số / Gửi dữ liệu bản thảo

0463

てってい
徹底 する
Be thorough about
彻底、贯彻
triệt để

時間内に仕事を終えるように、社員に徹底した。
We thoroughly impressed on our employees the need to finish work on time.
要求公司员工贯彻执行按时完成工作。
Chúng tôi triệt để tới nhân viên sao cho hoàn thành công việc đúng thời gian.

☀徹底的

0464

てつや
徹夜 する
Be up all night
熬夜、通宵
thâu đêm

テストのために徹夜した。
I was up all night because of the test.
为了准备考试熬夜了。
Tôi thức thâu đêm cho bài kiểm tra.

0465

てにもつ
手荷物
Baggage
随身行李
hành lý xách tay

この飛行機に持ち込める手荷物は2つまでだ。
You are only allowed to take two pieces of hand-luggage on board this flight.
这架飞机最多可以携带2件随身行李。
Máy bay này chỉ cho xách tối đa là 2 kiện hành lý xách tay.

0466

てま
手間
Effort, trouble
工夫
thời gian công sức

手間をかけて、おいしいスープを作った。
Taking great care, I prepared a tasty soup.
花工夫做了好喝的汤。
Tôi tốn thời gian công sức để nấu được món súp ngon.

0467

デモ①
（デモンストレーション）
Demonstration
演示
diễu hành

デモンストレーションは商品の宣伝に有効だ。
Demonstration is an effective measure for product promotion.
实物展示对于商品宣传是有效的。
Cuộc diễu hành có tác dụng quảng bá tốt cho sản phẩm.

0468

でんあつ
電圧
Voltage
电压
điện áp

海外で電気製品を使うので、電圧を調べた。
Since I use electric products overseas, I checked what voltage I would need.
因为在国外要使用电器，所以查询了电压。
Vì phải sử dụng các sản phẩm điện ở nước ngoài tôi đã tìm hiểu về điện áp.

0469

てんかい
展開 する
Progess, happen
展开、发展
triển khai

ドラマの今後の展開が楽しみだ。
I'm looking forward to seeing what happens next in the drama.
期待电视剧接下来的剧情发展。
Tôi mong đợi sự triển khai trong tương lai của bộ phim.

0470 てんごく 天国 Heaven 天国、天堂 thiên đường	この島は、まるで天国のように美しい。 This island really is as beautiful as Arcadia. 这座小岛，简直像天堂一样美丽。 Hòn đảo này đẹp như thiên đường. ⇔ 地獄
0471 てんじ 展示 (する) Exhibit 展示 trưng bày	この博物館は昔の生活道具を展示している。 This museum exhibits daily items used in the past. 这家博物馆展示着以前的生活工具。 Bảo tàng này đang trưng bày những đồ dùng sinh hoạt hằng ngày thời xa xưa. ※ 展示物
0472 でんし 電子 Electron 电子 điện tử	電子はマイナスの電気を持つ。 Electrons have a negative charge. 电子是携带负电的。 Điện tử mang điện âm. ※ 電子化　※ 電子辞書
0473 テンポ Tempo 进展速度、节奏 nhịp điệu, tiết tấu	この曲はテンポが速くて楽しい。 This tune is fun when the tempo is fast. 这首曲子节奏欢快。 Bài hát này có tiết tấu nhanh, vui vẻ.
0474 でんりゅう 電流 Current 电流 dòng điện	雷が落ちると、非常に強い電流が流れる。 When lightning strikes, an extremely strong current is released. 打雷的时候，会产生非常强的电流。 Khi sét đánh xuống, có một dòng điện rất lớn chạy qua.
0475 でんりょく 電力 Power 电力 điện năng	新型テレビは電力の消費が３０％節約できる。 With the new kind of TV, a power saving of 30% is possible. 新型电视能够节约30%电费。 Ti vi đời mới có thể tiết kiệm 30% điện năng tiêu thụ. ※ 消費電力
0476 とういつ 統一 (する) Unity 统一 đồng nhất, giống nhau, thống nhất	どの部屋のカーテンも緑色で統一した。 In all rooms, the curtains have harmonized green color schemes. 所有房间的窗帘都统一成绿色的了。 Rèm của của phòng nào cũng giống nhau là màu xanh lá cây.
0477 どういつ 同一 Same 同一、相同 như nhau, giống nhau	同じ労働なら、給料も同一にする必要がある。 If the job is the same, then the wage must be the same as well. 同一工种的工资也应该一样。 Cùng một lao động, tiền lương cần phải như nhau. ※ 同一視　※ 同一〜(例：同一人物)

0478
どうき
動機
Motivation, interest
动机
động cơ

警察は殺人に至った犯人の動機を調べている。
The police are trying to find a motive for the murder.
警察正在调查杀人犯的作案动机。
Cảnh sát đang điều tra động cơ của thủ phạm dẫn đến việc giết người.

0479
どうきょ
同居 する
Live with, cohabit
同居、同住
sống cùng

結婚後、親と同居する人が少なくなった。
The number of people living with their parents after marriage has declined.
结婚之后，跟父母同住的人越来越少了。
Ngày càng ít người sống cùng bố mẹ sau khi kết hôn.
⇔別居

0480
とうけい
統計 する
Statistics
统计
thống kê

統計によると、喫煙者の数は減少している。
According to statistics, the number of smokers has declined.
据统计，吸烟者的数量正在减少。
Theo số liệu thống kê, số người hút thuốc đang giảm xuống.

0481
どうさ
動作
Movements
动作
động tác

彼女は動作が美しくて、しかも速い。
Her movements are beautiful and moreover fast.
她的动作不仅很美，还很快。
Động tác của cô ấy đẹp và nhanh.

0482
とうじょう
登場 する
Appear, emerge
登场、出现
xuất hiện, ra mắt

舞台に登場する/新しい型の車の登場
Appear on stage / Emergence of a new kind of car
登上舞台/新型车的出现
Xuất hiện trên sân khấu / Ra mắt của một loại xe mới
☀登場人物

0483
どうじょう
同情 する
Sympathize, feel sorry for
同情
đồng cảm, thương cảm

事故で親を亡くした子供に多くの人が同情した。
Many people felt sorry for children who have lost their parents in accidents.
很多人都同情在事故中失去父母的小孩子。
Rất nhiều người thương cảm cho đứa trẻ mất cha mẹ trong vụ tai nạn.
☀同情的

0484
どうとく
道徳
Moral
道德、品德
đạo đức

親孝行を重要な道徳だと考える日本人は多い。
There are many Japanese who think that filial loyalty is an important moral value.
很多日本人认为孝顺父母是重要的品德。
Có rất nhiều người Nhật Bản cho rằng lòng hiếu thảo là một đạo đức quan trọng.
☀道徳的

0485
どうにゅう
導入 する
Introduce
引进
giới thiệu

工場に新しい機械を導入した。
We've introduced some new machinery into the plant.
工厂里引进了新的机器。
Chúng tôi đã giới thiệu máy móc mới trong nhà máy.

0486

とうぶん
等分 (する)

Divide equally
等分、均分
chia đều

いただいたケーキを兄弟で等分して食べた。
We ate the cake after dividing it up equally among us brothers.
兄弟姐妹们把收到的蛋糕均分吃掉了。
Chia đều chiếc bánh nhận được cho anh em rồi ăn.

0487

とうゆ
灯油

Kerosene
煤油
dầu hỏa

ストーブの灯油を注文した。
I ordered kerosene for the stove.
订购了暖炉的煤油。
Tôi đã đặt mua dầu hỏa cho lò sưởi.

0488

どうよう
同様

Similar
同样
tương tự, như nhau

今回の実験も前回と同様の結果が出た。
We obtained similar results with this experiment as we did last time.
这次的实验得出了和上次同样的结果。
Cả thí nghiệm lần này và lần trước cho ra kết quả tương tự nhau.
※ ～同様 (例：家族同様)

0489

とうろく
登録 (する)

Register
登录、注册
đăng ký

自然保護の団体に会員として登録した。
I registered as a member of a nature conservation group.
注册了自然保护组织的会员。
Tôi đã đăng ký là thành viên của tổ chức bảo tồn thiên nhiên.
※ 登録証

0490

どく
毒

Poison
毒
độc

この魚は毒があって、食べられない。
This fish cannot be eaten as it is poisonous.
这条鱼有毒，不能吃。
Cá này là có độc không thể ăn được.
※ 毒薬

0491

とくしゅう
特集 (する)

Feature (magazine)
特辑、专刊
đặc san, số đặc biệt, đăng chuyên về

この雑誌の今月号は富士山を特集している。
The feature of the magazine this month is Mount Fuji.
这本杂志本月刊出了富士山的特辑。
Số ra tháng này của tạp chí này đăng bài chuyên về núi Phú Sĩ.

0492

とくちょう
特長

Special feature
特长、优点
tính năng nổi bật, đặc tính

この車の特長は操作がしやすいことだ。
The special feature of this car is that it is easy to drive.
这辆车的优点是操作简单。
Tính năng nổi bật của chiếc xe này là nó dễ vận hành.

0493

とくてい
特定 (する)

Specify
特定、确定
xác định, chỉ ra

犯人を特定する証拠は、まだ見付からない。
Evidence that identifies the criminal has yet to be found.
确定犯人的证据目前还没有找到。
Các bằng chứng xác định kẻ phạm tội vẫn chưa được tìm thấy.

0494 **とくてん** **得点** する Goal 取得分数 ghi bàn, giành điểm	最後の１０分に得点してサッカーの試合に勝った。 We won the soccer match with a goal in the last 10 minutes. 最后10分钟得分，赢得了足球比赛。 Cô đã ghi bàn trong 10 phút cuối cùng và chiến thắng trong trận thi đấu bóng đá. ※高得点
0495 **どくりつ** **独立** する Independence 独立 độc lập,	国が独立する/家を出て独立する The country will become independent / I will become independent by leaving home 国家独立/离开家独立 Quốc gia độc lập / Rời nhà sống độc lập
0496 **とじまり** **戸締まり** する Door lock 关窗锁门 khóa cửa	毎日家を出るとき、戸締まりを確認する。 When I go out each day, I check that the door is locked. 每天出门的时候，确认是不是关窗锁门了。 Khi rời nhà hàng ngày, hãy kiểm tra việc khóa cửa.
0497 **とどけで** **届け出** Report, notice 申报 báo cáo, thông báo	行方不明者の届け出は１年で８万人にもなる。 Reports of missing persons run to over 80,000 a year. 一年内报案失踪的人口居然有八万人。 Thông báo về số người mất tích trong 1 năm là 80.000 người.
0498 **とりあつかい** **取り扱い** Handle 使用、操作 sử dụng	危険な薬品なので、取り扱いに注意すること。 Caution is required in handling, as this is a hazardous chemical. 因为是危险药品，所以使用的时候要注意。 Vì là một dược phẩm nguy hiểm nên hãy chú ý khi sử dụng.
0499 **とりくみ** **取り組み** Measures 积极举措 nỗ lực	環境を守る取り組みが全国に広がっている。 Measures to protect the environment are becoming more widespread. 保护环境的积极举措正在全国范围内展开。 Những nỗ lực để bảo vệ môi trường đang lan rộng trên toàn quốc.
0500 **なか** **仲** Relationship 交情、关系 quan hệ	両親は仲が良くて、いつも一緒に出掛ける。 My parents have a good relationship and always go out together. 父母的关系很好，一直一起出门。 Bố mẹ tôi rất hòa thuận và luôn đi cùng nhau. ※夫婦仲
0501 **なかなおり** **仲直り** する Reconcile, make up with 和好、和解 làm lành	けんかしていた友達と仲直りした。 I made up with my friend after our quarrel. 和吵过架的朋友和好了。 Tôi đã làm lành với người bạn mà tôi đã cãi nhau.

0502	
なかみ **中身** Content 里面的东西 bên trong	けいさつかん なかみ み **警察官にかばんの中身を見せろと言われた。** I was told by the policemen to show the contents of my bag. 警察命令我给他看包里的东西。 Tôi đã bị cảnh sát yêu cầu cho xem bên trong của cái túi.

0503	
なし **無し** None, no, without 没有 không có	けん さ けっか まった もんだい な けんこう **検査の結果は全く問題無し。健康ですよ。** There were no problems at all in the test; you are healthy. 检查结果完全没有问题。很健康喔。 Kết quả kiểm tra hoàn toàn không có vấn đề gì. Tôi khỏe rồi.

0504	
なぞ **謎** Mystery 谜 câu đố	か がくしゃ う ちゅうたんじょう なぞ と **その科学者は宇宙誕生の謎を解こうとしている。** That scientist is trying to solve the mystery of the origin of the universe. 那位科学家想要解开宇宙诞生之谜。 Nhà khoa học đó đang cố lý giải câu đố về sự ra đời của vũ trụ.

0505	
なっとく **納得** する Be convinced by 理解、信服、认可 thỏa mãn, hài lòng	しゅじゅつ ひつよう いしゃ せつめい なっとく **手術が必要だという医者の説明に納得した。** I was persuaded by the doctor that an operation was necessary. 认可了医生对于需要手术的解释。 Tôi hài lòng với lời giải thích của bác sĩ về việc cần phải phẫu thuật.

0506	
なみき **並木** Row of trees 街道树 hàng cây	みち さくら なみ き ゆうめい **この道は桜の並木で有名だ。** This road is famous for its rows of cherry trees. 这条道路路两旁都是樱花而有名。 Con đường này nổi tiếng với hàng cây anh đào. なみ き みち さくらなみき ※並木道 ※～並木（例：桜並木）

0507	
 ニーズ Needs 需求 nhu cầu	と しょかん し みん ちょうさ **図書館について市民のニーズを調査した。** I did some research into what needs citizens expect libraries to fulfil. 关于图书馆，调查了市民的需求。 Tôi đã khảo sát về nhu cầu của người dân thành phố về thư viện.

0508	
にじゅう **二重** Double 双重、二重 nhân đôi, gấp đôi	むすめ けっこん むすこ しゅうしょく き に じゅう よろこ **娘の結婚と息子の就職が決まって、二重の喜びだ。** I had the double joy that my daughter's marriage and my son's job are decided. 女儿的婚姻和儿子的工作都确定了，这是双重的喜悦。 Cuộc hôn nhân của con gái và công việc của con trai tôi đã được quyết định, đúng là niềm vui nhân đôi.

0509	
にちじょう **日常** Daily 日常、平时 thường ngày, hàng ngày	にちじょう で き ごと か **ブログに日常の出来事を書いている。** I describe daily events on my blog. 博客上写着日常的事情。 Tôi viết các sự kiện hàng ngày trên blog của mình. にちじょうせいかつ にちじょうてき ※日常生活 ※日常的

0510 にっか 日課 Routine 每天必做的事情 công việc hàng ngày	英会話を15分練習するのが私の日課だ。 My routine is to practice English conversation for 15 minutes every day. 练习15分钟英语会话是我每天必做的事情。 Luyện tập 15 phút hội thoại tiếng Anh là công việc hàng ngày của tôi.
0511 にってい 日程 Schedule 日程、计划 lịch trình	旅行の日程が決まった。 The journey schedule has been set. 旅行的日程已定。 Lịch trình của chuyến đi đã được quyết định.
0512 にゅうかい 入会 (する) Enrol in, join 入会、参加 nhập hội, gia nhập	健康のために、テニスサークルに入会した。 For the sake of my health, I joined a tennis club. 为了健康，参加了网球社团。 Vì sức khoẻ, tôi gia nhập câu lạc bộ quần vợt.
0513 にゅうしゃ 入社 (する) Join a company 进公司 vào công ty	彼は入社して10年になります。 It's now 10 years since he joined the company. 他进公司10年了。 Anh ta đã vào công ty được mười năm.
0514 にゅうしょう 入賞 (する) Win a prize 获奖、得奖 đạt giải	彼の写真がコンテストで入賞した。 His photograph won a prize in a contest. 他的照片在比赛中得奖了。 Bức ảnh của ông ấy được đạt giải trong cuộc thi. ❉入賞者
0515 にゅうよく 入浴 (する) Bathe 洗澡、入浴 tắm	温泉には入浴するときの注意が書いてある。 At the hot-spring, there are some cautionary notices for bathers. 温泉里写着入浴时的注意事项。 Tại Onsen có ghi những điều cần chú ý khi tắm.
0516 ねっちゅう 熱中 (する) Enthuse over, be crazy about 热衷、着迷 mải mê	弟は最近、ゲームに熱中している。 My younger brother has recently been crazy about computer games. 弟弟最近沉迷于打游戏。 Em trai tôi gần đây mải mê chơi điện tử.
0517 ねっとう 熱湯 Hot water 热水、开水 nước sôi	熱湯がかかって、手にやけどをした。 I got hot water on my hand and scalded it. 被热水溅到，烫伤了手。 Vì dính nước nóng lên nên tay tôi bị bỏng.

0518	毎週、地元の農家の人が野菜を売りに来る。
のうか **農家** Farmer 农户、农民 nông dân	まいしゅう、じもとのうかのひとがやさいをうりにくる。 Every week, local farmers come and sell their vegetables. 每个星期、当地的农民都会过来卖蔬菜。 Hàng tuần, nông dân địa phương đến bán rau.

519	農村と都市では所得の差が大きい。
のうそん **農村** Countryside 农村、乡村 nông thôn	のうそんとしでは しょとくの さが おおきい。 The difference in income between the countryside and the city is considerable. 农村和城市的收入差距很大。 Sự khác biệt thu nhập giữa nông thôn và thành phố là lớn.

0520	空気中の二酸化炭素の濃度が上昇している。
のうど **濃度** Concentration 浓度 nồng độ	くうきちゅうの にさんかたんその のうどが じょうしょうしている。 The concentration of carbon dioxide in the atmosphere is rising. 空气中二氧化碳的浓度正在上升。 Nồng độ carbon dioxide (CO_2) trong không khí đang tăng lên.

0521	仕事のノウハウを後輩に伝えた。
ノウハウ Know-how 技术、诀窍 bí quyết, kỹ thuật	しごとのノウハウを こうはいに つたえた。 I passed on my job expertise to younger colleagues. 向晚辈传授了工作的诀窍。 Tôi đã truyền cho đàn em về bí quyết trong công việc.

0522	農薬を使わないで野菜を育てている。
のうやく **農薬** Pesticide 农药 thuốc trừ sâu	のうやくを つかわないで やさいを そだてている。 I grow vegetables without using pesticides. 不用农药培育蔬菜。 Tôi trồng rau mà không sử dụng thuốc trừ sâu.

0523	秘密の話だから、他人がいる場では話せない。
ば **場** Place 场所、场合 nơi	ひみつのはなしだから、たにんがいる ばでは はなせない。 Because it's a secret, I cannot talk about it where other people are around. 因为是秘密的事情，所以在有别人在的场合不能说。 Bởi vì đó là một câu chuyện bí mật nên tôi không thể nói chuyện ở nơi có những người khác.　✳～場 (例：遊び場)

0524	海を背景に立つ/事件の背景は複雑だ
はいけい **背景** Background 背景 bối cảnh, nền	うみを はいけいに たつ/じけんの はいけいは ふくざつだ Stand with the sea in the background / The background to the incident is complicated 以海为背景站着/案件的背景很复杂 Đứng lấy biển làm nền / Bối cảnh vụ việc phức tạp

0525	死刑制度の廃止について意見を述べた。
はいし **する** **廃止** Abolish 废除、取消 bãi bỏ	しけいせいどの はいしについて いけんを のべた。 I opined that the death penalty should be abolished. 关于废除死刑制度，阐述了意见。 Tôi trình bày ý kiến của mình về việc bãi bỏ chế độ tử hình.

わたしの単語
たん ご

On this page, let's write down vocabulary items taken from in daily life.
请在这一页写下日常生活中发现的单词吧。
Hãy viết vào trang này những từ vựng tìm thấy trong sinh hoạt.

読んでみよう3

南北大学のホームページ

◆**本大学の特長**

・最高**水準**の学問が受けられ、実習もできる環境を**整備**しています。**徹底**した専門教育を行います。

・**他**の学部や他大学の授業が**選択**でき、**総合**的に学ぶチャンスがあります。

・変化の速い現代に**通用**する人間を育てます。

◆**入学試験**

一般入試と**推薦**入試があります。

◆**学科の紹介**：心理学科

現代の社会では、ストレスやいじめなどが原因で、心の病気になる人が増えています。そのため、心理専門職への**ニーズ**が高まっています。

心理専門職は、**ノウハウ**だけ知っていればいいというものではありません。相手に**信頼**される**存在**になることが重要です。そのためには、相手を心から**尊重**し、その人の**背景**も理解する姿勢がなければなりません。本大学では、単に知識だけでなく、実習**体験**を通じて、このような姿勢を学びます。

〈卒業生の**進路**〉

学校などの教育機関や、病院などの心理専門職の他、一般企業にも**多数**就職しています。本大学は、優れた専門職を社会に送り出す大学としての**地位**を得てきています。

Nanboku University website

◆Features of the University
- We have created an environment in which the highest levels of tuition are offered and facilities for practical experience are in place. We offer thoroughgoing specialized courses.
- You can choose to study at other faculties or universities. A full range of study opportunities is provided.
- We prepare students fully for a rapidly evolving modern world.

◆Entrance examinations
There is a general entrance examination, and an examination for candidates recommended by senior high school principals

◆Our departments: Psychology
In the modern world, due to stress, bullying and other factors, the number of people with mental-health issues is increasing. For this reason, the need for psychology professionals is growing.
To be a professional in psychology, it is not enough to simply have expertise. It is also important to become a trusted partner. It is necessary to sincerely respect the patient, and be prepared to understand his or her background as well. At the University, we do not simply impart knowledge, we also help you prepare for this challenge through practical experience-based learning.
<Graduate course>
Many graduates are employed in schools and other colleges, in psychiatric positions in hospitals and other healthcare facilities, as well as in general companies. The University is widely recognized for supplying top-grade specialist talent in this field for the community.

南北学的网站主页

◆本大学的优势
- 学生可以接受到最高水平的教育，具备实习平台。学校实行完善的专业教育。
- 学生可以选择其他院系或其他大学的课程，具有综合性学习的机会。
- 我们培养的是能应对当今瞬息万变的人才。

◆入学考试
分为普通入学考试和推荐入学考试。

◆专业介绍：心理学系
当今社会，因压力过大或受到欺凌等而患上心理疾病的人逐渐增多。因此，对心理咨询师的需求不断增加。
心理咨询师并不是仅仅懂得心理学的理论知识和技巧就可以。重要的是要成为被对方信任的人。要做到这一点，必须要发自内心地尊重对方，以及了解这个人的生平过往。我们这所大学并不只是传授知识，还会通过实践体验，让学生学习这种态度。
< 毕业生的去向 >
除了进入学校等教育机构，医院等从事心理咨询师之外，也有很多毕业生在普通的公司工作。本校作为向社会输送优秀专业人才的大学，有一定的地位。

Trang chủ của Đại học Namboku

◆Đặc trưng của trường
- Trường đã tạo ra một môi trường học tập áp dụng nền học vấn với tiêu chuẩn cao nhất, cùng với trang bị cơ sở vật chất hoàn hảo để sinh viên có thể thực hành. Trường cung cấp đào tạo chuyên môn một cách toàn diện.
- Có thể lựa chọn giờ học của trường đại học khác và của khoa khác, có cơ hội học tập mang tính tổng hợp
- Được đào tạo để trở thành người có thể thích ứng với xã hội hiện đại đang chuyển biến nhanh chóng

◆Có thi đầu vào chung và thi đầu vào theo tiến cử

◆Giới thiệu các khoa: Khoa Tâm lý học
Trong xã hội hiện đại, số người mắc các bệnh liên quan đến tâm lý do các nguyên nhân như căng thẳng hay bị trêu chọc ngày càng tăng cao. Vì vậy, nhu cầu về nghề nghiệp chuyên môn tâm lý cũng đang tăng lên. Công việc chuyên môn tâm lý không phải chỉ cần biết các kỹ thuật kiến thức là đủ. Điều quan trọng là phải được đối phương tin tưởng. Để làm được điều này, cần phải ở trong tư thế tôn trọng người bệnh bằng cả tấm lòng và hiểu rõ bối cảnh của người đó. Tại trường đại học của chúng tôi, không phải chỉ đơn thuần học kiến thức mà thông qua trải nghiệm thực hành, sinh viên sẽ học những tư thế như vậy.
<Định hướng nghề nghiệp cho sinh viên tốt nghiệp>
Nhiều sinh viên tốt nghiệp đang làm việc ở tại các cơ sở giáo dục như trường học, các cơ sở chuyên môn tâm lý như tại bệnh viện hay trong các doanh nghiệp thông thường. Trường chúng tôi đang giành vị trí là trường đại học đào tạo ra những chuyên gia tâm lý tài giỏi cho xã hội.

23	～時 どき	When ……的时候 khi	ご飯時 はんどき　昼時 ひるどき *during food*　*during noon / lunch time.*
24	～殿 どの	Mr/Ms （尊称） ngài (kính ngữ)	イチロー殿 どの　福原愛殿 ふくはらあいどの
25	～内 ない	Within ……之内 trong~	基準内 きじゅんない　範囲内 はんいない *within standard*　*within range.*
26	反～ はん	Opposite, opposing 反…… phản~	反政府 はんせいふ　反体制 はんたいせい *anti-government*　*anti-establishment.*
27	本～ ほん	This, the current 正式…… chính thức~	本決まり ほんぎ　本採用 ほんさいよう　*permanent employment.* *definite / final decision*
28	真～ ま	Truly, purely 正…… chính ngay~, chính giữa~	真上 まうえ　真夏 まなつ　*midsummer.* *just above, right overhead*
29	真っ～ ま	Truly, purely 正…… chính ngay~, chính giữa~	真っ先 まさき　真っ白 ましろ *foremost, beginning, very front*　*pure white*
30	真ん～ ま	Truly, purely 正…… chính ngay~, chính giữa~	真ん中 まなか　真ん丸 ままる　*circle/* *middle, centre, midpoint*　*perfect round.*
31	～み	A touch of, a hint of ……的性质或状态 sự~	あたたかみ　真剣み しんけん *warmth*　*seriousness, earnestness.*
32	名～ めい	Famous, well-known 有名的…… ~nổi tiếng	名選手 めいせんしゅ　名場面 めいばめん　*famous scene.* *great player, star player / famous player.*
33	元～ もと	Original, former 前…… nguyên	元社員 もとしゃいん　元首相 もとしゅしょう *former employee*　*former PM*
34	～ら	Pluralizing suffix ……些, ……们 (số nhiều của từ đó)	これら　ぼくら *These.*　*We*

名詞　一般4	Nouns – General 4 名词 – 一般名词 4 Danh từ – Thông dụng 4

0526

はいそう
配送 する
Delivery
发送、配送
giao hàng

運送会社は夜間も配送を行っている。
The shipping company does deliveries at night as well.
运输公司夜间也进行配送。
Công ty vận chuyển vào buổi đêm cũng giao hàng.

0527

はいふ
配布 する
Distribute
分发、散发
phân phát

駅前で選挙のびらを配布した。
I distributed election leaflets outside the station.
在车站前散发了选举的传单。
Chúng tôi phân phát tờ rơi vận động bầu cử ở trước nhà ga.

0528

はぐるま
歯車
Gear
齿轮
bánh răng

時計の中をのぞいたら、歯車が見えた。
When I looked into the workings of the watch I could see the cogs.
观察手表内部，看到了齿轮。
Khi tôi nhìn vào đồng hồ, tôi có thể nhìn thấy bánh răng.

0529

パス する
Pass, clear
通过、跳过
đỗ, qua lượt

試験にパスした/トランプの順番をパスした
I passed the exam / I passed in a card game
通过了考试/跳过了扑克牌出牌的顺序
Đỗ kỳ thi / Đã qua lượt chơi tú

0530

パターン
Pattern
样式、模式
hình mẫu, khuôn mẫu

彼の行動はいつも同じパターンだ。
His behavior always follows the same pattern.
他的行为一直都是相同的模式。
Hành động của anh ta lúc nào cũng một khuôn mẫu.
※パターン化　※〜パターン（例：行動パターン）

0531

はたらき
働き
Work, action
功能、工作
hoạt động, chức năng, công việc

ビタミンの働き/働きに応じた給料
The action of vitamins / A salary that corresponds to work done
维生素的功能/与劳动相应的工资
Hoạt động của vitamin / Lương tương ứng với công việc

0532

パック する
Pack
包装
đóng gói

クッキーは10個ずつのパックになっている。
There are 10 cookies in each pack.
每十块曲奇饼干为一盒包装。
Bánh quy được đóng gói mười cái một.

0533 **はっしゃ** **発射** (する) Fire, shoot 发射 phóng	宇宙へロケットを発射した。 We fired a rocket into space. 向宇宙发射了火箭。 Phóng tên lửa vào vũ trụ.
0534 **はっそう** **発想** (する) Idea 想法 suy nghĩ, tư tưởng	発想を変えたら、良いアイデアが浮かんだ。 When I changed my way of thinking, I had good ideas. 改变了想法，于是有了好主意。 Khi thay đổi suy nghĩ, một ý tưởng tốt đã xuất hiện.
0535 **はってん** **発展** (する) Development 发展 phát triển	市長は町の発展に力を入れた。 The mayor was committed to the development of the town. 市长致力于城镇的发展。 Thị trưởng nhấn mạnh đến sự phát triển của thị trấn. ※ 発展的
0536 **はつでん** **発電** (する) Power generation 发电 phát điện	この病院には、停電のとき発電する装置がある。 We have a generating system in this hospital in case of power loss. 这家医院具备停电时的发电装置。 Bệnh viện này có thiết bị phát điện trong trường hợp bị mất điện. ※ 発電所　※ 〜発電 (例：火力発電)
0537 **パニック** Panic 恐慌 hoảng loạn	災害時には、パニックになることが最も怖い。 In the event of disaster, the most frightening thing is panicking. 灾难发生时，陷入恐慌是最可怕的。 Trong trường hợp xảy ra thảm họa, điều đáng sợ nhất là trở nên hoảng sợ.
0538 **バランス** Balance 平衡、均衡 cân bằng	毎日、栄養のバランスを考えて食事を取る。 I give thought to getting a balanced diet in my daily eating. 每天，考虑着营养的均衡用餐。 Ăn uống hàng ngày có xem xét đến cân bằng dinh dưỡng.
0539 **パワー** Power 力量、马力 khỏe, có lực	この車のエンジンはパワーがある。 The engine of this car is powerful. 这辆车的引擎马力十足。 Động cơ xe ô tô này khỏe.
0540 **はん** **判** Size (of paper) 纸张规格 khổ (giấy), kích cỡ	この紙は特殊な判なので、ファイルに入らない。 These documents have a special size and will not fit into files. 因为这张纸的纸型规格很特殊，所以无法放入文件夹。 Bởi vì tờ giấy này có khổ đặc biệt nên không cho vừa với cặp tài liệu.

0541 **ばん** **番** Turn, watch over 号、看守 lượt, số	診察の番を待つ/みんなの荷物の番をする I await my turn for diagnosis / I watch over people's baggage until they come back 等待门诊叫号/看守大家的行李 Đợi đến lượt kiểm tra / Tôi sẽ đánh số hành lý của mọi người ❈～番（例：門番）
0542 **はんえい** **反映** する Reflect 反映 phản chiếu, chiếu theo	客の意見を反映して、商品を作った。 We made products reflecting the opinions of the customers. 将顾客的意见反映到设计中，制作了商品。 Chúng tôi đã sản xuất ra sản phẩm chiếu theo ý kiến của khách hàng.
0543 **はんこう** **反抗** する Resist, oppose 反抗、违抗 chống lại, chống đối	中学生のとき、親に反抗してばかりいた。 As a junior high school student, I was in constant conflict with my parents. 上初中的时候，总是反抗父母。 Khi tôi còn là học sinh trung học cơ sở, tôi toàn chống đối lại đối bố mẹ tôi.　❈反抗的
0544 **はんそく** **反則** する Foul, violation 犯规 phạm quy	サッカーで手を使うのは反則だ。 In soccer, handling the ball is a violation. 足球比赛里使用手是犯规的。 Dùng tay trong bóng đá là phạm quy.
0545 **はんのう** **反応** する Reaction 反应、反响 phản ứng	この紙は酸性に反応する/反応が冷たい This paper reacts to acidity / His reaction is cold 这张纸遇酸反应/反响冷淡 Giấy này phản ứng với axit / Phản ứng lạnh lùng ❈～反応（例：化学反応）
0546 **ピーク** Peak 顶峰 đỉnh cao, đỉnh	富士山の登山者数は8月がピークだ。 The number of mountaineers on Mount Fuji peaks in August. 来富士山登山的人数在8月份达到顶峰。 Số lượng người leo núi Fuji vào tháng Tám đạt đỉnh cao nhất. ❈ピーク時
0547 **ひきわけ** **引き分け** Draw 平手、打平 hòa	野球の試合は5対5で引き分けだった。 The baseball match ended in a five-five draw. 棒球比赛以5比5的比分打平了。 Trận thi đấu bóng chày hòa với kết quả 5: 5.
0548 **ひじょう** **非常** Emergency 紧急 khẩn cấp	非常のときは、ボタンを押すと電車が止まる。 In an emergency, the train stops if you press the button. 紧急情况下，按下这个按钮电车就会停下。 Trong trường hợp khẩn cấp, bấm nút thì tàu sẽ dừng. ❈非常時

0549 ビタミン Vitamin 维生素 vitamin	ビタミンが不足すると、病気になりやすい。 If you don't get enough vitamins, you can easily fall ill. 维生素摄入不足的话，容易生病。 Thiếu vitamin có xu hướng bị bệnh. ※ビタミン剤
0550 ひつじゅひん 必需品 Necessity 必需品 đồ dùng cần thiết	交通が不便な田舎では、車は必需品だ。 A car is a necessity in the countryside, where getting around is inconvenient. 在交通不便的乡下，汽车是必需品。 Ở nông thôn nơi giao thông bất tiện, xe ô tô là đồ dùng cần thiết.
0551 ひっちゃく 必着 する Must arrive (by) 必须送达 phải gửi tới, phải gửi đến	願書は9月5日必着になっている。 Application forms must arrive by September 5. 申请书9月5号必须送达。 Đơn phải gửi đến vào ngày 5 tháng 9.
0552 ひてい 否定 する Deny 否定、否认 phủ nhận, bác bỏ	新社長は前社長の経営方針を否定した。 The new president rejected the previous incumbent's management policy. 新任社长否定了前任社长的经营方针。 Giám đốc mới đã bác bỏ phương châm điều hành của giám đốc cũ. ⇔肯定 ※否定的
0553 ひとごみ 人混み/人込み Crowd, throng 拥挤的人群 đám đông	娘が人混みの中で迷子になってしまった。 In the throng, my daughter got lost. 在拥挤的人群中，女儿迷路了。 Con gái tôi đã bị lạc trong đám đông.
0554 ひとやすみ 一休み する Rest, break 歇一会儿 nghỉ giải lao	途中で一休みしたあと、また山道を登った。 We set off up the mountain road again after taking a rest. 途中歇了一会儿之后，又开始爬山路了。 Tôi lại leo đường núi sau khi nghỉ giải lao giữa chừng.
0555 ひはん 批判 する Criticize 批评、批判 phê phán, chỉ trích	マスコミは首相の発言を批判した。 The media criticized the prime minister's remark. 媒体批评了首相的发言。 Các phương tiện truyền thông đã chỉ trích phát ngôn của thủ tướng. ※批判的
0556 ひひょう 批評 する Review 评论 phê bình	新聞で新しい本の批評を読んだ。 I read the review of the new book in the press. 报纸上看到了新书评论。 Tôi đọc phần phê bình của cuốn sách mới trên báo. ※批評家

0557 **ひょうか** **評価** する Evaluate, rate 评价 đánh giá	この映画は海外でも高く評価された。 This movie was highly rated overseas too. 这部电影在国外也得到了很高的评价。 Bộ phim này cũng được đánh giá cao ở nước ngoài.
0558 **ひょうげん** **表現** する Express 表达、表现 thể hiện	この感動を言葉で表現するのは難しい。 It's difficult to express this feeling in words. 这种感动用语言很难表达。 Thật khó để thể hiện sự cảm động này bằng lời.
0559 **ひょうじょう** **表情** Facial expression 表情、神情 vẻ mặt, nét mặt	彼女は感情がすぐ表情に出る。 You can see in her face what she is feeling. 她的喜怒哀乐立刻就会体现在表情上。 Cảm xúc của cô ấy lập tức thể hiện trên nét mặt.
0560 **ひょうほん** **標本** Specimen 标本 tiêu bản	博物館に珍しい昆虫の標本が展示してある。 Exhibits of rare insect specimens are displayed at the museum. 博物馆展有珍贵的昆虫标本。 Có trưng bày tiêu bản côn trùng quý hiếm trong bảo tàng.
0561 **びら** Poster 传单 tờ quảng cáo, tờ rơi	大学でサークル会員募集のびらを配った。 At the university I distributed posters recruiting members for the club. 在大学分发了招收社团成员的传单。 Trong trường đại học, chúng tôi đã phát tờ rơi chiêu mộ thành viên câu lạc bộ.
0562 **ひりょう** **肥料** Fertilizer 肥料 phân bón	大きな花が咲くように、肥料を与えた。 I spread manure in hopes of growing large flowers. 为了开出大的花朵，施了肥料。 Bón phân cho cây để có thể nở ra ra hoa to.
0563 **ひれい** **比例** する Be proportionate to, reflect 比例、正比 tỉ lệ thuận	一般的に商品の値段は質に比例する。 Generally, the price of goods reflects their quality. 一般情况下，商品的价格和质量成正比。 Nói chung giá của hàng hoá tỉ lệ thuận với chất lượng. ✳ 反比例
0564 **ピント** Focus 焦点 tâm điểm, tầm ngắm	最近のカメラは自動的にピントが合う。 Recently made cameras have automatic focusing. 最近的相机能自动对焦。 Các máy ảnh gần đây tự động lấy nét.

0565	昼は大抵ファーストフードで済ませる。
ファーストフード Fast food 快餐 thức ăn nhanh	I usually have fast food at lunchtime. 中午大都是吃快餐解决的。 Tôi thường kết thúc bữa trưa bằng suất ăn nhanh thông thường. ✻ ファーストフード店

0566	彼は小柄だが、ファイトがある。
ファイト Fight 斗志、干劲 ý chí chiến đấu	He is small, but has fighting spirit. 他虽然个子小，但是有干劲。 Anh ấy nhỏ con nhưng có ý chí chiến đấu.

0567	この画家は田舎の風景を好んで描く。
ふうけい **風景** Landscape, scene 风景、景色 phong cảnh	This artist paints scenes in the countryside. 这名画家喜欢画农村的景色。 Họa sĩ này yêu thích vẽ phong cảnh ở nông thôn.

0568	このダイエット法は一時ブームになった。
ブーム (Economic) boom, craze 流行、热潮 bùng nổ	This diet was once a big fad. 这种减肥法曾风靡一时。 Phương pháp ăn kiêng này đã bùng nổ một thời gian.

0569	集合の合図の笛が鳴った。
ふえ **笛** Whistle 笛子、哨子 còi	The assembly whistle was blown. 集合信号的哨子响了。 Thổi còi báo hiệu tập hợp.

0570	試験中、辞書の使用は不可とします。
ふか **不可** Not allowed 不得、不可、不允许 không được, không cho phép	During the examination, you are not allowed to use dictionaries. 考试中，不得使用辞典。 Trong khi thi, không được sử dụng từ điển. ⇔可

0571	１９６０年代に日本でテレビが普及した。
ふきゅう **普及** (する) Spread 普及 phổ biến	TV spread in Japan during the 1960s. 1960年代电视机在日本普及了。 Trong những năm 1960, ti vi đã trở nên phổ biến ở Nhật Bản.

0572	コンビニ強盗の犯人は複数だった。
ふくすう **複数** Multiple 复数、多人、多个 rất nhiều, vô số	There were multiple suspects in the convenience store robbery. 便利店的抢劫犯有多人。 Số người phạm tội ăn cắp tại cửa hàng tiện lợi rất nhiều.

0573 **ふざい** **不在** Absent, away 不在、不在家 vắng mặt	課長は出張で不在だ。 The section manager is away on business. 课长因为出差所以不在。 Trưởng phòng vắng mặt vì đang đi công tác.
0574 **ふぞく** **付属** する Included 附属 gắn kèm, đính kèm	付属のねじを使って机を組み立てた。 I assembled the device with the included screws. 用配送的螺丝组装了桌子。 Tôi lắp ráp cái bàn với các ốc vít đính kèm. ※〜付属〜（例：医学部付属病院）
0575 **ふたん** **負担** する Burden, cost 承担、负担 đảm nhận	公立の小学校では、給食費は各家庭が負担する。 At public elementary schools, families of children pay for school meals. 在公立小学，伙食费用是各个家庭共同承担的。 Chi phí ăn trưa trong các trường tiểu học công lập do mỗi gia đình đảm nhận. ※自己負担
0576 **ぶっしつ** **物質** Material, substance 物质 vật chất, chất	大気汚染の原因の物質は、200種類以上ある。 There are at least 200 types of substance that cause air pollution. 成为大气污染原因的物质，有200种以上。 Có hơn 200 loại chất gây ô nhiễm không khí. ※物質的　※〜物質（例：化学物質）
0577 **ふっとう** **沸騰** する Boil 沸腾 sôi	水は100度で沸騰する。 Water boils at 100°C. 达到100摄氏度时，水会沸腾。 Nước sôi ở 100 độ.
0578 **ふなびん** **船便** Sea-mail 海运 gửi đường biển	外国の友達に船便で荷物を送った。 I sent baggage by sea-mail to a friend overseas. 通过海运向外国的朋友邮寄了行李。 Tôi đã gửi hành lý cho một người bạn nước ngoài bằng đường biển. ⇔航空便
0579 **プライド** Pride, feelings 自尊心 lòng tự trọng	私はわが社の製品にプライドを持っている。 I take pride in my company's products. 我为我社的产品感到骄傲。 Tôi tự hào về sản phẩm của công ty chúng tôi.
0580 **プライバシー** Privacy 隐私 sự riêng tư	有名人でもプライバシーは尊重されるべきだ。 Even celebrities should have their privacy respected. 就算是名人，隐私也应该被尊重。 Ngay cả những người nổi tiếng cũng phải được tôn trọng sự riêng tư.

0581 **プラン** Plan 计划 kế hoạch	夏の旅行のプランを立てた。 I drew up a plan for my summer trip. 制订了夏季旅游的计划。 Tôi đã lên kế hoạch cho một chuyến du lịch mùa hè.
0582 **フリー** Free 自由、免费 miễn phí, tự do	フリーの記者／フリーの雑誌をもらう Freelance reporter / Receive a free magazine 自由撰稿人／得到免费的杂志 phóng viên tự do / Nhận tạp chí miễn phí ※フリー～（例：フリーアナウンサー）
0583 **プレッシャー** Pressure, stress 压力 áp lực	代表選手になって、プレッシャーを感じた。 I was selected to join the university team, and I felt the pressure. 成为代表选手，感到了压力。 Trở thành một cầu thủ đại diện, tôi cảm thấy áp lực.
0584 **ぶん** **分** Share, portion 份儿 phần	このお菓子は会に欠席した人の分です。 This portion of sweets is for those who did not make the meeting. 这个点心是缺席会议者的那份儿。 Chỗ hoa quả này là phần cho những người vắng mặt. ※～分（例：2人分）
0585 **ぶんかい** **分解** する Decompose, break down 拆开、分解 tháo rời, phân giải	時計を分解する／水を電気で分解する Take the watch to pieces / Decompose water by electrolysis 拆开钟表／用电分解水 Tháo rời đồng hồ / Phân giải nước bằng điện
0586 **ぶんし** **分子** Molecule 分子 phân tử	酸素の分子は酸素原子2個でできている。 An oxygen molecule is made up of two oxygen atoms. 氧分子是两个氧原子组成的。 Phân tử oxy được tạo thành từ hai nguyên tử oxy.
0587 **ぶんせき** **分析** する Analyze 分析 phân tích	営業部は消費者のニーズを分析した。 The sales department analyzed consumer needs. 营业部分析了消费者的需求。 Bộ phận kinh doanh phân tích nhu cầu của người tiêu dùng.
0588 **ぶんめい** **文明** Civilization 文明 văn minh	古代のある文明は、この川の周辺で始まった。 An ancient civilization began along this river bank. 古代的某种文明起源于这条河的周边。 Một nền văn minh cổ đại bắt đầu xung quanh con sông này.

	0589	
	ぶんや **分野** Field 領域、方面 lĩnh vực	社会科は地理、歴史などの分野に分けられる。 Social studies are divided into geography, history and other fields. 社会课分为地理、历史等领域。 Các môn xã hội có thể được chia thành các lĩnh vực như địa lý và lịch sử.

	0590	
	ぶんりょう **分量** Quantity, amount 分量 số lượng	調味料の分量は正確に量ること。 The amount of seasoning should be measured precisely. 调味料的量要正确地计量。 Số lượng gia vị cần được đo chính xác.

	0591	
	ぶんるい **分類** する Classify, sort 分类 phân loại	ファイルを種類別に分類した。 I classified the files by type. 把文件按不同的种类做了分类。 Chúng tôi phân loại các tệp thành từng file.

	0592	
	ペア Pair 一对、一双 cặp, đôi	彼と私はペアのセーターを買った。 He and I bought a pair of sweaters. 他和我买了情侣毛衣。 Anh ấy và tôi đã mua áo len đôi.

	0593	
	へいかい **閉会** する Close, end 闭幕、闭会 kết thúc, bế mạc	先週、オリンピックが閉会した。 Last week, the Olympic Games ended. 上周，奥运会闭幕了。 Tuần trước, Thế vận hội đã bế mạc. ⇔開会 ※閉会式

	0594	
	ベスト Best 最好、全力 tốt nhất, hết sức	この案がベストだ / ベストを尽くして戦う This is the best plan / I will give it my best 这个方案是最好的 / 竭尽全力战斗 Kế hoạch này là tốt nhất / Tôi sẽ dốc hết sức chiến đấu ※ベスト〜(例：ベスト5)

	0595	
	べっきょ **別居** する Live apart 分居 sống riêng, sống xa	私は仕事の都合で家族と別居している。 Because of my job, I live apart from my family. 我因为工作的关系正在和家人分居。 Vì hoàn cảnh công việc nên tôi đang phải sống xa gia đình. ⇔同居

	0596	
	べん① **便** Convenient 方便 thuận tiện	新しいマンションは交通の便がいい。 The new apartment has good transportation links. 新的公寓交通很方便。 Chỗ tòa chung cư mới này giao thông đi lại thuận tiện.

0597	ポイントを復習した／店のポイントをためる
ポイント Point 重点、积分 điểm	I reviewed the points / Save points at the store 复习了重点／积攒了店铺的积分 Tôi đã xem lại điểm / Tích điểm của cửa hàng

0598	彼は犬を連れて北極へ冒険の旅に出た。
ぼうけん **冒険** する Adventure 冒险 mạo hiểm	He set off on an adventure to the North Pole, taking a dog. 他带着狗踏上了去北极冒险的旅程。 Anh ta đã dẫn theo chó và đi du lịch mạo hiểm đến Bắc Cực.

0599	会社は女性の技術者を増やす方針だ。
ほうしん **方針** Policy, plan 方针 chính sách	The company plans to increase its number of female technicians. 公司的方针是增加女性技术人员。 Công ty có chính sách tăng số kỹ sư nữ. Trong trường hợp. ❊ ～方針（例：基本方針）

0600	ワインをプレゼント用に包装してもらった。
ほうそう **包装** する Package 包装 bọc, gói quà	I got the wine packaged as a gift. 让店员把红酒包成了礼盒装。 Tôi bọc chai rượu làm quà. ❊ 包装紙

0601	メンデルは１９世紀に遺伝の法則を発見した。
ほうそく **法則** Law 法则 quy luật, luật	Mendel discovered the law of inheritance in the nineteenth century. 孟德尔在19世纪时发现了遗传的法则。 Mendel đã phát hiện ra luật di truyền vào thế kỷ 19. ❊ 法則性

0602	マスコミは事件を大きく報道した。
ほうどう **報道** する Report 报道 đưa tin	The media reported this story very prominently. 媒体大肆报道了案件。 Báo chí đã đưa nhiều tin về sự việc. ❊ 報道機関

0603	ポーズを入れて録音する／ポーズをとった写真
ポーズ Pause, pose 停顿、造型 dừng, tạo dáng	Make a recording with pauses / Photograph of a model posing 加入停顿进行录音／摆好造型拍的照片。 Thêm khoảng dừng vào ghi âm / Bức ảnh tạo dáng

0604	このポットは６時間くらい保温できる。
ほおん **保温** する Retain heat 保温 giữ ấm	This pot retains its heat for six hours. 这种热水壶能够保温6小时左右。 Bình này có thể giữ ấm khoảng 6 giờ.

0605	
ほご	駅員が迷子の男の子を保護した。
保護 する	The station employees protected the lost boy.
Protect	站员保护了迷路的小男孩。
保护	Nhân viên nhà ga chăm sóc bé trai bị lạc.
bảo vệ,chăm sóc	※環境保護 ※自然保護

0606	
ほこり	試合には負けたが、努力した自分を誇りに思う。
誇り	We lost the match, but I was proud of the effort I put in.
Pride	虽然输了比赛，但还是要为努力了的自己而感到自豪。
自豪	Tôi thua cuộc, nhưng tôi tự hào về sự nỗ lực của bản thân.
tự hào	

0607	
ほじょ	祖父が学費を補助してくれた。
補助 する	Grandfather helped with the tuition fees.
Help	祖父补助了我的学费。
补助	Ông tôi đã hỗ trợ tôi học phí.
trợ giúp, hỗ trợ	※補助的

0608	
ほしょう	この製品には1年間の保証が付いている。
保証 する	This product comes with a one-year guarantee.
Guarantee	这款产品有一年的保修期。
保证	Sản phẩm này được bảo hành một năm.
bảo hành	※保証書

0609	
ほとけ	この仏の像は優しい顔をしている。
仏	This Buddha effigy has a gentle face.
Buddha	这尊佛像的容貌很温和。
佛	Tượng Phật này có một khuôn mặt hiền lành.
tượng phật	

0610	
ボリューム	ボリュームがある料理／テレビのボリュームを下げる
Substantial, volume	Substantial food / Lower the volume of the TV
分量、音量	量大的菜／调低电视的音量
lượng, âm lượng	món ăn có liều lượng / Giảm âm lượng của ti vi

0611	
ほんぶ	大地震後、市役所に災害対策の本部ができた。
本部	After the earthquake, an emergency headquarters was set up in the municipal offices.
Headquarters	大地震后，市政府成立了防治灾害的总部。
本部、总部	Sau trận động đất lớn, trụ sở điều hành ứng phó thiên tai đã
trụ sở	được thành lập tại cơ quan hành chính thành phố. ※対策本部

0612	
ほんみょう	ネットで知り合ったので、彼の本名は知らない。
本名	I met him online, so I do not know what his real name is.
Real name	因为是在网上认识的，所以不知道他的真名。
本名、真名	Tôi biết anh ta trên mạng, vì vậy tôi không biết tên thật của anh ta.
tên thật	

0613

マークシート

Mark sheet
答题卡
bảng trả lời, bảng đánh dấu

テストの答えはマークシートに記入すること。

Write the test answers on the mark sheet.
考试的答案要写在答题卡上。
Viết câu trả lời cho bài kiểm tra trên bảng trả lời.

0614

まさつ
摩擦 する

Friction
摩擦
ma sát

摩擦で熱が発生する/経済問題による摩擦

Heat is generated by friction / Friction due to economic problems
摩擦生热／经济问题导致的摩擦
Ma sát tạo ra nhiệt / Ma sát do các vấn đề kinh tế

※～摩擦（例：貿易摩擦）

0615

マスコミ
（マスコミュニケーション）

Media
媒体
phương tiện truyền thông

選挙の結果をマスコミの報道で知った。

I knew about the results of the election from media reports.
通过媒体的报道知道了选举的结果。
Tôi đã biết được kết quả của cuộc bầu cử nhờ thông báo của phương tiện truyền thông.

0616

まちかど
街角

Street corner
街角、街口
góc phố

街角でテレビ番組のインタビューを受けた。

I was interviewed by a TV channel on the street corner.
在街角接受了电视节目的采访。
Tôi đã có một cuộc phỏng vấn với một chương trình truyền hình ở góc phố.

0617

まほう
魔法

Magic
魔法
phép thuật, ảo thuật

男は魔法で石を宝石に変えた。

The man used magic to transform stones into jewels.
男人用魔法把石头变成了宝石。
Người đàn ông dùng phép thuật biến viên đá thành viên ngọc.

※魔法使い

0618

まんてん
満点

Full marks
满分
điểm tối đa

漢字のテストは満点だった。

I got full marks in the kanji test.
汉字考试拿了满分。
Bài kiểm tra Kanji đạt điểm tối đa.

0619

みあい
見合い する

Arrange (marriage)
相亲
xem mắt

祖父と祖母は見合いで結婚した。

The marriage of my grandfather and grandmother was arranged.
祖父和祖母是通过相亲结婚的。
Ông nội và bà ngoại kết hôn theo bằng xem mắt.

0620

みかけ
見掛け

Look; appearance
外表
vẻ bề ngoài

彼は見掛けは優しそうだが、意地が悪い。

He looks handsome but he is a nasty piece of work.
虽然他外表上看起来很亲切，但心术不正。
Anh ta có vẻ bề ngoài hiền lành nhưng tâm địa lại xấu xa.

0621	
みかた **見方** Perspective 看法、观点 cách nhìn, quan điểm	父と私とでは物事の見方が異なる。 My father and I have different ways of seeing things. 我和父亲对事物的看法不一样。 Bố tôi và tôi có cách nhìn nhận sự việc khác nhau.

0622	
みこみ **見込み** Be expected to 预计、期望 dự kiến	観光客は来年さらに増える見込みだ。 Tourist numbers are expected to further increase next year. 预计明年观光游客会进一步增加。 Khách du lịch dự kiến sẽ tăng cao hơn vào năm tới.

0623	
みこん **未婚** Unmarried 未婚 chưa kết hôn	日本では50歳までの男性の2割が未婚だ。 Some 20% of males in Japan under the age of 50 are unmarried. 在日本，50岁以下的男性有2成未婚。 Tại Nhật Bản, 20% nam giới ở tuổi dưới 50 tuổi vẫn chưa lập gia đình. ⇔既婚

0624	
みずたま **水玉** Polka dot 水珠 chấm bi	新しいネクタイは青と白の水玉にした。 I bought a new neck-tie with a blue-and-white polka dot pattern. 新的领带选择了蓝色和白色的水珠花纹。 Cái cà vạt mới có hình chấm bi màu xanh và màu trắng. ※水玉模様

0625	
ミスプリント Misprint 印刷错误 lỗi in nhầm	試験問題にミスプリントがあった。 There was a misprint in the exam questions. 试题有印刷错误。 Có lỗi in nhầm trong đề thi.

0626	
ミックス する Mix 混合 trộn, pha lẫn	牛乳と卵をミックスした飲み物が好きだ。 I like a drink compromising milk and egg mixed together. 喜欢喝牛奶和鸡蛋混合起来的饮品。 Tôi thích đồ uống pha với sữa và trứng.

627	
みてい **未定** Yet to be decided 未定 chưa quyết định	旅行の行き先は決めたが、日程は未定だ。 The destination of the trip is set but the schedule is yet to be decided. 虽然决定好了旅行的目的地，但是日程还没定。 Tôi quyết định đích đến của chuyến đi nhưng lịch trình vẫn chưa quyết định.

0628	
みのまわり **身の回り** Daily life, one's things 身边、日常生活 việc vặt của bản thân	90歳の祖母は身の回りのことは自分でする。 My 90-year-old grandmother looks after herself in daily life. 90岁的祖母自己照料日常生活。 Người bà 90 tuổi của tôi tự mình làm việc vặt của bản thân.

	0629	身分を証明する/昔は身分で差別された
みぶん **身分** Identity 身份、身份地位 thân phận, danh tính		Prove your identity / In the past, he suffered discrimination because of his identity 证明身份/以前是根据身份地位来区分的 Chứng minh danh tính / Trong quá khứ anh đã bị phân biệt bởi thân phận của mình ※身分証明書　※身分制度

	0630	この遊園地は、3歳未満は無料だ。
みまん **未満** Less than, up to 未满 dưới, chưa đủ		This amusement park is free for children up to 3 years old. 这个游乐园，未满3岁的儿童是免费的。 Công viên giải trí này miễn phí cho trẻ dưới 3 tuổi. ※～未満（例：6歳未満）

	0631	警察は事件の被害者の身元を調べている。
みもと **身元** Identity 身份、来历 nhân dạng		The police are investigating the identity of the victims of the accident. 警察正在调查这起案件被害人的身份。 Cảnh sát đang điều tra nhân dạng của nạn nhân trong vụ việc. ※身元保証

	0632	日本でいちばん多い名字は佐藤だ。
みょうじ **名字** Surname 姓 họ		The most common surname in Japan is Sato. 日本最多的姓是佐藤。 Họ phổ biến nhất ở Nhật Bản là Sato. ※姓

	0633	この大学の魅力はキャンパスが広いことだ。
みりょく **魅力** Charm, appeal 魅力 Sự thu hút, sự hấp dẫn		The appeal of this university is the spaciousness of its campus. 这所大学的魅力是校园很大。 Sự thu hút của trường đại học này là khuôn viên trường rộng lớn. ※魅力的

	0634	市民会館の管理は民間の会社が行っている。
みんかん **民間** Private 民间 tư nhân		Administration of the city hall is carried out by a private company. 市民会馆是由民间的公司进行管理。 Việc quản lý hội trường thành phố được thực hiện bởi một công ty tư nhân. ※民間企業

	0635	人には無限の可能性がある。
むげん **無限** Infinite, limitless 无限 vô hạn		People have limitless potential. 人有无限的可能。 Con người có khả năng vô hạn.

	0636	友達のアドバイスを無視したら、失敗した。
むし **無視** する Ignore 无视 bỏ qua, phớt lờ		I ignored my friend's advice and failed. 没听朋友的建议，结果就失败了。 Bỏ qua lời khuyên của bạn, tôi đã thất bại.

0637 **むじ** **無地** Solid color 素色 vải trơn, không họa tiết	無地のカーテンを花柄に替えた。 I replaced my plain-colored curtains with curtains with a floral pattern. 把素色的窗帘换成了花纹的。 Tôi thay tấm rèm vải trơn bằng rèm họa tiết hoa văn.
0638 **むじゅん** **矛盾** する Contradict 矛盾 mâu thuẫn	この文章は前半と後半の内容が矛盾している。 The first half of this sentence contradicts the second half. 这篇文章的前半部分内容和后半部分是矛盾的。 Nội dung của câu này mâu thuẫn với nội dung của phần trước và phần sau.
0639 **むすう** **無数** Countless 无数 vô số	夜空に無数の星が輝いている。 Countless stars are shining in the night sky. 夜空中闪耀着无数的星星。 Vô số các ngôi sao đang chiếu sáng trên bầu trời đêm.
0640 **むだづかい** **無駄遣い** する Waste 不必要的花费 lãng phí	家計簿を付け始めてから、無駄遣いが減った。 After I started doing housekeeping accounts, I reduced waste. 开始记录家庭收支账簿之后，减少了不必要的花费。 Từ khi bắt đầu ghi chép sổ chi tiêu gia đình, tôi đã giảm lãng phí chi tiêu.
0641 **むだん** **無断** Without permission 擅自 không phép	会社を無断で休んではいけない。 You must not take time off from the company without permission. 擅自缺勤是不允许的。 Không được nghỉ không phép. ※無断欠勤
0642 **むれ** **群れ** Flock, herd 群、群体 đàn	羊の群れが牧場の草を食べている。 A flock of sheep is grazing in the pasture. 羊群正在吃牧场的草。 Một đàn cừu đang ăn cỏ trong nông trại.
0643 **めいしん** **迷信** Superstition 迷信 mê tín	「4は死の意味の数字？」「それは迷信だよ」 "Number 4 means death?" "Now, that is a superstition." "4是代表死的数字？""那是迷信呀。" "Số 4 là số mang ý nghĩa của cái chết?" "Đó là sự mê tín".
0644 **めいぼ** **名簿** Roster, name list 名单、名册 danh sách	サークルの名簿を作った。 I made a roster for the club. 制作了社团的名册。 Tôi đã lập danh sách thành viên câu lạc bộ.

	0645	銘々が好きな料理を注文した。
めいめい **銘々** One by one, individually 各自、每个人 mỗi người, mình		Everybody ordered the meal they wanted individually. 各自下单了自己喜欢的菜肴。 Đã đặt món ăn theo sở thích từng người.

	0646	祭りのメインの会場は駅前の広場だ。
メイン Main 主要 chính		The main venue for the festival is the station square. 祭典的主会场是站前的广场。 Khu vực chính của lễ hội là quảng trường trước nhà ga.

	0647	この店は肉を目方で売っている。
めかた **目方** By weight 重量 trọng lượng		This store sells meat by weight. 这家店的肉是按照重量卖的。 Cửa hàng này bán thịt theo trọng lượng.

	0648	飯を３杯食べる/飯はもう済んだ
めし **飯** Rice 饭 cơm, bữa ăn		I eat three bowls of rice / I have finished the meal 吃３碗饭/饭已经吃完了 Tôi ăn ba bát cơm / Bữa ăn đã xong ※〜飯（例：朝飯）

	0649	駅から高い塔を目じるしにして来てください。
めじるし **目じるし** Landmark 标记 dấu hiệu, mốc		Please come here, using the tall tower as a landmark when you leave the station. 从车站出来请以高塔为标记走过来。 Hãy lấy tháp cao từ nhà ga làm mốc và đến đây.

	0650	花束にお祝いのメッセージを付けて送った。
メッセージ Message 信息 lời nhắn		I attached a congratulatory message to the bouquet and sent it. 把祝福的信息附在捧花上送过去了。 Tôi gửi lời nhắn chúc mừng kèm bó hoa.

	0651	円安は外国人観光客にはメリットがある。
メリット Merit, advantage 好处、优点 điểm lợi		The weak yen has advantages for overseas visitors to Japan. 日元贬值对外国游客来说有好处。 Đồng yên rẻ là điểm lợi cho khách du lịch nước ngoài.

	0652	この曲はメロディーが美しい。
メロディー Melody 旋律 giai điệu		The melody of this song is beautiful. 这首曲子的旋律很优美。 Bài ca này có giai điệu hay.

0653 **めん** **面** Aspect, area; mask 面具，方面 mặt nạ, mặt	面を着けて踊る/資金の面で苦労する Dance in masks / Struggle with funding 带着面具跳舞/在资金方面烦恼 Đeo mặt nạ và khiêu vũ / Khổ sở về tiền vốn ❈〜面（例：経済面）
0654 **めん** **綿** Cotton 棉 cốt tôn	夏は綿のシャツが気持ちいい。 In summer, I feel good wearing a cotton shirt. 夏天穿棉质T恤很舒服。 Mùa hè mặc áo cotton dễ chịu.
0655 **めんかい** **面会** する Visit 见面，探望 thăm	入院している伯母に面会に行った。 I went to visit my aunt who was hospitalized. 去探望了住院的伯母。 Tôi đến thăm cô của tôi.
0656 **もくざい** **木材** Wood, timber 木材 gỗ	日本では木材の4割が建築用に使われる。 In Japan, some 40% of timber is used for home construction. 在日本，4成的木材都用在建筑上了。 Ở Nhật Bản, 40% gỗ được sử dụng để xây dựng.
0657 **もくひょう** **目標** Goal, aim 目标 mục tiêu	祖父は1日1万歩を目標にして歩いている。 My grandfather goes out walking with the aim of completing 10,000 steps every day. 祖父以每天1万步为目标走路。 Ông tôi hàng ngày đi bộ với một mục tiêu đi được 10.000 bước.
0658 **もと** **元** Originally, previously 原来，原本 nguyên là, vốn dĩ	この自転車は、元は姉の物だ。 This bicycle previously belonged to my older sister. 这辆自行车，原本是姐姐的。 Cái xe đạp này vốn dĩ là của chị tôi.
0659 **ものおと** **物音** Sound 响动，动静 âm thanh, tiếng động	庭で何か物音がした。 I heard a sound in the garden. 院子里好像有什么动静。 Có tiếng động trong vườn.
0660 **ものごと** **物事** Things 事物 sự vật, sự việc	母はよく「物事を深く考えなさい」と言っていた。 My mother often said, "Give deep thought to things." 母亲过去常说："做事要深思熟虑。" Mẹ tôi thường nói "Hãy suy nghĩ sâu sắc về sự vật."

0661 やくひん 薬品 Chemical substance 药品 dược phẩm	この薬品は危険物に指定されている。 This chemical is designated as a hazardous substance. 这种药被指定为危险品。 Hóa chất này được chỉ định là hàng hoá nguy hiểm. ⊕〜薬（例：頭痛薬）
0662 やくめ 役目 Role 职责、任务 nhiệm vụ, công việc, trách nhiệm	新人の指導は私の役目です。 My role is to give guidance to the new hires. 指导新人是我的职责。 Hướng dẫn người mới là công việc của tôi.
0663 やくわり 役割 Role 角色、担当的职务 vai trò	受付や案内など大会委員の役割を決めた。 The roles of committee members for the meeting were decided, including reception and information. 决定了接待和引导等的大会委员的职责。 Chúng tôi quyết định vai trò của các thành viên ủy ban hội nghị như tiếp tân và hướng dẫn.
0664 ゆいいつ 唯一 Only, unique 唯一 duy nhất	年に1回の旅行が私の唯一の楽しみだ。 An annual trip is my only pleasure. 每年一次的旅行是我唯一的乐趣。 Đi du dịch mỗi năm một lần là niềm yêu thích duy nhất của tôi.
0665 ゆうこう 友好 Friendship 友好 hữu hảo	私の町は姉妹都市と友好を深めている。 My town is deepening friendship ties with sister cities. 我们城镇和姊妹城市正在加深友好关系。 Thị trấn của tôi và thành phố kết nghĩa tăng thêm quan hệ hữu hảo sâu sắc.
0666 ゆうせん 優先 する Prioritize, put ahead of 优先 ưu tiên	コストより安全を優先して商品を開発した。 They developed a product that puts safety ahead of price. 较于成本，优先考虑安全，开发了产品。 Chúng tôi đã phát triển các sản phẩm có mức độ ưu tiên hơn về độ an toàn so với giá thành. ※優先的
0667 ゆうそう 郵送 する Send by mail 邮寄 gửi bưu điện	願書は書留で郵送してください。 Please send the application by registered mail. 请用挂号信的形式邮寄申请书。 Xin vui lòng gửi đơn đăng ký qua bưu điện.
0668 ユーモア Sense of humor 幽默 hài hước	彼は、真面目すぎてユーモアが分からない。 He is too serious and has no sense of humor. 他太正经了，不懂幽默。 Anh ấy quá nghiêm túc để hiểu được sự hài hước.

0669 ゆうれい **幽霊** Ghost 幽灵 hồn ma, ma	夜の道で、風で揺れる木を幽霊と間違えた。 On the road at night, I mistook the movement of the tree branches in the wind for ghosts. 在夜晚的道路上，把随风摇摆的树错认成了幽灵。 Trên đoạn đường đêm, tôi nhìn nhầm cái cây rung lên trong gió thành một con ma.
0670 ゆくえ **行方** Whereabouts 去向，下落 tung tích	昨日から登山者の行方が分からない。 The whereabouts of the mountain climbers has been unknown since yesterday. 登山者从昨天开始下落不明。 Không biết về tung tích của người leo núi từ hôm qua. ❋ **行方不明**
0671 ゆだん **油断** する Careless 麻痹大意 cẩu thả, lơ là	油断していると、試験に落ちるぞ。 If you are careless, you will fail the examination. 如果麻痹大意的话，就无法通过考试哦。 Nếu bạn cẩu thả, bạn sẽ bị trượt bài kiểm tra.
0672 **ユニホーム** Uniform 制服 đồng phục	少年たちはユニホームを着て試合に出た。 The boys went to the match wearing club uniforms. 少年们穿着制服参加了比赛。 Các chàng trai mặc đồng phục bước vào trận thi đấu.
0673 ようじん **用心** する Beware of, be careful about 留神，提防 cảnh giác, đề phòng	人混みの中では、すりに用心してください。 Please be mindful of pickpockets when you are in a crowd. 人多混杂的时候，要提防扒手。 Hãy đề phòng những kẻ móc túi trong đám đông. ❋ **不用心**
0674 ようそ **要素** Element, factor 要素，条件 yếu tố	芽が出るのに必要な要素は水と温度と酸素だ。 The factors needed for a plant to germinate are water, warmth and oxygen. 出芽的必要条件是水、温度和氧气。 Các yếu tố cần thiết cho sự nảy mầm là nước, nhiệt độ và oxy. ❋ **構成要素**
0675 ようてん **要点** Point 要点 điểm chính, điểm quan trọng	レポートの要点を部長に報告した。 I reported the key points of the report to the department manager. 向部长报告了报告书的要点。 Báo cáo điểm chính của bản báo cáo cho trưởng phòng.
0676 ようと **用途** Use 用途 cách, mục đích	このナイフはさまざまな用途に使える。 This knife has various uses. 这把刀的用途很广。 Con dao này có thể được sử dụng với nhiều cách khác nhau.

	0677	古い旅館を洋風に建て替えた。
	ようふう	The old *ryokan* was reconstructed in a western style.
	洋風	将古老的旅馆改建成了西洋风格。
	Western-style	Tôi xây dựng lại nhà trọ cũ theo phong cách phương Tây.
	西式、西洋风格	⇔和風　⊕洋〜（例：洋菓子）
	phương Tây	

	0678	植物は根から養分を吸収している。
	ようぶん	Plants absorb nutrients from the roots.
	養分	植物从根部吸收养分。
	Nutrient	Thực vật hấp thụ chất dinh dưỡng từ rễ.
	养分	
	dinh dưỡng	

	0679	この冷蔵庫の容量は５２５Ｌだ。
	ようりょう	The capacity of this refrigerator is 525 L.
	容量	这台冰箱的容量是 525 升。
	Capacity	Dung tích của tủ lạnh này là 525 lít.
	容量	
	dung tích	

	0680	今日は、いいことがありそうな予感がする。
	よかん	Today, I have a feeling that something good will happen.
	予感 する	今天，预感似乎会有好事。
	Premonition, presentiment	Hôm nay, tôi có dự cảm rằng có việc tốt.
	预感	
	dự cảm	

	0681	白いシャツは汚れが目立つ。
	よごれ	Dirt shows up on white shirts.
	汚れ	白衬衫上沾上污渍就很明显。
	Dirt	Vết bẩn trên áo trắng nhìn rất rõ.
	污渍、污垢	
	vết bẩn	

	0682	今後１０年間の人口の変化を予測した。
	よそく	Over the next 10 years, we forecast changes in population.
	予測 する	预测了今后 10 年的人口变化。
	Predict, forecast	Chúng tôi dự báo về biến đổi dân số trong thập kỷ tiếp theo.
	预测	
	dự báo, ước lượng	

	0683	よそ見をしていて、石につまずいてしまった。
	よそみ	I was looking away when I tripped over the stone.
	よそ見 する	左顾右盼正在走神，一不小心被石头绊倒了。
	Look away	Tôi nhìn sang chỗ khác và bị vấp phải hòn đá.
	走神、看其他地方	
	nhìn sang chỗ khác	

	0684	電池が切れたときのために、予備を買った。
	よび	I bought spares in case the battery runs out.
	予備	为了以备电池用完，买了备用电池。
	Reserves	Tôi đã mua dự trữ để phòng khi pin hết.
	预备、备用	
	dự trữ	

0685 よゆう 余裕 Leeway, time or capacity available for 宽裕、从容 dư thừa, rảnh	仕事が忙しくて、遊ぶ余裕はない。 I am busy with work, and do not have time for amusement. 工作太忙了，没有玩乐的空闲。 Công việc bận rộn nên tôi không rảnh để chơi.
0686 ライン Line 线 vạch, tiêu chuẩn	スタートのラインに立つ/合格のライン Stand at the start-line / Qualification threshold 站在起跑线上/合格线 Đứng trên vạch xuất phát / Tiêu chuẩn thành công
0687 らん 欄 Column 栏 cột	履歴書の資格の欄に「Ｎ１合格」と書いた。 I wrote "N1" in the column for qualifications in my resume. 在简历的证书栏写上了"N1 合格"。 Tôi đã viết "Thi đỗ N1" trong cột của trình độ của sơ yếu lý lịch. ❋〜欄（例：解答欄）
0688 リード する Lead, spearhead 领导、引领 dẫn đầu	将来、この国は世界の経済をリードするだろう。 In future, this country is likely to lead the global economy. 将来，这个国家会引领世界经济吧。 Trong tương lai, đất nước này sẽ dẫn đầu nền kinh tế thế giới.
0689 りがい 利害 Interests 利害、得失 lợi ích	両社の利害が一致して、契約が成立した。 The interests of both companies converged, and so the contract was signed. 两家公司的利害关系一致，达成了合约。 Thỏa thuận về lợi ích của cả hai công ty, và hợp đồng đã được thành lập.　　❋利害関係
0690 りこん 離婚 する Divorce 离婚 ly hôn	友人は、夫が定年退職したとたんに離婚した。 My friend got divorced as soon as her husband retired. 丈夫一退休，朋友就和丈夫离婚了。 Bạn tôi đã ly hôn ngay khi chồng tôi nghỉ hưu.
0691 リスト List 列表、清单 danh sách	旅行に持って行く物のリストを作った。 I made a list of things to take with me on the journey. 制作了旅行要带的东西的清单。 Tôi đã làm một danh sách những đồ mang theo khi đi du lịch.
0692 りつ 率 Rate, ratio 率 tỉ lệ	この試験に受かる率は２１％だそうだ。 I've heard that the pass rate for this examination is 21%. 这次考试的合格率据说是21%。 Nghe nói tỷ lệ đỗ của kỳ thi này là 21%. ❋〜率（例：出席率）

0693 りょうかい 了解 (する) Consent 知晓、谅解 chấp thuận	上司の了解を取って、新しい企画を進めた。 With the consent of my superior, I moved the new project forward. 经上司知晓，推进了新的企划。 Được sự chấp thuận của cấp trên, tôi đã tiến hành kế hoạch mới.
0694 りょうりつ 両立 (する) Reconcile, harmonize two opposing things 两者并立 tương thích	環境保護と経済発展が両立する町を作りたい。 We would like to reconcile environmental protection with economic development in our town planning. 想要建设环境保护和经济发展并驾齐驱的城镇。 Tôi muốn tạo ra một thị trấn nơi bảo vệ môi trường và phát triển kinh tế tương thích với nhau.
0695 れいぎ 礼儀 Courtesy, good manners 礼仪 phép lịch sự, lễ nghĩa	遅れるときは連絡するのが礼儀だ。 When you are late, it is good manners to give notice. 迟到的时候要联系，这是礼仪。 Liên lạc khi đến muộn là phép lịch sự. ❀礼儀作法
0696 レース① Race 竞赛 cuộc đua	車が好きで、よくレースを見に行く。 Because I like cars, I often watch races. 因为喜欢车，所以经常去看赛车。 Tôi thích xe ô tô và tôi thường đi xem các cuộc đua xe.
0697 レース② Lace 蕾丝 vải	レースのカーテンを新しくした。 I bought a new lace curtain. 换了新的蕾丝窗帘。 Tôi đã thay mới vải rèm.
0698 レクリエーション Recreation, pastime 消遣、娱乐 giải trí	卓球は気軽に楽しめるレクリエーションだ。 Table tennis is a pastime that can be enjoyed casually. 乒乓球是可以轻松享受的娱乐活动。 Bóng bàn là môn giải trí mà bạn có thể dễ dàng yêu thích.
0699 レシピ Recipe 食谱、烹饪法 công thức	友人にケーキのレシピを教えてもらった。 I learned the cake recipe from a friend. 朋友教了我做蛋糕的方法。 Tôi đã được bạn dạy cho công thức làm bánh.
0700 れんそう 連想 (する) Associate with 联想 liên tưởng	白と言えば、雪を連想する。 I think of snow when the word "white" is spoken. 说到白色，就会联想到雪。 Khi nói đến màu trắng thường liên tưởng đến tuyết.

	0701	若者が輪になってダンスをしている。
		わかもの　わ
わ		The young people have formed a ring and are dancing.
輪		年轻人正围成一圈跳着舞。
Ring		Những người trẻ tuổi đang nhảy múa thành vòng tròn.
圆圈		
vòng		

	0702	新しい布団は、綿がふわふわで気持ちがいい。
		あたら　ふ とん　わた　き も
わた		The new mattress is fluffy with cotton and feels good.
綿		新被子里的棉花蓬松柔软，感觉很舒服。
Cotton		Đệm mới là bông thật mềm mại làm ta cảm thấy dễ chịu.
棉花		
bông		

	0703	このホテルには和風の広い庭がある。
		わ ふう　ひろ　にわ
わふう		This hotel has a spacious Japanese-style garden.
和風		这家酒店有一个宽敞的日式庭院。
Japanese-style		Khách sạn này có một khu vườn rộng lớn kiểu Nhật Bản.
日式、和风		⇔洋風　⊕和〜（例：和菓子）
kiểu Nhật		ようふう　わ　れい　わ がし

読んでみよう4

志望理由

私は心理学科への進学を志望している。

きっかけは高校2年の夏休みに1枚の**びら**を見て、子供の学習教室にボランティアとして参加したことだ。そこには、貧しい家の子供や両親の**別居**や**離婚**で心の**バランス**を失った子供、親から暴力を受けて市の施設に**保護**された子供などが来ていた。

その中でA君はひどく**反抗**的で、どんなことにも**否定**的だった。ある時、私は「どんな人間にも**無限**の可能性があるんだよ」と言ってみた。すると、彼は、それまで私が何を言っても**無反応**で**無視**していたにもかかわらず、「へえ、じゃあ、俺にどんな可能性があるんだよ」とどなったのだ。彼の**表情**は、お前は理解があるような**ポーズ**をとっているだけだと私を**批判**していた。私は何も答えられなかったが、意外なことに、それ以来彼の態度が変わり、私にも返事をするようになった。

当時、私も悩みを抱えていた。両親からの期待に**プレッシャー**を感じながら、会社の**歯車**としてだけ働く父親のような人生は送りたくないとイライラしていた。この経験から心の問題を持っているのは、彼も自分も同じだと気づき、子供の心を深く知りたいと思うようになった。そして子供の声を聞くことが、自分が社会の中で果たせる**役目**だと思い、それを自分の将来の**目標**に決めることができた。

以上が私が心理学科を志望する理由である。

Reasons for applying

I hope to continue my studies at psychology department.

What triggered my interest was seeing a leaflet in my second year of high school and taking part as a teaching volunteer in a class of children during the summer holidays. To this place came children from poor families and children who had suffered emotional disturbance because their parents had split up or divorced, or who needed protection from parental violence and had been placed in municipal institutions.

One of these people was child A. Child A was very rebellious and negative about everything. One time, I tried telling him that there is limitless possibility for any other person. When he heard this, instead of not reacting and ignoring everything I said, he asked loudly, "Oh really? What potential do you see in me?" From his expression, which was critical, I saw he thought I was just pretending to have some understanding of his situation. I could not answer him. But the funny thing was, his attitude changed after that and he began to respond to me too.

At the time, I had problems of my own. I felt pressure from the burden of parental expectation, but the thought of becoming another cog in society like my father, living that kind of life, just got on my nerves. The fact that I had emotional issues due to this experience made me realize that he and I were the same. And I began to wish I fully understood children's feelings. I began to think that my role in society was to listen to what children had to say. I was able to make this my future goal.

That is the reason why want to study psychology.

报考理由

我希望可以就读于心理学系。

契机是，高中二年级的暑假，我看到了一张传单，就到儿童学习班做志愿者。在那里，有贫困家庭的孩子，有因父母分居或离婚而出现心理障碍的孩子，也有受父母施暴而受社会福利设施保护的孩子。

其中，小 A 是一个非常叛逆的孩子，不论什么事情他都是持否定态度的。有一次，我试着跟他说"不管是什么样的人，都是有无限的可能性的呢。"他之前无论我说什么都是不理不睬的，可是一听到这句话，他就嚷到："哦？那你倒是说说，我有什么可能性呀？"他的表情仿佛是在批评我不过是装作理解他而已。我当时一时语塞，什么也没说。不过意外的是，从那以后，小 A 对我的态度发生了转变，我跟他说话，他也开始回答我了。

那个时候，我其实也有我自己的烦恼。父母的期望让我感到压力，我不想像父亲那样，仅仅作为公司的齿轮度过一生。我为此一直很焦躁。然而从这次经历我发现，原来我和他是一样的，都有心理问题。于是我想深入了解孩子们的内心世界。我想我能为这个社会做的就是去倾听孩子们的心声。于是我终于决定以此作为我未来人生的目标。

这就是我报考心理学系的理由。

Lý do nguyện vọng

Tôi có nguyện vọng học lên đại học khoa tâm lý học.

Nguyên cơ của việc này là vào mùa hè năm thứ 2 trung học cơ sở tôi đã nhìn thấy một tờ rơi và tôi đã tham gia làm tình nguyện viên tại lớp học dạy cho trẻ con. Các em đến lớp học này là những em nhà nghèo, những em mất cân bằng tâm lý vì bố mẹ ly thân hay ly hôn, những em đang được các trung tâm của thành phố bảo hộ vì bị bố mẹ bạo hành.

Trong số đó cậu bé A với tính cách vô cùng chống đối, với bất cứ chuyện gì cũng phản ứng mang tính tiêu cực. Có một lần tôi đã thử nói với cậu bé rằng: "Người nào cũng có khả năng vô hạn đấy em!". Lập tức, cậu bé mà từ trước đến nay cho dù tôi có nói gì cũng đều phớt lờ đã hét to lên rằng "Thật thế à? Vậy, em có khả năng gì?". Biểu cảm của cậu bé như thể phê phán tôi là chỉ cố tỏ ra hiểu biết thôi. Tôi đã không thể nói được câu gì, nhưng thật bất ngờ là từ đó, thái độ của cậu bé đã thay đổi và thậm chí cậu bé còn trả lời lại tôi.

Khi đó, tôi cũng đang mang nỗi buồn phiền của mình. Tôi vừa cảm thấy áp lực từ sự kỳ vọng của bố mẹ lại vừa cảm thấy căng thẳng và không muốn sống một cuộc sống như bố tôi-làm việc như thể là mắt xích của công ty. Từ kinh nghiệm đó, tôi nhận ra rằng việc có vấn đề trong tâm hồn thì cả tôi và cả cậu bé đều giống nhau và tôi đã nghĩ bản thân muốn hiểu sâu hơn về tâm hồn trẻ em.Tôi đã nghĩ rằng việc lắng nghe tiếng nói của trẻ em là một nhiệm vụ mà bản thân tôi có thể đảm đương được và tôi đã quyết định đặt việc đó làm mục tiêu trong tương lai của mình.

Trên đây là lý do tôi có nguyện vọng vào học khoa tâm lý.

| | じょすうし
助数詞 | Counter Words, Units
数量词
Số từ, Đơn vị | |

01	かしょ 〜箇所	Place ……处 〜chỗ, 〜điểm
02	かん 〜巻	Volume, tome ……卷 〜cuốn
03	き 〜切れ	Slice, piece ……片 〜mảnh, 〜miếng
04	けん 〜件	Incident, item of information ……件、……封 〜vụ, 〜cái
05	こ 〜戸	Home ……户 〜hộ
06	ごう 〜号	Publication (editions), clothing size, size of small round things ……号 số〜, cỡ〜
07	しょう 〜勝	Victory ……胜 〜thắng
08	せき 〜隻	Ship ……只 〜chiếc, 〜con
09	そく／ぞく 〜足	Paired footwear ……双 〜đôi
10	ちゃく 〜着	Order of arrival, number of clothing items ……件 〜bộ(quần áo), 〜lượt đánh(cờ vây)
11	とう 〜等	Grade, class ……等 giải〜
12	とお 〜通り	Kind, sort, way 计算组、种类或次数等的量词 cách〜, phương pháp〜
13	にんまえ 〜人前	Portion, serving ……人份 〜suất ăn
14	はい／ばい 〜敗	Defeat ……负 thua〜trận
15	ぶ 〜部	Collation of documents; section, bundle ……册 〜bộ
16	ほ／ぼ 〜歩	Step ……步 〜bước
17	やま 〜山	Heap or pile of something ……堆 〜khay đầy

	Nouns – Vehicles and transportation
名詞　乗り物・交通 めいし　のりもの　こうつう	名词 – 交通工具・交通 Danh từ – Phương tiện đi lại, Giao thông

---

0704

うんきゅう
運休 する
Suspend (service)
停运、停开
ngừng hoạt động

台風で朝から電車もバスも運休した。
たいふう　あさ　でんしゃ　うんきゅう

Because of the typhoon, trams and buses are suspended from the morning onward.
由于台风，早上开始电车和公交车都停运了。
Cả xe lửa và xe buýt đã phải ngừng hoạt động từ sáng do bão.

0705

うんちん
運賃
Fare
运费
giá vận chuyển, giá vé

来月からバスの運賃が上がる。
らいげつ　うんちん　あ

Bus fares go up from next month.
下月开始公共汽车车的运费将上调。
Giá vé xe buýt sẽ tăng từ tháng tới.

0706

かいそう
回送 する
Return to depot (train)
调回
không phục vụ

この電車は回送のため、お乗りになれません。
でんしゃ　かいそう　の

This train is returning to the depot, so you cannot get on it.
这辆电车由于是调回的空车，不能乘坐。
Chuyến xe lửa này không phục vụ nên hành khách không thể lên được.

0707

かいそく
快速
Rapid (train)
快速、高速度
tốc hành

この駅には、快速の電車は止まらない。
えき　かいそく　でんしゃ　と

This station is not served by rapid trains.
这个车站，快速电车不停靠。
Tàu tốc hành sẽ không dừng ở ga này.

0708

かいつう
開通 する
Open (road)
开通、通车
mở ra, khai thông

新しい道路が開通して、便利になった。
あたら　どうろ　かいつう　べんり

A new road opened, increasing convenience.
新道路通车后，变得方便了。
Một con đường mới mở ra và trở nên thuận tiện.

0709

かもつ
貨物
Cargo
货物
hàng hóa

週3回、フェリーが乗客と貨物を島まで運ぶ。
しゅうさんかい　じょうきゃく　かもつ　しま　はこ

The ferry takes passengers and cargo to the islands three times a week.
每周三次，渡轮将乘客和货物运到岛上。
Phà mang hành khách và hàng hóa đến đảo ba lần một tuần.

※貨物船
かもつせん

0710

ぎょせん
漁船
Fishing boat
渔船
thuyền đánh cá

朝早く漁船は沖に出ていった。
あさはや　ぎょせん　おき　で

Early in the morning, fishing boats headed out for the ocean.
一清早，渔船就出海了。
Các thuyền đánh cá đã ra ngoài khơi từ sáng sớm.

0711
くうせき
空席
Vacancy
空位、空座
ghế trống

ネットで新幹線の空席の状況を調べた。
I looked online to find out whether there were any free seats on the shinkansen.
网上查询了新干线的空位情况。
Tôi đã kiểm tra tình trạng ghế trống trên tàu Shinkansen.

0712
げしゃ
下車 する
Get off, alight
下车
xuống tàu

途中で下車すると、この切符は使えなくなる。
If you get off before you reach your destination, you will not be able to use this ticket.
如果中途下车，这张票就不能使用了。
Nếu bạn xuống ở giữa đường thì vé này sẽ không thể sử dụng được.

0713
けっこう
欠航 する
Be canceled (flight)
航班取消
hủy (bay)

台風で飛行機が欠航した。
Because of the typhoon, flights were canceled.
由于台风，飞机的航班取消了。
Chuyến bay đã bị hủy do cơn bão.

0714
こうくう
航空
Aviation, planes
航空
hàng không

車と航空の発達とともに、鉄道の利用が減った。
With the development of cars and aeroplanes, railway use has declined.
随着汽车和航空的发展，铁路的使用减少了。
Với sự phát triển của ô tô và hàng không, thì việc sử dụng đường sắt đã giảm xuống.

0715
しはつ
始発
First train of the day
始发
xuất phát đầu tiên

始発の電車は5時だ／東京駅が始発の電車
The first train leaves at five o'clock / The train with Tokyo Station as its departure point
始发电车是五点的／东京站始发的电车
Chuyến tàu xuất phát đầu tiên là lúc 5 giờ / Tàu điện xuất phát từ ga Tokyo

🔅始発電車

0716
しゃどう
車道
Roadway
车道
đường cho ô tô

自転車は車道を通行することになっている。
Bicycles are supposed to use the roadway.
自行车要在车道上行驶。
Xe đạp được cho là băng qua đường cho ô tô.

⇔歩道

0717
しゅうてん
終点
Terminus
终点
điểm cuối

このバスは、終点に着くと回送になります。
This bus goes to the depot after reaching its terminus.
这辆公交车，到达终点站后就会开回。
Xe buýt này khi đến điểm cuối sẽ không phục vụ.

0718
じょうきゃく
乗客
Passenger
乘客
hành khách

乗客の多くがこの駅で乗り換える。
Most passengers change at this station.
很多乘客在这个车站换乘。
Nhiều hành khách chuyển tàu ở ga này.

0719 **じょうしゃ** **乗車** する Board, get on 乗车、上车 lên tàu (xe)	ご乗車の際は、足元に気をつけてください。 When boarding the train, watch your step, please. 上车的时候，请注意脚下。 Hãy cẩn thận khi bạn lên tàu. ❋乗車券
0720 **ダイヤ** **（ダイヤグラム）** Timetable 列车运行时间表 Bảng giờ tàu	電車のダイヤが変わって、便利になった。 The train timetable changed and became more convenient. 列车运行时间表调整后，变得方便了。 Bảng giờ tàu thay đổi trở nên thuận tiện hơn.
0721 **だっせん** **脱線** する Derail 出轨、脱轨 trật bánh	強風で電車が脱線した。 The train derailed in the strong winds. 强风使得电车脱轨了。 Tàu trật bánh do bão mạnh.
0722 **ちゃくりく** **着陸** する Land 着陆 hạ cánh	飛行機はもうすぐ目的地に着陸する。 The aeroplane will soon be landing at its destination. 飞机即将在目的地着陆。 Chiếc máy bay sẽ sắp sửa hạ cánh. ⇔離陸
0723 **ちょくつう** **直通** Directly, straight to 直通、直达 đi thẳng	このバスは直通で大阪まで行く。 This bus goes direct to Osaka. 这辆巴士直达大阪。 Xe buýt này đi thẳng đến Osaka.
0724 **つうこう** **通行** する Passage 通过、通行 đi qua	トンネルは工事中で通行できない。 You cannot pass through the tunnel due to construction works. 因为隧道正在施工，所以不能通行。 Đường hầm đang được xây dựng và không thể đi qua. ❋一方通行
0725 **でんしゃちん** **電車賃** Train fare 电车费 tiền tàu	遠足の往復の電車賃は、参加者が負担する。 Round-trip train excursion fares are paid for by the participants. 远足的往返电车费，由参加者承担。 Những người tham gia trả tiền vé khứ hồi cho chuyến đi tham quan.
0726 **とおまわり** **遠回り** する Detour 绕远、绕道 đường vòng	トンネルが工事中だったので、遠回りした。 Because there were construction works in the tunnel, we made a detour. 由于隧道正在施工，所以绕了远路。 Đường hầm đang được xây dựng, vì vậy tôi đã đi đường vòng.

0727 とほ **徒歩** Walk, on foot 徒步、步行 đi bộ	駅から徒歩で１０分の所に引っ越した。 I moved to a place 10 minutes away from the station on foot. 搬到了距离车站步行10分钟的地方。 Tôi chuyển đến nơi mất 10 phút đi bộ từ nhà ga.
0728 パンク **する** Puncture 爆胎 xẹp lốp	車のタイヤがパンクしたので、バスで行った。 The car had a flat tire, so I caught the bus. 因为汽车爆胎了，所以乘公交车去的。 Xe bị xẹp lốp, vì vậy tôi đã đi bằng xe buýt.
0729 ひこう **飛行** **する** Fly 飞行、航空 bay lên	ロケットは、飛行を続けて月に着陸した。 The rocket continued its journey and landed on the moon. 火箭持续飞行，到达了月球。 Tên lửa tiếp tục bay và hạ cánh lên mặt trăng.
0730 ひとどおり **人通り** Flow of people 来往行人 người đi lại	駅前の広い道は人通りが多い。 A lot of people pass along the wide street by the station. 站前宽阔的道路上来往行人很多。 Con đường rộng trước nhà ga đông người đi lại.
0731 ひょうしき **標識** Sign 标识、标志 biển báo	標識をよく見て安全運転に努める。 Try to drive safely, paying attention to the road signs. 注意路标，努力做到安全行驶。 Nhìn kỹ các biển báo cố gắng lái xe an toàn. ✳交通標識　✳道路標識
0732 フェリー Ferry 渡轮 phà	島に渡るために、フェリーに乗った。 To get to the island, I took a ferry. 为了去往岛上，坐了渡轮。 Để sang đảo tôi đã lên phà.
0733 ふつう **不通** Be interrupted 不通、断绝 tắc	電車が脱線して、不通になっている。 The train has been derailed and services are interrupted. 电车脱轨了，不能通行。 Tàu đã trật bánh, và bị tắc lại.
0734 まわりみち **回り道** **する** Detour 绕道、绕远 đường vòng	工事していたので、回り道して帰った。 Because there were works, I made a detour and went back. 因为正在施工，绕远路回家了。 Vì đang có thi công nên tôi phải đi đường vòng trở về nhà.

0735 **みちじゅん** **道順** Directions 路线 đường đi	交番で図書館までの道順を尋ねた。 At the police box, I asked for directions to the library. 在警亭问了去图书馆的路线。 Tôi đã hỏi đường đi đến thư viện tại đồn cảnh sát.
0736 **やこう** **夜行** Night train or bus 夜间运行 đi đêm	夜行のバスで京都へ行って来た。 I went to Kyoto by night bus. 乘坐夜间运行的公交车去了一趟京都。 Tôi đến Kyoto bằng xe buýt đêm. ※夜行〜(例：夜行バス)
0737 **ゆそう** **輸送** する Transport 运输、运送 vận chuyển, chở	山でけがした人をヘリコプターで輸送した。 They used a helicopter to transport the man injured in the mountains. 用直升机运送了在山上受伤的人。 Tôi vận chuyển người bị thương trên núi bằng máy bay trực thăng.
0738 **りりく** **離陸** する Take off (plane). 起飞 cất cánh	飛行機は予定通りに離陸した。 The airplane took off on schedule. 飞机按计划起飞了。 Chiếc máy bay cất cánh đúng dự kiến. ⇔着陸
0739 **れっしゃ** **列車** Train 列车、火车 tàu hỏa	列車でゆっくり旅をするのは楽しい。 It is fun to go on a slow journey by train. 乘坐列车休闲地旅行很快乐。 Chậm rãi du lịch trên tàu hỏa rất thú vị. ※〜列車 (例：貨物列車)
0740 **ロープウエー** Ropeway 索道 cáp treo	この山はロープウエーで頂上まで行ける。 You can go to the top of this mountain by ropeway. 这座山可以坐索道到达山顶。 Có thể đi lên đỉnh núi này bằng cáp treo.

名詞　建物・設備

Nouns – Buildings and facilities
名词 – 建筑・设施
Danh từ – Tòa nhà, Trang thiết bị

0741	ここは、アンテナがないとテレビが映らない。
アンテナ Antenna 天线 ăng ten	Here, the TV does not work unless you have antenna. 这里没有天线的话，电视就不能放映。 Ở đây, nếu không có ăng ten thì ti vi không truyền ảnh được.

0742	この井戸の水は飲むには適さない。
いど **井戸** Well 井 giếng	This well water is not suitable for drinking. 这口井里的水不适合饮用。 Nước giếng này không thích hợp để uống.

0743	私の家の居間は、南向きで日当たりがいい。
いま **居間** Living room 起居室 phòng khách	Our living room is south-facing and sunny. 我家的起居室是朝南的，采光很好。 Phòng khách nhà tôi ở phía nam nên ánh sáng chiếu tốt.

0744	部屋のインテリアを和風に替えた。
インテリア Interior 室内装潢、装修 nội thất	I redid the interior in Japanese style. 房间的装修改成了日式的。 Tôi đã thay đổi nội thất của căn phòng sang phong cách Nhật Bản. ✳ インテリアデザイン

0745	雨が降らないので、植木が枯れた。
うえき **植木** Plant 栽种的树、盆栽的花木 cây cối	The plants withered due to lack of rain. 因为不下雨，所以种栽的树都枯了。 Vì trời không mưa, cây cối khô héo.

0746	泥棒は店の裏口から逃げた。
うらぐち **裏口** Back door 后门、便门 cửa sau	The thief escaped through the back door of the store. 小偷从店铺的后门逃走了。 Tên trộm chạy trốn khỏi cửa hàng từ cửa sau.

0747	工場の煙突から白い煙が出ている。
えんとつ **煙突** Chimney 烟筒、烟囱 ống khói	White smoke is coming out of the factory chimney. 从工厂的烟囱里冒出了白色的烟。 Có khói trắng bay ra từ ống khói nhà máy.

0748

おんしつ
温室
Greenhouse, hothouse
温室、暖房
nhà kính

温室で育てたトマトが大きく実った。
The tomatoes that ripened in the hothouse were large.
温室里培育的番茄长得很大。
Cà chua được nuôi trong nhà kính cho quả to.

☀ 温室効果

0749

かおく
家屋
House
房屋、住屋
tòa nhà

この家屋は震度6の地震で崩れる恐れがある。
There is a risk that this house will collapse in an earthquake of intensity six.
这幢房子有因烈度6级的地震而倒塌的危险。
Tôi sợ rằng tòa nhà này sẽ bị sụp đổ vì cơn động đất 6 độ richte.

0750

かきね
垣根
Fence, hedge
围墙
hàng rào

垣根の穴から隣の猫が入ってくる。
The neighbor's cat comes through the hole in the hedge.
隔壁的猫从围墙的洞里钻了进来。
Con mèo chui vào qua lỗ hổng hàng rào.

0751

かだん
花壇
Flower bed
花坛
luống hoa

庭の花壇に、いろいろな花が咲いている。
A variety of flowers grow in the flower-bed.
庭院的花坛中，开了各种各样的花。
Luống hoa trong vườn đang nở đầy hoa.

0752

きゃくせき
客席
Seating (at venue)
座位、坐席、观众席
ghế khán giả

人気歌手の公演で、客席はいっぱいだった。
The performance of the popular singer filled the house.
人气歌手的公演上，观众席都坐满了。
Trong buổi biểu diễn của ca sĩ nổi tiếng, hàng ghế khán giả chật kín.

0753

こうしゃ
校舎
College building
校舍
tòa nhà (trong trường)

大学の校舎が新しくなった。
The University buildings have been refurbished.
大学的校舍翻新了。
Các tòa nhà trong trường đã được làm mới.

0754

こうそう
高層
High-rise
高层
tòa nhà cao tầng

この辺りは高層のビルが次々に建てられている。
A forest of high-rise buildings has gone up in this area.
这一带高层建筑一栋接一栋地拔地而起。
Xung quanh khu này, các tòa nhà cao tầng liên tiếp được xây dựng lên.

☀ 高層～（例：高層ビル）

0755

こうてい
校庭
Schoolyard
校园
sân trường

校庭で子供たちが遊んでいる。
Children are playing in the schoolyard.
孩子们在校园里做游戏。
Trẻ em đang chơi trong sân trường.

0756 こうみんかん **公民館** Public hall 文化馆 nhà văn hóa công cộng	母は公民館でパソコンの講習を受けている。 My mother is getting PC lessons in the civic hall. 母亲在文化馆上电脑课。 Mẹ tôi đang tham dự lớp học máy tính ở nhà văn hóa công cộng.
0757 こや **小屋** Hut, shed 小房子 chuồng nhỏ	庭の小屋で 鶏 を飼っている。 I keep chickens in the garden shed. 在庭院里的小房子里养着鸡。 Tôi đang nuôi gà trong chuồng nhỏ trong vườn. ☀犬小屋
0758 じいん **寺院** Temple 寺院 ngôi chùa	村の寺院で、たくさんの人が祈っていた。 Many people prayed at the village temple. 在村里的寺院，许多人在祈愿。 Rất nhiều người cầu nguyện tại ngôi chùa của làng.
0759 しせつ **施設** Facility 设施 cơ sở	青少年向けの新しい施設がオープンした。 New facilities opened for young people. 面向青少年的新设施开放了。 Đã mở một cơ sở mới dành cho thanh niên. ☀〜施設（例：福祉施設）
0760 じたく **自宅** Home 自家、私宅 nhà riêng	連絡先に自宅と携帯の電話番号を書いた。 I wrote down my home address and telephone number in the contact details box. 联络方式一栏写了家庭电话和手机号码。 Tôi đã viết số điện thoại cố định và số điện thoại di động và địa chỉ nhà riêng vào chỗ liên lạc.
0761 じゅうきょ **住居** Residence, home 住所、住宅 nhà ở	古代人の住居の跡が発見された。 Remains of homes of ancient people were discovered. 发现了古代人的居住遗迹。 Vết tích nhà ở của người cổ đại đã được phát hiện.
0762 しゅっちょうじょ **出張所** Sub-office, branch 办事处 nơi công tác	市役所の出張所で住民登録をした。 I registered as a resident at a sub-office of City Hall. 在市政府的办事处做了居民登记。 Tôi đã đăng ký sinh sống tại cơ quan hành chính thành phố nơi công tác.
0763 しょうめい **照明** Illumination 照明 đèn, chiếu sáng	照明を替えたので、部屋が明るくなった。 The room grew brighter because the lighting was changed. 因为换了照明，所以屋子变得明亮了。 Tôi đã thay bóng đèn vì vậy căn phòng sáng hơn. ☀照明器具

0764 しょさい 書斎 Study (room) 书房、书斎 thư phòng, phòng đọc sách	父の書斎にある本は難しそうなものばかりだ。 The books in my father's study all look difficult. 父亲书房里全是看上去很难的书。 Những cuốn sách có trong thư phòng của bố tôi có vẻ toàn là sách khó.
0765 ショップ Shop 商店 cửa hàng	ブランド品を扱うショップに入ってみた。 I had a look inside a shop handling branded items. 试着走进了一家经营名牌商品的商店。 Tôi bước vào một cửa hàng kinh doanh các mặt hàng thương hiệu. ❋〜ショップ（例：ペットショップ）
0766 スタジオ Studio 摄影棚、录音室 phòng thu	テレビ局のスタジオを見学した。 I took a tour of the studios of the TV channel. 到电视台的摄影棚参观学习了。 Tôi đã tham quan một phòng thu của đài truyền hình.
0767 ステージ Stage 舞台 sân khấu	歌手がステージに現れると、皆が拍手した。 Everybody started clapping when the singer appeared onstage. 歌手一上舞台，大家就鼓起了掌。 Khi ca sĩ xuất hiện trên sân khấu, mọi người đã vỗ tay.
0768 すまい 住まい Home, residence 住所 chỗ ở	住まいを現在地に移したのは5年前だ。 It was five years ago when I moved to my current home. 五年前搬到了现在的住所。 Tôi đã chuyển chỗ ở đến vị trí hiện tại vào 5 năm trước đây.
0769 ぜいむしょ 税務署 Tax office 税务局 cục thuế	税務署に電話をかけて、税金の相談をした。 I called the tax office and asked about tax matters. 给税务局打了电话，咨询了税金问题。 Tôi gọi cho cục thuế và thảo luận về tiền thuế.
0770 せいもん 正門 Main entrance 正门、大门 cổng chính	3時に学校の正門の所で会おう。 Let's meet at three o'clock at the main entrance to the college. 三点在学校的正门见吧。 Hãy gặp nhau tại cổng chính của trường vào lúc 3 giờ.
0771 せつび 設備 Facility 设备 thiết bị	工場に新しい設備が入った。 A new facility has been added at the factory. 工厂引进了新设备。 Đã nhập thiết bị mới vào nhà máy. ❋〜設備（例：暖房設備）

0772

そうこ
倉庫
Warehouse
仓库
nhà kho, kho

輸入した小麦は港近くの倉庫に入れておく。
Imported wheat is to be stored in a warehouse near the port.
进口的小麦放在港口附近的仓库里待用。
Chất sẵn vào kho gần cảng số lúa mì đã nhập khẩu.

0773

ダム
Dam
水库、水坝
đập

このダムの水は発電に利用されている。
The water of this dam is used to generate electricity.
这个水库里的水用于发电。
Nước của con đập này được sử dụng để phát điện.

0774

タワー
Tower
塔
tháp

このタワーから遠くの富士山が見える。
From this tower, you can see Mount Fuji in the distance.
从这座塔可以看见远处的富士山。
Từ tòa tháp này nhìn ra xa tôi có thể thấy núi Phú Sĩ.

※〜タワー(例：東京タワー)

0775

てすり
手すり
Handrail
扶手、栏杆
tay vịn

足が悪い母のために、階段に手すりを付けた。
We put a handrail on the stairs for mother, who has trouble walking.
为了腿脚不好的母亲，在台阶上装了扶手。
Vì mẹ tôi chân yếu nên phải nắm tay vịn cầu thang.

0776

てっきん
鉄筋
Steel-framed
钢筋
cốt thép chịu lực

鉄筋の建物は地震に強い。
Reinforced-steel buildings are earthquake-resistant.
钢筋结构的建筑物在地震中很坚固。
Các tòa nhà có cốt thép chịu lực vững vàng với động đất.

※鉄筋コンクリート

0777

とう
塔
Tower
塔
tháp

この寺の塔は1300年前に建てられた。
The tower of this temple was built 1,300 years ago.
这座寺庙里的塔是1300年前建的。
Tháp chùa được xây dựng từ 1300 năm trước.

0778

ないせん
内線
Extension
电话内线
nội tuyến, nội bộ

部長の内線の番号は5616です。
The department manager's extension number is 5616.
部长的内线号码是5616。
Số nội bộ của trưởng phòng là 5616.

0779

ぶたい
舞台
Stage
舞台
vũ đài, sân khấu

主役が舞台に現れると、観客が拍手した。
When the lead came on stage, the audience clapped.
主角一出现在舞台上，观众就鼓掌了。
Khi nhân vật chính xuất hiện trên sân khấu, khán giả đã vỗ tay chào đón.

※舞台化

0780

ふんすい
噴水
Fountain
噴泉、噴水池
phun nước

この噴水は１０ｍまで水が上がる。
This fountain spurts water up to 10 m into the air.
这座喷泉可喷水至10米高。
Đài phun nước này phun nước cao đến 10 mét.

0781

へい
塀
Wall
墙、围墙
tường

この家は高い塀で囲まれている。
This house is surrounded by a high wall.
这幢房子被高高的围墙包围着。
Ngôi nhà này được bao quanh bởi tường cao.

0782

べっそう
別荘
Holiday home
别墅
biệt thự

暑さを避けて、涼しい山の別荘で過ごした。
Avoiding the heat, I spent time in a cool holiday home in the mountains.
为了避暑，在凉爽的山中别墅度过了。
Tôi tránh nắng nóng và nghỉ tại biệt thự trên núi mát mẻ.

0783

ぼくじょう
牧場
Ranch
牧场
trang trại

牧場でおいしい牛乳を飲んだ。
I drank tasty milk at the ranch.
在牧场喝了美味的牛奶。
Tôi đã uống sữa ngon tại trang trại.

0784

まく
幕
Curtain
幕、帐幕
màn

幕が上がると、舞台に女優が立っていた。
When the curtain came up, the actress was standing on the stage.
幕布上升，舞台上站着一名女演员。
Khi màn kéo lên, nữ diễn viên đang đứng trên sân khấu.

0785

モーター
Motor
马达、发动机
động cơ

洗濯機のモーターの音がおかしい。
The motor of the washing machine doesn't sound right.
洗衣机发动机的声音很奇怪。
Âm thanh của động cơ máy giặt nghe kỳ lạ.

0786

もくぞう
木造
Wooden
木造、木结构
bằng gỗ

この寺は世界で最も古い木造の建築物だ。
This temple is the oldest wooden structure in the world.
这座寺院是世界上最古老的木结构建筑。
Ngôi đền này là tòa nhà bằng gỗ lâu đời nhất trên thế giới.
※木造～（例：木造住宅）

0787

やくば
役場
Public office
办事处
tòa thị chính

役場へ行って、住所変更の手続きをした。
I went to the village office and completed procedures for change of address.
去办事处，办理了居住地变更手续。
Tôi đã đến tòa thị chính và làm thủ tục thay đổi địa chỉ của tôi.
※町役場　※村役場

0788
やたい
屋台
Stall, booth
小摊
quầy hàng

祭りの日はさまざまな屋台が道に並ぶ。
On the day of the festival, a range of stalls line the streets.
游园会上，道路两旁摆着各种各样的小摊。
Vào ngày lễ hội, nhiều quầy hàng bày ra trên phố.

0789
やど
宿
Inn, lodging
旅店
quán trọ

観光案内所で今夜の宿を紹介してもらった。
At the tourist information office, we were told about accommodation available tonight.
在观光问讯处，经人介绍了今晚的旅店。
Tôi đã có văn phòng hướng dẫn du lịch đã thiệu cho tôi quán trọ tối nay.

0790
レーダー
Radar
雷达
ra đa

漁船はレーダーを使って魚の位置を確認した。
Using radar, the fishing boat crew confirmed the position of the fish.
渔船使用雷达确定了鱼的位置。
Các thuyền đánh cá xác nhận vị trí của cá bằng cách sử dụng ra đa.

名詞　道具・日用品

Nouns – Tools and daily items
名词 - 工具・日用品
Danh từ – Dụng cụ, Đồ dùng hằng ngày

0791
あまぐ
雨具
Rain gear
雨具
áo mưa

山の天気は変わりやすいので、雨具が必要だ。
You need rain gear because the weather changes quickly in the mountains.
因为山上的天气容易变化，所以雨具是必要的。
Thời tiết của núi thay đổi dễ dàng, vì vậy chúng ta cần áo mưa.

0792
あみ
網
Net
网
lưới

網を使って魚を捕った。
I caught fish with the net.
用网捕了鱼。
Tôi bắt cá bằng lưới.

0793
いた
板
Board, panel
木板
tấm

板を切って本箱を作った。
I made a bookcase by cutting boards up.
割开木板做了个书箱。
Tôi cắt tấm gỗ và làm giá sách.
※板状

0794
いんかん
印鑑
Seal
印章，图章
dấu

マンションの契約には、印鑑が必要だ。
You need a seal to sign an apartment contract.
公寓的合同上，需要盖印章。
Trong hợp đồng thuê căn hộ, bạn cần có con dấu.

0795	赤ちゃんのおむつを換えた。
おむつ する	I changed the baby's diaper.
Diaper	给婴儿换了尿布。
尿布	Tôi thay bìm cho em bé.
bỉm, tã	

0796	お見舞い用に果物を籠に詰めてもらった。
かご	I got the fruit packaged in a basket for the visit.
籠	让店员将探望用的水果装进了篮子里。
Basket	Nhờ đóng trái cây vào giỏ để làm quà thăm người ốm.
筐、篮、笼	
giỏ	

0797	江戸時代、武士は刀を持つことを許された。
かたな	In the Edo period, samurai were allowed to carry swords.
刀	江户时期，武士是允许持刀的。
Sword	Trong giai đoạn Edo, các samurai được phép mang gươm.
刀	
thanh gươm	

0798	毎朝、かみそりでひげをそる。
	Every morning, I shave with a razor.
かみそり	每天早上，用剃须刀剃胡子。
Razor	Buổi sáng, tôi cạo râu với dao cạo.
剃刀、剃头刀	
dao cạo	

0799	手術のまえに必要な器具を準備する。
きぐ	The necessary instruments are to be prepared before an operation.
器具	手术前准备必需的器具。
Instrument	Chuẩn bị các dụng cụ cần thiết trước khi phẫu thuật.
器具	**〜器具 (例：暖房器具)**
dụng cụ	

0800	木の箱にふたをして、くぎを打った。
	I put a lid on the wooden box, and nailed it down.
くぎ	给木箱盖上盖子，钉上了钉子。
Nail	Tôi đậy nắp cái hộp gỗ và đóng đinh.
钉子	
đinh	

0801	ネックレスの鎖が切れてしまった。
くさり	The necklace chain has broken.
鎖	项链的链子断开了。
Chain	Cái dây xích cổ bị đứt.
链子	
xích	

0802	客に会うまえに、くしで髪を直した。
	Before meeting the customer, I combed my hair.
くし	会见客人之前，用梳子弄整齐了头发。
Comb	Tôi đã chải lại tóc bằng lược trước khi gặpkhách hàng.
梳子	
lược	

0803
くし
串
Skewer, spit
串
xiên

肉を串に刺して焼いた。
I skewered the meat and roasted it.
把肉插成串烤。
Tôi đâm thịt bằng xiên và nướng nó.

0804
グッズ
Goods
商品、产品
món đồ

小遣いで大好きなアニメのグッズを買った。
I bought my favorite anime merchandise with my pocket money.
用零花钱买了喜欢的动画的周边产品。
Tôi đã mua món đồ của bộ phim hoạt hình yêu thích bằng tiền tiêu vặt.

0805
けんびきょう
顕微鏡
Microscope
显微镜
kính hiển vi

石を顕微鏡で見たら、きれいな模様が見えた。
When I looked at the stone through the microscope, I could see beautiful patterns.
用显微镜观察了石头，看到了漂亮的花纹。
Khi nhìn hòn đá bằng kính hiển vi, tôi thấy một hoa văn đẹp.

0806
コンパス
Compass
圆规
com-pa

コンパスを使って円を描いた。
I drew a circle using a compass.
用圆规画了圆。
Tôi vẽ một vòng tròn bằng com pa.

0807
シール
Seal
贴纸
nhãn

商品に値段のシールを貼った。
I stuck a price seal onto the products.
给商品贴了标有价格的贴纸。
Tôi dán nhãn giá lên trên mặt hàng.

0808
じしゃく
磁石
Magnet
磁铁、指南针
nam châm, la bàn

鉄は磁石に付く/登山に磁石を持って行く
Iron sticks to magnets / Take a magnet when mountaineering
铁会被磁铁吸引/带着指南针去登山
Sắt hút nam châm / Cầm la bàn đi leo núi

0809
じゃぐち
蛇口
Faucet
水龙头
vòi nước

栓を締めても、蛇口から水が漏れる。
Even if the plug is pushed in hard, the faucet leaks.
就算关紧阀门，水也会从水龙头漏出来。
Ngay cả khi khóa chặt, nước vẫn rỉ ra từ vòi nước.

0810
じゅわき
受話器
Receiver
听筒
ống nghe điện thoại

受話器を取ると、懐かしい母の声が聞こえた。
When I took up the receiver, I heard my long-missed mother's voice.
一拿起听筒，就听到了亲切的妈妈的声音。
Khi nhấc ống nghe lên, tôi có thể nghe thấy giọng nói đáng sợ của mẹ tôi.

0811
すいとう
水筒
Water bottle, thermos flask
水壺
bình nước

水筒に温かいお茶を入れた。
I put hot tea in the thermos flask.
向水壶里倒入了温茶。
Rót nước trà nóng vào bình.

0812
せん
栓
Plug
塞子
nút bồn

風呂の栓を抜いて、水を流した。
I drained the bath by pulling out the plug.
拔掉了澡盆的塞子，放掉了水。
Tháo nút bồn tắm ra để nước chảy đi.

0813
ちりとり
Dustpan
簸箕
hót rác

庭を掃いて、ちりとりにごみを集めた。
Sweeping the garden, I gathered the dust into the dustpan.
打扫了院子，把垃圾收集到了簸箕里。
Tôi quét vườn và thu gom rác vào hót rác.

0814
つえ
Stick, cane
拐杖
gậy

足の弱い祖母は、つえを突いて歩く。
My grandmother, who has weak legs, uses a cane to walk.
腿脚不好的祖母，拄着拐杖行走。
Bà của tôi chân yếu nên chống gậy đi.

0815
つな
綱
Rope
粗绳、绳索
dây thừng

運動会で綱を引く競技に参加した。
At the sports meeting, I took part in a tug-of-war event.
在运动会上参加了拔河比赛。
Tôi đã tham gia chơi kéo co tại đại hội thể thao.

0816
テント
Tent
帐篷、营帐
lều

キャンプに行って、テントの中で寝た。
I went camping and slept in a tent.
去野营，睡在了帐篷里。
Tôi đi cắm trại và đi ngủ trong lều.

0817
なふだ
名札
Nameplate, name-tag
名牌
thẻ tên

入学式で1年生は胸に名札を付けてもらった。
First-year students at the entrance ceremony had a name-tag attached onto their chest.
在开学典礼上，让1年级学生将名牌戴在了胸前。
Trong buổi lễ khai mạc, học sinh năm nhất đeo thẻ tên gắn trên ngực.

0818
なわ
縄
Rope, string
绳子
dây chão

物置に縄で縛った古い木箱がある。
In the storeroom, there is an old wooden box tied up with string.
库房里有一个用绳子绑着的旧箱子。
Trong kho cất đồ có một hộp gỗ cũ được buộc bằng dây chão.

0819 **にちようひん** **日用品** Daily items 日用品 đồ dùng hàng ngày	スーパーで洗剤などの日用品を買った。 At the supermarket, I bought everyday items such as detergent. 在超市买了洗涤剂等日用品。 Tôi mua những thứ đồ hàng ngày như bột giặt tại siêu thị.
0820 **ねじ** Screw 螺丝、螺丝钉 đinh ốc	機械のねじをきつく締めた。 I tightened the screws on the machinery. 拧紧了机器的螺丝。 Vặn chặt đinh ốc của máy.
0821 **のこぎり** Saw 锯子 cưa	伸びすぎた枝をのこぎりで切った。 I trimmed an overgrown branch with a saw. 用锯子锯掉了长得太长的树枝。 Tôi cắt cành cây nhô dài ra bằng cưa.
0822 **パイプ** Pipe 管子、管道 đường ống	この別荘は温泉の湯をパイプで引いている。 At this holiday home, hot spring water is piped in. 这栋别墅用管子引入了温泉的热水。 Biệt thự này dẫn nước nóng onsen về bằng đường ống.
0823 **はかり** Scale 秤 trọng lượng	このはかりは０.１gの単位まで量れる。 This scale can measure units of 1 g. 这台秤称重可以精确到0.1克。 Cái này có thể đo đến trọng lượng 0,1 gram.
0824 **はしご** Ladder 梯子 thang	はしごを使って屋根の上に上った。 I climbed onto the roof using a ladder. 使用梯子爬上了屋顶。 Tôi leo lên mái nhà bằng thang.
0825 **ふきん** **布巾** Cloth 抹布 khăn lau	食器を洗って布巾で拭いた。 I washed the tableware and dried it with a cloth. 洗好餐具用抹布擦干了。 Tôi rửa chén đĩa và lau chúng bằng khăn lau.
0826 **ブザー** Buzzer 蜂鸣器 còi, chuông	ブザーを鳴らすと、店員が出てきた。 I pressed the buzzer and a store employee came out. 蜂鸣器一响，店员就出来了。 Cứ bấm chuông là nhân viên cửa hàng xuất hiện.

0827 ふだ **札** Tag, card 牌子 thẻ, phiếu	銀行で番号の札を取って、順番を待った。 I took a number tag at the bank and waited for my turn. 在银行领取了带有序号的牌子，等待叫号。 Tôi lấy phiếu chờ tại ngân hàng và chờ đến lượt.
0828 ふろしき **風呂敷** Wrapping cloth 包东西的方布巾 khăn bọc đồ	お礼の品物を風呂敷に包んで持って行った。 I wrapped the thank-you gift in a wrapping cloth and took it with me. 把礼品包在方布巾里带走了。 Tôi gói quà cảm ơn vào khăn bọc đồ và cầm đi. ☀風呂敷包み
0829 ぼう **棒** Rod, pole 棒子、棍子 gậy	長い棒で木の実を落とした。 I knocked the fruit down from the tree using a long pole. 用长棍子打落了树上的果实。 Tôi trẩy quả bằng một thanh gậy dài.
0830 ぼうえんきょう **望遠鏡** Telescope 望远镜 kính viễn vọng	毎晩、望遠鏡で星を観察している。 Every evening, I study the stars using a telescope. 每晚，都用望远镜观察星星。 Mỗi đêm tôi đều quan sát sao bằng kính viễn vọng.
0831 **マップ** Map 地图、线路图 bản đồ	地下鉄のマップを駅でもらった。 I got a subway map at the station. 在车站拿到了地铁的线路图。 Tôi có một bản đồ của tàu điện ngầm tại nhà ga.
0832 ものさし **物差し** Ruler 尺子 thước	物差しで封筒のサイズを測った。 I measured the envelope with a ruler. 用尺子测量了信封的尺寸。 Tôi đo kích thước phong bì với một thước đo.
0833 ようき **容器** Container 容器 thùng chứa	この容器は灯油が18 L 入る。 This container can take 18 L of kerosene. 这台容器能装18升的煤油。 Thùng này chứa được 18 lít dầu hỏa. ⊕〜器（例：ガラス器）

132

	名詞　身体・医療 めい し　しんたい　い りょう	Nouns – Health and medicine 名词 – 身体・医疗 Danh từ – Cơ thể, Điều trị

0834 **あくび** する Yawn 哈欠 ngáp	寝不足で何度もあくびが出る。 ね ぶそく　なん ど　　　　　　　で I kept on yawning from lack of sleep. 因为睡眠不足，所以打了好多次哈欠。 Tôi ngáp nhiều lần vì thiếu ngủ.

0835 **いでん** **遺伝** する Be inherited (genetically), be passed 遗传 di truyền	身長は親から子へ遺伝する傾向がある。 しんちょう　おや　　　こ　　い でん　　　けいこう Height is a trait that tends to be passed from parent to child. 一般来说，身高取决于父母的遗传。 Chiều cao có xu hướng di truyền từ cha mẹ sang con. ※遺伝的 い でんてき

0836 **いびき** Snoring 鼾声、呼噜 ngáy	父のいびきがうるさくて、眠れなかった。 ちち　　　　　　　　　　　　　　ねむ I could not sleep because of the noisy snoring of my father. 因为父亲的鼾声很吵，没睡好。 Bố tôi ngáy to ồn ào nên tôi không thể ngủ được.

0837 **いりょう** **医療** Medical 医疗 y thế	日本の医療の水準は高い。 に ほん　い りょう　すいじゅん　たか The standard of medical care in Japan is high. 日本的医疗水平很高。 Tiêu chuẩn chăm sóc y tế ở Nhật cao. ※医療機関　※医療費 い りょう きかん　　い りょう ひ

0838 **うまれつき** **生まれつき** By nature, innately 天生 bẩm sinh, vốn sẵn	僕の足が速いのは生まれつきだ。 ぼく　あし　はや　　　　　う I have been able to run fast naturally since childhood. 我跑得快是天生的。 Tôi bẩm sinh đã chạy nhanh.

0839 **えいせい** **衛生** Sanitation, hygiene 卫生 vệ tinh	子供のときから、歯の衛生に気をつけている。 こ ども　　　　　　　は　えいせい　き I have been careful about dental hygiene since childhood. 从小就开始注意牙齿的卫生。 Tôi chú ý đến vệ sinh răng miệng từ khi còn nhỏ. ※衛生管理　※衛生的 えいせいかん り　　えいせいてき

0840 **かいご** **介護** する Care 看护、护理 chăm sóc	高齢の祖母の介護をヘルパーに頼んだ。 こうれい　そ ぼ　かい ご　　　　　　　たの I asked a helper to care for my aged grandmother. 请护工看护年事已高的祖母。 Tôi nhờ người giúp việc chăm sóc người bà cao tuổi của tôi. ※介護士 かい ご し

0841

かおいろ
顔色
Complexion
脸色、气色
sắc mặt

疲れているのか、母の顔色が悪い。
Mother's complexion is poor; perhaps because she is tired.
大概是累了吧，妈妈的气色很差。
Sắc mặt mẹ tôi rất xấu, có thể mẹ đang mệt.

0842

カプセル
Capsule
胶囊、密封舱
thuốc con nhộng

風邪薬のカプセル/カプセルで宇宙から帰る
Cold medicine capsule / Return from space by capsule
感冒药的胶囊/乘坐密封舱从宇宙返回
Thuốc cảm viên con nhộng / Trở về từ vũ trụ trên phi thuyền con nhộng

---

0843

かろう
過労
Overwork
过度劳累
quá sức

人気のタレントが過労で入院した。
The popular celebrity was hospitalized due to overwork.
人气明星因为过度劳累住院了。
Tài năng được yêu thích đã phải nhập viện vì làm việc quá sức.
❋過労死

0844

かんせん
感染 する
Infect, transmit
感染
truyền nhiễm, lây

鳥のこの病気は人には感染しない。
This avian disease cannot be transmitted to humans.
鸟类的这种疾病不会传染人类。
Bệnh này của chim không lây sang người.
❋空気感染

0845

かんびょう
看病 する
Nurse, care for
护理、看护
chăm sóc (người bệnh)

姉と私は病気の母を看病した。
My sister and I nursed our sick mother.
姐姐和我看护了生病的母亲。
Em gái và tôi đã chăm sóc người mẹ bệnh tật.

0846

きおく
記憶 する
Memory
记忆、记得
ghi nhớ

祖母から聞いた話は今も記憶している。
Even today, I can remember the stories my grandmother told.
从祖母那里听来的话现在还记得。
Tôi vẫn nhớ những câu chuyện nghe từ bà tôi.

0847

きずぐち
傷口
Wound, injury
伤口
vết thương

転んでできた傷口を消毒した。
I disinfected the wound I sustained in falling.
消毒了跌倒造成的伤口。
Tôi khử trùng vết thương do bị ngã.

0848

きつえん
喫煙 する
Smoking
吸烟
hút thuốc

会社で喫煙できる場所は決められている。
At the company, places for smoking are specially designated.
在公司里能吸烟的地方已经被规定好了。
Đã quyết định nơi có thể hút thuốc trong công ty.
❋喫煙者

134

0849 きゅうきゅうびょういん **救急病院** Emergency hospital, A&E 急救医院 bệnh viện cấp cứu	会社で倒れた同僚を救急病院へ運んだ。 We sent a colleague who had fallen over at the company to the emergency department. 将在公司里倒下的同事送往了急救医院。 Chúng tôi đã chở những đồng nghiệp bị ngã tại công ty đến bệnh viện cấp cứu.
0850 きゅうそく **休息** する Rest, break 休息 nghỉ	疲れが残らないように、十分休息を取ろう。 Be sure to take enough breaks so as to avoid tiredness. 为了不留疲劳，好好地休息吧。 Để không mệt hãy nghỉ 10 phút.
0851 きゅうよう **休養** する Rest, break 休养 nghỉ dưỡng, nghỉ ngơi	大きな仕事を終えて、1週間休養を取った。 Having finished the big job, I took one week off to rest. 结束了重大的工作后，休养了一周的时间。 Sau khi hoàn thành một công việc lớn, tôi đã xin nghỉ ngơi 1 tuần và nghỉ ngơi trong một tuần.
0852 きんにく **筋肉** Muscle 肌肉 cơ bắp	毎日トレーニングして、筋肉を付けた。 I built up muscle by training every day. 每天锻炼，练出了肌肉。 Ngày ngày luyện tập nên có cơ bắp.
0853 けっかく **結核** Tuberculosis 结核、结核病 ho lao	健康診断で結核の疑いがあると言われた。 He was told during the health examination that there was a possibility of tuberculous. 体检时被告知有可能患有结核病。 Khi khám sức khỏe bị nói rằng có nghi vấn bị lao hạch. ※結核菌 ※肺結核
0854 けっかん **血管** Blood vessel 血管 mạch máu	脳の血管が詰まって、手術を受けた。 He had an operation for a blocked blood vessel in the brain. 由于脑血管堵塞，接受了手术。 Các mạch máu não tắc nghẽn vì vậy phải phẫu thuật.
0855 けんしん **検診** する Examination 检查 khám sức khỏe	高血圧の父は定期的に検診に通っている。 My father has a regular check for high blood pressure. 有高血压的父亲定期去做检查。 Người cha bị cao huyết áp cao của tôi thường xuyên đi khám sức khoẻ định kỳ. ※〜検診（例：がん検診）
0856 こうねつ **高熱** High fever 高热 sốt cao	昨夜から高熱が続いていて下がらない。 My high fever has continued since yesterday evening and has not gone down. 从昨晚开始高热持续不降。 Sốt cao tiếp tục từ đêm qua và không giảm.

0857	
さっきん	この牛乳は120度で殺菌してある。
殺菌 する	This milk has been sterilized at 120°C.
Sterilize	这种牛奶经过了120度杀菌处理。
杀菌	Sữa bò này đã được tiệt trùng ở 120 độ.
tiệt trùng	

0858	
さむけ	寒けがする。熱があるようだ。
寒け	I feel cold. I may have fever.
Cold	感到发冷。可能发烧了。
发冷	Thấy ớn lạnh. Hình như bị sốt.
ớn lạnh	

0859	
し	子供のときに、祖父の死を経験してつらかった。
死	When I was a child, the death of my grandfather was a bitter experience.
Death	孩童时期，经历过祖父死亡，很痛苦。
死、死亡	Khi còn nhỏ tôi đã rất đau khổ khi biết ông mất.
cái chết	

0860	
しせい	良い姿勢で立つ／仕事に積極的な姿勢を示す
姿勢	Have good posture / Show a positive attitude at work
Posture	用良好的姿势站立／展示对工作积极的态度
姿势、态度	Đứng trong tư thế tốt / Thể hiện thái độ tích cực đối với công việc
tư thế	
	❈ ~姿勢（例：政治姿勢）

0861	
しもん	犯人の指紋が事件の現場に残っていた。
指紋	The fingerprints of the criminal were left at the scene of the incident.
Fingerprint	犯人的指纹留在了案发现场。
指纹	Dấu vân tay của kẻ phạm tội lưu lại ở hiện trường vụ việc.
vân tay	

0862	
しゃっくり する	食事中に、しゃっくりが止まらなくて困った。
	It was awkward because I could not stop hiccuping during the meal.
Hiccup	吃饭时，打嗝停不下来，很难受。
打嗝	Tôi khốn khổ bởi nấc không ngừng trong khi đang ăn.
nấc	

0863	
じゅうしょう	車の事故で1名が重傷だった。
重傷	One person was severely injured in the car crash.
Seriously hurt	车祸中，有一名患者是重伤。
重伤	Một người bị thương nặng trong vụ tai nạn xe hơi.
bị thương nặng	

0864	
じゅうたい	運び込まれた患者は意識がなくて重体だった。
重体	The patient brought in had lost consciousness and was in a critical state.
Critical state	被送来的患者没有意识，病情危急。
病情危急	Nạn nhân bị xe đâm đã bị mất ý thức và trong tình trạng nguy kịch.
nguy kịch, bị thương nặng	

0865	あね ふたり め こ ども しゅっさん
しゅっさん	**姉は2人目の子供を出産した。**
出産 する	My sister gave birth to a second child.
Birth	姐姐生下了第二个孩子。
生产、分娩	Chị gái tôi sinh con thứ hai.
sinh con	❋ 出産祝い

0866	い がく しん ぽ じゅみょう の
じゅみょう	**医学の進歩で寿命が延びている。**
寿命	People are living longer thanks to medical advances.
Lifespan	因为医学进步，所以寿命正在延长。
寿命	Tuổi thọ đang tăng lên nhờ những tiến bộ trong y học.
tuổi thọ	❋ 平均寿命

0867	ちょう ちょうし わる しょう か よ た
しょうか	**腸の調子が悪いので、消化の良いものを食べた。**
消化 する	Because my intestines are in a poor state, I ate food that was easy to digest.
Digest	因为肠胃不好，所以吃了易于消化的食物。
消化	Tôi cảm thấy bụng khó chịu, vì vậy tôi đã ăn những đồ tốt cho tiêu hóa.
tiêu hóa	

0868	しょく じ しろ じょうざい ふた の
じょうざい	**食事のあとで、白い錠剤を2つ飲んでください。**
錠剤	After meals, please take two white tablets.
Tablet	饭后，请服下两粒白色的药片。
药片	Sau bữa ăn, hãy uống 2 viên thuốc màu trắng.
thuốc viên	⊕ 〜剤（例：栄養剤）

0869	けん さ じょうはんしん した ぎ
じょうはんしん	**検査のときは、上半身は下着だけになること。**
上半身	When you have the examination, strip down to your underwear.
Upper body	检查的时候，上半身只穿内衣即可。
上半身	Lúc khám bệnh, nửa thân trên chỉ mặc mỗi đồ lót.
nửa thân trên	

0870	し りょく はか きょねん わる
しりょく	**視力を測ったら、去年よりも悪くなっていた。**
視力	After testing my eyesight, I found it had deteriorated from last year.
Vision, eyesight	检查了视力，发现比去年更差了。
视力	Khi tôi đo thị lực của mình, nó đã trở nên kém hơn năm ngoái.
thị lực	❋ 視力検査

0871	かんきょう こ ども しんしん はったつ えいきょう
しんしん	**環境は子供の心身の発達に影響する。**
心身	The environment affects the mental and physical development of children.
Mental and physical	环境对孩子的身心发育有影响。
身心	Môi trường ảnh hưởng đến sự phát triển tinh thần và thể chất của trẻ em.
tinh thần thể chất	

0872	てき ど うんどう しんたい き のう たも
しんたい	**適度な運動で身体の機能を保つ。**
身体	Keep physically in trim with a reasonable level of exercise.
Body	适当的运动能保持身体机能。
身体	Bảo vệ các chức năng của cơ thể sự vận động thích hợp.
thân thể, cơ thể	❋ 身体検査

0873 しんだん 診断 する Diagnosis 诊断 chẩn đoán	医者は、母の病気は手術が必要だと診断した。 The doctor's diagnosis was that my mother would need an operation for her ailments. 医生诊断母亲的疾病必须做手术。 Bác sĩ đã chẩn đoán bệnh rằng bệnh của mẹ anh ấy cần phẫu thuật.　※診断書　※健康診断
0874 じんめい 人命 Life 人命 cuộc sống, tính mạng (con người)	災害のとき、犬が人命の救助に活躍した。 When disaster strikes, dogs help save human lives. 发生灾难的时候，狗对于救人命起到了很大的作用。 Khi thiên tai xảy ra, con chó đã hoạt động tích cực để cứu tính mạng mọi người.
0875 せい 性 Sex 性、性别 giới tính	学校で性についての正しい知識を教えている。 At school, we teach the correct approach to sex. 学校在教授正确的性知识。 Tôi dạy đúng kiến thức về giới tính ở trường.　※性的　※性〜（例：性差別）
0876 せいしん 精神 Spirit 精神 tinh thần	精神の病気にかかる人が増えている。 The number of people suffering from mental illness is increasing. 患有精神疾病的人正在增多。 Số người mắc bệnh tinh thần ngày càng tăng.　※精神障害　※精神的
0877 せいぞん 生存 する Survive 生存 sinh tồn	水さえあれば、人は1か月程度生存が可能だ。 If you only have water, you can survive for around one month. 只要有水，人可以生存1个月左右。 Với cần nước không, con người có thể sống sót khoảng một tháng.　※生存者　※生存率
0878 せいめい 生命 Life 生命 sinh mệnh, cuộc sống	生命の誕生は３８億年前と言われている。 It is said that life began 3.8 billion years ago. 据说生命诞生于38亿年前。 Sự ra đời của cuộc sống được cho là 3,8 tỷ năm trước.　※生命力
0879 ぜんしん 全身 Whole body 全身 toàn thân, toàn bộ cơ thể	昨日運動しすぎたせいか、今日は全身が痛む。 My whole body is sore, perhaps because I overdid the exercising yesterday. 不知道是不是因为昨天运动过量了，今天全身酸痛。 Do tập thể dục quá nhiều ngày hôm qua, toàn bộ cơ thể của tôi ngày hôm nay rất đau.
0880 たいちょう 体調 Physical condition 身体状况 tình trạng sức khỏe	毎日野菜を食べたら、体調が良くなった。 After eating vegetables every day, I felt better. 每天吃蔬菜，身体状况变好了。 Nếu ăn rau hàng ngày thì tình trạng cơ thể sẽ tốt lên.　※体調不良

0881 **ためいき** **ため息** Sigh 叹息、叹气 thở dài	<ruby>覚<rt>おぼ</rt></ruby>える<ruby>単語<rt>たんご</rt></ruby>が<ruby>多<rt>おお</rt></ruby>すぎて、ため<ruby>息<rt>いき</rt></ruby>が<ruby>出<rt>で</rt></ruby>た。 I sighed because there were too many words to remember. 要背的单词太多了，叹了口气。 Tôi thở dài vì có quá nhiều từ mới phải nhớ.
0882 **たんじょう** **誕生** する Birth 诞生、出生 ra đời, chào đời	<ruby>息子<rt>むすこ</rt></ruby>の<ruby>誕生<rt>たんじょう</rt></ruby>をきっかけに、<ruby>家<rt>いえ</rt></ruby>を<ruby>買<rt>か</rt></ruby>った。 I bought a house on the occasion of my son's birth. 以儿子的出生为契机，买了房子。 Nhân dịp con trai chào đời tôi đã mua một ngôi nhà. ※ <ruby>誕生祝<rt>たんじょういわ</rt></ruby>い
0883 **ちち** **乳** Milk 乳汁 sữa	この<ruby>牧場<rt>ぼくじょう</rt></ruby>では<ruby>手<rt>て</rt></ruby>で<ruby>牛<rt>うし</rt></ruby>の<ruby>乳<rt>ちち</rt></ruby>を<ruby>搾<rt>しぼ</rt></ruby>っている。 At this farm, cows are milked by hand. 这座牧场用手挤牛奶。 Tôi vắt sữa bò bằng tay tại trang trại này.
0884 **ちのう** **知能** Intelligence 智力、智能 trí thông minh	<ruby>猿<rt>さる</rt></ruby>の<ruby>知能<rt>ちのう</rt></ruby>は３、４<ruby>歳<rt>よんさい</rt></ruby>の<ruby>子供<rt>こども</rt></ruby>くらいだそうだ。 The intelligence of a monkey is evidently the same as that of a child of three or four. 据说猴子的智力与三四岁的小孩子差不多。 Nghe nói trí thông minh của trẻ bằng em bé khoảng 3 đến 4 tuổi. ※ <ruby>人工知能<rt>じんこうちのう</rt></ruby>
0885 **ちりょう** **治療** する Treat 治疗 chữa trị, điều trị	<ruby>歯医者<rt>はいしゃ</rt></ruby>で<ruby>虫歯<rt>むしば</rt></ruby>を<ruby>治療<rt>ちりょう</rt></ruby>した。 I had my tooth decay treated at the dentist. 在牙医那里治疗了蛀牙。 Tôi đã điều trị răng sâu với nha sĩ.
0886 **てあて** **手当て** する **/手当** Allowance, grant 治疗、津贴 trợ cấp	けがの<ruby>手当<rt>てあ</rt></ruby>て/<ruby>出張<rt>しゅっちょう</rt></ruby>の<ruby>手当<rt>てあて</rt></ruby>を<ruby>請求<rt>せいきゅう</rt></ruby>する Injury allowance / Request a business trip allowance 受伤的治疗/请求出差的津贴 Trợ cấp vết thương / Yêu cầu trợ cấp công tác ※ ～<ruby>手当<rt>てあて</rt></ruby>(<ruby>例<rt>れい</rt></ruby>：<ruby>通勤手当<rt>つうきんてあて</rt></ruby>)
0887 **でんせん** **伝染** する Contagious 传染、传播 truyền nhiễm	インフルエンザは<ruby>伝染<rt>でんせん</rt></ruby>する<ruby>病気<rt>びょうき</rt></ruby>だ。 Influenza is a contagious disease. 流感是会传染的疾病。 Bệnh cúm là một bệnh truyền nhiễm. ※ <ruby>伝染病<rt>でんせんびょう</rt></ruby>
0888 **にきび** Acne 青春痘、粉刺 mụn trứng cá	<ruby>中学生<rt>ちゅうがくせい</rt></ruby>の<ruby>息子<rt>むすこ</rt></ruby>は、<ruby>顔<rt>かお</rt></ruby>ににきびができている。 My son at junior high school has facial acne. 上初中的儿子，脸上长了痘痘。 Cậu con trai là học sinh trung học cơ sở của tôi đang xuất hiện mụn trứng cá trên mặt.

0889

にょう
尿
Urine
尿液
nước tiểu

けんこうしんだん　にょう　けんさ
健康診断で尿の検査をした。
At the health examination, my urine was tested.
体检时检查了尿液。
Tôi kiểm tra nước tiểu khi khám sức khoẻ.
にょうけんさ
☀尿検査

0890

にんしん
妊娠 する
Pregnant
妊娠、怀孕
mang thai

にんしん　じょせい　でんしゃ　せき　ゆず
妊娠している女性に電車で席を譲った。
On the train, I gave up my seat to a pregnant woman.
在电车上为怀孕的女性让了座位。
Tôi đã nhường ghế trên tàu cho người phụ nữ mang thai.

0891

のう
脳
Brain
脑
não

あたま　つよ　う　のう　けんさ　う
頭を強く打ったので、脳の検査を受けた。
I hit my head hard, so I had a brain examination.
因为头部受到了强力的击打，所以接受了脑的检查。
Tôi bị đánh mạnh đầu, vì vậy tôi đã đi kiểm tra não.

0892

ひだりきき
左利き
Left-handed
左撇子
thuận tay trái

わたし　ひだりき　じ　みぎて　か
私は左利きだが、字は右手で書く。
I am left-handed, but I write with my right hand.
虽然我是左撇子，但是用右手写字。
Tôi thuận tay trái, nhưng tôi viết bằng tay phải.

0893

ひまん
肥満 する
Obesity
肥胖
béo phì

ひまん　びょうき　かんれん
肥満は、さまざまな病気と関連がある。
Obesity is associated with a number of diseases.
肥胖与各种各样的疾病都相关联。
Bệnh béo phì có liên quan đến nhiều bệnh khác nữa.
ひまんど
☀肥満度

0894

ひやけ
日焼け する
Sunburn
日晒、晒黑
cháy nắng

かいすいよく　ひや　はだ　いた
海水浴で日焼けした肌が痛い。
My sunburnt skin hurts when I am bathing in the sea.
海水浴的时候被晒到的皮肤很痛。
Làn da bị cháy nắng khi đi tắm biển của tôi đang rất đau.

0895

びよう
美容
Beauty
美容
sắc đẹp

びよう　けんこう　たいそう　はじ
美容と健康のために、体操を始めた。
I began exercising for beauty and health.
为了美容与健康，开始练体操。
Vì sức khoẻ và sắc đẹp, tôi đã bắt đầu tập thể dục.
びようげか
☀美容外科

0896

ひろう
疲労 する
Fatigue
疲劳
mệt nhọc, mệt mỏi

ひろう　かいふく　きゅうよう
疲労の回復には休養がいちばんだ。
The best way of recovering from fatigue is rest.
对于恢复疲劳，休养是最好的。
Để phục hồi cơ thể mệt nhọc thì cách tốt nhất là nghỉ ngơi.

0897 **ひんけつ** **貧血** する Anemia 贫血 thiếu máu	<ruby>貧血<rt>ひんけつ</rt></ruby>がひどくて、<ruby>階段<rt>かいだん</rt></ruby>を<ruby>上<rt>のぼ</rt></ruby>るのがつらい。 My anemia is so bad that I struggle to climb staircases. 贫血很严重，上楼梯很辛苦。 Tôi bị thiếu máu trầm trọng và leo cầu thang đối với tôi rất mệt nhọc.
0898 **ふくよう** **服用** する Take (medicine) 服用 uống thuốc, dùng thuốc	<ruby>妊娠中<rt>にんしんちゅう</rt></ruby>の<ruby>薬<rt>くすり</rt></ruby>の<ruby>服用<rt>ふくよう</rt></ruby>には<ruby>注意<rt>ちゅうい</rt></ruby>が<ruby>必要<rt>ひつよう</rt></ruby>だ。 You need to be cautious in taking medication when you are pregnant. 怀孕期间服用药物需要小心。 Dùng thuốc trong thời kỳ mang thai cần phải thận trọng.
0899 **ほうたい** **包帯** Bandage 绷带 băng	けがをした<ruby>足<rt>あし</rt></ruby>に<ruby>包帯<rt>ほうたい</rt></ruby>を<ruby>巻<rt>ま</rt></ruby>いた。 I wrapped a bandage round my wounded foot. 给受伤的脚缠上了绷带。 Tôi cuốn băng quanh cái chân bị thương của mình.
0900 **ほけん** **保健** Health 保健 chăm sóc sức khỏe	<ruby>市<rt>し</rt></ruby>は<ruby>医療<rt>いりょう</rt></ruby>や<ruby>保健<rt>ほけん</rt></ruby>に<ruby>関<rt>かん</rt></ruby>する<ruby>予算<rt>よさん</rt></ruby>を<ruby>増<rt>ふ</rt></ruby>やした。 The city has increased its medical and healthcare budget. 市政府增加了医疗和保健相关的预算。 Thành phố đã tăng ngân sách về chăm sóc sức khoẻ và y tế. ✳<ruby>保健指導<rt>ほけんしどう</rt></ruby> ✳<ruby>保健所<rt>ほけんじょ</rt></ruby>
0901 **ほんのう** **本能** Instinct 本能 bản năng	<ruby>赤<rt>あか</rt></ruby>ちゃんは<ruby>本能<rt>ほんのう</rt></ruby>で<ruby>母親<rt>ははおや</rt></ruby>の<ruby>お乳<rt>ちち</rt></ruby>を<ruby>吸<rt>す</rt></ruby>う。 Babies suck at their mother's breasts by instinct. 婴儿是靠本能吮吸母亲的乳汁。 Em bé bú sữa mẹ theo bản năng. ✳<ruby>本能的<rt>ほんのうてき</rt></ruby>
0902 **マッサージ** する Massage 按摩 mát xa	<ruby>疲<rt>つか</rt></ruby>れた<ruby>足<rt>あし</rt></ruby>をマッサージした。 I massaged my tired feet. 按摩了疲劳的脚。 Tôi xoa bóp bàn chân mệt mỏi.
0903 **みゃく** **脈** Pulse 脉搏 mạch máu	<ruby>走<rt>はし</rt></ruby>ると、<ruby>脈<rt>みゃく</rt></ruby>が<ruby>速<rt>はや</rt></ruby>くなる。 When you run, your pulse speeds up. 奔跑的话，脉搏会变快。 Hễ chạy là mạch lại đập nhanh.
0904 **めまい** **目まい** Dizzy 眩晕 chóng mặt	<ruby>急<rt>きゅう</rt></ruby>に<ruby>立<rt>た</rt></ruby>ち<ruby>上<rt>あ</rt></ruby>がったら、<ruby>目<rt>め</rt></ruby>まいがした。 When I got up suddenly, I became dizzy. 突然站起来，眩晕了。 Tôi cảm thấy chóng mặt khi đứng dậy đột ngột.

0905

ゆけつ
輸血 する
Transfusion
输血
truyền máu

出血がひどくて、輸血が必要になった。
I bled so badly that I had to have a transfusion.
出血很严重，必须输血了。
Tôi bị chảy máu nghiêm trọng và tôi cần được truyền máu.

0906

リラックス する
Relax
放松
thư giãn

自分の部屋がいちばんリラックスできる。
I can relax best in my own room.
在自己的房间是最能放松的。
Phòng của bạn có thể được thư giãn tốt nhất.

0907

わき
脇
Side
腋下
nách

少女が本を脇に抱えて歩いていた。
The girl was walking along holding a book to her side.
少女把书夹在腋下走路。
Cô gái kẹp cuốn sách vào nách và rảo bước.

0908

あご
Jaw, chin
颌、下巴
cằm

0909

おやゆび
親指
Thumb, big toe
大拇指
ngón cái

0910

くすりゆび
薬指
Ring finger, third finger
无名指
ngón áp út

0911

こゆび
小指
Little finger, little toe
小手指
ngón út

0912

ちょう
腸
Intestine
肠
ruột

0913

てくび
手首
Wrist
手腕
cổ tay

0914

なかゆび
中指
Middle finger, second finger
中指
ngón giữa

0915

ひざ
Knee
膝盖
đầu gối

0916

ひじ
Elbow
肘关节
khuỷu tay

0917

ひたい
額
Forehead
额头
trán

0918

ひとさしゆび
人さし指
Forefinger, index finger
食指
ngón trỏ

0919

へそ
Navel
肚脐
rốn

0920

べん②
便
Stool
排泄物
phân

0921

ほお
頬
Cheek
脸颊
má

0922

ほっぺた
Cheek
脸蛋
má

0923

まぶた
Eyelid
眼皮
mí mắt

0924

まゆ
眉
Eyebrow
眉毛
lông mày
※眉毛

0925

もも
Thigh
大腿
đùi

	Nouns – Disasters and accidents 名词 - 灾害 · 案件 Danh từ – Thảm họa, Vụ việc
名詞　災害・事件 めいし　さいがい　じけん	

0926

あらし
嵐
Storm
暴风雨
bão

嵐で大きな木が倒れた。
A big tree fell in the storm.
大树因暴风雨倒下了。
Một cái cây to đã bị đổ bởi cơn bão.

0927

かさい
火災
Fire
火灾
hỏa hoạn

たばこは火災の原因の第2位だ。
Cigarettes are the second-biggest cause of fires.
香烟位居火灾起因的第二位。
Thuốc lá là nguyên nhân lớn thứ hai gây hỏa hoạn.
❋火災保険

0928

きゅうじょ
救助 する
Rescue, save
救助、搭救
cứu

若い男性が川で溺れた子供を救助した。
A young man rescued a child drowning in the river.
年轻的男子搭救了在河里溺水的小孩。
Một thanh niên đã cứu em bé bị đuối nước trên sông.
❋救助隊

0929

ごうう
豪雨
Torrential rain
暴雨
mưa lớn

豪雨で橋が流された。
The bridge was washed away by the torrential rain.
由于暴雨，桥被冲走了。
Cây cầu đã bị cuốn trôi bởi mưa lớn.

0930

ごうとう
強盗
Robber, thief
强盗
trộm

強盗は店の金を奪って逃げた。
The thief seized the shop's takings and ran away.
强盗抢走了店里的钱之后逃走了。
Tên trộm đã cướp tiền của cửa hàng và chạy trốn.
❋強盗犯

0931

さいがい
災害
Disaster
灾害
thảm họa

災害に備えて、水や懐中電灯を用意している。
We have prepared water and flashlights in readiness for disasters.
为了防备灾害，准备了水和手电筒。
Để chuẩn bị khi thảm họa, chuẩn bị trước nước uống và đèn pin bỏ túi.
❋自然災害

0932

さいなん
災難
Disaster, misfortune
灾难
rủi ro, đen đủi

飛んできた看板に当たるなんて、災難だ。
Being hit by a flying signboard is very unfortunate.
撞到了飞来的广告牌，真是个灾难。
Bị tấm ván bay đến đập trúng quả thật là đen đủi.

□ 0933 **さぎ** **詐欺** Fraud, scam 欺诈、诈骗 lừa đảo	お年寄りが詐欺に遭って、50万円取られた。 The old man was a victim of fraud and was robbed of 500,000 yen. 老年人遭遇了诈骗，被骗走了50万日元。 Ông già gặp phải kẻ lừa đảo và bị mất 500.000 yên. ✳ 〜詐欺（例：結婚詐欺）
□ 0934 **さつじん** **殺人** Murder 杀人 sát nhân	警察は殺人の現場にいた男から話を聞いた。 The police heard the story from a man who was at the scene of the murder. 警察询问了在杀人现场的男人。 Cảnh sát đã nghe câu chuyện từ một người đàn ông đang ở hiện trường vụ giết người. ✳ 殺人事件　✳ 殺人犯
□ 0935 **しけい** **死刑** Death sentence 死刑 tử hình	5人の人を殺した男は死刑になった。 The man who killed five people was sentenced to death. 杀了5个人的男人被判了死刑。 Người đàn ông giết năm người đã bị kết án tử hình. ✳ 死刑制度
□ 0936 **じさつ** **自殺** する Suicide 自杀 tự sát	自殺を防ぐために、心の健康相談室ができた。 To prevent suicide, a psychiatric counseling office was set up. 为了预防自杀，成立了心理健康谈话室。 Để phòng ngừa tự sát, phòng tư vấn sức khoẻ tâm thần đã được thành lập. ✳ 自殺者
□ 0937 **ししゃ** **死者** Dead person 死者 người chết	最近、交通事故による死者は減ってきている。 Recently, the number of people getting killed in traffic accidents has been falling. 最近，因交通事故造成的死者正在减少。 Gần đây, số người chết do tai nạn giao thông đang giảm.
□ 0938 **したい** **死体** Dead body, cadaver 尸体 xác chết	近くの川で死体が発見された。 A body was discovered in a nearby river. 在附近的河里发现了尸体。 Các xác chết đã được tìm thấy ở các con sông gần đó.
□ 0939 **しょうとつ** **衝突** する Collide, crash 相撞 xung đột, va chạm	交差点で車と自転車が衝突した。 A car and a bicycle crashed at the crossroads. 在十字路口，汽车和自行车相撞了。 Đã xảy ra va chạm giữa xe ô tô và xe đạp ở ngã tư.
□ 0940 **しんにゅう** **侵入** する Intrude, break into 侵入、闯入 đột nhập	突然、知らない男が家に侵入してきた。 An unidentified man suddenly broke into the house. 不认识的男人突然闯入了家里。 Một người đàn ông lạ mặt đột nhiên đột nhập vào trong nhà.

	0941	竜巻で車や家が飛ばされた。
		Cars and houses were blown over by the tornado.
たつまき		汽车和房子被龙卷风吹走了。
竜巻		Xe hơi và nhà cửa bị thổi bay bởi cơn lốc xoáy.
Tornado, twister		
龙卷风		
lốc xoáy		

	0942	嵐で船が沈没した。
		The ship sank in the storm.
ちんぼつ		由于暴风雨，沉船了。
沈没 する		Con tàu chìm bởi cơn bão.
Sinking		
沉没		
chìm		

	0943	前の車が急に止まったので、追突してしまった。
		I crashed into the car in front, which had stopped suddenly.
ついとつ		因为前面的车突然停住，所以不小心追尾了。
追突 する		Chiếc xe phía trước dừng lại đột ngột, vì vậy tôi đã có đâm vào nó.
Crash into		
追尾		
đâm		

	0944	飛行機が海に墜落した。
		The plane crashed into the sea.
ついらく		飞机坠落入海。
墜落 する		Chiếc máy bay đã rơi xuống biển.
Crash (plane)		
坠落		
rơi		

	0945	買ったばかりの自転車が盗難に遭った。
		A bicycle that I had just bought was stolen.
とうなん		刚刚买的自行车就遭遇了失窃。
盗難		Xe đạp của tôi vừa mua đã bị ăn cắp.
Theft		
失窃、被盗		
đánh cắp		

	0946	契約に関するトラブル／エンジンのトラブル
		Problems with the contract / Engine trouble
トラブル		关于合约的纠纷/引擎的故障
Trouble		Rắc rối liên quan đếnhợp đồng / Trục trặc của động cơ
纠纷、故障		
rắc rối		

	0947	ガスが爆発して、大事故になった。
		There was a gas explosion, causing a serious accident.
ばくはつ		煤气爆炸，造成了大事故。
爆発 する		Nổ khí ga đã gây ra tai nạn nghiêm trọng.
Explosion		※ 爆発的
爆发、爆炸		
nổ		

	0948	今回の台風では作物に大きな被害が出た。
		Crops suffered severe damage in this typhoon.
ひがい		这次的台风对农作物造成了巨大的损失。
被害		Cơn bão lần này đã gây ra thiệt hại lớn cho cây trồng.
Damage		※ 被害者　※ 健康被害
受害、损失		
bị hại, chịu thiệt hại		

0949

ふんか
噴火 する
Eruption
喷火、喷发
phun trào

この火山は５００年前に噴火した。
This volcano erupted 500 years ago.
这座火山在500年前喷发过。
Núi lửa này phun trào cách đây 500 năm.

0950

ぼうか
防火 する
Fire prevention
防火
cứu hỏa

このビルは防火の設備が整っている。
This building is equipped with fire prevention facilities.
这栋大楼的防火设施齐备。
Tòa nhà này có trang bị thiết bị chữa cháy.

0951

ほうしゃのう
放射能
Radioactivity
核辐射、辐射力
năng lượng phóng xạ

原子力発電所の事故でここは放射能に汚染された。
This area has been contaminated by radiation since the accident at the nuclear plant.
由于核电站的事故，这里被核辐射污染了。
Do sự cố của nhà máy điện hạt nhân nên nơi này đã bị nhiễm phóng xạ.

0952

ぼうはん
防犯
Crime prevention
防止犯罪
phòng chống tội phạm

防犯のために、道の照明を明るくしてほしい。
To prevent crime, it would be advisable to make the streetlighting brighter.
为了防止犯罪，希望路上的照明能够明亮一点。
Tôi mong sẽ chiếu sáng con đường nhằm phòng chống tội phạm.

0953

ぼうふう
暴風
Gale, storm
暴风
gió to

台風５号は大型で、暴風や大雨が予想される。
Storms and torrential rain are forecast as typhoon five is large.
预测大规模的台风5号会带来暴风和大雨。
Vì cơn bão số 5 mạnh nên dự đoán sẽ có gió lớn và mưa to.

☀暴風警報

0954

ぼうふうう
暴風雨
Storm
暴风雨
mưa to gió lớn

台風の接近で関東地方は暴風雨になった。
A storm broke out in the Kanto area as the typhoon approached.
由于台风靠近，关东地区出现了暴风雨。
Khi cơn bão tiến gần, vùng Kanto có mưa to gió lớn.

0955

ぼうりょく
暴力
Violence
暴力
bạo lực

駅員が乗客から暴力を受ける事件が増えた。
The number of cases of passenger violence against station staff has increased.
站务员被乘客施暴的案件增加了。
Số vụ việc mà nhân viên nhà ga bị bạo lực từ hành khách đã tăng lên.

☀暴力的

0956

まんびき
万引き する
Shoplifting
店内盗窃
ăn cắp vặt

コンビニで少年が万引きするのを見た。
I saw a boy shoplifting in a convenience store.
在便利店看到有个少年在偷东西。
Tôi nhìn thấy cậu thiếu niên ăn cắp vặt trong cửa hàng tiện lợi.

146

読んでみよう5

日本は安全な国？

　海外からの観光客に「日本は安全な国だ」とよく言われる。世界的に見ても、例えば**殺人**事件の発生率はアメリカの10分の1以下だ。犯罪件数は一時増えていたが、最近は減っている。

　一方、**万引き**やお年寄りを狙った**詐欺**は相変わらず多く、万引きの**被害**額は4600億円にも上るという統計もある。駅などでの乗客の間で起きた**トラブル**が、**暴力**事件に発展することも増えているようだ。子供を犯罪から守るために、子供に**防犯**ブザーを持たせることは、今では常識だ。また、**強盗**や、**死刑**になる可能性がある**殺人**などの犯罪では、犯人の逮捕率は低くなっている。

　このような現状を考えると、海外からの旅行客も**防犯**意識を持つ必要があるだろう。例えば、**人通り**が少ない道は避けて、**遠回り**でも安全な道を通ることは、基本だ。せっかくの海外旅行で**盗難**に遭ったら、「**災難**だった」では済まないのだから。

Is Japan a safe country?

Tourists from overseas often remark that Japan is a safe country. Compared with other countries around the world, Japan has a murder rate that is less than one-tenth that of America. Incidence of crime had been rising for a time, but recently has fallen back again.

However, the number of cases of shoplifting and fraud targeting the elderly remains high. Some statistics show that losses from shoplifting run as high as 460 billion yen. There also seems to have been an increase in cases where quarrels between passengers at stations and other public places have escalated into violence. It is now considered simple common sense to provide children with anti-crime buzzers. Moreover, the arrest rate for robbery, murder and other serious crimes that can carry the death penalty has fallen.

In light of these developments, it is probably necessary for overseas visitors too to show crime awareness. For example, a basic precaution should be avoiding streets where very few people pass through, and taking a roundabout but safe route instead. If you become a victim of robbery after going to the trouble of visiting somewhere overseas, it will not suffice to just shrug it off as an unfortunate incident.

日本是个安全的国家？

　　经常听外国游客说：“日本是个安全的国家”。从全世界的范围来看，比如杀人事件的发生率，日本不到美国的十分之一。虽然案件数量曾一度有所增加，但是最近正在减少。

　　另一方面，店内盗窃和以老年人为主要目标的诈骗案依旧很多，据统计，盗窃的受害金额已超过了4600亿日元。此外，车站等地乘客之间的纠纷而引发的暴力事件似乎也在逐渐增多。为了保护孩子免遭侵犯，现在，让孩子们随身携带防身警报器也已经成了常识。另外，抢劫以及有可能被判处死刑的杀人等案件里犯罪分子的逮捕率也正在下降。

　　考虑到这些现状，从国外来的游客们也应该要有防范意识。比如，尽量避免少有人走的路，哪怕绕点远路，也要选择安全一点的路线，这是最基本的。难得的出国旅行，万一在途中遭遇盗案，那可不是一句“真倒霉”就能解决的。

Nhật Bản là đất nước an toàn?

　　Nhật Bản thường được các du khách nước ngoài nói rằng "Nhật Bản là đất nước an toàn". Ngay cả nhìn trên phạm vi toàn cầu ví dụ như tỉ lệ phát sinh số vụ giết người của Nhật Bản còn ít hơn một phần mười tỉ lệ ở nước Mỹ. Số lượng các vụ án hình sự có tăng trong một thời gian nhưng gần đây đang giảm xuống.

　　Mặt khác, số vụ ăn cắp vặt tại các cửa hàng và số vụ lừa đảo nhằm vào người già vẫn nhiều như trước. Có con số thống kê rằng số tiền thiệt hại trong các vụ ăn cắp vặt đã lên tới 460 tỷ yên. Có vẻ việc những vụ rắc rối xảy ra giữa hành khách ở những nơi như nhà ga, phát triển thành lên các vụ bạo lực cũng đang tăng lên. Để bảo vệ trẻ nhỏ khỏi tội phạm, việc phụ huynh bắt con đeo còi báo động nay đã thành việc bình thường. Hơn nữa, tỉ lệ bắt được tội phạm trong các vụ hình sự như trộm cướp, giết người có khả năng chịu án tử hình thì lại đang giảm xuống.

　　Khi xem xét hiện trạng như vậy có lẽ những du khách nước ngoài cần phải có ý thức phòng chống tội phạm. Ví dụ tránh đi vào những con đường vắng vẻ mà đi những con đường an toàn cho dù đó là đường vòng là điều cơ bản. Vì nếu như gặp phải trộm cướp khi đang đi du lịch nước ngoài thì đó không phải chỉ là điều không may thôi đâu.

148

台風8号情報

おはようございます。今朝は予定を変更して、台風8号の情報をお伝えします。大型で非常に強い台風8号は、このあと関東地方に上陸する見込みです。今後、暴風雨の危険がありますから、外出は控えてください。避難指示が出たら、指定の**公民館**や学校の**校舎・体育館**などに、車ではなく**徒歩**で避難するようにしてください。その際、道路の**通行**には十分注意してください。また、**暴風**によって電線が切れることがあります。切れた電線には決して触れないでください。外出先にいて危険な場合は、**鉄筋**のしっかりした建物や**施設**の中に避難してください。

次に、交通情報です。地下鉄は、現在ほぼ**ダイヤ**通りに動いていますが、ＪＲは**快速・急行**に大幅な遅れが出ています。海山線は、昨夜からの**豪雨**の影響で**不通**になっています。新幹線は**始発**から**運休**しています。**航空**関係も、**欠航**する便が出ています。**フェリー**は、全て**欠航**が決まっています。

今後も台風情報に注意してください。

Information about Typhoon No. 8

Good morning, everybody. We are changing the scheduled programming to give you information about Typhoon No. 8. This is very large and powerful typhoon. It is expected to make landfall in the Kanto region shortly. You are advised to stay indoors, as there is a risk of a storm. If evacuation instructions are given, you are advised to walk, not drive, to the designated community center or school or its gymnasium or similar facilities. If you evacuate, be sure to pay full attention to the road as you go. Sometimes, power cables come down in high winds. Never touch fallen power lines. If you find yourself in danger while away from home, take refuge in a solidly built steel-framed building or facility.

Now for some traffic information. The subway is operating more or less as scheduled, but rapid- and express-class trains on JR lines are subject to major delays. Umiyama line services have been suspended, due to heavy rain since yesterday evening. Shinkansen services have been suspended from the first departure onward. A number of flights have also been cancelled, and all ferries have been suspended.

Please listen out for further updates.

第 8 号台风信息

早上好。今天首先为大家插播一条关于台风 8 号的消息。强台风 8 号来势凶猛，预计晚些时候会在关东地区登陆。接下来可能会有暴风雨来袭，请尽量减少外出。如果发布了避难指示，请徒步前往指定的公民馆或学校校舍、体育馆等地点进行避难，请不要驱车前往。届时，一定要注意道路通行。另外，受暴风影响，电线有可能会被吹断。千万不要触碰断开的电线。如果在外遇到危险，请前往钢筋结构牢固的建筑物或设施中避难。

接下来为您播报交通信息。目前地铁仍基本按照列车时刻表运行，但 JR 的快速列车和急行列车出现了大面积延误。海山线受昨夜开始的暴雨影响，现已停止运行。新干线已从始发车辆开始停止运行。机场方面也有部分航班被取消。渡轮已全部停止航行。

今后也请密切注意台风的相关信息。

Thông tin về Cơn bão số 8

Chào buổi sáng. Chúng tôi sẽ thay đổi lịch trình sáng nay và thông báo cho quý vị khán giả thông tin về cơn bão số 8. Cơn bão số 8 rất mạnh và vô cùng lớn dự kiến sẽ đổ bộ vào vùng Kanto. Vì mưa to gió lớn có khả năng gây nguy hiểm nên hãy hạn chế ra ngoài. Nếu được hướng dẫn đi lánh nạn thì thay bằng việc đi bằng xe hơi, hãy đi bộ đến các địa điểm được chỉ định sẵn như nhà văn hóa cộng đồng hoặc khu học đường hay nhà thi đấu của trường. Khi đó, hãy chú ý đến giao thông trên đường. Ngoài ra, gió mạnh cũng có thể làm đứt dây điện. Không được sờ, chạm vào dây điện đã bị đứt. Trong trường hợp đang di chuyển thấy nguy hiểm thì hãy lánh nạn vào trong các tòa nhà, cơ sở kiên cố.

Tiếp theo là thông tin giao thông. Mặc dù tàu điện ngầm hiện tại vẫn đang chạy đúng lịch trình nhưng tàu nhanh và tàu tốc hành phần lớn bị muộn giờ. Các tàu tuyến Umiyama do ảnh hưởng của mưa lớn từ đêm qua vẫn chưa thông tuyến. Tàu Shinkansen ngừng vận hành từ chuyến đầu tiên trong ngày. Các chuyến bay liên quan cũng bị hủy bỏ. Toàn bộ các chuyến phả ngừng phục vụ.

Xin hãy chú ý theo dõi các bản tin tiếp theo về cơn bão.

名詞　人・仕事 めいし　ひと　しごと	Nouns – People and work 名词 – 人·工作 Danh từ – Con người, Công việc

0957

アシスタント
Assistant
助手、助理
trợ lý

私は出版社で編集のアシスタントをしている。
わたし　しゅっぱんしゃ　へんしゅう

I work as an editorial assistant at a publishing company.
我在出版社担任编辑的助理。
Tôi là một trợ lý biên tập tại nhà xuất bản.

0958

アマチュア
Amateur
业余
nghiệp dư

兄はアマチュアのゴルフ大会で優勝した。
あに　　　　　　　　　　　たいかい　ゆうしょう

My brother won the amateur golf tournament.
哥哥在业余高尔夫比赛中取得了冠军。
Anh tôi đã giành chiến thắng trong giải đấu golf nghiệp dư.

⇔プロ

0959

おおや
大家
Landlord
房东
chủ nhà

風呂が故障したので、大家さんに連絡した。
ふ ろ　こしょう　　　　　　　おお や　　れんらく

I contacted my landlord because of a fault with my bath system.
因为洗浴设备出了故障，所以联系了房东。
Vì bồn tắm bị hỏng, tôi liên lạc với chủ nhà.

0960

おぼうさん
お坊さん
Monk
和尚
nhà sư

お坊さんにお寺を案内してもらった。
ぼう　　　　　てら　あんない

I got the monk to guide me around the temple.
和尚带我们参观了寺庙。
Tôi nhờ nhà sư hướng dẫn thăm chùa.

0961

おまえ
You (informal)
你
bạn, mày, cậu

親友のおまえには何でも相談できる。
しんゆう　　　　　なん　　そうだん

I can ask a close friend like you about anything.
跟你这个好朋友什么都能商量。
Chuyện gì cũng có thể tâm sự với cậu bạn thân.

0962

おや
親
Parent
父母
bố mẹ

親は、子供が何歳になってもかわいいものだ。
おや　　こ ども　なんさい

To parents, children are cute however old they are.
父母觉得孩子不管几岁了都是可爱的。
Với cha mẹ con cái có lớn bao nhiêu tuổi thì vẫn đáng yêu.

0963

おれ
俺
I (informal)
俺、我
tao, tôi

俺とおまえは親友だ。
おれ　　　　　　しんゆう

You and I are close friends.
我和你是好朋友。
Tao và mày là bạn thân.

	0964	税金の相談は、どの課へ行けばいいですか。
か **課** Section, department 科 phòng, ban		Which is the best department to go to for tax consultation?. 税款的咨询，应该去哪个科? Tôi nên đi đến phòng nào để tư vấn về thuế. ❋ ～課（例：市民課）

	0965	父が外交官だったので、海外生活が長かった。
がいこうかん **外交官** Diplomat 外交官 nhà ngoại gia		As my father was a diplomat, I lived abroad for a long time. 因为父亲以前是外交官，所以海外生活的时间较长。 Bố tôi là nhà ngoại giao nên thời gian sinh sống ở nước ngoài dài.

	0966	父は学者で、法律が専門だ。
がくしゃ **学者** Academic 学者 học giả		My father is an academic specializing in law. 父亲是学者，专业是法律。 Cha tôi là một học giả chuyên ngành hiến pháp.

	0967	卒業パーティーの幹事を引き受けた。
かんじ **幹事** Secretary, organizer 幹事 người điều phối		I took on the role of organizer of the graduation party. 接受了毕业派对干事的职务。 Tôi nhận làm người điều phối cho bữa tiệc tốt nghiệp. ❋ 幹事長

	0968	試験の監督をする/父は野球チームの監督だ
かんとく **監督** する Director, manager 教练、导演 giám sát, quản lý		Invigilate an examination / My father is the manager of the baseball team 做监考/父亲是棒球队的教练 Tôi sẽ giám sát kỳ thi / Cha tôi là người quản lý của đội bóng chày ❋ 映画監督

	0969	国会の議員は国民の代表だ。
ぎいん **議員** Lawmaker 议员 nghị sĩ		Lawmakers are representatives of the people. 国会的议员是国民的代表。 Nghị sĩ quốc hội là đại biểu của nhân dân. ❋ 国会議員

	0970	弟はレントゲンの技師をしている。
ぎし **技師** Engineer, technician 工程师、技术人员 kỹ thuật viên		My brother is an X-ray technician. 弟弟是X射线的技术人员。 Em trai tôi là kỹ thuật viên X quang. ❋ ～技師（例：検査技師）

	0971	議長は会議の出席者に意見を求めた。
ぎちょう **議長** Chairman, chair 议长 chủ tịch		The chair asked those attending the meeting to give their opinions. 议长征求了会议出席者的意见。 Chủ tịch đã yêu cầu những người tham dự cuộc họp cho ý kiến.

0972 **キャプテン** Captain 队长、船长 đội trưởng	兄はサッカー部のキャプテンだ。 My brother is the captain of a soccer club. 哥哥是足球部的队长。 Anh tôi là đội trưởng của câu lạc bộ bóng đá.
0973 **きゅうじん** **求人** する Job offer 招聘 tuyển người	ネットでアルバイトの求人を探した。 I looked for a part-time job online. 通过网络搜索了兼职招聘。 Tôi tìm kiếm tuyển người làm bán thời gian trên mạng. 🌣求人広告
0974 **きょういん** **教員** Lecturer 教员、教师 giáo viên	この学校では英語の教員が足りない。 There are not enough teachers of English at this college. 在这所学校，英语教师的人数不够。 Không có đủ giáo viên tiếng Anh tại trường này.
0975 **きんむ** **勤務** する Work 上班、工作 làm việc	深夜の勤務が続いて、疲れ気味だ。 I am getting tired of continuously working late into the night. 连续上晚班，感觉有些疲急。 Tôi cảm thấy mệt mỏi sau khi làm việc vào lúc ban đêm. 🌣勤務先　🌣勤務〜（例：勤務時間）
0976 **けいじ** **刑事** Detective 刑警 thanh tra	刑事が事件現場の周辺を調べている。 The detective is investigating the scene of the incident. 刑警正在调查案件现场的周围。 Thanh tra đang tìm kiếm xung quanh hiện trường của vụ việc.
0977 **ゲスト** Guest 嘉宾 khách, khách mời	報道番組に政治家がゲストとして出演した。 A politician appeared as a guest on a news program. 报道节目邀请了政治家作为嘉宾出演。 Một chính khách xuất hiện với tư cách là khách mời trong chương trình báo chí.
0978 **けっきん** **欠勤** する Be away from work 缺勤 nghỉ phép	高熱が出て、欠勤の届を出した。 I had a high fever and called in to say I could not come to work. 发了高烧，提交了缺勤请假单。 Vì sốt cao nên tôi gửi đơn xin nghỉ phép.
0979 **こうし** **講師** Lecturer 讲师 giảng viên	講演会の講師は小説家のＡさんだ。 The speaker at the lecture is novelist A. 讲座的讲师是小说家A。 Giảng viên của buổi diễn thuyết hôm nay là một tiểu thuyết gia.

0980

こうはい

後輩

Somebody lower than you in seniority

后生、晚辈

đàn em

だいがく こうはい にゅうしゃ
大学の後輩が入社してきた。

Students from years below me joined the company.

大学的晚辈进公司了。

Đàn em trong trường đại học đã gia nhập vào công ty.

⇔先輩

0981

さいばんかん

裁判官

Judge

法官

taảm phán

さいばんかん さいばん べんごし ていしゅつ しょうこ みと
裁判官は裁判で弁護士が提出した証拠を認めた。

The judge acknowledged the evidence presented by the lawyer at court.

法官认可了律师在法庭上出具的证据。

Thẩm phán chấp nhận những bằng chứng mà luật sư đã đưa ra.

0982

さいよう

採用 する

Adopt, hire

录用、采取

tuyển dụng, áp dụng

しゃいん さいよう あたら ほうほう さいよう
社員を採用する/新しい方法を採用する

Hire employees / Adopt new methods

录用公司员工／采取新的方法

Tuyển dụng nhân viên / Áp dụng các phương pháp mới

さいよう しけん
☀採用試験

0983

じしょく

辞職 する

Resign

辞职

từ chức, nghỉ việc

ぎいん びょうき りゆう じしょく
その議員は病気を理由に辞職した。

The lawmaker resigned for reasons of ill health.

那位议员以生病为理由辞职了。

Nghị sĩ từ chức với lý do bị bệnh.

0984

じしん

自身

Own

自己、自身

bản thân, chính mình

もんだい じしん かんが しょうじき の
この問題について、自身の考えを正直に述べた。

I gave my own frank opinions about this issue.

关于这个问题，坦率地阐述了自己的想法。

Tôi thành thật đã bày tỏ quan điểm của bản thân về vấn đề này.

じしん れい じぶんじしん
☀～自身（例：自分自身）

0985

しそん

子孫

Descendants, offspring

子孙

con cháu

しそん のこ どうぶつ ほんのう ひと
子孫を残すのは動物の本能の一つだ。

Having offspring is one of the things animals do by instinct.

留下子孙是动物的本能之一。

Đó là một trong những bản năng của động vật lưu lại cho con cháu.

0986

じどう

児童

Child

儿童

thiếu nhi

じもと じどう か え
これは地元の児童が描いた絵だ。

This is a picture painted by children of the locality.

这是当地的儿童画的画。

Đây là bức tranh vẽ bởi thiếu nhi địa phương.

じどうぶんがく
☀児童文学

0987

しまい

姉妹

Sister

姐妹

chị em

わたし いもうと しまい かお ぜんぜん に
私と妹は、姉妹なのに顔が全然似ていない。

My face is surprisingly different from that of my sisters.

我和妹妹，虽然是亲姐妹，但是脸完全不像。

Tôi và chị gái tôi là chị em gái nhưng khuôn mặt lại hoàn toàn không giống nhau.

しまい れい さんにんしまい
☀～姉妹（例：３人姉妹）

0988

ジャーナリスト
Journalist
新闻工作者、记者
nhà báo

ジャーナリストとして真実を報道したい。
As a journalist, I wish to report the truth.
作为记者，我想报道真相。
Tôi muốn đưa tin bài chân thực với tư cách là một nhà báo.

0989

しゃしょう
車掌
Conductor
列车员、售票员
nhân viên tàu

終点まで眠ってしまって、車掌に起こされた。
I fell asleep until the train reached the terminus, when I was
woken by the conductor.
一不小心睡到了终点，被列车员叫醒了。
Tôi ngủ thiếp đi đến điểm cuối cùng và được đánh thức bởi nhân
viên tàu.

0990

じゅうぎょういん
従業員
Employee
业务员、员工
nhân viên

この会社は、従業員の数では日本のトップだ。
This company is the largest in Japan by number of employees.
这家公司，在员工的数量方面是日本第一。
Công ty này đứng đầu Nhật Bản về số nhân viên.

0991

じゅんさ
巡査
Policeman
巡警
tuần tra

交番の巡査は丁寧に道を説明してくれた。
The officer in the police box politely told me the way.
派出所的巡警为我耐心地说明了路线。
Tôi được cảnh sát tuần giải thích lịch sự.

0992

じょうし
上司
Boss, superior
上司
cấp trên

彼は仕事のできる上司を尊敬している。
He respects his boss, who does his job well.
他尊敬精明能干的上司。
Anh ấy tôn trọng cấp trên có thể làm được việc.
⇔部下

0993

しょく
職
Job, post
职位
công việc

父は今年、校長の職に就いた。
This year, my father took the post of school principal.
父亲今年担任了校长的职位。
Cha tôi năm nay nhận công việc của hiệu trưởng.
☀専門職

0994

しょくいん
職員
Staff member
职员
công chức

姉は大学の職員として働いている。
My sister is a member of the university staff.
姐姐作为大学的职员在工作。
Em gái tôi làm việc như một công chức của trường đại học.
☀〜職員（例：臨時職員）

0995

しょくにん
職人
Craftsman
工匠
thợ

専門の職人に古い時計を直してもらった。
I had the old watch repaired by a specialist craftsman.
请专门的工匠帮我修好了旧钟表。
Tôi nhờ người thợ chuyên môn sửa đồng hồ cũ.
☀〜職人（例：家具職人）

	0996	

しょくれき
職歴
Career history
工作经验
kinh nghiệm làm việc

<ruby>入社試験<rt>にゅうしゃしけん</rt></ruby>の<ruby>面接<rt>めんせつ</rt></ruby>で<ruby>職歴<rt>しょくれき</rt></ruby>を<ruby>聞<rt>き</rt></ruby>かれた。
At the job interview, I was asked about my employment history.
招聘考试的面试中被问到了工作经历。
Tôi đã được hỏi về kinh nghiệm làm việc tại cuộc phỏng vấn phỏng vấn thi tuyển vào công ty.

	0997	

じょしゅ
助手
Assistant
助手
trợ lý

<ruby>私<rt>わたし</rt></ruby>は<ruby>研究室<rt>けんきゅうしつ</rt></ruby>で<ruby>実験<rt>じっけん</rt></ruby>の<ruby>助手<rt>じょしゅ</rt></ruby>をしている。
I help out with experiments at the laboratory.
我在研究室做实验助手。
Tôi là trợ lý thực hành trong phòng thí nghiệm.
❀ <ruby>研究助手<rt>けんきゅうじょしゅ</rt></ruby>

	0998	

しりあい
知り合い
Acquaintance
熟人
người quen

<ruby>来日<rt>らいにち</rt></ruby>したばかりで、<ruby>知<rt>し</rt></ruby>り<ruby>合<rt>あ</rt></ruby>いがいない。
I have only just arrived in Japan, so I do not know anybody.
由于刚来日本，没有熟人。
Tôi vừa đến Nhật, tôi không có người quen.

	0999	

しろうと
素人
Amateur
外行
nghiệp dư

<ruby>彼<rt>かれ</rt></ruby>は<ruby>歌<rt>うた</rt></ruby>が<ruby>上手<rt>じょうず</rt></ruby>で、<ruby>素人<rt>しろうと</rt></ruby>とは<ruby>思<rt>おも</rt></ruby>えない。
He sings very well; I doubt that he is an amateur.
他唱歌很好听，完全看不出是外行。
Anh ấy là một ca sĩ giỏi không thể nói anh ấy là một tay nghiệp dư.

	1000	

しんし
紳士
Gentleman
绅士、男士
quý ông

<ruby>上品<rt>じょうひん</rt></ruby>な<ruby>紳士<rt>しんし</rt></ruby>/<ruby>紳士用品<rt>しんしようひん</rt></ruby>の<ruby>売<rt>う</rt></ruby>り<ruby>場<rt>ば</rt></ruby>
Elegant gentleman / Men's accessories department
高雅的绅士/男士用品的卖场
Quý ông đẳng cấp / Nơi bán hàng cao cấp
❀ <ruby>紳士的<rt>しんしてき</rt></ruby>

	1001	

じんじ
人事
Personnel
人事
nhân sự

うちの<ruby>会社<rt>かいしゃ</rt></ruby>の<ruby>人事<rt>じんじ</rt></ruby>は<ruby>社長<rt>しゃちょう</rt></ruby>が<ruby>決<rt>き</rt></ruby>めている。
Personnel appointments at my company are decided by the president.
我们公司的人事是由社长决定的。
Giám đốc quyết định các vấn đề nhân sự trong công ty chúng tôi.

	1002	

しんじん
新人
Newcomer, new hire
新人
người mới

<ruby>先月<rt>せんげつ</rt></ruby>から<ruby>新人<rt>しんじん</rt></ruby>に<ruby>仕事<rt>しごと</rt></ruby>を<ruby>教<rt>おし</rt></ruby>えている。
Since last month, I have been teaching new hires the ropes of the job.
上个月开始教新人工作。
Tôi đã dạy những người mới đến từ tháng trước.

	1003	

しんぱん
審判 する
Referee
裁判
trọng tài

<ruby>審判<rt>しんぱん</rt></ruby>が<ruby>笛<rt>ふえ</rt></ruby>を<ruby>吹<rt>ふ</rt></ruby>いて、サッカーの<ruby>試合<rt>しあい</rt></ruby>が<ruby>始<rt>はじ</rt></ruby>まった。
The referee blew the whistle and the soccer match began.
裁判吹哨之后，足球比赛就开始了。
Trọng tài thổi còi và trận đấu bắt đầu.

1004 じんぶつ **人物** Person 人物、人品 nhân vật, người	物語に登場する人物／学歴より人物を重視する Character in a story / Prioritize personality over academic record 故事中出现的人物／比起学历更重视人品 Nhân vật xuất hiện trong câu chuyện / Tập trung vào những người có trình độ học vấn hơn ※〜人物（例：登場人物）
1005 しんるい **親類** Relatives 亲属、亲戚 họ hàng	毎年、夏休みは田舎の親類の家へ遊びに行く。 Every year, he goes to a relative's house in the country for the summer holidays. 每年暑假都去乡下的亲戚家玩。 Mỗi kỳ nghỉ hè hàng năm tôi đều vào nhà của họ hàng ở nông thôn.
1006 じんるい **人類** Man, human race 人类 con người	人類は他の動物と違って火が使用できる。 Unlike other animals, man can use fire. 人类和别的动物不同，能够使用火。 Không giống như các động vật khác, con người có thể sử dụng lửa.
1007 すえっこ **末っ子** Youngest child 最小的孩子 con út	彼は4人兄弟の末っ子だ。 He is the youngest of four brothers. 他是四兄弟中的最小的。 Anh ta là con út trong bốn anh em.
1008 **スタッフ** Staff 员工 nhân viên	店では販売のスタッフを募集している。 The shop is recruiting sales staff. 店里正在招募促销员工。 Chúng tôi đang tuyển nhân viên bán hàng tại cửa hàng. ※〜スタッフ（例：運営スタッフ）
1009 せいしょうねん **青少年** Youth 青少年 thanh thiếu niên	彼は長年、青少年にサッカーを指導してきた。 For many years, he has coached boys in soccer. 他长期以来教导青少年足球。 Anh ấy đã dạy thanh thiếu niên bóng đá trong nhiều năm.
1010 せんぞ **先祖** Ancestor (family) 始祖、祖宗 tổ tiên, gia tiên	お盆に先祖のお墓にお参りした。 At the Obon festival, I visited the graves of my ancestors. 在盂兰盆节，给先祖扫墓。 Tôi đã viếng thăm ngôi mộ tổ tiên vào dịp obon.
1011 そせん **祖先** Ancestors (mankind) 祖先 tổ tiên	人類の祖先はアフリカで生まれたらしい。 It seems that our ancestors were born in Africa. 人类的祖先好像是出生在非洲。 Có vẻ như tổ tiên của chúng tôi đã được sinh ra ở châu Phi.

1012 **たいし** **大使** Ambassador 大使 đại sứ	大使は日本と現地の交流に貢献した。 The ambassador contributed to exchange between Japan and his assigned country. 大使为日本和当地的交流作出了贡献。 Đại sứ đã đóng góp vào việc trao đổi địa phương với Nhật Bản.
1013 **たいしょく** **退職**(する) Retire 退职、退休 nghỉ hưu	来年、父は定年で退職する。 Next year, my father will retire. 明年，父亲到退休年龄退休。 Sang năm cha tôi nghỉ hưu đúng tuổi nghỉ hưu. ☀退職金
1014 **ちじ** **知事** Prefectural governor 知事、首长 tỉnh trưởng	知事は県民の直接選挙で選ばれる。 The governor will be elected by the people of the prefecture. 知事是县民用直接选举的方法选出来的。 Tỉnh trưởng được bầu do nhân dân trực tiếp bầu ra. ☀～知事（例：県知事）
1015 **ちじん** **知人** Acquaintance 相识、熟人 người quen	妻とは知人の紹介で出会った。 I met my wife through an introduction arranged by an acquaintance. 我和妻子是熟人介绍认识的。 Tôi đã gặp vợ tôi qua giới thiệu của người quen.
1016 **チャンピオン** Champion 冠军 nhà vô địch	柔道のチャンピオンが新人の選手に敗れた。 The judo champion lost to a rookie. 柔道冠军败给了新人选手。 Nhà vô địch của Judo đã bị đánh bại bởi một tuyển thủ mới. ☀～チャンピオン（例：世界チャンピオン）
1017 **ちゅうこうねん** **中高年** Middle-aged 中老年 trung niên	この団地には中高年の夫婦が多く暮らしている。 Many middle-aged couples live in this public housing apartment. 这片住宅区生活着很多中老年夫妇。 Nhiều cặp vợ chồng trung niên và kết hôn sống trong khu chung cư này.
1018 **ちょしゃ** **著者** Author 作者 tác giả	著者が、小説に込めた思いについて講演した。 The author gave a lecture on his intentions in the novel. 作者就小说中所蕴含的想法进行了演讲。 Tôi đã đưa diễn thuyết về những tư tưởng được gói lại trong tiểu thuyết của tác giả.
1019 **つとめさき** **勤め先** Workplace 工作单位 nơi làm việc	今の会社に入るまえに、３回勤め先を変えた。 Before joining the company I changed workplace three times. 在进入这家公司之前，换了3份工作。 Trước khi bước vào công ty hiện tại, tôi đã thay đổi nơi làm việc của tôi ba lần. ⊕～先（例：出張先）

1020 てき 敵 Enemy, opposition 敌人、对手 kẻ địch, kẻ thù	敵のチームは、皆大きくて強そうだ。 Everybody in the opposition team seems to be very strong. 对手的队伍里，好像每个人都很强大。 Đội của kẻ thù tất cả có vẻ to lớn và mạnh. ⇔ 味方
1021 てんきん 転勤 する Relocate, transfer 转职、调动 chuyển việc	来月、北海道に転勤することになった。 Next month, I am due to be transferred to Hokkaido. 下个月，要调动到北海道去了。 Tháng tới, tôi sẽ được chuyển việc đến Hokkaido.
1022 どうりょう 同僚 Colleague 同事 đồng nghiệp	昼は、大抵職場の同僚と外食する。 At noon, I usually eat out with work colleagues. 午饭大都是和公司同事在外面吃的。 Tôi ăn ngoài với các đồng nghiệp của chỗ làm việc buổi trưa.
1023 どくしゃ 読者 Reader 读者 độc giả	読者の皆様からのお便りをお待ちしています。 I am waiting for letters from all our readers. 等待着读者们的来信。 Tôi đang đợi bức thư của độc giả.
1024 とも 友 Friend 朋友 bạn	留学したとき、一生の友を得た。 With studying abroad I made a lifelong friend. 留学的时候，交到了一生的好友。 Khi đi học ở nước ngoài, tôi tìm được người bạn của cả cuộc đời.
1025 ともばたらき 共働き する Dual income 夫妻都工作、双职工 làm việc cùng nhau	私たち夫婦は共働きだ。 We work together as a married couple. 我们夫妇是双职工。 Vợ chồng chúng tôi đang làm việc cùng nhau.
1026 にょうぼう 女房 Wife 妻子、老婆 vợ	「奥さんはいますか」「女房は留守です」 "Is your wife in?" "My wife is out." "您夫人在吗?""我老婆不在家。" Vợ anh có nhà không? "Vợ tôi vắng nhà." ⊗ 妻　⊗ 家内
1027 のうみん 農民 Farmers, country people 农民 nông dân	江戸時代、農民は米を税として納めた。 During the Edo period, country people paid their taxes in rice. 江户时期，农民以米来缴税。 Trong giai đoạn Edo, nông dân đã nộp gạo như đóng thuế.

1028 はくし/はかせ 博士 Doctor (university) 博士 tiến sĩ	彼は、研究を続けてアメリカで博士になった。 Continuing his research, he became a doctor in the United States. 他继续研究，在美国成了博士。 Ông tiếp tục nghiên cứu, trở thành một tiến sĩ ở Hoa Kỳ. ❀博士課程　❀〜博士（例：医学博士）
1029 はなよめ 花嫁 Bride 新娘 cô dâu	花嫁は、お祝いの言葉を聞いて幸せそうだった。 The bride seemed delighted to hear the words of congratulation. 新娘听了祝福的话，看起来很幸福。 Cô dâu trông có vẻ hạnh phúc vui vẻ khi nghe lời chúc mừng.
1030 ビジネスマン Businessman 商务人士 doanh nhân	新幹線はビジネスマンでいっぱいだった。 The *shinkansen* was full with businessmen. 新干线上有很多商务人士。 Tàu Shinkasen chở đầy các doanh nhân.
1031 ひしょ 秘書 Secretary 秘书 thư ký	毎朝、秘書は社長のスケジュールを確認する。 Every morning, the secretary confirms the schedule of the company president. 每天早上，秘书都会确认社长的行程安排。 Mỗi sáng, thư ký xác nhận lại lịch trình của giám đốc.
1032 びじん 美人 Beauty 美女 người đẹp	昔の日本では長い髪が美人の条件だった。 In the old Japan, you had to have long hair to be a beauty. 在以前的日本，长发是美女的条件。 Nhật Bản ngày xưa thì tóc dài là một điều kiện của người đẹp.
1033 ひっしゃ 筆者 Author 笔者, 作者 tác giả, người viết	筆者がこの本で伝えたいのは命の大切さだ。 What the author is trying to say in this book is that life is precious. 作者在这本书中想要传达的是生命的重要性。 Điều tác giả muốn truyền đạt trong cuốn sách này là tầm quan trọng của sinh mệnh.
1034 ひとりっこ 一人っ子 Only child 独生子女 một con	「ご兄弟は？」「いません。一人っ子です」 "Do you have any brothers?" "No, I am an only child." "你有兄弟吗？""没有。我是独生子女。" "Anh có mấy anh em?" "Không, tôi là con một."
1035 ぶか 部下 Subordinate 部下 cấp dưới	今の部長は部下の意見をよく聞いてくれる。 The department manager we have now listens to the opinions of subordinates. 现在的部长会经常询问部下的意见。 Trưởng phòng hiện tại thường lắng nghe ý kiến cấp dưới của mình. ⇔上司

1036	
ふさい **夫妻** Couple 夫妻、夫婦 vợ chồng	<ruby>大統領<rt>だいとうりょう</rt></ruby>が<ruby>夫妻<rt>ふさい</rt></ruby>で<ruby>来日<rt>らいにち</rt></ruby>した。 The president and his wife came to Japan. 总统夫妇到访了日本。 Hai vợ chồng ngài tổng thống đã đến Nhật. ※〜<ruby>夫妻<rt>ふさい</rt></ruby>（<ruby>例<rt>れい</rt></ruby>：<ruby>大統領夫妻<rt>だいとうりょうふさい</rt></ruby>）

1037	
ふじん **夫人** Wife, Mrs. 夫人 phu nhân	<ruby>首相<rt>しゅしょう</rt></ruby>は<ruby>夫人<rt>ふじん</rt></ruby>と<ruby>共<rt>とも</rt></ruby>にパーティーに<ruby>出席<rt>しゅっせき</rt></ruby>した。 The prime minister attended the party together with his wife. 首相和夫人一起出席了宴会。 Thủ tướng đã tham dự bữa tiệc với phu nhân. ※〜<ruby>夫人<rt>ふじん</rt></ruby>（<ruby>例<rt>れい</rt></ruby>：<ruby>社長夫人<rt>しゃちょうふじん</rt></ruby>）

1038	
ふじん **婦人** Woman 妇人 quý bà, người phụ nữ	<ruby>帽子<rt>ぼうし</rt></ruby>をかぶった<ruby>上品<rt>じょうひん</rt></ruby>な<ruby>婦人<rt>ふじん</rt></ruby>が<ruby>外<rt>そと</rt></ruby>に<ruby>立<rt>た</rt></ruby>っていた。 An elegant-looking woman in a hat stood outside. 戴着帽子的典雅的妇人站在外面。 Một quý bà thanh lịch đội chiếc mũ đang đứng bên ngoài. ※<ruby>婦人科<rt>ふじんか</rt></ruby>

1039	
ふたご **双子** Twins 双胞胎 song sinh	<ruby>姉<rt>あね</rt></ruby>と<ruby>私<rt>わたし</rt></ruby>は<ruby>双子<rt>ふたご</rt></ruby>で、<ruby>顔<rt>かお</rt></ruby>がそっくりだ。 My sister and I are twins, so our faces look exactly the same. 姐姐和我是双胞胎，面容一模一样。 Chị gái tôi và tôi là cặp song sinh, có khuôn mặt giống hệt nhau.

1040	
ベテラン Veteran 老手 kỳ cựu, có kinh nghiệm	<ruby>ベテランの<rt></rt></ruby><ruby>店員<rt>てんいん</rt></ruby>が<ruby>新人<rt>しんじん</rt></ruby>に<ruby>仕事<rt>しごと</rt></ruby>を<ruby>指導<rt>しどう</rt></ruby>する。 The veteran shop employee gives new employees guidance. 经验丰富的店员指导新人工作。 Một nhân viên kỳ cựu chỉ thị cho người mới làm việc.

1041	
ヘルパー Helper 帮手、助手 giúp việc	<ruby>母<rt>はは</rt></ruby>は<ruby>食事<rt>しょくじ</rt></ruby>の<ruby>支度<rt>したく</rt></ruby>をヘルパーに<ruby>頼<rt>たの</rt></ruby>んでいる。 My mother has asked the helper for assistance in meal preparation. 母亲请助手准备饭菜。 Mẹ tôi đang nhờ người giúp việc chuẩn bị bữa ăn.

1042	
へんしゅう **編集** Edit 编辑 biên tập	<ruby>姉<rt>あね</rt></ruby>は<ruby>雑誌<rt>ざっし</rt></ruby>の<ruby>編集<rt>へんしゅう</rt></ruby>の<ruby>仕事<rt>しごと</rt></ruby>をしている。 My sister works as a magazine editor. 姐姐从事杂志编辑的工作。 Em gái tôi đang làm công việc biên tập của một tạp chí. ※<ruby>編集長<rt>へんしゅうちょう</rt></ruby>　➕〜<ruby>編<rt>へん</rt></ruby>（<ruby>例<rt>れい</rt></ruby>：<ruby>村上春樹編<rt>むらかみはるきへん</rt></ruby>）

1043	
マスター Owner (of shop, etc.) 老板 ông chủ	<ruby>喫茶店<rt>きっさてん</rt></ruby>のマスターにコーヒーを<ruby>頼<rt>たの</rt></ruby>んだ。 At the café, I asked the owner for a coffee. 向茶馆的老板要了咖啡。 Tôi gọi ông chủ quá pha cà phê.

1044 **マネージャー** Manager 经纪人、经理 quản lý	ホテルのマネージャー/運動部のマネージャー Hotel manager / Manager of the athletics club 酒店的经理/运动社团的经纪人 Quản lý khách sạn / Quản lý phòng vận động
1045 **みかた** 味方 (する) Ally, friend 同伴、朋友 bạn, đồng minh	私はいつも弱い者の味方だ。 I always support the underdog. 我一直都支持弱者。 Tôi luôn bạn của người yếu. ⇔敵
1046 **みせいねん** 未成年 Minor 未成年 vị thành niên	日本では、未成年は酒を飲んではいけない。 In Japan minors are forbidden from drinking alcohol. 在日本，未成年人是不能喝酒的。 Ở Nhật, trẻ vị thành niên khôngđược uống rượu. ✻未成年者　⊕未〜（例：未発表）
1047 **むこ** 婿 Son-in-law 女婿 con rể	写真に写っている二人は娘と婿です。 The two people in the photograph are my daughter and son-in-law. 照片上的两个人是女儿和女婿。 Hai trong bức tranh là con gái tôi và con rể của tôi. ⇔嫁
1048 **めいじん** 名人 Expert 能手 chuyên gia, người nổi tiếng, bậc thầy	祖父は釣りの名人だ。 My grandfather is expert at fishing. 祖父是钓鱼的能手。 Ông tôi là một bậc thầy đánh cá.
1049 **もちぬし** 持ち主 Owner 持有者、所有者 chủ nhân	落とし物の持ち主が見付かった。 The owner of the lost item was located. 找到了遗失物品的主人。 Chủ nhân của vật phẩm bị rơi đã được tìm thấy. ⊕〜主（例：飼い主）
1050 **もの** 者 Person 人 người	コンビニは、一人暮らしの者には便利だ。 Convenience stores are a boon for those who live alone. 便利店对于独自生活的人来说很方便。 Cửa hàng tiện lợi rất tiện lợi cho những người sống một mình.
1051 **やくいん** 役員 Official, executive 干部、干事、领导层 nhân viên	大会の役員/会社の役員 Event official / Corporate executive 大会的干事/公司领导层 Các nhân viên của giải đấu / Nhân viên của công ty

1052	父は経済産業省の役人だ。
やくにん **役人** Official 官员、公务员 quan chức	My father is an official at the Ministry of Economy, Trade and Industry. 父亲是经济产业省的官员。 Cha tôi là một quan chức của Bộ Kinh tế, Thương mại và Công nghiệp.
1053	この遊園地は幼児から大人まで楽しめる。
ようじ **幼児** Infant 幼儿 trẻ con	Everybody from infant to adult can enjoy themselves at this amusement park. 这个游乐园从幼儿到大人都能玩得很开心。 Công viên giải trí này từ người lớn đến trẻ con đều có thể vui chơi. ※幼児教育
1054	息子と嫁は同じ大学を出ている。
よめ **嫁** Daughter-in-law 儿媳妇 con dâu	My son and daughter-in-law are graduates of the same university. 儿子和儿媳妇是同一所大学毕业的。 Con trai và con dâu của tôi đang rời khỏi cùng một trường đại học. ⇔婿
1055	彼とはライバルで、クラスのトップを争った。
ライバル Rival 竞争对手 đối thủ	He was my rival, and we vied to be top of the class. 曾和他互为竞争对手，争夺班级的第一名。 Tôi và anh ta là đối thủ, cùng cạnh tranh giành vị trí nhất lớp.
1056	漁師は、たくさんの魚を捕って戻ってきた。
りょうし **漁師** Fisherman 渔夫 ngư dân	The fisherman returned after catching a large haul. 渔夫捕了很多鱼回来。 Ngư dân bắt được rất nhiều cá và trở lại.
1057	子供は、主人公が悪者と戦う話が好きだ。
わるもの **悪者** Bad guy, villain 坏人 kẻ xấu	Children like stories in which the hero fights the bad guys. 孩子喜欢主人公和坏人战斗的故事。 Trẻ em thích câu chuyện mà nhân vật chính chiến đấu chống lại kẻ xấu.
1058	我々は平和がいつまでも続くことを願う。
われわれ **我々** We 我们、我等 chúng tôi	We pray that the peace lasts forever. 我们希望和平永远持续下去。 Chúng tôi mong muốn hòa bình tiếp tục mãi mãi.

名詞　経済・産業 めい し　けい ざい　さん ぎょう	Nouns – Economy and industry 名词 – 经济・产业 Danh từ – Kinh tế, Công nghiệp

---

1059

うりあげ
売り上げ
Sales (figures)
营业额
doanh thu

今月の店の売り上げは約５００万円だ。
こんげつ　みせ　う　あ　やくごひゃくまんえん

Sales at the store this month were around 5 million yen.

这个月店里的营业额大约是 500 万日元。

Doanh thu của cửa hàng trong tháng này là khoảng 5 triệu yên.

1060

うれゆき
売れ行き
Sales (performance)
销路、销售情况
bán sản phẩm

この商品の売れ行きは大変良い。
しょうひん　う　ゆ　たいへん よ

Sales of this product are excellent.

这个商品的销售情况非常好。

Việc bán sản phẩm này rất tốt.

1061

えんだか
円高
Yen appreciation
日元升值
đồng yên cao

円高で海外旅行をする日本人が増えた。
えんだか　かいがいりょこう　にほんじん　ふ

The number of Japanese going on overseas journeys due to the strong yen has increased.

由于日元升值，去国外旅游的日本人增多了。

Số người Nhật đi du lịch nước ngoài tăng lên do đồng yên cao.

⇔円安
えんやす

1062

えんやす
円安
Yen weakness
日元贬值
đồng yên thấp

円安で輸出が順調に伸びている。
えんやす　ゆしゅつ　じゅんちょう　の

Exports are growing steadily on the back of the weak yen.

由于日元贬值，出口稳步增长。

Xuất khẩu đang trưởng thuận lợi vì đồng yên thấp.

⇔円高
えんだか

1063

オーダー する
Order
订购
đặt hàng, đặt mua

子供の誕生日のケーキを店にオーダーした。
こども　たんじょう び　みせ

I ordered a cake from a shop for my child's birthday.

从店里订购了孩子的生日蛋糕。

Tôi đã đặt cửa hàng bánh sinh nhật cho con tôi.

1064

おまけ する
Bonus
额外赠送、附带、打折
khuyến mại

店の人が、りんごを１個おまけしてくれた。
みせ　ひと　いっこ

The shop employee gave me one bonus apple.

店里的人额外赠送了我一个苹果。

Người chủ cửa hàng đưa khuyến mại cho tôi một quả táo.

1065

かかく
価格
Price
价格
giá

金の価格が上がった。
きん　かかく　あ

The price of gold increased.

黄金的价格上涨了。

Giá vàng đã tăng lên.

1066 がく 額 Amount 金額、数量 khoản tiền, mức tiền	結婚式の費用は予定していた額を超えた。 The wedding ceremony costs were far higher than expected. 婚礼的费用超过了预算金额。 Chi phí của lễ cưới vượt quá mức tiền dự kiến. ❀〜額（例：合計額）
1067 かぜい 課税 する Tax 课税、征税 đánh thuế	酒は全て課税される。 All kinds of alcohol are taxed. 酒全部都要被征税。 Tất cả rượu đều bị đánh thuế.
1068 かぶしき 株式 Stock, shares 股票 cổ phần	株式の情報をネットでチェックした。 I checked the share price information on line. 通过网络查询了股票的信息。 Tôi đã kiểm tra thông tin cổ phần bằng internet. ❀株式会社
1069 かわせ 為替 Exchange 汇率、汇款 ngân phiếu, hối đoái	為替の動きは複雑で、予測ができない。 Foreign exchange movements are complicated and cannot be predicted. 汇率的动向太复杂，无法预测。 Các hoạt động hối đoái phức tạp và không thể dự đoán được.
1070 かんぜい 関税 Tariff, duty 关税 chịu thuế	免税店で買えば、関税がかからない。 If you buy at a duty free shop you will not be charged duty. 在免税店买的话，不用付关税。 Nếu bạn mua ở cửa hàng miễn thuế, bạn sẽ không phải chịu thuế hải quan.
1071 きぎょう 企業 Company 企业 nhà máy	彼はマスコミ関係の企業に就職した。 He got a job at a media company. 他在媒体相关的企业找到工作。 Anh ta làm việc tại một công ty liên quan đến truyền thông. ❀小企業　❀大企業
1072 きゅうぎょう 休業 する Suspension of business 停业、歇业 đóng cửa, nghỉ bán	本日は店を休業させていただきます。 Today the shop closes down. 今日本店歇业。 Tôi sẽ đóng cửa tiệm hôm nay. ❀臨時休業
1073 きゅうよ 給与 Salary 薪资 lương	４月から社員の給与が上がる。 Salaries for regular employees go up in April. 4月份开始员工的薪资上涨。 Lương của nhân viên tăng từ tháng Tư. ❀給与所得

1074	ピアノ教室の月謝は6千円です。
げっしゃ **月謝** Monthly tuition fee 每月的学费 lương tháng	The fee for piano lessons is 6,000 yen per month. 钢琴教室每月的学费是6000日元。 Học phí cho piano là 6 ngàn yen.

1075	この自動販売機は硬貨しか使えない。
こうか **硬貨** Coin 硬币 tiền xu	This vending machine only takes coins. 这个自动售货机只能使用硬币。 Máy bán hàng tự động này chỉ có thể sử dụng tiền xu. ⇔紙幣

1076	旅行代金は口座から引き落とされます。
こうざ **口座** Account 账户，户头 tài khoản	Travel costs will be withdrawn from the account. 旅行的款项从账户扣除。 Giá của chuyến đi sẽ bị rút khỏi tài khoản.

1077	冬は暖房を使うので、光熱費が高くなる。
こうねつひ **光熱費** Utility costs 煤电费 tiền điện	Utility costs are higher because the heating is turned on in winter. 因为冬天要使用暖气，煤电费会增多。 Vì mùa đông sử dụng máy sưởi nên tiền điện cao.

1078	材料を変えて商品のコストを下げた。
コスト Cost 成本 chi phí	We lowered product costs by changing the materials. 更换材料，降低了商品的成本。 Tôi đã thay đổi vật liệu giảm chi phí sản xuất cho sản phẩm. ※～コスト（例：生産コスト）

1079	銀行でお札を小銭に両替した。
こぜに **小銭** Coin 零钱 tiền lẻ	I exchanged the bills for coins at the bank. 在银行把纸钞换成了零钱。 Tôi đổi tiền chẵn thành tiền lẻ tại ngân hàng.

1080	預金の残高は15万円だ。
ざんだか **残高** Balance 余额 số dư tài khoản	The balance in my bank account is 150,000 yen. 存款的余额是15万日元。 Số dư tiền gửi là 150.000 yen. ※預金残高

1081	こちらの商品は、ただいま品切れです。
しなぎれ **品切れ** Out of stock 缺货，告罄 hết hàng	This product is currently out of stock. 这款商品，现在缺货。 Mục này hiện đã hết hàng.

1082

しへい
紙幣
Bill
纸币
tiền giấy

紙幣と硬貨を分けて、財布に入れた。
I separated bills and coins and put them into my wallet.
把纸币和硬币分开放进了钱包。
Tôi chia tiền giấy và tiền xu và cho vào ví.

⇔硬貨

1083

しほん
資本
Capital
资本
tiền vốn

会社を作るには、資本が必要だ。
To set up a company, you need capital.
成立公司的话，资本是必要的。
Để mở một công ty, bạn cần vốn.

✳資本主義　✳社会資本

1084

しゃっきん
借金 する
Loan, borrowing
借款、借钱
tiền nợ, vay tiền

お金が足りなくて、友達に１万円借金した。
I was short of money, and borrowed 10,000 yen from a friend.
钱不够，向朋友借了１万日元。
Tôi thiếu tiền và tôi vay nợ bạn tôi 10.000 yên.

1085

じゅよう
需要
Demand
需求
nhu cầu

需要が多くて、製品の製造が追いつかない。
Demand is so great that production cannot keep up.
需求很多，商品的制造跟不上。
Nhu cầu lớn đến nỗi việc sản xuất không theo kịp.

⇔供給

1086

しょうしゃ
商社
Trading company
贸易公司
công ty kinh doanh

貿易の仕事をしたいので、商社に入った。
I wanted to work in commerce, so I joined a trading company.
因为想从事贸易工作，所以进入了贸易公司。
Tôi muốn làm công việc kinh doanh vì vậy tôi đã vào một công ty kinh doanh.

1087

しょうばい
商売 する
Commerce
买卖
thương mại, buôn bán

地元で観光客相手の商売を始めた。
I launched a business in my home area selling to tourists.
在家乡开始了以游客为对象的买卖。
Tôi bắt đầu kinh doanh các đối tác du lịch tại địa phương.

1088

しょとく
所得
Income
收入、所得
thu nhập

所得に応じて、納める税金の額が変わる。
The amount of tax you pay varies with your income level.
根据收入，缴纳税款的金额会变化。
Khoản tiền thuế phải nộp thay đổi tương ứng với thu nhập.

✳所得税　✳低所得

1089

せいきゅう
請求 する
Claim, demand
索取
yêu cầu

事故を起こした相手に車の修理代を請求した。
I demanded that the person who caused the car accident pay my repair bills.
向造成事故的对方索取了汽车修理费。
Tôi đã yêu cầu người gây ra tai nạn một khoản phí sửa chữa xe hơi.

✳請求書

1090 せいさん **精算** (する) Pay off, pay out 结算、补交 thanh toán	立て替えていた出張費を、会社で精算した。 I applied to get expenses for my business trip settled. 垫付的出差费，公司给补交了。 Công ty đã thanh toán khoản tiền ứng trước khi đi công tác.
1091 せつやく **節約** (する) Save, economize 节约 tiết kiệm	洋服代を節約して、貯金した。 I saved money by saving on clothing costs. 把买衣服的钱省下来，存起来。 Tôi đã tiết kiệm tiền mua sắm quần áo và gửi tiết kiệm.
1092 そうきん **送金** (する) Money transfer 寄钱、汇款 gửi tiền	毎月、留学中の子供に送金している。 Every month, I send money to my children who are studying abroad. 每个月，给正在留学的孩子汇款。 hàng tháng, tôi gửi cho con tôi đang đi du học.
1093 そんがい **損害** Damage 损害 tổn hại, gây thiệt hại	台風による損害は1億円になる。 The typhoon damage will run to 100 million yen. 台风所造成的损害达1亿日元。 Tổn hại do cơn bão gây ra là 100 triệu yên. ✳損害保険
1094 そんとく **損得** Gain and loss 损益、得失 được mất, thiệt hơn	損得だけを考える人は嫌われる。 People who think only in terms of personal gain and loss are disliked. 只考虑得失的人会被人讨厌。 Những người chỉ suy nghĩ đến thiệt hơn bị mọi người ghét.
1095 だいきん **代金** Price, cost 钱款、货款 hóa đơn	旅行の代金は幹事が集めます。 The cost of the journey is collected by the organizer. 旅行的钱款由干事集中收取。 Người điều hành tập hợp hóa đơn đi du lịch.
1096 つうか **通貨** Currency 通货、法定货币 tiền tệ	日本の通貨の単位は円だ。 The unit of currency in Japan is the yen. 日本流通的货币单位是日元。 Đơn vị tiền tệ của Nhật Bản là đồng Yên.
1097 てすうりょう **手数料** Fee, commission 手续费 chi phí, tiền hoa hồng	両替に手数料がかかった。 A commission was charged for currency exchange. 兑换货币花了手续费。 Mất chi phí cho việc đổi tiền.

1098 とうさん **倒産** (する) Bankrupt 倒闭 phá sản	会社が倒産して、従業員は職を失った。 The company went bankrupt and the employees lost their jobs. 公司倒闭，员工失业了。 Công ty bị phá sản và nhân viên mất việc.
1099 ねびき **値引き** (する) Discount 降价、打折 giảm giá	店員が傷んだ果物を2割値引きしてくれた。 The shop employee gave a 20% discount on the damaged fruit. 店员把有瑕疵的水果打八折销售。 Các nhân viên cửa hàng giảm giá 20% trái cây bị dập.
1100 ねんしゅう **年収** Annual income 年收入 thu nhập năm	今年の年収は去年より30万円多かった。 My income this year was 300,000 yen more than last year. 今年的年收入比去年多了30万日元。 Thu nhập năm của năm nay nhiều hơn năm ngoái 300.000 yên.
1101 ばいばい **売買** (する) Trading 买卖、交易 kinh doanh	父はインターネットで株を売買している。 My father buys and sells shares online. 父亲通过网络买卖股票。 Bố tôi kinh doanh chứng khoán trên Internet.
1102 はんばい **販売** (する) Sell, market 贩卖、出售 Bán	この市場では新鮮な野菜を販売している。 At this market, vegetables are sold fresh. 这个市场出售新鲜的蔬菜。 Chúng tôi bán rau tươi ở chợ này. ✻ 通信販売
1103 **ビジネス** Business 买卖、生意 kinh doanh	彼はビジネスで成功者になった。 He became successful in business. 他通过做生意成为成功者。 Anh đã trở thành một người thành công trong kinh doanh. ✻ ビジネスモデル
1104 ひんしつ **品質** Quality 品质、质量 chất lượng sản phẩm	商品の品質を一定に保つように管理する。 We manage the products to ensure a constant level of quality. 为了保证商品品质的稳定性而进行管理。 Quản lý để giữ cho chất lượng của các sản phẩm ổn định.
1105 ふけいき **不景気** Recession 不景气、萧条 suy thoái kinh tế	不景気で会社が倒産してしまった。 The company went bankrupt in the recession. 由于不景气，公司倒闭了。 Công ty đã bị phá sản trong cuộc suy thoái kinh tế.

1106

ブランド
Brand
品牌、名牌
nhãn hiệu, hảng hiệu

免税店でブランドのバッグを買った。
I bought brand bags at the duty-free shop.
在免税店买了名牌包。
Tôi đã mua một túi hàng hiệu tại một cửa hàng miễn thuế.

※ブランド物

1107

**ふりかえ
振り替え**
Substitute
调换、改换、转账
nghỉ bù

休日出勤の振り替えで、月曜日に休む。
I took Monday off, having gone into work on Sunday.
作为休息天上班的调休，周一休息了。
Do nghỉ bù vì đi làm vào ngày lễ nên tôi nghỉ vào thứ 2.

※口座振替

1108

**ぶんぎょう
分業** する
Division of work
分工作业
phân công lao động

分業によって生産が効率的になった。
Production became efficient through division of labor.
通过分工作业，生产变得有效率了。
Bằng phân công lao động, sản xuất đã trở nên hiệu quả.

※分業化

1109

メーカー
Maker, manufacturer
制造商
nhà sản xuất

兄は電気部品のメーカーに就職が決まった。
My brother has decided to take a job at an electric components manufacturer.
哥哥在电器零件制造商家的工作定下来了。
Anh trai tôi đã quyết định làm việc cho một nhà sản xuất thiết bị điện.

※～メーカー（例：自動車メーカー）

1110

**めんぜい
免税** する
Duty-free
免税
miễn thuế

免税の手続きのために、パスポートを見せた。
I showed my passport as part of the tax-exemption procedures.
为了办理免税手续，出示了护照。
Tôi đã trình hộ chiếu cho thủ tục miễn thuế.

※免税店

1111

**りえき
利益**
Profit
利益、利润
lợi nhuận

コストが下がったので、利益が増えた。
Profit increased because costs have fallen.
因为降低了成本，所以利润增加了。
Chi phí đã giảm, vì vậy lợi nhuận đã tăng lên.

1112

**りし
利子**
Interest
利息
tiền lãi

借りた金に利子を付けて返した。
I returned the borrowed money with interest.
连本带利还了钱。
Tôi trả cả tiền gốc và tiền lãi.

1113

**かこう
加工** する
Process
加工
gia công, chế biến

この工場では牛乳を加工してバターを作っている。
At this plant, they make butter using processed milk.
这家工厂将牛奶加工成黄油。
Nhà máy này chế biến sữa và làm thành bơ.

※加工食品

1114	バナナは熱帯地方が原産の果物だ。
げんさん	Bananas are a fruit that grows natively in tropical countries.
原産	香蕉是热带地区的原产水果。
Be native to	Chuối là loại trái cây có nguồn gốc từ vùng nhiệt đới.
原产	※ 原産地　※ ～原産 (例：中国原産)
nguồn gốc	

1115	日当たりが良い土地は作物がよく育つ。
さくもつ	Crops grow well in soil that catches a lot of sunlight.
作物	日照充足的土地，农作物长得好。
Crops	Cây trồng phát triển tốt trên đất nắng.
农作物	
cây trồng	

1116	りんごが赤くなって、そろそろ収穫の時期だ。
しゅうかく	As apples redden, the time for harvesting approaches.
収穫 する	苹果变红了，差不多到收获的时期了。
Harvest	Táo chuyển sang màu đỏ, đã đến lúc thu hoạch.
收获	
thu hoạch	

1117	今までの人生を本にまとめて、出版した。
しゅっぱん	I wrote a book about my life to date and published it.
出版 する	将迄今为止的人生总结成书出版了。
Publish	Tôi tổng hợp cuộc đời mình vào trong sách và xuất bản chúng.
出版	※ 出版社
xuất bản	

1118	この地方の特産はりんごだ。
とくさん	The specialty produce of this region is apples.
特産	这地方的特产是苹果。
Specialty produce	Đặc sản của khu vực này là táo.
特产	※ 特産品　※ 特産物
đặc sản	

1119	この地方の主な農産物は米と豆だ。
のうさんぶつ	The main agricultural produce of this area is rice and beans.
農産物	这地方主要的农产品是大米和豆类。
Agricultural products	Các sản phẩm nông nghiệp chính trong khu vực này là gạo và
农产品	đậu.
sản phẩm nông nghiệp	

1120	今年は天候に恵まれて、米が豊作だった。
ほうさく	Thanks to excellent weather this year, the harvest was excellent.
豊作	今年受惠于天气，大米丰收了。
Good harvest	Năm nay được thiên nhiên ưu ái, thóc lúa bội thu.
丰收	
bội thu, được mùa	

1121	カーテンの生地は見本からお選びください。
みほん	Please choose fabric for the curtains from the samples.
見本	窗帘的材料请从样品中选择。
Sample	Vui lòng chọn vải rèm từ vật mẫu.
样本、样品	
vật mẫu	

| 名詞　国際問題・政治 | Nouns – International issues and politics
名詞 – 国际问题・政治
Danh từ – Vấn đề quốc tế, Chính trị |

1122

おせん
汚染 する
Pollution
污染
ô nhiễm

川の汚染の原因は工場から出た水だった。
The cause of pollution in the river was water from the factory.
河流污染的原因是工厂的排水。
Nguyên nhân của ô nhiễm dòng sông là nước thải ra từ nhà máy.

☀～汚染 (例：環境汚染)

1123

おんだんか
温暖化 する
Global warming
温室效应
sự nóng lên toàn cầu

温暖化の影響で北極の氷が解けている。
Ice at the north pole is melting because of global warming.
受温室效应的影响，北极的冰川正在融化。
Do ảnh hưởng của sự nóng lên toàn cầu, băng Bắc Cực đã tan chảy.

☀地球温暖化

1124

がいこう
外交
Diplomacy
外交
ngoại giao

A国との問題は外交で平和的に解決したい。
We would like to resolve our issues with Country A peacefully, through diplomacy.
希望以和平外交的手段解决同A国的问题。
Muốn giải quyết vấn đề với nước A một cách hòa bình bằng ngoại giao.

1125

かくめい
革命
Revolution
革命
cách mạng

政府に不満を持った人々が革命を起こした。
People dissatisfied with the government launched a revolution.
对政府不满的人们发起了革命。
Những người bất mãn với chính phủ đã tiến hành một cuộc cách mạng.

☀革命的　☀産業革命

1126

ぎかい
議会
Parliament, Japanese Diet
议会
họp quốc hội

議会で来年度の予算が決定した。
The budget for the next fiscal year was passed in parliament.
在议会上决定了下年度的预算。
Ngân sách cho năm tới đã được quyết định tại cuộc họp quốc hội.

☀～議会 (例：市議会)

1127

きち
基地
Base
基地
căn cứ

戦争中、この島に軍隊の基地が置かれていた。
During the war, a military base was set up on this island.
战争中，这座岛上建立了军事基地。
Trong chiến tranh, có một căn cứ quân sự đặt trên hòn đảo này.

1128

きふ
寄付 する
Donate
捐献、赠给
quyên góp

伯母は福祉施設に１億円を寄付した。
My aunt donated 100 million yen to the welfare facility.
伯母向福利设施捐了1亿日元。
Dì của tôi quyên góp 100 triệu yên cho cơ sở phúc lợi.

☀寄付金

1129 きょうさんしゅぎ **共産主義** Communism 共产主义 chủ nghĩa cộng sản	せかい きょうさんしゅぎ くに 世界には共産主義の国がいくつかある。 There are several Communist countries in the world. 世界上有多个共产主义国家。 Có nhiều nước chủ nghĩa cộng sản trên thế giới.
1130 くみあい **組合** Labor union 行业协会、工会 công đoàn	ろうどうしゃ くみあい つく かいしゃ こうしょう 労働者が組合を作って、会社と交渉した。 The workers formed a union and negotiated with the company. 工人组成工会，同公司交涉。 Người lao động thành lập công đoàn và đàm phán với công ty. ろうどうくみあい ✷ 労働組合
1131 ぐんたい **軍隊** Army 军队 quân đội	くに どくりつきねんび いわ ぐんたい こうしん 国の独立記念日を祝って軍隊が行進した。 The army marched in celebration of the country's independence day. 庆祝国家的独立纪念日，军队进行了游行。 Kỷ niệm ngày Quốc khánh, quân đội đã diễu hành. たい れい とざんたい ⊕ 〜隊（例：登山隊）
1132 げんばく **原爆** Atomic bombing 原子弹 bom nguyên tử	せんきゅうひゃくよんじゅうごねんはちがつ にほん げんばく お １９４５年８月に、日本に原爆が落とされた。 In August 1945, atomic bombs were dropped on Japan. 1945年8月，日本被投下了原子弹。 Vào tháng 8 năm 1945, quả bom nguyên tử đã ném xuống tại Nhật Bản.
1133 こうがい **公害** Pollution 公害 ô nhiễm	けいざい はってん こうがい しゃかいもんだい 経済の発展とともに、公害が社会問題になった。 Pollution caused by economic development has become a public issue. 随着经济的发展，公害也成了一个社会问题。 Với phát triển kinh tế, ô nhiễm môi trường đã trở thành vấn đề xã hội.
1134 こうきょう **公共** Public 公共 công cộng	こうきょう ばしょ きつえん きんし 公共の場所での喫煙は禁止されている。 Smoking is forbidden in public spaces. 公共场所禁止吸烟。 Hút thuốc tại nơi công cộng đang bị cấm. こうきょうしせつ ✷ 公共施設
1135 こっか **国家** Nation 国家 quốc gia	にほん じゅうきゅうせいき きんだいてき こっか めざ 日本は１９世紀に近代的な国家を目指した。 In the 19th century, Japan sought to become a modern nation. 日本在19世纪以近代国家为目标。 Nhật Bản vào thế kỷ 19 đã nhắm mục tiêu trở thành một quốc gia hiện đại. こっかこうむいん こっか れい きんだいこっか ✷ 国家公務員　✷ 〜国家（例：近代国家）
1136 こっきょう **国境** Border 国境、边境 biên giới	こっきょう み 国境でパスポートを見せた。 I showed my passport at the border. 在边境出示了护照。 Tôi đã xuất trình hộ chiếu của tôi ở biên giới.

1137	性別や国籍で人を差別してはいけない。
さべつ	You must not discriminate against people based on gender or nationality.
差別 する	不能因性别或国籍歧视别人。
Discriminate	Không được phân biệt đối xử theo giới tính hoặc quốc tịch.
歧视、差别对待	
phân biệt	※差別的　※〜差別（例：男女差別）

1138	住民税は市町村によって異なる。
しちょうそん	Residents' tax is different depending on class of local government.
市町村	居民税根据市町村而不同。
Local government (village to city level)	Thuế của người cư trú thay đổi tùy theo thành phố, thị trấn, làng
市、町、村	xã.
thành phố, thị trấn, làng xã	

1139	日本では、銃を持つには許可が要る。
じゅう	In Japan, you need a permit to have a gun.
銃	在日本，持有枪支需要许可。
Gun	Ở Nhật, cần phải có giấy phép để được sử dụng súng.
枪支	
súng	

1140	少子化で、この大学は経営が難しくなった。
しょうしか	This university ran into management difficulties due to the declining birth rate.
少子化 する	由于少子化，这所大学的经营变得困难了。
Falling birthrate	Với tỷ lệ sinh giảm, việc điều hành trường đại học này trở nên
少子化	khó khăn.
tỷ lệ sinh giảm	

1141	全ての人の人権が尊重される社会にしたい。
じんけん	I want to help build a society where the human rights of all people are respected.
人権	想要建立所有人的人权都能被尊重的社会。
Human rights	Tôi muốn tạo ra một xã hội nơi nhân quyền của tất cả mọi người
人权	được tôn trọng.
nhân quyền	※基本的人権

1142	労働組合はストライキで会社側と闘った。
	The labor union took on the company management by striking.
スト（ストライキ）する	工会以罢工的形式与公司斗争。
Strike	Liên đoàn lao động đấu tranh chống lại phía công ty bằng đình
罢工	công.
đình công	

1143	各党の代表は自分の党の政策を述べた。
せいさく	Representatives of each party described the policies of their own party.
政策	各党的代表对自党的政策进行了阐述。
Policy	Đại diện của các đảng trình bày chính sách của Đảng mình.
政策	
chính sách	※〜政策（例：教育政策）

1144	世間を驚かせる大事件が年の初めに起きた。
せけん	A major event leading to public disturbance took place at the beginning of the year.
世間	年初发生了轰动社会的大事件。
Society at large	Vào đầu năm, đã xảy ra một sự kiện lớn làm kinh ngạc thế giới.
世间、世上、社会	
thế giới, xã hội	※世間的

	1145	この国の政治は長年大国の影響を受けてきた。
	たいこく **大国** Great country 大国 cường quốc, nước lớn	The politics of this country have long been affected by the great powers. 这个国家的政治长年被大国影响。 Chính trị của đất nước này đã bị ảnh hưởng bởi các nước lớn trong nhiều năm.
	1146	２０世紀に人類は２つの大戦を経験した。
	たいせん **大戦** Major war 大战 đại chiến	In the 20th century, mankind experienced two major wars. 20世纪，人类经历了两次大战。 Trong thế ký 20, nhân loại trải qua hai cuộc đại chiến. ※ 世界大戦
	1147	男は銃に弾を込めて、鳥を狙った。
	たま **弾** Bullet 子弹、弹丸 đạn	The man loaded his rifle and aimed at the birds. 男人将子弹装到枪里，瞄准了鸟。 Người đàn ông cho đạn vào súng và nhắm vào con chim.
	1148	女性を殺して家に火をつけた男の罪は重い。
	つみ **罪** Crime 罪 tội	The man who murdered a woman and set a fire in the house is guilty of a serious crime. 杀死女性并放火烧毁房子的那个男人犯了重罪。 Tội của người đàn ông giết chết cô gái và phóng hóa đốt nhà là rất nặng.
	1149	人種差別反対のデモに参加した。
	デモ② **（デモンストレーション）** Demo 示威运动、游行 diễu hành, biểu tình	I took part in a demo against racial discrimination. 参加了反对人种歧视的游行。 Tôi tham gia vào một cuộc biểu tình chống lại sự phân biệt chủng tộc. ※ デモ隊
	1150	警察がテロに対する警戒を強めている。
	テロ Terrorism 恐怖活动 khủng bố	The police have stepped up their terrorism alert. 警察正在加强对恐怖行动的警戒。 Cảnh sát đang nâng cao cảnh giác đối với khủng bố.
	1151	若い政治家が集まって、新しい党を作った。
	とう **党** Political party 党、党派 đảng	The young politicians got together and created a new party. 年轻的政治家聚集起来，建立了新党。 Các nhà chính trị trẻ tuổi tập hợp lại và thành lập đảng mới. ※ 党員　※ ～党（例：○○党）
	1152	彼女は、若い世代の支持を集めて当選した。
	とうせん **当選** する Win (vote) 当选 giành giải thưởng	She attracted the support of the younger generation and got elected. 她得到了年轻一代的支持，成功当选了。 Cô ấy nhận được sự ủng hộ của giới trẻ và giành giải thưởng.

1153		犯人が公園に置いた爆弾を、警察が発見した。
ばくだん **爆弾** Bomb 炸弹 bom		The police discovered a bomb placed in the park by the criminal. 警察发现了罪犯放置在公园的炸弹。 Cảnh sát phát hiện ra quả bom mà tên tội phạm đưa vào công viên. ☀原子爆弾

1154		駐車違反をして、罰金を払った。
ばっきん **罰金** Fine 罚款 tiền phạt		I paid a fine for parking violation. 因为违章停车，缴纳了罚款。 Tôi đã phải trả tiền phạt vì vi phạm đỗ xe.

1155		日常的な道具が武器になることもある。
ぶき **武器** Weapon 武器 vũ khí		Everyday items can also become weapons. 日常工具有时也会成为武器。 Đồ dùng hàng ngày cũng có lúc trở thành vũ khí.

1156		政府は介護などの福祉の予算を増やした。
ふくし **福祉** Welfare 福利、福祉 phúc lợi		The government increased the welfare budget including care. 政府增加了护理等的福利预算。 Chính phủ đã tăng ngân sách phúc lợi như chăm sóc điều dưỡng. ☀福祉施設　☀社会福祉

1157		全ての国民は法の下に平等である。
ほう **法** Law 法、法律 luật		All people are equal before the law. 所有的国民在法律之下平等。 Mọi công dân đều bình đẳng theo luật pháp. ☀法的

1158		ユニセフの募金に協力した。
ぼきん **募金** する Donation campaign 募捐 quyên góp tiền, tài trợ tiền		I cooperated with the Unicef fund-raising drive. 协助了联合国儿童基金会的募捐。 Hợp tác với sự tài trợ tiền của UNICEF.

1159		世の中には親切な人がたくさんいる。
よのなか **世の中** Society at large 世间、世上 trên thế giới		There are many kind people in the world. 世上有很多好心人。 Có rất nhiều người tử tế trên thế giới.

1160		彼は国会議員の選挙に立候補した。
りっこうほ **立候補** する Candidate 参加竞选 ứng cử viên		He stood as a candidate in the Diet election. 他参加竞选了国会议员的选举。 Ông đã ứng cử cho cuộc bầu chọn nghị sĩ quốc hội. ☀立候補者

名詞　時間	Nouns – Time 名词 – 时间 Danh từ – Thời gian

1161

いこう
以降
Since, from
以后，之后
sau

２０時以降は正面玄関が閉まります。
The main door is closed from eight o'clock.
20点之后正门会关闭。
Cửa chính sẽ đóng sau 20 giờ.
☀〜以降（例：来年以降）

1162

いっさくじつ
一昨日
Day before yesterday
前天
hôm qua

一昨日の会議の結果を部長に報告した。
I reported the results of the meeting the day before yesterday to the department manager.
向部长报告了前天会议的结果。
Tôi đã báo cáo kết quả của cuộc họp ngày hôm qua cho giám đốc.

1163

えいえん
永遠
Forever
永远，永恒
mãi mãi, vĩnh viễn

私たちは永遠の愛を誓った。
We swore to love each other forever.
我们发誓永远相爱。
Chúng tôi thề tình yêu vĩnh viễn.

1164

えいきゅう
永久
Forever
永久，永远
mãi mãi, vĩnh cửu

今の苦労が永久に続くわけではない。
The difficulties we face at the moment will not last forever.
现在的辛苦不会永远地持续下去。
Những khó khăn của hiện tại sẽ không kéo dài mãi mãi.

1165

おおみそか
大みそか
New Year's Eve
除夕
đêm giao thừa

大みそかは寺の鐘を聞きながらそばを食べる。
On New Year's Eve, people eat soba while listening to the bells of the temple.
除夕的时候一边听着寺庙的钟声一边吃荞麦面。
Vào đêm giao thừa, vừa nghe tiếng chuông chùa vừa ăn mỳ soba.

1166

きまつ
期末
Academic or fiscal year-end
期末
cuối kỳ

明日から期末の試験が始まる。
The end-of-semester examination begins tomorrow.
期末考试从明天开始。
Kỳ thi cuối kỳ bắt đầu từ ngày mai.
☀期末テスト

1167

きんだい
近代
Modern
近代
cận đại

ＪＲ東京駅は近代の代表的な建物だ。
The Tokyo Station building is a classic example of modern architecture.
JR东京站是具有代表性的近代建筑物。
Ga JR Tokyo là một tòa nhà đại diện của thời hiện đại.
☀近代化　☀近代的

1168 **くれ** **暮れ** Twilight, end 年终、岁末 cuối, kết thúc	年の暮れは、買い物客で街はにぎやかだ。 At the end of the year, the street are busy with shoppers. 到了年末，街上到处是买东西的人，很热闹。 Cuối năm đường phố nhộn nhịp người mua sắm.
1169 **けいか** **経過** する Pass, progress 经过、过去 trải qua, quá trình	事故から半年が経過する/経過を報告する A half year passes since the accident / Report on progress 自事故之后半年过去了/报告经过 Đã trải qua nửa năm kể từ vụ tai nạn / Báo cáo quá trình
1170 **げんし** **原始** Primitive 原始 nguyên thủy, sơ khai	博物館で「原始の生活」の展示を見た。 At the museum, I saw an exhibit on life in primitive times. 在博物馆看了"原始生活"的展览。 Tôi đã xem một cuộc triển lãm về "cuộc sống nguyên thủy" ở viện bảo tàng. ✵原始的
1171 **こんご** **今後** In the future, looking ahead 今后、以后 trong tương lai	彼の今後の活躍を期待している。 I am expecting him to be successful in his future activities. 期待他今后的表现。 Mong đợi sự thành công trong tương lai của anh ấy.
1172 **こんにち** **今日** Today 现在、如今 ngày hôm nay	今日のわが社の発展は皆様のおかげです。 The progress made by our company today is the result of everybody's efforts. 我们公司能有如今的发展多亏了大家的功劳。 Sự phát triển của công ty chúng tôi ngày hôm nay là nhờ mọi người. ✵今日的
1173 **さいちゅう** **最中** In the middle of 正在……时候 trong lúc	実験をしている最中に、その地震は起きた。 The earthquake struck in the middle of the experiment we were doing. 正在进行实验时候，发生了地震。 Trong lúc thử nghiệm, trận động đất xảy ra.
1174 **さきほど** **先ほど** Earlier 刚才 trước, vừa nãy	先ほどのご質問にお答えいたします。 I will now answer the question somebody asked earlier. 我来回答一下刚才的问题。 Tôi sẽ trả lời câu hỏi trước.
1175 **さくじつ** **昨日** Yesterday 昨天 hôm qua	昨日から研修がスタートした。 The training course started yesterday. 研修从昨天开始了。 Đào tạo bắt đầu từ hôm qua.

1176 さくねん 昨年 Last year 去年 năm ngoái	昨年の交通事故件数は前の年より減少した。 The number of traffic accidents last year was down from the previous year. 去年的交通事故数较前年相比有所减少。 Số vụ tai nạn giao thông năm ngoái giảm so với năm trước nữa.
1177 さくや 昨夜 Last night 昨晩、昨夜 đêm qua	昨夜からの豪雨で川沿いの家が流された。 The torrential rain last night swept away houses along the riverbank. 由于从昨夜开始下大雨，沿河而建的房屋被冲了。 Một ngôi nhà dọc theo dòng sông bị tràn ngập bởi mưa lớn kể từ đêm qua.
1178 しゅんかん 瞬間 Moment 瞬间 khoảnh khắc	事故の決定的な瞬間を写真に撮った。 At the decisive moment of the accident, I took a photograph. 把事故的决定性的瞬间拍下来了。 Tôi đã chụp một bức ảnh về khoảnh khắc mang quyết định của vụ tai nạn. ※瞬間的
1179 しょじゅん 初旬 Early part of a month 上旬 thượng tuần	7月の初旬に帰国する予定だ。 I plan to return to my country in early July. 计划七月上旬回国。 Tôi định trở lại đất nước vào thượng tuần tháng 7.
1180 しょにち 初日 First day 第一天 ngày đầu	風邪で新学期の初日から休んでしまった。 I was unable to attend the new semester from the first day due to cold. 因为感冒，开学第一天就请假了。 Tôi đã vắng mặt ngay từ ngày đầu của học kỳ mới vì bị cảm.
1181 すえ 末 End 末尾、末 cuối	今月の末に店をオープンする予定だ。 It is planned to open a store at the end of this month. 计划这个月末店铺开业。 Dự định mở cửa hàng vào cuối tháng này. ※末〜（例：末娘）
1182 せいれき 西暦 Western calendar 公历、阳历 lịch dương, lịch Tây	生まれた年は西暦で書いてください。 Please write your date of birth using the western calendar. 出生年份请写成公历。 Xin vui lòng viết ngày tháng năm sinh theo lịch Tây.
1183 タイミング Timing 时机 thời điểm, thời gian	コーラスで、歌い出すタイミングを合わせた。 In the chorus, we all began singing at the same time. 合唱时，统一了开唱的时机。 Trong đoạn điệp khúc, tôi đã điều chỉnh thời gian để hát.

1184 たんき 短期 Short-term, in a short time 短期、短时间 ngắn hạn, thời gian ngắn	短期で英会話をマスターする方法がないかな。 I wonder if there is any way of mastering English conversation in a short time. 有没有短时间熟练掌握英语对话的方法呢？ Không có phương pháp làm chủ giao tiếp tiếng anh trong thời gian ngắn.　※短期的
1185 ちかごろ 近頃 Recently, these days 最近、近来 gần đây	近頃の子供はあまり外で遊ばない。 These days children do not play outside very much. 最近的孩子，不怎么在外面玩耍。 Một đứa trẻ trong những năm gần đây không chơi quá nhiều bên ngoài.
1186 ちょうき 長期 Long term 长期 dài hạn, thời gian dài	来週から長期の出張に出掛ける。 Next week, I start on a long business trip. 下周开始要长期出差。 Tôi sẽ đi trong một chuyến công tác dài hạn từ tuần tới. ※長期化　※長期的
1187 ちょくご 直後 Just after 刚……之后、……之后不久 ngay sau	恐怖で事件の直後の記憶がない。 I was so scared, I have no memory of what happened just after the event. 由于恐惧，没有案发后的记忆。 Vì hoảng sợ, nên không nhớ được ký ức sau vụ việc. ⇔直前
1188 ちょくぜん 直前 Just before, last-minute 即将……之前、眼看就要……的时候 ngay trước	このホテルは直前の予約がお得です。 This hotel offers discounts on last-minute reservations. 这家旅馆要即将入住之前预约才划算。 Khách sạn này đặt phòng ngay trước ngày thì được lợi. ⇔直後
1189 つきひ 月日 Period of time 时光、岁月 ngày tháng	最後に親友と会ってから、3年の月日がたった。 Three years have passed since I last saw my best friend. 距离上一次与好朋友相见，已过了三年的时光。 Ba năm qua ngày tháng đã trôi qua kể từ khi tôi gặp người bạn thân nhất của tôi.
1190 ていねん 定年 Age of retirement 退休年龄 tuổi về hưu	日本では、定年の時期が延びる傾向がある。 In Japan, there is a tendency to put back the age of retirement. 在日本，退休年龄有延长的趋势。 Tại Nhật, việc kéo dài tuổi nghỉ hưu có xu hướng tăng lên. ※定年退職
1191 とうじ 当時 At that time 当时、那时 khi đó	会社ができた当時の社員は、皆退職した。 All of the employees who were with the company at the time when it was founded have retired. 公司成立时的那批员工都已经退休了。 Các nhân viên cùng thời khi thành lập công ty tất cả đều đã nghỉ hưu.

	1192

ながねん
長年
Many years
长年、多年
nhiều năm

かいしゃ つく ながねん ゆめ
会社を作ることは長年の夢だった。
It has been my dream for many years to found a company.
开公司是我多年的梦想。
Mở công ty là giấc mơ nhiều năm.

	1193

なかば
半ば
Middle
中途
nửa, giữa

ちち てんきん がっき なか てんこう
父の転勤で学期の半ばに転校した。
I changed school in the middle of the semester due to my father's job transfer.
由于父亲工作的调动，学期中途转校了。
Tôi phải chuyển trường vào giữa kỳ vì bố tôi chuyển việc.

	1194

にっちゅう
日中
Daytime
白天
trong ngày

にっちゅう で か おお
日中は出掛けていることが多い。
I often go out during the day.
白天出门比较多。
Tôi phải ra ngoài nhiều lần trong ngày.

	1195

ねんかん
年間
Yearly
一年间
hàng năm

かいしゃ ねんかん り えき やく ご おくえん
この会社の年間の利益は約5億円だ。
The profits of this company are about 500 million yen a year.
这家公司的年利润约达5亿日元。
Lợi nhuận hàng năm của công ty này là khoảng 500 triệu yên.

	1196

ねんげつ
年月
Years, time
年月、岁月
năm tháng, thời gian

きょうかい なが ねんげつ かんせい
この教会は、長い年月をかけて完成した。
It took many years to complete the construction of this church.
这座教堂是经过漫长的岁月建成的。
Nhà thờ này đã được hoàn thành sau một thời gian dài.

	1197

ねんど
年度
Fiscal year
年度
năm tài chính

かいしゃ けいかく じっし つぎ ねん ど えんき
会社は計画の実施を次の年度に延期した。
The company postponed the implementation of the plan to the next fiscal year.
公司将计划实施的时间延期至下一年度。
Công ty hoãn việc thực hiện kế hoạch cho năm tài chính kế tiếp.

こんねん ど らいねん ど
☀今年度　☀来年度

	1198

ま
間
While, period
工夫、时间
khoảng thời gian

へんじ ま
ブザーを押すと、返事までに間があった。
It took a while after I pressed the buzzer to get a response.
按下蜂鸣器，隔了一段时间才有回应。
Khi bấm chuông, phải mất một lúc đến khi có hồi đáp.

	1199

みょうごにち
明後日
Day after tomorrow
后天
ngày hôm sau

ほんじつ かい ぎ みょうごにち へんこう
本日の会議は明後日に変更いたします。
Today's meeting is rescheduled to the day after tomorrow.
今天的会议更改为后天。
Cuộc họp hôm nay sẽ được chuyển sang hôm sau.

1200 やかん 夜間 Night-time 夜间 ban đêm, buổi tối	当病院は夜間も患者を受け入れています。 Our hospital accepts patients at night as well. 这家医院夜间也接诊患者。 Bệnh viện của chúng tôi tiếp nhận bệnh nhân ngay cả vào ban đêm. ※夜間〜(例：夜間高校)
1201 よ 夜 Night 夜 đêm	本に夢中になっていて、夜が明けてしまった。 I lost myself in the book and ended up reading until dawn. 沉浸在书中，不知不觉天就亮了。 Mê mải vào cuốn sách cho đến lúc bình minh.
1202 よあけ 夜明け Dawn, first light 黎明 bình minh	夜明け頃から雨が雪に変わった。 At first light, the rain turned into snow. 从黎明时分开始下雨变成了下雪。 Từ lúc bình minh, mưa đã chuyển thành tuyết.
1203 よくあさ 翌朝 Next or following morning 第二天早晨、次日早晨 sáng hôm sau	雨は翌朝までずっと降っていた。 Rain fell continuously until the following morning. 雨一直下到第二天早晨。 Mưa đã rơi suốt cho đến sáng hôm sau.
1204 よくじつ 翌日 Next or following day 第二天、次日 hôm sau	合格発表は試験の翌日です。 The successful candidates will be announced on the day after the examination. 考试的次日公布合格榜单。 Buổi thông báo kết quả là hôm sau ngày thi.
1205 よくねん/よくとし 翌年 Next or following year 第二年 năm sau	彼は22歳で就職して、翌年結婚した。 He got a job at 22 and married the following year. 他在22岁时参加工作，第二年就结婚了。 Anh ta có một công việc ở tuổi 22 và kết hôn vào năm sau.
1206 れいねん 例年 Annual 往年、历年 hàng năm, mọi năm	入学試験は、例年の通り2月の下旬に行う。 The entrance examinations will be held in late February as in every year. 入学考试与往年一样在2月下旬举行。 Kỳ thi tuyển sinh sẽ được tổ chức vào cuối tháng 2 như mọi năm.

182

読んでみよう6

安心して子供が産める社会を

会社員のＡ子さんは、妊娠8か月。しかし、大きな悩みがある。それは、生まれてくる子供を預かってくれる保育所がまだ見付からないことだ。「見付からなかったら、**退職するしかない**」と不安そうだ。Ｂ子さんは、3歳と5歳の**姉妹**を別々の保育所に預けている。同じ所に空きがなかったからだ。

保育所不足は深刻だ。**世の中**は、**共働き**が当たり前になっているのに、その保育所が全く足りない。自身も3人の子供を持つＣ子さんは、**後輩**にはそんな**苦労**をさせたくないと考えて、**長年**この問題に取り組んできた。そして**昨年**、**市議会議員**に**立候補**して**当選**し、現在、小さい子供を持つ**親**の声を集めて、市長のもとに届けようと考えている。来月には、**デモ**も**計画**している。

Ｃ子さんは、「保育所不足の原因の一つは、**職員**を募集してもなかなか集まらないことです。**職員**を集めるためには、たとえ保育所を**運営**するコストが上がったとしても、**職員**の**給与**を上げることが必要です。**福祉**予算は限られていますが、市の**政策**を変えていかなければなりません。保育所を増やすことは、**少子化**問題の解決につながります。保育所不足のために、**一人っ子**にはしたくなくても、**2人目**をあきらめる親は多いのです。同時に、子供を持つ女性への理解がまだまだ足りません。**勤め先**の**同僚**や**上司**に遠慮* しながら働いている女性は多いのです。」と、語っている。

* 遠慮する　Be reluctant to assert yourself　介意、顾虑　ngại, hạn chế

Making life easier for young mothers

Company employee A has been pregnant for eight months. But she has a major concern. She has yet to find a nursery for the child that she is expecting. "If I cannot find one," she says with a worried expression, "I will have to give up my job." Meanwhile, B has two girls, of three and five, at separate day-care facilities. It was not possible to put them in the same place.

The shortage of day-care facilities is serious. In Japan, it has become normal for both parents to go to work, and there are nowhere near enough nurseries. C, who has three children, has been concerned about this problem for many years. She aims to do something to ensure that in future young mothers do not face this worry. Last year, she stood for and was elected to the municipal assembly. Currently, she is canvassing the opinions of parents with small children and is thinking of submitting a report to the mayor. She plans to organize a demonstration next month.

"One of the reasons for the shortage," C says, "is that few applicants respond to nursery recruitment drives. To attract staff, it is necessary to raise wages, even it means increasing the cost of day-care management. Although the welfare budget is limited, municipal policy in this area must be changed. Increasing the number of day-care nurseries will help to solve the problem of the declining birth-rate in Japan. Because of this shortage, many parents abandon plans to have a second child, even though they do not want to be a one-child family. At the same time, there is insufficient appreciation of the situation faced by young mothers. Many women feel guilty that they can take time off when colleagues and bosses at their place of work cannot, she says.

建设一个能让女性放心怀孕的社会

　　公司员工 A 女士怀有 8 个月身孕。但是，她有一个很大的烦恼。那就是，她到现在还没有为即将出生的孩子找到可托付的托儿所。"要是再找不到的话，我就只能辞职了。"她看起来忧心忡忡。B 女士把自己 3 岁和 5 岁的两个女儿分别寄托在不同的托儿所，因为同一家托儿所里没有多余的名额。

　　托儿所不够是一个严重的问题。现如今双职工家庭非常普遍，可是托儿所的数量却完全不够。已经是三个孩子妈妈的 C 女士为了让自己的后辈们不用如此操心，长年都致力于解决这个问题。去年，她参加市议会议员选举并成功当选了。她现在正在把有小宝宝的父母的呼声都收集起来，并想要将其提交给市长。她还正计划下个月举行一次游行。

　　C 女士说："怎么都招不到职员是托儿所不够的原因之一。为了招到职员，哪怕增加托儿所的经营成本，也要改善职员的工资待遇。虽然福利事业的预算是有限的，但必须改变市政府的政策。增加托儿所的数量将有助于解决少子化问题。由于托儿所太少，不少父母本不想只要独生子女，却不得不放弃生二胎的想法。与此同时，当今社会对已育女性的理解还远远不够。很多女性不得不一边对单位上司和同事有所顾虑一边工作。"

Một xã hội nơi có thể yên tâm sinh em bé

Cô A là nhân viên công ty đang mang bầu 8 tháng. Tuy nhiên cô đang có một mối bận tâm lớn. Đó là việc cô vẫn chưa tìm được nhà trẻ để gửi em bé khi ra đời. Cô có vẻ lo lắng vì nếu không tìm được nơi gửi con, cô chỉ còn cách nghỉ việc. Cô B đang gửi 2 con gái 3 tuổi và 5 tuổi tại hai nhà trẻ khác nhau. Vì không có suất trống nếu Cô gửi cùng trường.

Sự thiếu hụt các nhà trẻ thật sự nghiêm trọng. Trong thời đại ngày nay, việc 2 vợ chồng cùng đi làm là điều hiển nhiên nhưng số nhà trẻ lại hoàn toàn không đủ. Bà C, người mà bản thân có 3 con với suy nghĩ không muốn những người sau cùng phải khổ cực đã nỗ lực với vấn đề này trong một thời gian dài. Và năm ngoái, bà đã ứng cử là ủy viên của hội đồng thành phố và đã trúng cử. Hiện tại bà đang tập hợp ý kiến của các bà mẹ có con nhỏ và suy nghĩ đến việc sẽ trình lên thị trưởng thành phố. Và bà cũng lên kế hoạch biểu tình trong tháng sau.

Bà C đã nói rằng: "Một trong những nguyên nhân của việc thiếu nhà trẻ đó là cho dù tuyển dụng nhưng mãi vẫn không tập hợp được giáo viên. Để thu hút được giáo viên thì cho dù chi phí điều hành nhà trẻ tăng lên thì cần phải tăng lương cho giáo viên. Ngân sách cho phúc lợi bị giới hạn nhưng cần phải thay đổi chính sách của thành phố. Việc tăng số lượng nhà trẻ có liên quan đến việc giải quyết vấn đề tỷ lệ sinh giảm. Vì thiếu nhà trẻ nên nhiều người đã phải từ bỏ sinh con thứ 2 mặc dù không muốn là nhà sinh con một. Đồng thời, sự hiểu biết của mọi người dành cho phụ nữ có con cũng chưa đầy đủ. Có rất nhiều phụ nữ đã phải làm việc trong sự e ngại với cấp trên và các đồng nghiệp xung quanh tại nơi họ đang làm việc.

株式会社いろどり

木の葉で**ビジネス**をするお年寄りの女性たち。これは、徳島県上勝町の「株式会社いろどり」の話だ。

日本料理は季節感を大切にする。季節感を表現する一つが、料理に添えられた葉だ。緑の葉なら夏の初めを、紅葉した葉なら秋を感じる。「いろどり」が扱うのは、この木の葉だ。

きっかけは、農業協同*組合の職員だった横石氏が、木の葉の**需要**に注目し、これの**販売**を提案したことだった。木の葉なら軽いので、お年寄りの女性でも楽に作業ができる。**当時**、**特産**のみかんの生産が減り、新しい**農産物**を探していた。

しかし、農業は**ベテラン**でも経営は**素人**だ。「いろどり」の**資本**は町が出している。初めは赤字に苦しんだ。だが、ニーズを正確につかむことで、次第に**売れ行き**を伸ばし、現在**年間**2億6千万円の**売り上げ**となり、順調に**利益**を上げている。今では、上勝町から出された木の葉は「いろどり」によって**ブランド化**されている。もちろん、その裏には経営の努力がある。**品質**に注意し、**品切れ**にならないように、**売れ行き**や**価格**などの**販売**データを分析して**オーダー**に**対応***するシステムを作っている。お年寄りの女性たちはデータをもとに、**明日以降**どんな**商品**をどのくらい出すか、自ら考えている。いい意味での**ライバル**として競争し合い、**年収**が1千万円という女性もいる。

農業に**定年**はない。現在、「いろどり」の**代表**である横石氏は全国の**市町村**から**講師**を頼まれて講演を行っており、この**事業***はお年寄りの活躍の**モデル***にもなっている。

---

* 協同 Co-operative　合作　hợp tác　　　対応 Measure, response　応対　xử lý
事業 Business　事业　hoạt động　　　　モデル Model　典范　mô hình kiểu mẫu

The story of Irodori

A group of elderly ladies have managed to launch a business based on tree leaves. It has flowered into Irodori Co., Ltd. of Kamikatsu, Tokushima Prefecture.

A sense of season is important in Japanese cuisine. One thing that expresses this is the leaves often added to dishes. In summer, for example, green leaves are used, while a sense of autumn is conveyed by addition of red leaves. Irodori provides the leaves.

The idea for the business came when former agricultural cooperative employee Yokoishi noticed that there was demand for tree leaves and proposed marketing them. Because leaves are light, the preparation work can be done comfortably by elderly women too. At the time, production of the local speciality, *mikan* mandarin oranges, was in decline, and the cooperative was looking for new agricultural products.

Yokoishi and his colleagues were veteran farmers, but novices in business. The initial investment in Irodori was made by the town. At the beginning, they were plagued by red ink. However, by correctly understanding market needs, they gradually managed to expand sales, and are now making a healthy profit, on sales of ¥260 million per year. Today, tree leaves originating in Kamikatsu are sold under the "Irodori" brand. Of course, this is the fruit of dedication to the business. With an emphasis on quality, systems were created to ensure that stocks never ran out, and orders could be handled after analysis of sales performance, pricing and other marketing data. Based on data analysis, the ladies themselves decide what particular item to produce in the future, and in what quantity. They compete as friendly rivals. Some have made as much as ¥10 million per year out of it.

There is no retirement age in agriculture. As the representative of Irodori, Yokoishi has been giving lectures at the behest of local governments at all levels around the country. This business has also become a model for mobilization of the elderly in meaningful employment.

株式会社彩

有一群老年女性用树叶做生意。这是关于德岛县上胜镇的"株式会社彩"的故事。

日本料理十分重视季节感。菜品上添加的树叶是表现季节感的一种方式。绿叶能感受到初夏，红叶能感受到秋天。"彩"所经营的就是这些树叶。

这个生意的契机是，曾是农业合作社职员的横石先生关注到树叶的需求，提议销售树叶。因为树叶很轻，就算是上了年纪的女性也能轻松地工作。当时，当地特产柑橘减产，大家正在寻找新的农产品。

不过，虽然她们在务农方面是行家，但经营方面是外行。"彩"的资本是镇上出的。最初，她们因为亏损而苦恼。但是，因为准确地抓住了需求，销量逐渐增加。现在，年销售额达到2亿6000万日元，利润稳步提升。现在，从上胜镇产出的树叶已经被"彩"品牌化了。当然，这背后有经营的努力。为了重视品质，不出现断货的情况，公司制作了能分析销路和价格等销售数据从而应对订单的系统。上了年纪的女性们以数据为基础，自己考虑明天之后不同的商品分别生产多少。也有女性通过良性竞争，年收入达到了1000万日元。

农业没有退休年龄。现在，横石先生作为"彩"的代表，被邀请到全国的各个城镇上进行演说。这个事业也成了让老年人大显身手的典范。

Công ty cổ phần IRODORI

Phụ nữ cao tuổi làm kinh doanh tại Kinoha. Đây là câu chuyện về "Công ty cổ phần IRODORI" ở quận Kamikatsu tỉnh Tokushima.

Ẩm thực Nhật Bản trân trọng sự cảm nhận theo mùa. Một trong những biểu hiện của cảm nhận theo mùa là những chiếc được gắn liền với món ăn. Nếu đó là lá xanh, bạn sẽ tìm thấy sự khởi đầu của mùa hè, nếu là lá đỏ bạn sẽ cảm nhận thấy mùa thu. Mặt hàng mà "IRODORI" kinh doanh chính là lá cây.

Cơ hội dẫn đến việc này chính là việc ông Yokoishi -nhân viên hợp tác xã nông nghiệp- đã chú ý đến nhu cầu về lá cây và đã đưa ra đề xuất về việc bán nó. Vì lá cây thì nhẹ nên cho dù là những phụ nữ cao tuổi thì vẫn có thể dễ dàng làm việc. Khi đó, sản lượng của đặc sản vùng là quýt đang giảm xuống và cần phải tìm kiếm các sản phẩm nông nghiệp mới.

Tuy vậy, mặc dù trong nông nghiệp ông rất lão luyện nhưng trong kinh doanh ông lại là người nghiệp dư. Tiền vốn của công ty "IRODORI" do thị trấn bỏ ra. Thời gian đầu ông đã phải khổ sở vì kinh doanh thua lỗ. Tuy nhiên, nhờ nắm được chính xác nhu cầu, dần dần ông đã mở rộng được doanh số bán hàng và doanh thu bây giờ là 260 triệu yên một năm, lợi nhuận tăng lên đều đặn. Hiện tại, lá cây được đưa ra từ thị trấn Kamikatsu đang được gắn nhãn "IRODORI". Tất nhiên, đằng sau của kết quả này chính là những nỗ lực cố gắng của việc quản lý điều hành kinh doanh. Quan tâm chú ý đến chất lượng và để không bị hết hàng, công ty đang tạo ra hệ thống phân tích dữ liệu bán hàng như số lượng bán ra, giá cả và đối ứng xử lý các đơn đặt hàng. Những phụ nữ lớn tuổi dựa vào dữ liệu sẽ tự suy nghĩ từ xem ngày mai sẽ xuất ra mặt hàng nào với số lượng bao nhiêu. Họ cạnh tranh nhau với tư cách là đối thủ với ý nghĩa tốt, cũng có người phụ nữ có thu nhập hàng hơn 10 triệu yên một năm.

Trong nông nghiệp không có tuổi nghỉ hưu. Hiện nay, ông Yokoishi là đại diện của "IRODORI" đang tổ chức các buổi diễn thuyết mà diễn giả từ các nơi trên toàn quốc, và hoạt động này đã trở thành mô hình kiểu mẫu của hoạt động người cao tuổi.

名詞　自然・地理 めいし しぜん ちり	Nouns – Nature and geography 名词 – 自然・地理 Danh từ – Tự nhiên, Địa lý

1207 あわ 泡 Foam 泡、泡沫 bọt xà phòng	石けんの泡をよく立てて手を洗った。 せっ あわ た て あら I washed my hands in properly foaming soap. 搓出了好多肥皂泡，洗了手。 Tôi rửa tay bằng bọt xà phòng.
1208 いきもの 生き物 Creatures 生物 sinh vật sống	川の生き物にとって水の汚染は深刻な問題だ。 かわ い もの みず お せん しんこく もんだい Water pollution is a serious problem for river creatures. 对水中生物来说，水污染是个严重的问题。 Ô nhiễm nước là một vấn đề nghiêm trọng đối với sinh vật sông.
1209 いずみ 泉 Fountain 泉 suối	この泉の水を飲みに、動物が来る。 いずみ みず の どうぶつ く Animals come to drink water from this spring. 会有动物来喝这口泉水。 Động vật đến đây để uống nước suối này.
1210 いでんし 遺伝子 Gene 基因、遗传基因 gen di truyền	サルとヒトは少しだけ遺伝子が違う。 すこ いでんし ちが The genetic difference between monkeys and people is very small. 猴子和人类的基因只有微小的差别。 Con khỉ và con người có một chút khác biệt về gen di truyền.
1211 いど 緯度 Latitude 纬度 vĩ độ	緯度は赤道を０度、北極と南極を９０度としている。 い ど せきどう れい ど ほっきょく なんきょく きゅうじゅう ど The latitude of the equator is 0°, and it is 90° for the north and south poles. 纬度以赤道为0度，以北极与南极为90度。 Vĩ độ của đường xích đạo là 0 độ và 90 độ với cực bắc và cực nam. ⇔経度 けいど
1212 いんりょく 引力 Attraction, pull 引力 lực hấp dẫn, lực hút	月の引力が地球の海面に影響を与えている。 つき いんりょく ち きゅう かいめん えいきょう あた The pull of the moon affects the level of seawater. 月亮的引力对地球的海平面有影响。 Lực hấp dẫn của mặt trăng ảnh hưởng đến mực nước biển của trái đất.
1213 うめ 梅 Plum 梅、梅花 mơ	公園の梅が咲いて、いい香りがしている。 こうえん うめ さ かお The plum blossoms in the park are blooming and giving off a lovely scent. 公园里绽放着梅花，香气怡人。 Mơ trong công viên đang nở hoa, có mùi thơm.

1214　**えんがん**　**沿岸**　Coast　沿岸、沿海　vùng ven bờ biển	沿岸では地震のあとの津波に備えてください。 Those on the coast should prepare for a tidal wave following the earthquake. 请沿海地区在地震过后防备海啸。 Tại các vùng ven bờ biển, hãy chuẩn bị đối phó với sóng thần sau trận động đất. ❈沿岸漁業
1215　**おうべい**　**欧米**　The West　欧美　Âu Mỹ	首相は欧米の国々を訪問した。 The prime minister visited countries in Europe and America. 首相访问了欧美的各个国家。 Thủ tướng đã thăm các nước Âu Mỹ. ❈欧米化
1216　**おか**　**丘**　Hill, slope　山冈、丘陵　đồi	丘に登ると、村全体が見える。 When you climb the slope you can see the whole village. 登上山冈的话，就能看到村庄全貌。 Khi leo lên đồi, có thể nhìn thấy cả ngôi làng.
1217　**おき**　**沖**　Offshore　海上　khơi	船で沖に出て、魚を捕った。 I went out to sea by boat and caught some fish. 开船出海捕鱼。 Tôi đã ra ngoài khơi bằng tàu và bắt cá.
1218　**おちば**　**落葉**　Fallen leaves　落叶　lá rơi	昨夜の強風で、道が落ち葉でいっぱいだ。 The road was covered in fallen leaves from the storm yesterday evening. 由于昨晚的强风，道路上铺满了落叶。 Vào đêm qua, khi gió mạnh, con đường đầy lá rơi.
1219　**おんたい**　**温帯**　Temperate zone　温带　ôn đới	日本は温帯に属している。 Japan belongs to the temperate zone. 日本属于温带。 Nhật Bản thuộc về vùng ôn đới. ✖熱帯
1220　**かいがん**　**海岸**　Coast　海岸、海边　bờ biển	海岸できれいな貝を拾った。 I picked up a pretty seashell at the shore. 在海边捡到了漂亮的贝壳。 Tôi đã nhặt một con sò đẹp ở bờ biển. ❈海岸線
1221　**かいせい**　**快晴**　Fine weather　晴朗、万里无云　thời tiết đẹp	今日は1日中快晴で、出掛けるには最適だ。 It is fine all day today, ideal conditions for going out. 今天一天都是万里无云的晴天，最适合出门了。 Hôm nay thời tiết đẹp, rất thích hợp để đi ra ngoài.

188

	1222	火口から煙が出ているのが遠くからも見える。

1222

かこう
火口
Crater
火山口
miệng núi lửa

火口から煙が出ているのが遠くからも見える。
Even from a distance, you can see smoke rising from the crater.
从火山口冒出来的烟在远处也能看到。
Bạn có thể nhìn thấy khói từ miệng núi lửa ngay cả từ xa.

1223

かび
Mold, fungus
霉
nấm

梅雨の時期はかびが生えやすい。
Mold appears easily during the rainy season.
梅雨季节，容易发霉。
Vào mùa mưa, nấm mốc phát triển dễ dàng.

1224

かりゅう
下流
Downstream
下游、下层
hạ lưu

この川は下流で大きな川と合流する。
This river flows into the big river downstream.
这条河在下游与大河汇流。
Con sông này hợp vào với một con sông lớn ở hạ lưu.
⇔上流

1225

きあつ
気圧
Atmospheric pressure
气压
áp suất không khí

台風の中心の気圧は９５０ｈＰａだ。
Atmospheric pressure at the typhoon's center is 950 hPa.
台风中心气压是 950 百帕。
Áp suất không khí ở trung tâm cơn bão là 950 hpa.

1226

きし
岸
Shore, bank
岸
bờ

川の向こうの岸までボートで渡ろう。
Let's cross to the other riverbank by boat.
乘小船去河对岸吧。
Đi bằng thuyền sang bờ bên kia sông.

1227

きたはんきゅう
北半球
Northern hemisphere
北半球
bắc bán cầu

日本は北半球にある。
Japan is in the northern hemisphere.
日本在北半球。
Nhật Bản nằm ở bán cầu bắc.
⇔南半球

1228

きょうふう
強風
Gale, strong wind
强风
gió mạnh

昨夜の強風で小屋の屋根が飛んだ。
The roof of the shed flew off in the gale last night.
昨夜的强风把小屋的屋顶吹飞了。
Mái nhà của túp lều đã bay vì trận gió mạnh đêm qua.

1229

きり
霧
Fog
雾
sương mù

濃い霧が出て、前が全く見えない。
There is a thick fog and I cannot see ahead at all.
起了浓雾，完全看不到前面。
Làn sương mù dày đặc xuất hiện, tôi không thể nhìn thấy phía trước.

1230 **くちばし** Beak, bill 鸟嘴、喙 mỏ	鳥は小さな虫をくちばしで捕まえた。 The bird caught a small insect with its beak. 鸟用喙捕捉了小虫子。 Con chim dùng mỏ bắt được một con côn trùng nhỏ.
1231 **けいど** **経度** Longitude 经度 kinh độ	日本の南の端の経度は約１３６度だ。 The longitude of Japan's southernmost point is about 136 degrees. 日本南端的经度大约是136度。 Kinh độ của phía nam của Nhật Bản là khoảng 136 độ. ⇔緯度
1232 **こうきあつ** **高気圧** High pressure 高气压 áp suất cao	日本列島を高気圧が覆っている。 A high pressure zone is covering the Japanese archipelago. 高气压正覆盖着日本列岛。 Áp suất cao bao trùm quần đảo Nhật Bản. ⇔低気圧
1233 **こうげん** **高原** Plateau, highlands 高原 cao nguyên	おいは高原の牧場で牛を育てている。 My nephew raises cattle at a highland ranch. 外甥正在高原的牧场里养牛。 Ông lão đang nuôi bò ở đồng cỏ của cao nguyên.
1234 **こうすいかくりつ** **降水確率** Likelihood of rain 降水概率 xác suất có mưa	今日は降水確率が高いので、傘を持ってきた。 Today, I have an umbrella because rain is likely. 因为今天的降水概率很高，所以带了伞过来。 Hôm nay xác suất cao có mưa, vì vậy tôi mang theo ô.
1235 **ごうりゅう** **合流** する Confluence 汇合、合流 đổ vào, hợp vào	ここで２つの川が合流して１つになる。 Here is the confluence of two rivers. 在这里，两条河汇流成一条。 Ở đây, hai con sông hợp vào nhau thành một.
1236 **こんちゅう** **昆虫** Insect 昆虫 côn trùng	都会の公園で珍しい昆虫を見付けた。 I found a rare insect in a city park. 在城市的公园里发现了珍贵的昆虫。 Tôi tìm thấy một con côn trùng hiếm trong công viên thành phố.
1237 **さばく** **砂漠** Desert 沙漠 sa mạc	砂漠に井戸を掘って、水が飲めるようにした。 I dug wells in the desert, making water for drinking available. 在沙漠里挖了口井，有水可以喝了。 Tôi đào một cái giếng trong sa mạc để có thể uống nước. ※砂漠化　※〜砂漠（例：サハラ砂漠）

1238 **さび** Rust 锈 rỉ sét	長く使わなかった包丁に、さびが付いた。 The knife was rusty after being left unused for a long time. 长时间没有使用的菜刀生锈了。 Con dao sau thời gian dài không sử dụng bị rỉ sét.
1239 **さんみゃく** **山脈** Mountain range 山脉 Dãy núi	東北地方の中央を山脈が南北に走っている。 A mountain range runs south down the center of the Tohoku region. 山脉自南向北地盘亘在东北地区的中心。 Các dãy núi ở trung tâm của vùng Tohoku chạy theo hướng Bắc nam. ☀ 〜山脈（例：ヒマラヤ山脈）
1240 **しがいせん** **紫外線** Ultraviolet 紫外线 tia tử ngoại	紫外線を浴びすぎると、体に良くない。 Over-exposure to ultraviolet radiation is bad for your health. 紫外线照射过多的话，对身体不好。 Nếu phơi nắng nhiều dưới tia cực tím sẽ không tốt cho cơ thể.
1241 **しき** **四季** Four seasons 四季 bốn mùa	私は四季の中で秋がいちばん好きだ。 Of the four seasons, I like autumn best. 四季中，我最喜欢秋天。 Tôi thích mùa thu nhiều nhất trong bốn mùa.
1242 **しっけ/しっき** **湿気** Moisture 湿气、潮气 độ ẩm	日本の夏は、湿気が多くて過ごしにくい。 Summer in Japan is humid and hard to endure. 日本的夏天，湿气很重，很难受。 Mùa hè ở Nhật nhiều độ ẩm,rất khó sống.
1243 **しっぽ** Tail 尾、尾巴 đuôi	子犬が喜んでしっぽを振っている。 The puppy is waving its tail happily. 小狗正在高兴地摇着尾巴。 Con chó con đang vui vẻ vẫy đuôi.
1244 **じばん** **地盤** Ground 地基 nền đất	この土地は地盤が固いので、地震に強い。 The ground is earthquake-resistant here because it is hard. 这块土地的地基很坚固，比较抗震。 Đất ở vùng này có nền đất cứng nên vững vàng với động đất.
1245 **じめん** **地面** Ground, soil 地面、地上 mặt đất	夜に雨が降ったのか、地面がぬれている。 It may have rained at night as the ground is wet. 估计夜里下过雨了吧，地面是湿的。 Trời mưa vào ban đêm hay mặt đất ẩm ướt?

	1246	夜中に気温が下がって、霜が降りた。
	しも	The temperature fell during the night and there was a frost.
	霜	半夜气温下降，降霜了。
	Frost	Nhiệt độ đã giảm vào giữa đêm, sương rơi xuống.
	霜	
	sương	

	1247	ジャングルには珍しい生物が多くいる。
	ジャングル	There are many rare animals in the jungle.
		原始森林里有很多珍贵的生物。
	Jungle	Có rất nhiều sinh vật quý hiếm trong rừng.
	原始森林	
	rừng	

	1248	宇宙では重力がない状態で生活する。
	じゅうりょく	In space, you live in a gravity-free state.
	重力	宇宙里要在失重状态下生活。
	Gravity	Trong vũ trụ sống mà không có trọng lực.
	重力	
	trọng lực	

	1249	海の水を蒸発させると、塩が残る。
	じょうはつ	If you evaporate seawater, salt is left.
	蒸発 する	将海水蒸发掉的话，就会留下盐。
	Evaporate	Nước biển bốc hơi còn đọng lại.
	蒸发	
	bốc hơi	

	1250	川の上流にダムを造る／上流の家庭に育つ
	じょうりゅう	Build a dam upstream in the river / Grow up in a high-class family
	上流	在河流的上游建大坝／在上流家庭中成长
	Upstream, high-class	Xây dựng một đập ở thượng nguồn dòng sông / Lớn lên trong
	上游、上层	một gia đình thượng nguồn
	thượng nguồn, thượng lưu	⇔下流　☀上流階級

	1251	鳥が庭の木に巣を作った。
	す	A bird made its nest in a tree in the garden.
	巣	鸟用院子里的树枝搭了窝。
	Nest	Một con chim làm tổ trong một cây vườn.
	巣、窝	
	tổ	

	1252	水を熱すると、水蒸気になる。
	すいじょうき	When you heat water, you get steam.
	水蒸気	水加热后会变成水蒸气。
	Steam	Khi nước sôi, nó sẽ trở thành hơi nước.
	水蒸气	
	hơi nước	

	1253	このオレンジは、水分が多くておいしい。
	すいぶん	This orange contains a lot of water and tastes good.
	水分	这颗橙子，水分多很好吃。
	Moisture, water content	Quả cam này có mọng nước, ngon.
	水分	
	lượng nước	

1254 **すいへいせん** **水平線** Horizon 水平线、海平线 đường chân trời	海岸で水平線に太陽が沈むのを見た。 I watched the sun sink below the horizon at the coast. 在海边看到了太阳沉入海平线。 Tôi nhìn thấy mặt trời lặn xuống đường chân trời ở bờ biển. ⇔地平線
1255 **すいめん** **水面** Water surface 水面 mặt nước	湖の水面に山の姿が映っている。 The shape of the mountain is reflected on the surface of the lake. 湖面上倒映着山的轮廓。 Hình dáng của ngọn núi được phản chiếu trên mặt nước.
1256 **すぎ** **杉** Cedar 杉、杉木 cây tuyết tùng	杉の木は日本各地の山に植えられている。 Cedar trees are planted on mountains all over Japan. 杉木被种植在日本各地的山上。 Cây tuyết tùng được trồng trên núi ở các vùng Nhật Bản.
1257 **せいざ** **星座** Constellation 星座 chòm sao	夜空を見て冬の星座を探した。 I looked at the night sky and saw winter constellations. 看着夜空寻找了冬季的星座。 Tôi nhìn bầu trời đêm và tìm kiếm một chòm sao mùa đông.
1258 **せいてん** **晴天** Fine weather 晴天 thời tiết đẹp	晴天に恵まれて、楽しい遠足だった。 It was an excellent outing, blessed by fine weather. 受惠于晴天，郊游很愉快。 Được ban phước với thời tiết tốt, thật là một chuyến đi vui vẻ.
1259 **せきせつ** **積雪** Snow cover 积雪 tuyết rơi	この地方は冬の積雪が３ｍを超える。 In this area, snow can lie over 3 meters deep in winter. 这个地区冬天的积雪超过 3 米。 Tuyết rơi trong mùa đông ở khu vực này vượt quá 3 m.
1260 **せきどう** **赤道** Equator 赤道 xích đạo	私の国は、赤道の近くなので年中暑い。 In my country, it is hot all round the year as we are close to the equator. 我们国家，因为离赤道近，所以全年都很热。 Vì nước tôi nằm gần xích đạo nên nóng quanh năm.
1261 **たいき** **大気** Atmosphere 大气 khí quyển	大気が安定しているので、いい天気が続く。 The fine weather is continuing because the atmosphere is stable. 因为大气稳定，所以好天气将会持续下去。 Thời tiết đẹp tiếp diễn vì khí quyển ổn định. ❈大気汚染

1262 **たき** **滝** Waterfall 瀑布 thác	冬になると、この滝は寒さで凍ってしまう。 In winter, this waterfall freezes. 到了冬天，这个瀑布会因为寒冷而结冰。 Vào mùa đông, dòng thác này đóng băng lạnh.
1263 **たけ** **竹** Bamboo 竹、竹子 tre	竹は成長が速くて、籠などの材料になる。 Bamboo grows fast and provides material for basket-making. 竹子的生长很快，可作为篮子等的材料。 Tre phát triển nhanh, nó trở thành nguyên liệu như làm giỏ.
1264 **たに** **谷** Valley 山谷 thung lũng	谷に通じる道には季節の花が咲いていた。 In the road through the valley, seasonal flowers were blooming. 通往山谷的道路盛开着当季的花朵。 Hoa theo mùa đã nở trên đường dẫn đến thung lũng.
1265 **ち** **地** The Earth 地、地方 đất	天と地／思い出の地を訪ねる Heaven and earth / Visit a place with memories 天与地／探访回忆中的地方 Trời va đất / Thăm viếng mảnh đất kỷ niệm ※〜地（例：観光地）
1266 **ちかすい** **地下水** Groundwater 地下水 nước ngầm	この市は地下水を水道に使っている。 This city uses groundwater for its water supply. 这座城市的自来水管使用地下水。 Thành phố này sử dụng đường nước ngầm để cung cấp nước.
1267 **ちけい** **地形** Terrain, topography 地形、地势 địa hình	火山の噴火で地形が変わった。 The topography was changed by the volcanic eruption. 火山喷发改变了地形。 Vụ phun trào núi lửa đã làm thay đổi địa hình.
1268 **ちじょう** **地上** Above ground 地面、地上 trên mặt đất	ここから先は、地下鉄が地上に出て走る。 From here on, the subway runs above ground. 接下来的路段，地铁会在地面上行驶。 Từ đây, tàu điện ngầm chạy lên khỏi mặt đất. ⇔地下
1269 **ちへいせん** **地平線** Horizon 地平线 chân trời, đường chân trời	遠くの地平線まで道がまっすぐ続いている。 The road remains straight right up to the distant horizon. 这条道路一直延伸到远处的地平线。 Con đường tiếp tục trải ra tận chân trời phía xa. ⇔水平線

1270	庭の花に、ちょうが飛んで来た。
ちょう Butterfly 蝴蝶 bướm	Butterflies flew to the flowers in the garden. 蝴蝶向院子里的花飞了过来。 Bướm bay vào trong những bông hoa trong vườn.

1271	6時間かけて富士山の頂上まで登った。
ちょうじょう **頂上** Top, peak 山頂、頂点 lên đỉnh	We took six hours to climb to the summit of Mount Fuji. 花了6个小时登上了富士山的山顶。 Tôi leo lên đỉnh Fuji trong 6 giờ.

1272	鳥は翼を広げて空に飛んで行った。
つばさ **翼** Wing 翼、翅膀 cánh	The bird spread its wings and flew into the heavens. 鸟展开翅膀飞向了天空。 Những con chim tung cánh và bay lên trời.

1273	明日は、低気圧が近づいて雨になる。
ていきあつ **低気圧** Low pressure 低气压 áp suất thấp	Tomorrow it will rain as a low-pressure front is approaching. 明天，低气压靠近，将会形成雨水。 Ngày mai, áp suất thấp tiến lại gần và có mưa. ⇔高気圧

1274	天候が不順なので、野菜が高い。
てんこう **天候** Weather 天气、气候 thời tiết	Vegetables are expensive because of the unseasonable weather. 因为气候不好，所以蔬菜很贵。 Bởi vì thời tiết không thuận lợi, rau quả rất đắt.

1275	人工のダイヤも天然のと同じようにきれいだ。
てんねん **天然** Natural 天然、自然 thiên nhiên, tự nhiên	An artificial diamond is just as beautiful as a natural one. 人工的钻石和天然的一样美丽。 Một viên kim cương nhân tạo cũng đẹp như tự nhiên. ❋天然資源

1276	この町の中央を東西に川が流れている。
とうざい **東西** East-west 东西 tây đông	A river flows through the middle of this town from east to west. 这座城镇的中心有一条东西走向的河流流过。 Một dòng sông chảy về phía tây đông ở trung tâm thị trấn này. ⇔南北　❋東西南北

1277	東洋の文化は19世紀の西洋に影響を与えた。
とうよう **東洋** The Orient, the East 亚洲、东方 phương đông	Oriental culture influenced the west in the 19th century. 东方文化对19世纪的西方造成了影响。 Văn hoá phương Đông ảnh hưởng đến phương Tây của thế kỷ 19. ⇔西洋　❋東洋的

1278 **ながれ** **流れ** Flow, current 流速、流动 dòng chảy	この<ruby>川<rt>かわ</rt></ruby>は<ruby>流<rt>なが</rt></ruby>れが<ruby>速<rt>はや</rt></ruby>くて、<ruby>泳<rt>およ</rt></ruby>ぐのは<ruby>危険<rt>きけん</rt></ruby>だ。 It is dangerous to swim here, because the current of this river is fast. 这条河的流速很快，游泳很危险。 Dòng chảy của con sông nhanh và nguy hiểm, bơi là rất nguy hiểm.
1279 **なんきょく** **南極** Antarctic 南极、南极洲 nam cực	<ruby>南極<rt>なんきょく</rt></ruby>は<ruby>5番目<rt>ごばんめ</rt></ruby>に<ruby>大<rt>おお</rt></ruby>きい<ruby>大陸<rt>たいりく</rt></ruby>だ。 Antarctica is the fifth-largest continent. 南极洲是第五大的大陆。 Nam Cực là lục địa lớn thứ năm. ⇔<ruby>北極<rt>ほっきょく</rt></ruby>　❋<ruby>南極大陸<rt>なんきょくたいりく</rt></ruby>
1280 **なんぼく** **南北** North-south 南北、南北方向 nam bắc	<ruby>日本列島<rt>にほんれっとう</rt></ruby>は<ruby>南北<rt>なんぼく</rt></ruby>に<ruby>長<rt>なが</rt></ruby>い。 It is a long way from north Japan to the south. 日本列岛南北狭长。 Quần đảo Nhật Bản trải dài theo hướng bắc nam. ⇔<ruby>東西<rt>とうざい</rt></ruby>　❋<ruby>東西南北<rt>とうざいなんぼく</rt></ruby>
1281 **にじ** **虹** Rainbow 彩虹 cầu vồng	<ruby>雨<rt>あめ</rt></ruby>が<ruby>上<rt>あ</rt></ruby>がったら、きれいな<ruby>虹<rt>にじ</rt></ruby>が<ruby>出<rt>で</rt></ruby>た。 A beautiful rainbow appeared when the rain stopped. 雨停后，出现了美丽的彩虹。 Khi trời tạnh mưa, một cầu vồng đẹp đã xuất hiện.
1282 **にっこう** **日光** Sunlight 日光、阳光 ánh sáng mặt trời	<ruby>毎朝<rt>まいあさ</rt></ruby>、カーテンを<ruby>開<rt>あ</rt></ruby>けて<ruby>日光<rt>にっこう</rt></ruby>を<ruby>浴<rt>あ</rt></ruby>びる。 Every morning, I open the curtains and bask in sunlight. 每天早上，打开窗帘沐浴阳光。 Mỗi buổi sáng, tôi mở bức rèm cho ánh nắng mặt trời chiếu vào.
1283 **ぬま** **沼** Swamp 沼泽、池沼 đầm lầy	この<ruby>森<rt>もり</rt></ruby>の<ruby>奥<rt>おく</rt></ruby>に<ruby>大<rt>おお</rt></ruby>きな<ruby>沼<rt>ぬま</rt></ruby>がある。 There is a big swamp in the middle of this forest. 这片森林的深处有一片很大的沼泽。 Có một đầm lầy lớn ở phía sau khu rừng này.
1284 **ねったい** **熱帯** Tropics 热带 nhiệt đới	<ruby>熱帯<rt>ねったい</rt></ruby>の<ruby>森<rt>もり</rt></ruby>には、たくさんの<ruby>種類<rt>しゅるい</rt></ruby>の<ruby>生物<rt>せいぶつ</rt></ruby>がいる。 In a tropical forest, there are many kinds of creature. 在热带森林，有很多种类的生物。 Có rất nhiều loại sinh vật trong rừng nhiệt đới. ❋<ruby>温帯<rt>おんたい</rt></ruby>
1285 **のはら** **野原** Field, plain 原野、野地 cánh đồng	<ruby>広<rt>ひろ</rt></ruby>い<ruby>野原<rt>のはら</rt></ruby>で<ruby>思<rt>おも</rt></ruby>いっ<ruby>切<rt>き</rt></ruby>り<ruby>遊<rt>あそ</rt></ruby>んだ。 I played to my heart's content in the big field. 在广阔的原野上纵情玩耍。 Chơi thỏa thích trên cánh đồng rộng lớn.

1286 **はい** **灰** Ash 灰 tro	<ruby>火山<rt>かざん</rt></ruby>が<ruby>爆発<rt>ばくはつ</rt></ruby>して、<ruby>灰<rt>はい</rt></ruby>が<ruby>降<rt>ふ</rt></ruby>った。 Ash fell when the volcano blew its top. 火山喷发，降下了火山灰。 Núi lửa bùng nổ và tro tản.
1287 **はね** **羽** Wing 翅膀、羽毛 cánh	<ruby>鳥<rt>とり</rt></ruby>が<ruby>羽<rt>はね</rt></ruby>を<ruby>広<rt>ひろ</rt></ruby>げて<ruby>飛<rt>と</rt></ruby>んで<ruby>行<rt>い</rt></ruby>く。 Birds spread their wings and fly away. 鸟张开翅膀飞走了。 Chim sải cánh và bay đi.
1288 **はま** **浜** Beach 海滨、湖滨 bãi biển	<ruby>近<rt>ちか</rt></ruby>くの<ruby>浜<rt>はま</rt></ruby>できれいな<ruby>貝<rt>かい</rt></ruby>を<ruby>見付<rt>みつ</rt></ruby>けた。 I found a beautiful seashell at a nearby beach. 在附近的海滨发现了漂亮的贝壳。 Tôi tìm thấy một vỏ khá ở một bãi biển gần đó. ❇ <ruby>砂浜<rt>すなはま</rt></ruby>
1289 **ひざし** **日ざし** Sunshine 阳光照射 ánh mặt trời	<ruby>日<rt>ひ</rt></ruby>ざしが<ruby>強<rt>つよ</rt></ruby>いので、サングラスを<ruby>掛<rt>か</rt></ruby>けた。 I put on sunglasses because the sunshine was so strong. 因为阳光照射很强烈，所以戴了墨镜。 Bởi vì ánh sáng mặt trời mạnh, tôi đeo kính râm.
1290 **ひのいり** **日の入り** Sunset 日落、黄昏 mặt trời lặn	<ruby>東京<rt>とうきょう</rt></ruby>の<ruby>7<rt>しち</rt></ruby><ruby>月<rt>がつ</rt></ruby>の<ruby>日<rt>ひ</rt></ruby>の<ruby>入<rt>い</rt></ruby>りは<ruby>19<rt>じゅうく</rt></ruby><ruby>時頃<rt>じごろ</rt></ruby>だ。 Sunset in Tokyo is around seven o'clock in July. 东京7月的日落时间大概在19点左右。 Mặt trời lặn vào tháng bảy ở Tokyo là khoảng 19 giờ. ⇔ <ruby>日<rt>ひ</rt></ruby>の<ruby>出<rt>で</rt></ruby>
1291 **ひので** **日の出** Sunrise 日出 mặt trời mọc	<ruby>富士山<rt>ふじさん</rt></ruby>の<ruby>頂上<rt>ちょうじょう</rt></ruby>で<ruby>日<rt>ひ</rt></ruby>の<ruby>出<rt>で</rt></ruby>を<ruby>見<rt>み</rt></ruby>た。 I watched the sunrise from the top of Mount Fuji. 在富士山的山顶看了日出。 Tôi nhìn thấy mặt trời mọc ở đỉnh núi Fuji. ⇔ <ruby>日<rt>ひ</rt></ruby>の<ruby>入<rt>い</rt></ruby>り
1292 **ふぶき** **吹雪** Snowstorm, blizzard 暴风雪 bão tuyết	<ruby>登山中<rt>とざんちゅう</rt></ruby>に<ruby>吹雪<rt>ふぶき</rt></ruby>に<ruby>遭<rt>あ</rt></ruby>って、<ruby>山小屋<rt>やまごや</rt></ruby>に<ruby>避難<rt>ひなん</rt></ruby>した。 While climbing, I took refuge in a mountain hut after the blizzard hit. 在登山途中遭遇暴风雪，在山上的小屋避难。 Tôi gặp phải một cơn bão tuyết trong suốt một cuộc leo núi và di tản đến một túp lều núi.
1293 **へいや** **平野** Plain 平原、平野 đồng bằng	<ruby>日本<rt>にほん</rt></ruby>は<ruby>山<rt>やま</rt></ruby>が<ruby>多<rt>おお</rt></ruby>くて、<ruby>平野<rt>へいや</rt></ruby>は<ruby>約<rt>やく</rt></ruby><ruby>25<rt>にじゅうご</rt></ruby>%だ。 There are many mountains in Japan, and the plains account for about 25% of its land area. 日本山很多，平原大约占25%。 Nhật Bản có nhiều ngọn núi, đồng bằng khoảng 25%. ❇ ～<ruby>平野<rt>へいや</rt></ruby>（<ruby>例<rt>れい</rt></ruby>：<ruby>関東平野<rt>かんとうへいや</rt></ruby>）

1294 **ほっきょく** **北極** Arctic 北极 Bắc Cực	北極の海の氷は以前の半分になった。 The amount of ice in the Arctic Sea is half what it used to be. 北冰洋的冰变成了以前的一半。 Băng băng Bắc Cực đã giảm một nửa so với mặt biển trước. ⇔南極
1295 **ほのお** **炎** Flame 火焰 lửa	ろうそくの炎が風で揺れている。 The candle flame flickers in the wind. 蜡烛的火焰随风摇曳。 Ngọn nến đang lung lay với gió.
1296 **まつ** **松** Pine 松树 cây thông	海岸には松の並木が続いている。 There are rows of pines along the coast. 海岸边，松树连绵不断。 Cây thông nằm trên bờ biển.
1297 **まんかい** **満開** Be in full bloom 满开、盛开 nở rộ	桜が満開でとてもきれいだ。 Cherry blossoms in full bloom are very beautiful. 樱花盛开，特别美丽。 Hoa anh đào nở rộ thật đẹp.
1298 **まんげつ** **満月** Full moon 圆月、满月 trăng tròn	ベランダからきれいな満月が見える。 You can see a wonderful full moon from the veranda. 从阳台可以看到美丽的满月。 Từ ban công có thể nhìn thấy mặt trăng tròn thật đẹp.
1299 **み** **実** Fruit, nut 果实、果子 quả	この木になる実は、すっぱくて食べられない。 The fruit of this tree is sour and cannot be eaten. 这种树的果实，很酸没法吃。 Quả của cây này chua và không thể ăn được.
1300 **みき** **幹** Stem, trunk 树干 thân	その木は幹の周りが３ｍもある。 That tree trunk has a girth of as much as 3 m. 那棵树树干的周长有3米。 Cây đó chu vi thân cây là 3 m.
1301 **みずたまり** **水たまり** Puddle, pool 水洼 vũng nước	雨が降ったのか、水たまりができている。 It may have rained as there is a puddle. 也许是下雨了，形成了水洼。 Trời mưa, tạo thành các vũng nước.

1302	
みなみはんきゅう **南半球** Southern hemisphere 南半球 nam bán cầu	にほん なつ みなみはんきゅう ふゆ **日本は夏だが、南半球は冬だ。** When it is summer in Japan, it is winter in the southern hemisphere. 日本是夏天，南半球却是冬天。 Nhật Bản là mùa hè, nhưng ở nam bán cầu lại là mùa đông. きたはんきゅう ⇔北半球

1303	
め **芽** Bud, germinate 芽 mầm	はる くさ め で **春になって草の芽が出た。** When spring came the grass germinated. 春天到了，草都发芽了。 Có này mầm vào mùa xuân.

1304	
もうしょ **猛暑** Intense heat 酷热、炎热 nóng khủng khiếp	なつ ぜんこく もうしょ つづ **この夏も全国で猛暑が続いた。** It was intensely hot again all over the country this summer. 这个夏天也是全国都持续酷热。 Mùa hè này trên toàn quốc sẽ có đợt nóng khủng khiếp tiếp diễn.

1305	
ゆうだち **夕立** Shower 傍晚的雷阵雨 chiều	ゆうだち さんじゅっぷん ま **夕立だから、３０分ほど待てばやむだろう。** It's only a sudden shower, and will probably stop in about 30 minutes. 因为是傍晚的雷阵雨，所以等半个小时的话就会停吧。 Buổi chiều nên chỉ chờ khoảng 30 phút là có lẽ ổm rồi.

1306	
ゆうひ **夕日** Setting sun 夕阳 mặt trời chiều	やま む ゆうひ しず **山の向こうに夕日が沈んでいく。** The sun is setting behind the mountains. 在山的那边，夕阳逐渐下沉。 Mặt trời chiều lặn sau núi.

1307	
ゆうやけ **夕焼け** Sunset glow 晚霞、火烧云 ánh hoàng hôn, ánh chiều	にし そら ゆうや あか **西の空は夕焼けで赤くなっている。** The sky in the west is glowing red with the sunset. 西边的天空因晚霞变得通红。 Bầu trời ở phía tây trở nên đỏ bởi ánh hoàng hôn.

1308	
ゆげ **湯げ** Steam 水蒸气 nước sôi	ゆ わ ゆ で **お湯が沸いて、やかんから湯げが出ている。** Water boiled and steam hissed out of the kettle. 热水沸腾，水蒸气从水壶里喷出。 Nước sôi, và nước sôi trào ra từ ấm.

1309	
りく **陸** Land 陆地 đất liền	りく ちきゅう めんせき やくさんわり **陸は地球の面積の約３割しかない。** Land accounts for only some 30% of the surface area of the planet. 陆地只占地球面积的大约3成。 Đất liền chỉ khoảng 30% diện tích trái đất.

| 1310 れっとう 列島 Archipelago 列岛 quần đảo | 高気圧が列島を覆っている。
A high-pressure zone is covering the archipelago.
高气压覆盖着列岛。
Áp suất không khí cao bao bao trùm cả quần đảo.
❋〜列島（例：日本列島） |

名詞　形・位置・範囲
めいし　かたち・いち・はんい
Nouns – Shapes, position and scope
名词 – 形状・位置・范围
Danh từ – Hình dạng, Vị trí, Phạm vi

1311 あしあと 足跡 Footprint, track 足迹、行踪 dấu chân	うさぎの足跡／犯人の足跡を追う Rabbits tracks / Trace the footprints of the criminal 兔子的足迹／追踪犯人的行踪 Dấu chân thỏ / Theo dấu chân của tên tội phạm
1312 あしもと 足元 Footing 脚下 bước chân	滑りやすいので、足元に気をつけてください。 Please mind your footing, because it is slippery. 容易滑倒，请注意脚下。 Vì đường trơn dễ trượt nên hãy chú ý tới bước chân của bạn.
1313 あと 跡 Trace, tracks 痕迹、足迹 dấu, vết	雪の上に鳥が歩いた跡がある。 There are tracks of birds that have walked on the snow. 雪地上有鸟走过的痕迹。 Có những dấu vết chim đi bộ trên tuyết. ❋〜跡（例：城跡）
1314 おくがい 屋外 Outdoors 室外、屋外 ngoài trời	この花は冬でも屋外で育てられる。 This flower can be grown outdoors even in winter. 这种花即使是冬天在室外也能培育。 Hoa này có thể được nuôi ở ngoài trời vào mùa đông.
1315 カーブ する Curve 转弯处、转弯 khúc cua	カーブの手前でスピードを落とすこと。 Reduce speed just before you reach the curve. 请在转弯处前放慢速度。 Giảm tốc độ trước khúc cua. ❋急カーブ
1316 がいぶ 外部 Outside 外部、外界 bên ngoài	外部の騒音／外部からの援助 Noise outside / Help from outside 外部的噪声／来自外界的帮助 Tiếng ồn bên ngoài / Hỗ trợ bên ngoài

1317 **ぎゃく** **逆** Reverse, back to front 逆、倒、反 ngược	セーターを着たら、前と後ろが逆だった。 When I put the sweater on, it was back-to-front. 我穿上毛衣，才发现前后穿反了。 Khi mặc áo len, tôi mặc ngược đằng trước ra đằng sau. ☀ 逆方向
1318 **くいき** **区域** Area, region 地区、范围 khu vực	海岸の一部の区域は立ち入り禁止だ。 You cannot walk along some stretches of the coast. 海岸的一部分区域是禁止入内的。 Một phần khu vực bờ biển bị cấm đi vào. ☀ ～区域（例：通学区域）
1319 **くうちゅう** **空中** In the air, mid-air 空中、天空 không trung	発射されたロケットが空中で爆発した。 The rocket exploded in mid-air after launch. 发射的火箭在空中爆炸了。 Tên lửa đã phóng lên trong không trung.
1320 **くかん** **区間** Section (of railway) 区间、区段 khu vực	雪のために、一部の区間で電車が止まった。 The trains stopped running along certain sections of the line due to the snow. 因为下雪，部分区间的电车停运了。 Do tuyết, tàu dừng lại ở một số khu vực.
1321 **こうさ** **交差** する Intersection, crossing 交叉 giao nhau	ここで線路と道路が交差している。 Here a railway line and road intersect. 在这里铁路和公路交叉了。 Chỗ này đường bộ và đường sắt giao nhau.
1322 **さかさ（さかさま）** **逆さ（逆さま）** Upside down 颠倒、相反 lộn ngược	貼ってあるポスターは逆さまだった。 The poster was pasted up upside-down. 贴上的海报上下颠倒了。 Người dán dán đã bị lộn ngược.
1323 **しがい** **市外** Out of town 市外、郊区 ngoại thành	この高校は市外から通学する生徒が多い。 This school has many students who come in from out of town. 这所高中，从郊区过来上课的学生很多。 Trường trung học này có nhiều học sinh từ ngoại thành theo học.
1324 **しゃせん** **斜線** Diagonal cross-out line 斜线、对角线 đường chéo	記入の間違いに斜線を引いてください。 When you make a mistake filling in the form, please cross it out. 请在写错的地方画上斜线。 Nếu ghi sai hãy gạch chéo.

1325	
じょうげ 上下 する Upside down, top to bottom 上和下，上下 trên dưới	本棚の上下を入れ替える/地震で上下に揺れた The bookcase contents were replaced from top to bottom / The room shook up and down in the earthquake 交换书架上下层摆放的书/因为地震，上下摇摆 thay đổi trên dưới của giá sách / Vì động đất nên trên dưới đều rung lắc. ⇔左右　❋上下関係

1326	
すきま 隙間 Gap 缝、间隙 khe hở	ドアの隙間から冷たい風が入ってきた。 A draft came in through the open door. 冷风从门缝里钻了进来。 Một cơn gió lạnh luồn qua khe hở của cửa.

1327	
ずけい 図形 Figure, diagram 图形，图案 hình vẽ	パソコンでいろいろな図形が描ける。 You can draw various diagrams using a PC. 用电脑可以描绘各种各样的图形。 Máy tính cá nhân có thể vẽ được nhiều hình vẽ.

1328	
スペース Space, room 空间 chỗ, không gian	庭には車を置くスペースがない。 There is no room to park the car in the yard. 庭院里没有放车的空间。 Không có không gian để đặt một chiếc xe hơi trong vườn. ❋～スペース(例：駐車スペース)

1329	
せいほうけい 正方形 Square 正方形 hình vuông	正方形の紙を折って、鳥を作った。 I made an *origami* bird with a square of paper. 把正方形的纸折起来，做成了鸟。 Tôi gấp một tờ giấy vuông và làm thành một con chim.

1330	
せんたん 先端 Tip, forefront 前端、尖端、前沿 mũi, đầu nhọn, tiên tiến	棒の先端でつつく/流行の先端を行く Prod with the tip of the pole / Be at the forefront of the latest trend 用棒的尖端捅/走在流行的前沿 Dùng đầu gậy chọc chọc / Đi đầu trào lưu ❋先端技術

1331	
せんとう 先頭 Lead, head of 前头、排头 dẫn đầu	国旗を持った選手が、行進の先頭を歩いた。 A player carrying the national flag walked at the head of the march. 手持国旗的选手，走在游行队伍的前头。 Một cầu thủ cầm cờ quốc gia bước lên dẫn đầu.

1332	
そこ 底 Bottom 底部 đáy	この川は、水がきれいで底までよく見える。 The water in this river is so clean that you can see the bottom. 这条河的水很清澈，底部都能清楚地看见。 Nước ở dòng sông này trong nên có thể nhìn thấy rõ ở đáy.

1333

だえん
だ円
Ellipse
椭圆
hình elip

月は、だ円を描いて地球の周りを回っている。
The moon follows an elliptical trajectory as it circles the earth.
月亮画着椭圆，围着地球的周围转。
Mặt trăng quay một vòng hình elip quanh trái đất.

1334

たば
束
Bundle
束
bó

木の枝をまとめて束にした。
We bundled branches of the trees together.
把树枝挽起来捆成一束。
Tôi bó các cành cây lại với nhau.
☀ 〜束（例：札束）

1335

ちく
地区
District
地区
khu vực, quận

市は３つの地区に図書館を作ることにした。
The city decided to build libraries in three districts.
市政府决定在３个地区建造图书馆。
Thành phố quyết định thành lập thư viện ở ba quận.
☀ 〜地区（例：保護地区）

1336

ちたい
地帯
Zone, belt
地带、地区
vùng, vành đai

沿岸の地帯には工場が多い。
There are many factories in the coastal belt.
沿岸地区有很多工厂。
Nhiều nhà máy nằm trong vùng ven biển.
☀ 〜地帯（例：工業地帯）

1337

ちゅうかん
中間
Intermediate, halfway
中间
giữa, trung gian

大学は２つの駅の中間にある。
The university is halfway between two stations.
大学在２座车站的中间。
Trường đại học này nằm giữa hai trạm.
☀ 中間報告

1338

ちょうほうけい
長方形
Rectangle
长方形
hình chữ nhật

焼いた魚を載せるには、長方形の皿がいい。
A rectangular dish is good for putting baked fish on.
用来盛烤鱼的话，长方形的盘子比较好。
Đồ để đặt cá nướng tốt nhất là đĩa hình chữ nhật.

1339

ちょっかく
直角
Right angle
直角
góc vuông

２本の道路が直角に交わっている。
Two roads meet at right angles.
２条路交叉的地方是直角。
Hai đường thẳng gặp nhau ở góc vuông.
☀ 直角三角形

1340

としん
都心
City center
市中心
trung tâm

新しい家は都心から電車で３０分で便利だ。
The new home conveniently located 30 minutes away from the city center.
新家从市区坐电车只要３０分钟，很方便。
Ngôi nhà mới này mất 30 phút đi tàu lửa từ trung tâm thành phố, thật là tiện lợi.

1341 **ないぶ** **内部** Internal, inside 内部 phần bên trong	エンジンの内部に水が入って故障した。 <small>ない ぶ　みず　はい　こ しょう</small> Water got into the engine and caused the breakdown. 引擎内部进水了出了故障。 Nước vào bên trong động cơ làm xe bị hỏng.
1342 **はし** **端** End, edge 端、边缘 rìa	車を道路の端に寄せて止めた。 <small>くるま　どう ろ　はし　よ　と</small> I stopped the car on the side of the road. 把车停在路边。 Tôi tạt chiếc xe vào rìa đường rồi dừng lại.
1343 **はずれ** **外れ** Outskirts, blank (ticket) 未中、尽头 ven, trượt	町の外れに寺と墓地がある/外れのくじ <small>まち　はず　てら　ぼ ち　はず</small> In the outskirts of the town there is a temple and a cemetery / A blank (lottery ticket) 小镇的尽头是寺庙和墓地／未中的签 Ven thị trấn có chùa và nghĩa trang / Số số bị trượt ⇔当たり ※町外れ <small>まちはず</small>
1344 **はんい** **範囲** Range 范围 phạm vi	試験の範囲はこの本の50ページまでだ。 <small>し けん　はん い　ほん　ごじゅっ</small> Questions in the exam cover material up to page 50 in this book. 考试的范围是，到这本书的50页为止。 Phạm vi của bài thi lên đến trang 50 của cuốn sách này.
1345 **ふきん** **付近** Near, local 附近、一带 lân cận	警察は事件について付近の住民に尋ねた。 <small>けいさつ　じ けん　ふ きん　じゅうみん　たず</small> The police asked local residents for information about the incident. 警察就案件拜访了附近的居民。 Cảnh sát hỏi các cư dân lân cận về vụ việc. ※〜付近（例：自宅付近） <small>ふ きん れい　じ たくふ きん</small>
1346 **ふち** **縁** Edge 边、缘、框 viền, cạnh	お皿を落として、縁が欠けてしまった。 <small>さら　お　ふち　か</small> I chipped the edge of the plate when I dropped it. 我把盘子掉地上了，边上映了角。 Tôi làm rơi chiếc đĩa và nó bị sứt viền.
1347 **まうえ** **真上** Just above 正上方、头顶上 ngay phía trên	頭の真上に太陽が来たから、お昼だ。 <small>あたま　ま うえ　たいよう　き　ひる</small> The sun is right above my head, so that means it is now lunchtime. 太阳到了头顶上，所以现在是中午。 Mặt trời ló ra ngay phía trên đầu tôi, vì vậy đến giờ ăn trưa. ⇔真下 <small>ました</small>
1348 **ました** **真下** Just below 正下方 ngay phía dưới	泊まった部屋の真下から大きい音が聞こえた。 <small>と　へ や　ました　おお　おと　き</small> I heard a loud noise directly under the room I was staying in. 我所留宿的房间正下方传来了很大的声音。 Tôi nghe một tiếng động lớn từ ngay dưới phòng tôi ở lại. ⇔真上 <small>まうえ</small>

1349

まんまえ
真ん前
Right in front
正前方
trước mặt

がっこう ま まえ
学校の真ん前にコンビニができた。
A convenience store opened directly outside the college.
学校的正前方开了一家便利店。
Cửa hàng tiện lợi ngay trước cổng trường.
⇔真後ろ

めいし しゅみ げいじゅつ
名詞　趣味・芸術

Nouns – Interests and the arts
名词 – 兴趣・艺术
Danh từ – Sở thích, Nghệ thuật

1350

あみもの
編み物
Knitting
编织物品
Đồ đan len

あ もの す きな そぼ てぶくろ あ
編み物が好きな祖母が手袋を編んでくれた。
My grandmother who likes knitting made me a pair of gloves.
喜欢编织物品的祖母给我织了一副手套。
Tôi đan tặng người bà thích đồ đan len của tôi đôi găng tay.

1351

いご
囲碁
Go
围棋
cờ vây

そ ふ おし いご す
祖父に教えてもらって、囲碁が好きになった。
I came to like the game of go after being taught how to play it by my grandfather.
祖父教了我围棋之后，我就喜欢上了围棋。
Ông tôi đã dạy tôi và tôi thích đi.

1352

えんぎ
演技 する
Acting
演技
diễn xuất, trình diễn

じょゆう み ごと えんぎ かんどう
女優の見事な演技に感動した。
I was moved by the wonderful performance of the actress.
被女演员精湛的演技感动了。
Tôi đã rất ấn tượng với diễn xuất tuyệt vời của nữ diễn viên.

1353

えんげき
演劇
Theater
演剧、戏剧
kịch

えんげき せかい あこが はいゆう めざ
演劇の世界に憧れて俳優を目指した。
Hankering for the stage, I aim to be an actor.
憧憬演剧的世界，立志要成为一名演员。
Tôi ngưỡng mộ thế giới kịch và nhắm mục tiêu trở thành diễn viên.

1354

オーケストラ
Orchestra
管弦乐、管弦乐团
ban nhạc, dành nhạc

まち えんそう き
町のホールでオーケストラの演奏を聴いた。
I listened to the orchestra playing at the town hall.
在小镇的剧场听了管弦乐团的演奏。
Tôi nghe thấy màn trình diễn của dàn nhạc của thị trấn.

1355

かいが
絵画
Painting
绘画
bức họa, bức tranh

び じゅつかん かい が かんしょう
美術館で絵画を鑑賞した。
I enjoyed the paintings at the art museum.
在美术馆鉴赏绘画了。
Tôi rất thích những bức tranh ở viện bảo tàng.

1356

クラシック
Classical (music)
古典的、古典音乐
nhạc cổ điển

音楽ならロックもクラシックも聴く。
When it comes to music, I like both rock and classical.
音乐方面，摇滚乐和古典乐我都听。
Tôi nghe nhạc rock và nhạc cổ điển.

1357

けいこ
稽古 [する]
Practice
练习、学习
luyện tập

週に1回、柔道の稽古をしている。
I practice judo once a week.
每周一次，进行柔道练习。
Tôi tập judo mỗi tuần một lần.

1358

けいば
競馬
Horse race
赛马
đua ngựa

走る馬の姿が見たくて、毎週競馬に行く。
I like the sight of racing horses so much that I go to the racecourse every week.
想看奔跑着的马的姿态，每周都去看赛马。
Tôi thích nhìn dáng chạy của các con ngựa nên tôi đi xem đua ngựa mỗi tuần.

※競馬場

1359

こうえん
公演 [する]
Perform
公演
biểu diễn, công chiếu

ドイツのオーケストラが各地で公演する。
The German orchestra will perform all over the country.
德国的管弦乐团在各地公演。
Một dàn nhạc Đức biểu diễn ở nhiều nơi.

1360

コーラス
Chorus
合唱
hợp xướng

母はコーラスのサークルに入っている。
My mother has joined a choral group.
母亲加入了合唱的社团。
Mẹ tôi tham gia câu lạc bộ hợp xướng.

1361

ごらく
娯楽
Entertainment
娱乐
trò tiêu khiển, trò giải trí

以前はテレビが主要な娯楽だった。
In the past, TV was the main form of entertainment.
以前，电视是主要的娱乐方式。
Ti vi là phương tiện giải trí chủ yếu trước đây.

1362

コレクション
Collection
收集
sưu tập

弟は切手のコレクションをしている。
My brother is building up a collection of stamps.
弟弟在收集邮票。
Anh tôi đang sưu tập tem.

1363

しばい
芝居
Play
戏剧、演技
vở kịch

この芝居には俳優が1人しか出てこない。
Only one actor appears in this play.
这场戏剧出演的演员只有一个人。
Chỉ có một diễn viên trong vở kịch này.

1364 **ジャズ** Jazz 爵士乐 nhạc jazz	友達とジャズのバンドを作って楽しんでいる。 I am forming a jazz band with friends for a bit of fun. 和朋友组建了爵士乐的乐队，乐在其中。 Tôi vui vẻ với việc thành lập ban nhạc jazz cùng bạn bè.
1365 **しゅじんこう** **主人公** Hero 主人公 nhân vật chính	このドラマの主人公は高校生です。 The hero of this drama is a high-school student. 这部电视剧的主人公是高中生。 Nhân vật chính của bộ phim này là một học sinh trung học.
1366 **しゅやく** **主役** Lead role 主演、主角 vai chính	学校の劇で主役をやることになった。 I was chosen for the lead role in the school drama. 在学校的戏剧中担任主演。 Tôi quyết định đóng mộ chính trong vở kịch ở trường.
1367 **じょうえい** **上映** する Screen, be shown 上映 chiếu	話題の映画の上映は来週からだ。 The film of the moment will begin screening next week. 引起热议的电影下周就要上映了。 Việc chiếu phim chủ đề sẽ bắt đầu từ tuần tới. ☀上映会
1368 **しょうぎ** **将棋** *Shogi* chess 将棋 cờ tướng	彼は15歳で将棋のプロになった。 He became a professional *shogi* player at the age of 15. 他15岁就成了将棋的职业选手。 Anh trở thành một chuyên gia shogi chuyên nghiệp khi mới mười lăm tuổi.
1369 **ショー** Show 陈列、展览 trình diễn	ホテルで着物のショーが開かれた。 A kimono show was held at the hotel. 在酒店里举办了和服展。 Một buổi trình diễn kimono được tổ chức tại khách sạn. ☀～ショー（例：ファッションショー）
1370 **しょせき** **書籍** Book 书籍 sách	この書店は輸入した書籍を専門に扱っている。 This bookshop specializes in imports. 这家书店专门经营进口书籍。 Cửa hàng sách này chuyên về sách nhập khẩu. ☀電子書籍
1371 **ずいひつ** **随筆** Essay 随笔、散文 tùy bút	私は小説よりも随筆を読むのが好きだ。 I prefer reading essays to novels. 比起小说我更喜欢看随笔。 Tôi thích đọc tùy bút hơn tiểu thuyết.

1372
そうさく
創作 する
Creation
创作
sáng tạo

学生たちは、ダンスを創作して発表した。
Students created and unveiled a new dance.
学生们创作了舞蹈，并进行了发表。
Sinh viên sáng tạo ra điệu nhảy và trình bày.

1373
たんぺん
短編
Short story
短篇
truyện ngắn

日本の短編の小説をいくつも読んだ。
I have read many Japanese short stories.
读过好几本日本的短篇小说。
Tôi đã đọc một số truyện ngắn từ Nhật Bản.

1374
てじな
手品
Magic trick
戏法、魔术
trò ảo thuật

彼は帽子から鳥を出す手品が得意だ。
He is good at magic tricks, like producing a bird from a hat.
他擅长从帽子里变出鸟的魔术。
Anh ta giỏi về trò ảo thuật để đưa chim ra khỏi mũ của mình.

1375
バンド
Band (music)
乐队
ban nhạc

彼はバンドでギターを担当している。
He is the guitar man in the band.
他在乐队中担任吉他手。
Anh ta phụ trách guitar trong ban nhạc.

1376
ひげき
悲劇
Tragedy
悲剧
bi kịch

シェークスピアは4つの有名な悲劇を書いた。
Shakespeare wrote four renowned tragedies.
莎士比亚写了著名的四大悲剧。
Shakespeare đã viết bốn bi kịch nổi tiếng.
☀ 悲劇的

1377
めいさく
名作
Masterpiece
名作、优秀作品
tác phẩm nổi tiếng, kiệt tác

「となりのトトロ」はアニメの名作だ。
My Neighbor Totoro is an anime masterpiece.
《龙猫》是动漫的名作。
My Neighbor Totoro là một kiệt tác của hoạt hình.

1378
やく
役
Role
角色
vai

王様の役で劇に出た。
I appeared on stage in the role of king.
在剧中出演国王的角色。
Tôi xuất hiện trên sân khấu với vai đức vua.

1379
ライブ
Live
音乐会、演唱会
buổi biểu diễn trực tiếp

大好きな歌手のライブに行った。
I went to a live show by a singer I like very much.
去了喜欢的歌手的演唱会。
Tôi đã đi đến buổi biểu diễn trực tiếp của ca sĩ yêu thích của tôi.

名詞　言葉・教育	Nouns – Language and education
めいし　ことば　きょういく	名词 – 语言・教育
	Danh từ – Từ ngữ, Giáo dục

1380

あんき
暗記 する

Memorize, learn by heart
熟记、背诵
thuộc lòng

教科書を暗記するほど何度も読んだ。
I read the book over and over until I knew it by heart.
读了很多遍教科书，几乎都能背诵了。
Tôi đọc nhiều đến nỗi thuộc lòng sách giáo khoa.

1381

いいわけ
言い訳 する

Excuse
借口、理由
bào chữa, lấy cớ

ミスの言い訳をするまえに、まず謝りなさい。
Make your apology before you make your excuses.
为失误找借口之前，先道歉吧。
Trước tiên bào chữa cho những sai lầm của mình, tôi xin đưa ra lời xin lỗi.

1382

いがく
医学

Medical science
医学
y học

医学の進歩によって子供の死亡率が低下した。
Advances in medicine have reduced the child mortality rate.
随着医学的进步，儿童的死亡率降低了。
Những tiến bộ trong y học đã làm giảm tỷ lệ tử vong ở trẻ em.
※医学的　※現代医学

1383

いんよう
引用 する

Quote
引用
trích dẫn

スピーチで自分の国のことわざを引用した。
In my speech, I quoted a saying from my home country.
演讲的时候引用了自己国家的谚语。
Tôi trích dẫn câu tục ngữ của đất nước mình trong bài hùng biện.

1384

うわさ する

Rumor
传言、谣言
tin đồn

学校のトイレに幽霊が出るといううわさがある。
It is rumored that the school toilets are haunted.
有传言说学校的厕所里会有幽灵出没。
Có một tin đồn rằng con ma xuất hiện trong nhà vệ sinh của trường.

1385

エピソード

Episode, anecdote
轶闻、插话
câu chuyện, giai đoạn

先生が留学時代のエピソードを話してくれた。
The teacher told anecdotes about what had happened to him during his study abroad.
老师给我讲了留学时候的轶闻。
Thầy tôi kể cho tôi nghe về giai đoạn học tập của thầy ở nước ngoài.

1386

えんぜつ
演説 する

Speech
演讲
diễn thuyết

大使が国連で平和について演説した。
The ambassador made a speech about peace at the United Nations.
大使在联合国进行了关于和平的演讲。
Đại sứ đã diễn thuyết về hòa bình tại Liên hợp quốc.

1387

おせじ
お世辞
Flattery, compliment
恭维、奉承
nịnh

「きれいね」と言われると、お世辞でもうれしい。
I am flattered when people say that I am pretty even if it is just a politeness.
被别人说"好漂亮啊"，就算是奉承也很高兴。
Khi được nói "Bạn xinh nhỉ" thì dù là nịnh tôi vẫn cảm thấy vui.

1388

がくもん
学問
Learning
学问
học vấn, bằng cấp

最近は実用的な学問が重視される傾向がある。
Recently the tendency has been to emphasize practical learning.
最近实用主义学问开始受重视了。
Bằng cấp gần đây có xu hướng được coi trọng.
❈学問的

1389

かしらもじ
頭文字
Initials
首字母
ký tự đầu tiên

指輪に私と妻の頭文字を彫ってもらった。
I had my own and my wife's initials inscribed into the ring.
戒指上刻了我和妻子名字的首字母。
Nhờ khắc ký tự đầu tiên trong tên 2 vợ chồng vào chiếc nhẫn.

1390

がっか
学科
Department
学科、专业
khoa

経済学部には経営学科など３つの学科がある。
In the economics faculty, there are three departments including business management.
经济系有经营学等３个专业。
Khoa Kinh tế có ba phòng ban, bao gồm phòng như Phòng Quản trị Kinh doanh...
❈〜学科（例：経営学科）

1391

がっきゅう
学級
Class, grade
学级、班级
trình độ

私がこの学級の新しい担任です。
I have newly been put in charge of this class.
我是这个班级的新班主任。
Tôi là một giáo viên chủ nhiệm mới cho lớp học này.

1392

かつじ
活字
Typeface, letter
铅字
chữ in

使われている活字によって本の印象が変わる。
The impression made by a book differs depending on the typeface.
根据使用的铅字不同，书的印象也会改变。
Ấn tượng của quyển sách thay đổi dựa vào chữ in được sử dụng.

1393

きゅうがく
休学 (する)
Take leave from college
休学
nghỉ học

病気で半年間大学を休学した。
I took half a year off from university due to illness.
因为生病，大学休学了半年。
Tôi đã nghỉ học ở trường đại học nửa năm do bệnh tật.

1394

ぎろん
議論 (する)
Discussion
议论、争辩
tranh luận, thảo luận

友人とエネルギー政策について議論した。
I discussed energy policy with some friends.
和朋友在能源政策方面进行了争辩。
Tôi đã thảo luận về chính sách năng lượng với bạn.

1395
くじょう
苦情
Complaint
投诉
phàn nàn, khiếu nại

この店は客の苦情にすぐに対応してくれる。
This shop responds immediately to customer complaints.
这家店能快速处理客人的投诉。
Cửa hàng này sẽ xử lý ngay lập tức các khiếu nại của khách hàng.

1396
くちぐせ
口癖
Habitual saying
口头禅
câu cửa miệng, quen mồm

「早くしなさい」は母の口癖だ。
"Get on with it" is my mother's watchword.
"快点做"是母亲的口头禅。
Câu cửa miệng của mẹ tôi là "Nhanh lên nào."

1397
げんご
言語
Language
语言
ngôn ngữ

少数民族の言語を調査している。
I am studying the languages of ethnic minorities.
正在调查少数民族的语言。
Tôi đang điều tra về ngôn ngữ của các dân tộc thiểu số.
※言語化　※言語学

1398
げんこう
原稿
Draft, manuscript
原稿、草稿
bản thảo

スピーチの原稿を先生に見てもらった。
I asked my teacher to look over my draft speech.
老师帮我看了演讲稿。
Tôi đã nhờ giáo viên của tôi xem bản thảo phát biểu.
※原稿用紙

1399
こうじつ
口実
Excuse
借口、口实
viện lý do, lấy lý do

彼は、いつも忙しさを口実にして誘いを断る。
He always turns down invitations claiming that he is busy.
他一直以忙为借口拒绝邀请。
Anh luôn luôn lấy lý do bận và từ chối lời mời tôi.

1400
ごがく
語学
Languages, linguistics
外语学习、语言学
ngôn ngữ học

姉は、語学の勉強のために海外に留学した。
My sister went abroad to study languages.
姐姐为了学习外语去国外留学了。
Chị tôi đi ra nước ngoài để học ngoại ngữ ở nước ngoài.
※語学留学

1401
ごじゅうおん
五十音
Japanese syllabary
五十音
bảng chữ cái 50 âm tiếng Nhật

名簿には五十音の順に名前が書いてある。
Names are written in the roster in Japanese syllabary order.
名簿上的姓名按照五十音的顺序排列着。
Tên của mọi người trong danh sách lớp được viết theo trình tự chữ cái trong bảng chữ cái 50 âm tiếng Nhật.
※五十音順

1402
ことばづかい
言葉遣い
Wording, choice of words
说法、措辞
cách sử dụng từ ngữ, lời ăn tiếng nói

あの人は言葉遣いが丁寧だ。
That person is polite in his choice of words.
那个人的措辞很礼貌。
Người đó lịch sự trong cách sử dụng từ ngữ.

1403

ことわざ
Proverb
谚语
tục ngữ

「習うより慣れよ」は、私が好きなことわざだ。
"Practice is better than study" is my favorite saying.
"理论不如实践"，是我喜欢的谚语。
Câu tục ngữ yêu thích của tôi là "Hành hơn học."

1404

ざいがく
在学 する
At college
在读
theo học

大学に在学しているときに、会社を作った。
I started a company when I was at university.
上大学时，就开了公司。
Khi tôi còn theo học đại học, tôi đã mở công ty.
☀ 在学証明書

1405

さいてん
採点 する
Score, marks
评分
cho điểm

入学試験の採点は特に厳しく行われる。
Scores for university entrance examinations are handled particularly strictly.
入学考试的评分特别严格。
Điểm thi tuyển sinh được tiến hành nghiêm ngặt.

1406

さくいん
索引
Index
索引
mục lục

索引で知りたい情報のページを調べた。
I looked at the index to find the page containing the information I wanted.
看索引，查了想知道的信息页码。
Tôi tìm kiếm trang có thông tin muốn biết bằng tra mục lục.

1407

したがき
下書き する
First draft, rough draft
草稿
viết nháp

作文の下書きを先生に見てもらった。
I asked my teacher to look at the rough draft of my essay.
老师帮我看了作文草稿。
Tôi đã nhờ giáo viên xem giúp bản viết nháp bài văn.
⇔ 清書

1408

しゃせつ
社説
Editorial
社论
xã luận

毎朝、新聞の社説を読む。
Every morning, I read the editorial in the newspaper.
每天早上，阅读报纸的社论。
Mỗi buổi sáng, tôi đọc bài xã luận của tờ báo.

1409

じゅく
塾
Cram school
私塾、补习班、学堂
học thêm

受験のために、毎日塾に通っている。
I go to cram school every day to prepare for the high-school entrance examinations.
为了考试，每天都在上补习班。
Để dự thi, ngày nào tôi cũng đi học thêm.
☀ ～塾（例：学習塾）

1410

ジョーク
Joke
笑话
đùa

彼は、ジョークを言って皆を笑わせた。
He made a joke, and it caused everybody to laugh.
他说个笑话让大家都笑了起来。
Anh ấy nói đùa và mọi người cười.

1411 **ずかん** **図鑑** Picture book 图鉴 sách ảnh	しょくぶつ　ずかん　くさ　なまえ　しら 植物の図鑑で草の名前を調べた。 I looked up the name of the herb in the illustrated directory of plants. 在植物图鉴中查找了草的名字。 Tôi tìm tên của cây cỏ bằng sách ảnh thực vật. ☀〜図鑑 (例：植物図鑑)
1412 **せいしょ** **清書** [する] Fair copy 誊清、誊写 sao chép	り れきしょ　せいしょ　　　　　　　　さき　だ 履歴書を清書して、アルバイト先に出した。 I made a fair copy of my resume and sent it to a place with part-time vacancies. 将简历誊写后，寄到兼职的地方。 Tôi đã làm một bản sao sơ yếu lý lịch và nộp cho chỗ làm thêm của tôi. ⇔下書き
1413 **せりふ** Dialogue, lines 台词 lời thoại	げき　　　　　なが　　　　　　い　　ばめん この劇では長いせりふを言う場面がある。 In this play, there are scenes with long speeches. 这部剧中，有需要说很长的台词的场景。 Trong vở kịch này có một cảnh nói rằng một dòng dài.
1414 **せんげん** **宣言** [する] Declaration 宣布、宣告 tuyên bố	せんしゅ　だいひょう　たいかい　かいかい　せんげん 選手の代表が大会の開会を宣言した。 Representatives of players declared the championships open. 运动员代表宣布了大会开幕。 Đại diện của các cầu thủ tuyên bố khai mạc giải đấu. ☀〜宣言 (例：大会宣言)
1415 **せんこう** **専攻** [する] Specialty 专业 chuyên ngành	だいがく　　　　けいざいがく　せんこう 大学では経済学を専攻した。 I majored in economics at university. 大学里读的是经济学。 Tôi học chuyên ngành kinh tế tại trường đại học.
1416 **たいがく** **退学** [する] Drop out (from college) 退学 bỏ học	かれ　　　　がっこう　きそく　やぶ　　たいがく 彼は、学校の規則を破って退学になった。 He broke the rules of the school and dropped out. 他破坏了学校规则，被退学了。 Anh ta đã vì phạm quy tắc của trường và bỏ học.
1417 **たより** **便り** Message, letter 消息 thư, tin tức	さんねん　　　　　ゆうじん　　たよ 3年ぶりに友人から便りがあった。 I heard from a friend for the first time in three years. 时隔三年，收到了朋友的消息。 Tôi nhận được thư từ một người bạn lần đầu tiên trong ba năm.
1418 **たんい** **単位** Unit, credit 学分 tín chỉ	たんい　　　　た　　　　　　　そつぎょう 単位が足りなくて、卒業ができない。 I cannot graduate because I do not have enough credits. 学分不够，不能毕业。 Tín chỉ tích lũy không đủ và tôi không thể tốt nghiệp.

1419

ちゅう
注
Notes
注释
ghi chú

会議の資料に注を付けた。
I made notes on the documents at the meeting.
给会议资料标上注释。
Tôi đã thêm chú thích vào tài liệu của cuộc họp.

1420

ディスカッション　する
Discussion
讨论
thảo luận

発表後、ディスカッションの時間を取ります。
After the presentation, time will be set aside for a discussion.
发表之后，进入讨论时间。
Sau buổi thuyết trình, tôi sẽ dành thời gian để thảo luận.

1421

てがき
手書き　する
Handwriting
手写
viết tay

履歴書は必ず手書きで書いてください。
Make sure your resume is handwritten, please.
简历请务必手写。
Hãy chắc chắn viết hồ sơ của bạn bằng cách viết tay.

1422

てつがく
哲学
Philosophy
哲学
triết học

生き方に悩んで、哲学の本を読んでいる。
I am reading a philosophy book because I do not like the way I am living my life.
苦恼于生活方式，于是读起了哲学书。
Lo lắng về cách sống, tôi đọc sách triết học.
※哲学者　※哲学的

1423

てんこう
転校　する
Change school
转校、转学
chuyển trường

仲がいい友達が転校してしまった。
Some good friends of mine have changed schools.
关系好的朋友转校了。
Bạn thân thiết của tôi đã chuyển trường.
※転校生

1424

とうあん
答案
Exam answer sheet
答卷、答案
phiếu trả lời

時間ですから、答案を集めます。
Time is up, so I will collect the answer sheets.
时间到了，开始收卷。
Đã đến lúc, vì vậy tôi sẽ thu thập câu trả lời.

1425

とうこう
登校　する
Attend school
上学
đến trường, đi học

毎朝、自転車で登校している。
Every morning, I go to school by bicycle.
每天早上，骑自行车上学。
Tôi đi học mỗi ngày bằng xe đạp.

1426

とうしょ
投書　する
Letter
投稿
bài viết

新聞に敬語についての投書が載っていた。
There was a letter in the paper about honorific language.
报纸上登载了有关敬语的投稿。
Bài viết về kính ngữ đăng trên báo.
※投書欄

1427 とうろん 討論 (する) Debate, discuss 讨论 thảo luận, tranh luận	クラスで「環境」というテーマで討論した。 In the class, we discussed the theme environment. 在班级里就环境这一主题展开了讨论。 Chúng tôi tranh luận trong lớp với chủ đề "Môi trường".
1428 はやくち 早口 Talk quickly 语速快 nói nhanh	先生は早口なので、ノートを取るのが大変だ。 It is difficult to take notes because the teacher talks quickly. 老师语速很快，记笔记很费劲。 Bởi vì giáo viên nói nhanh nên rất khó để ghi chép.
1429 ひとこと 一言 One word 一句话 một lời	けんかのあと、彼とは一言も話していない。 Since the quarrel, I have never spoken to him again. 吵架之后，一句话都不和他说了。 Tôi đã không nói một lời với anh ta sau cuộc cãi vã.
1430 ひとりごと 独り言 Talking to yourself 自言自语 nói một mình	子供が独り言を言いながら遊んでいた。 The child was playing while talking to himself. 孩子一边自言自语一边玩耍。 Đứa trẻ vừa chơi vừa nói một mình.
1431 ひょうろん 評論 Criticism, review 评论 bài phê bình	彼女の映画の評論はいつも面白い。 Her movie reviews are always interesting. 她的影评一向很有趣。 Bài phê bình về bộ phim của cô ấy luôn thú vị. ※評論家　※〜評論 (例：文学評論)
1432 ふへい 不平 Discontent 不满、牢骚 bất bình, không thỏa mãn	子供は小遣いが少ないと不平を言った。 The child complained about how little pocket money he got. 孩子抱怨零花钱少。 Đứa trẻ bất bình vì số tiền tiêu vặt ít.
1433 ふりがな 振り仮名 Furigana, phonetic aids for reading kanji 注音假名 phiên âm	書類の名前に振り仮名を付けてください。 Please write your name in furigana too in the documents. 文件名上请标上注音假名。 Hãy viết phiên âm cách đọc cho tên tài liệu.
1434 ぼこう 母校 Alma mater 母校 trường cũ	国に帰ったとき、久しぶりに母校を訪ねた。 When I went back to my country, I paid my first visit to my alma mater in a long time. 回国时，久违地拜访了母校。 Khi về nước, tôi đã đến thăm trường cũ sau một thời gian dài.

1435 ほんぶん **本文** Text 正文 bản chính	本文の２０ページをご覧ください。 Please look at page 20 of the main text. 请看正文第20页。 Xin xem trang 20 của bản chính.
1436 みだし **見出し** Headline 标题 nhan đề, tiêu đề	新聞の見出しを見て、読みたい記事を探した。 Scanning the headlines, I looked for an article that I wanted to read. 看报纸的标题，寻找想读的新闻。 Nhìn vào tiêu đề của tờ báo, tôi tìm kiếm những bài viết mà tôi muốn đọc.
1437 もぎしけん **模擬試験** Mock exam 模拟测试 thi thử	模擬試験で７０点取れれば、合格ラインだ。 If you can get 70 points in the mock examination, you have effectively qualified. 模拟考试中取得了70分的话，就算到达了及格线。 Nếu bạn có thể có thể đạt được 70 điểm trong bài kiểm tra thử, bạn đạt.
1438 もんく **文句** Complaint 抱怨 phàn nàn	父は母に「夕飯が遅い」と文句を言った。 My father complained to my mother that the evening meal was late. 父亲对母亲抱怨说："晚饭做得太慢了。" Bố tôi phàn nàn với mẹ tôi rằng "Bữa tối muộn quá."
1439 やく **訳** Translation 释义 dịch	この単語帳には３か国語の訳が付いている。 This vocabulary book has trilingual explanations. 这个单词本附有三国语言的释义。 Cuốn sổ từ vựng này có dịch ra 3 ngôn ngữ.
1440 ようご **用語** Technical term 用语 thuật ngữ	この本は、専門の用語が多くて難しい。 This book is difficult because of the frequent use of technical terms. 这本书里的专业术语很多，很难懂。 Cuốn sách này có nhiều thuật ngữ chuyên môn và rất khó. ※〜用語（例：専門用語）
1441 ようやく **要約**（する） Summarize 摘要、概括 tóm lược, khái quát	文章を読んで、２００字で要約しなさい。 Please read the sentences and summarize them in 200 characters. 读完文章后，用200字概括一下。 Đọc đoạn văn và tóm tắt với 200 chữ cái.
1442 らくだい **落第**（する） Failure (in exam) 留级、不及格 lưu ban, học lại	試験の点数が足りなくて、落第してしまった。 My test score was not good enough, so I failed. 考试的分数不够，留级了。 Tôi không đạt điểm kiểm tra, và bị lưu ban.

1443 りけい 理系 Science 理科 ngành khoa học tự nhiên	わたし りけい がくぶ しぼう 私は理系の学部を志望している。 I want to do an undergraduate degree in a science subject. 我希望就读理科。 Tôi đang xin học đại học về khoa học.
1444 りろん 理論 Theory 理论 lý luận, lý thuyết	エーきょうじゅ あたら けいざいがく りろん はっぴょう A教授が新しい経済学の理論を発表する。 Professor A will announce a new economic theory. A教授将发表新的经济学理论。 Giáo sư A sẽ trình bày một lý thuyết kinh tế học mới. りろんてき りろん れい けいざいりろん ✳理論的　✳〜理論 (例：経済理論)
1445 ろんぶん 論文 Dissertation, thesis 论文 luận văn	にほんごきょういく ろんぶん か 日本語教育についての論文を書いている。 I am writing a dissertation on Japanese-language teaching. 正在写关于日语教育的论文。 Tôi đang viết một bài luận về giáo dục tiếng Nhật. ろんぶん れい そつぎょうろんぶん ✳〜論文 (例：卒業論文)

めいし アイティー 名詞　IT	Nouns – Information technology 名词 – IT Danh từ – Công nghệ thông tin

1446 アイティー IT IT IT công nghệ thông tin	じょうほうぎじゅつ まな アイティー かいしゃ つく 情報技術を学んで、ITの会社を作りたい。 I want to study information technology and start up an IT company. 学习信息技术，想开IT公司。 Tôi muốn học công nghệ thông tin và thành lập một công ty IT.
1447 アプリ Application 应用软件、APP ứng dụng	じしょ ことば つか かた しら 辞書のアプリで言葉の使い方を調べた。 I researched how to use words correctly using a dictionary application. 用词典APP查询了单词用法。 Tôi đã tra cách sử dụng từ bằng ứng dụng từ điển.
1448 うわがき 上書き する Overwrite 计算机应用中的数据覆盖 ghi (đĩa)	うわが ほぞん データを上書きして、保存した。 The data was saved by overwriting the old version. 更新了数据后，保存了下来。 Ghi đĩa dữ liệu và cất đi.
1449 かきこみ 書き込み する Write down, set down 写入、填入 viết, điền vào	おもしろ みつ か こ 面白いブログを見付けたので、書き込みをした。 I found an interesting blog and left a comment. 发现了有趣的博客，所以写入了留言。 Tôi tìm thấy một blog thú vị vì vậy tôi đã viết nó.

1450	
がぞう **画像** Image 图像、图片 hình ảnh	画像を作成するこのソフトは無料だ。 This image-creation software is free. 用于制作图像的这款软件是免费的。 Phần mềm tạo hình ảnh miễn phí. ☀画像ファイル

1451	
がめん **画面** Screen 画面 màn hình	パソコンの画面の明るさを調節した。 I adjusted the brightness of my computer screen. 调节了电脑画面的亮度。 Tôi đã điều chỉnh độ sáng màn hình máy tính.

1452	
さくじょ **削除** する Delete 消除、删除 xóa	知らない人から来たメールは全部削除した。 I've deleted all e-mails from people I do not know. 把不认识的人发来的邮件全部删除了。 Tôi đã xóa tất cả các email từ những người không biết.

1453	
そうにゅう **挿入** する Insert 插入 chèn	パソコンで資料にグラフを挿入した。 I inserted a graph into my document on the PC. 用电脑在资料中插入了图表。 Tôi chèn một biểu đồ vào tài liệu bằng máy tính cá nhân.

1454	
てんそう **転送** する Transfer, forward 转发 chuyển tiếp	受信したメールを関係者に転送した。 I forwarded the e-mails I have received to the people involved. 把收到的邮件向相关人士转发。 Tôi chuyển tiếp thư nhận đã nhận được cho các bên liên quan.

1455	
てんぷ **添付** する Attach 添上、附上、添附 đính kèm	資料をメールに添付して、友人に送った。 I attached the documents to an e-mail and sent them to a friend. 将资料附在邮件里，发给了朋友。 Tôi đính kèm tài liệu này vào email và gửi cho bạn tôi. ☀添付ファイル

1456	
にゅうりょく **入力** する Input 输入 nhập	パソコンに会員の住所を入力した。 I entered the members' addresses into the PC. 将会员住址输进了电脑。 Tôi đã nhập địa chỉ thành viên vào máy tính cá nhân.

1457	
へんかん **変換** する Convert (*hiragana* to *kanji*) 转换 thay đổi	パソコンによる漢字の変換にミスがあった。 I made a mistake while converting to *kanji* on the PC. 用电脑转换汉字出现了错误。 Khi thuyển đổi chữ kanji bằng máy tính thì có lỗi.

読んでみよう7

気象衛星*「ひまわり」

私たちの暮らしに天気予報はとても重要だ。外出するときに曇っていれば降水確率が気になるし、天気が良ければ紫外線量が気になる。登山では、天候の急な変化は命に関係する。また、その日の天気だけでなく、長期予報で今年の夏が猛暑かどうかなども教えてくれる。

天気予報は、過去や現在の天気、気圧、気温、水蒸気量などの情報を世界から集めて、それをもとに出されている。データを集める手段の一つが気象衛星だ。現在、地球大気開発計画が進められており、参加各国の気象衛星が、赤道の上から地上にさまざまなデータを送っている。日本の「ひまわり」は、東の経度（東経）１４５度の位置にあり、「ひまわり」が撮った画像はweb*上で公開されている。テレビの天気予報で、低気圧が発達して台風になり、日本列島を雲が覆う様子を見たことがあるだろう。雲がなく、日本がはっきり見えれば、高気圧、快晴だ。カメラの性能が良くなった結果、積雪や、南極、北極の氷の状態も分かる。

最近は、激しい夕立が１か所に集中して起こったりして、狭い地域の天気予報も必要になっている。気象衛星は、そうしたことにも役に立ちそうだ。

* 気象衛星 Meteorological satellite 气象卫星 vệ tinh khí tượng
　ｗｅｂ web 网络 trang web

The Himawari weather satellite

Weather forecasts are very important in our day-to-day life. If it is cloudy when we go out, we worry about the likelihood of rain. If the weather is fine, we worry about ultraviolet exposure. When you are climbing in the mountains, rapid changes in the weather can be a matter of life and death. Usually, the weather forecasters will tell us not only what might happen on a particular day, but can also make long-range predictions, like whether the summer will be very hot.

Weather forecasts are compiled and issued based on data from all around the world, including past and present weather trends, atmospheric pressure, air temperature and water vapor levels. Meteorological satellites are one way of gathering such data. Currently, a project for development of the global atmosphere is underway. Meteorological satellites of participating countries are sent to collect data from points above the equator to ground-level. Himawari is positioned at 145 degrees east longitude. Images taken by it are published online. In TV weather forecasting, you find low-pressure areas developing into typhoons, so that the whole Japanese archipelago appears covered in cloud. If there is no cloud and the whole country can be seen clearly, high-pressure conditions prevail, meaning fine weather. Because cameras have greater capabilities now, you can also get an idea of snow accumulation and ice at the poles.

Recently, we have seen heavy rainfall highly concentrated on single locations, and the need has arisen for narrow-area forecasting. It seems likely that weather satellites will be useful in this too.

气象卫星 向日葵

在我们的生活中，天气预报十分重要。出门的时候，若是阴天的话会想知道降雨概率，若是晴天的话会介意紫外线量。登山的时候，气候的突然变化关乎性命。另外，不仅仅是当天的天气情况，长期预报也会告诉我们今年夏天会不会是一个酷暑。

天气是根据从全球收集到的过去和现在的天气、气压、气温、水蒸气含量等信息来预报的。气象卫星是收集数据的手段之一。现在，随着地球大气开发计划的推进，各参与国的气象卫星从赤道上方向地面传送着各种各样的数据。日本的"向日葵"气象卫星位于东经145度，"向日葵"所拍到的图像会在网上公开。低气压形成台风，日本列岛被云层覆盖，大家应该在电视上的天气预报中看到过这样的情形吧。没有云，能清晰地看到日本的话，就是高气压，是万里无云的晴天。由于相机性能的提高，我们也能了解到积雪、南极和北极的冰的状况。

最近，激烈的雷阵雨经常会集中在一个地方发生，局部地区的天气预报也变得有必要了。气象卫星在这样的事情上似乎也会起作用。

Vệ tinh khí tượng Himawari

Trong cuộc sống của chúng ta thì dự báo thời tiết có vai trò quan trọng. Khi đi ra ngoài mà trời nhiều mây thì bạn sẽ phải quan tâm trời mưa hay không, còn nếu thời tiết tốt thì bạn sẽ phải lo lắng đến tia tử ngoại. Khi đi leo núi, sự biến đổi bất thường của thời tiết sẽ có có quan hệ đến tính mạng. Ngoài ra, không chỉ dự báo thời thời tiết trong ngày mà còn bằng bản dự báo dài hạn sẽ chỉ cho bạn biết mùa hè năm nay sẽ nóng dữ dội.

Dự báo thời tiết thu thập thông tin thu được như tình hình thời tiết trong quá khứ và hiện tại, áp suất không khí, nhiệt độ, hơi nước, ... từ khắp nơi thế giới. Một phương tiện để thu thập dữ liệu là vệ tinh khí tượng. Hiện tại, kế hoạch phát triển khí quyển của trái đất đang được tiến hành và các vệ tinh thời tiết của các quốc gia khác nhau gửi dữ liệu khác nhau từ trên đường xích đạo xuống mặt đất. Vệ tinh khí tượng Himawari của Nhật Bản nằm ở kinh độ 145 độ Đông, và hình ảnh được chụp bởi "Himawari" được công bố trên trang web. Theo dự báo thời tiết trên truyền hình, khi áp suất thấp phát triển thành cơn bão thì kết quả là có thể bạn đã nhìn thấy hình ảnh một đám mây che phủ quần đảo Nhật Bản Khi không có mây, nếu nhìn rõ Nhật Bản là khí áp cao, thời tiết đẹp. Nhờ tính năng của máy ảnh mà chúng ta còn được biết tình trạng tuyết động, băng của Bắc cực và Nam cực.

Gần đây, xảy ra tình trạng mưa rào ban đêm tập trung ở một số nơi nên cần phải thông tin dự báo thời tiết cho các khu vực nhỏ hẹp. Các vệ tinh khí tượng có thể hữu ích cho điều này.

インタビュー

——今日は、女優の中野よし子さんにお話を伺います。中野さんは、現在公演中の「牛小屋」で、主役を演じて*いらっしゃいます。中野さん、舞台劇は初めてでいらっしゃいますよね。

中野 「はい。舞台の広いスペースでどう演技したらいいのか、悩みました。しかも2人芝居で、せりふもたくさんあって……。」

——ストーリー*も不思議ですね。

中野 「はい。主人公が突然昆虫になって、そこで起こる悲劇を描いた創作です。」

——この役を演じるには、ご苦労があったでしょうね。

中野 「そうですね。最後に主人公に羽が生えてきて、ちょうになるんですが、稽古では、特にその場面を何度も注意されました。それと、せりふの言葉遣いが詩的なのに、早口の私はつい速くなってしまって……。演出*の中村先生からオーケーが出たのは、公演の1週間前でした。」

——初日の舞台は感動的でした。あと2週間の公演、頑張ってください。

中野 「はい。ありがとうございます。」

*　演じる To act 出演 diễn　　ストーリー Story 故事 câu chuyện
　　　　　　　　　　　　　　　　　演出 Production 导演 đạo diễn

Interview

—Today we are going to talk to actress Yoshiko Nakano. Nakano is playing a lead role in *The Cow Shed*, currently showing. This is the first time you have performed onstage, isn't it?

Nakano: Yes, it is. I was worried about how to perform in such a wide space as a stage. However, it is a duologue, with a large amount of text.

—The story is quite unusual too, isn't it?

Nakano: Yes. The hero is a character who suddenly turns into an insect, and the work describes this tragedy.

—This would have been a pretty tough role to play, wouldn't it?

Nakano: In the end, the hero sprouts wings and becomes a butterfly. In the rehearsals, we really had to take care over that bit, over and over. Although the script is poetic, I tend to speak fast and I begin to gabble. I only got the OK from producer Nakamura one week before the opening.

—The premier was very moving. Good luck with the remaining two weeks' performances.

Nakano: Thank you very much.

采访

　　提问者：今天，我们采访的是女演员中野佳子小姐。中野小姐在正在上演的《牛小屋》中饰演主角。中野小姐，这是您第一次出演舞台剧吧？

　　中野：是的。我曾苦恼在空间宽广的舞台上应该怎样表演。而且对手戏的台词也很多⋯⋯

　　提问者：故事情节也令人不可思议呢。

　　中野：是的。这部原创剧描写的是主人公突然变成昆虫，并由此引发的悲剧。

　　提问者：出演这个角色很辛苦吧？

　　中野：是的。故事的最后主人公会长出翅膀变成蝴蝶。在排练的时候，特别是这个场景被反复叮嘱了好几次。还有就是，台词的措辞很诗意，然而我平时说话语速较快，所以一不小心就会把台词念得很快⋯⋯大概在上演的一周前，中村导演才说我的表演没有问题了。

　　提问者：第一天的演出令人感动。后面还有两周的公演，请加油。

　　中野：好，谢谢您。

Phỏng vấn

—Hôm nay, tôi sẽ phỏng vấn nữ diễn viên Nakano Yoshiko. Cô Nakano diễn vai chính trong vở kịch đang công chiếu có tên "Chuồng bò". Cô Nakano, đây lần đầu tiên cô xuất hiện trên sân khấu kịch, đúng không?

Nakano: Vâng. Tôi đã lo lắng về việc làm thế nào để biểu diễn trong một không gian rộng lớn trên sân khấu. Bên cạnh đó, vở kịch 2 người có rất nhiều lời thoại.

—Câu chuyện cũng thật lạ lùng.

Nakano: Vâng. Đây là một tác phẩm tạo hình miêu tả thảm cảnh nhân vật chính đột nhiên trở thành một con côn trùng.

—Việc diễn vai này chắc hẳn rất khổ cực?

Nakano: Vâng, đúng như vậy. Cuối cùng nhân vật chính đã mọc ra đôi cánh và trở thành bướm nhưng khi luyện tập đặc biệt ở phân cảnh này tôi đã bị nhắc nhở mấy lần. Hơn nữa, cách sử dụng từ ngữ trong lời thoại mang tính thơ nhưng tôi đã nói quá nhanh. Tôi được đạo diễn Nakamura nói "duyệt" chỉ trước khi công chiếu một tuần.

—Buổi biểu diễn đầu tiên thật sự ấn tượng. Cô hãy cố gắng vào buổi biểu diễn sau 2 tuần nữa nhé.

Nakano: Vâng. Cảm ơn rất nhiều.

動詞 1
どうし

Verbs 1
动词 1
Động từ 1

	1458	旅行中に交通事故に遭った。
		I was involved in a traffic accident while away traveling.
あう		旅行中遭遇了交通事故。
遭う		Tôi gặp tai nạn giao thông trong khi tôi đi du lịch.
Meet with, be involved in		
遭到、碰到		
gặp, bị		

	1459	1度に肉を5kgも食べるなんて、あきれたね。
		You ate 5kg of meat at one sitting. That's outrageous.
あきれる		竟然一次吃下5公斤的肉，真的是令人惊讶。
Be appalled, disgusted		Việc ăn 5kg thịt trong một lần thì thật đáng kinh ngạc.
吃惊、呆若木鸡		
kinh ngạc		

	1460	親友と夜が明けるまでおしゃべりをした。
		I chatted with a good friend right through to the dawn.
あける		和密友彻夜长谈直至天明。
明ける		Tôi đã nói chuyện với người bạn thân cho đến rạng sáng.
Dawn		※年明け
明、亮		
rạng sáng		

	1461	天ぷらをおいしく揚げるのは難しい。
		It is difficult to fry tempura just right.
あげる		炸出好吃的天妇罗是很难的。
揚げる		Thật khó để chiên tempura ngon.
Deep-fry		自揚がる ※揚げ物
炸		
chiên		

	1462	例を挙げる/結婚式を挙げる
		Cite an example / Arrange a wedding ceremony
あげる		举例/举行婚礼
挙げる		Đưa ra ví dụ / Tiến hành một lễ cưới
Cite (an example), arrange		
列举、举行		
đưa ra, tiến hành		

	1463	妹は都会の生活に憧れている。
		My sister hankers for city life.
あこがれる		妹妹向往都市生活。
憧れる		Chị gái tôi khao khát cuộc sống thành thị.
Hanker for, admire		※憧れ
憧憬		
ngưỡng mộ, khao khát		

	1464	珍しいお酒をゆっくり飲んで味わった。
		I enjoyed slowly savoring a rare *sake*.
あじわう		悠闲地品味了珍贵的酒。
味わう		
Taste, savor		※味わい
品味		
thưởng thức		

	1465	賞を与える/苦痛を与える
	あたえる **与える** Give, award 给予 trao, gây ra	しょう あた　　くつう あた Award a prize / Cause pain 发奖/给予痛苦 Trao giải thưởng / Gây ra nỗi đau

	1466	食器を大切に扱う/特集で環境問題を扱う
	あつかう **扱う** Deal with, handle 使用、运用、处理 sử dụng, đề cập	しょっき たいせつ あつか　　とくしゅう かんきょうもんだい あつか Handle tableware with care / Environmental issues are covered in the special feature 小心使用餐具/特刊上提及环境问题 Sử dụng cẩn thận cốc chén / Đề cập đến vấn đề môi trường trong số đặc biệt ※〜扱い(例：子供扱い)

	1467	欧米の常識が日本に当てはまるとは限らない。
	あてはまる **当てはまる** Apply 完全合适、适合 áp dụng, phù hợp với	おうべい じょうしき にほん あ You cannot assume that what is common sense in Europe and the United States will apply in Japan. 欧美的常识并不适合日本。 Những kiến thức thông thường ở Mỹ chưa hẳn đã phù hợp với Nhật Bản. 他当てはめる

	1468	私に宛てた手紙を母が勝手に開けた。
	あてる **宛てる** Addressed to 发往、寄给 gửi đến	わたし あ　　てがみ はは かって あ My mother opened the letter to me without asking. 母亲擅自打开了写给我的信。 Mẹ tôi tự tiện mở bức thư gửi đến cho tôi. ※宛先　※〜宛(例：本人宛)

	1469	おとなしかった馬が急に暴れた。
	あばれる **暴れる** Run riot, rampage 狂躁、乱闹 lồng lên, quậy phá	うま きゅう あば The quiet horse suddenly ran amok. 温顺的马突然狂躁了起来。 Một con ngựa hiền lành đột nhiên lồng lên. ※大暴れ

	1470	コップの水があふれる/活気があふれる街
	あふれる Flood, overflow 溢出、满溢 ngập tràn	みず　　かっき まち The water overflows from the cup / Streets that are full of life 杯中的水溢出来了/活力满满的街道 Nước tràn khỏi cốc / Khu phố ngập tràn sự náo nhiệt

	1471	親が厳しかったために、甘えた記憶がない。
	あまえる **甘える** Act spoiled 撒娇 làm nũng	おや きび　　あま きおく I do not have any recollection of acting spoiled, because my parents were strict. 因为父母很严厉，所以没有撒娇的记忆。 Bởi vì cha mẹ tôi rất nghiêm khắc, tôi không có ký ức làm nũng.

	1472	妹は、父が甘やかしていたのでわがままだ。
	あまやかす **甘やかす** Pamper, spoil 骄纵、纵容 chiều chuộng, nuông chiều	いもうと ちち あま My sister is selfish, because she was spoiled by her father. 妹妹因为受父亲的娇纵，所以很任性。 Em gái tôi bị hư hỏng, vì vậy anh ta ích kỷ.

1473 あらそう **争う** Fight, quarrel 争斗 tranh giành, tranh đấu	兄弟が会社の経営権をめぐって争っている。 The brothers are quarreling over the management rights of the company. 兄弟围绕公司的经营权展开争斗。 Anh em đang tranh đấu về quyền quản lý của công ty. ❋ 争い
1474 あらためる **改める** Change 改变 sửa đổi, cải thiện	医者に注意されて、不規則な生活を改めた。 After being warned by the doctor, I changed my irregular lifestyle. 被医生叮嘱后，改变了不规律的生活。 Được cảnh báo bởi bác sĩ, tôi đã sửa đổi lối sống sinh hoạt không quy tắc.
1475 あらわす **表す** Express, show 表现、展示 biểu hiện, cho thấy	このグラフは人口の変化を表している。 This graph shows changes in population. 这张图表展示了人口的变化。 Biểu đồ này cho thấy sự biến đổi dân số.
1476 あれる **荒れる** Be rough 起风浪 động(biển), dữ dội	台風の接近で海が荒れている。 The sea is rough as the typhoon approaches. 由于台风的逼近，海上波涛汹涌。 Vì cơn não tiến gần nên biển động. ❋ 大荒れ
1477 いいかえる **言い換える** Paraphrase, reword 换个说法 diễn đạt lại	難しい言葉を易しく言い換えた。 I replaced difficult words with simple ones. 将晦涩的词汇换成了简单的说法。 Tôi diễn đạt dễ hiểu lại những từ khó. ❋ 言い換え
1478 いだく **抱く** Have (a dream) 抱着、怀有 ôm ấp, ấp ủ	彼は、アニメを作るという夢を抱いて留学した。 He studied abroad with the dream of making anime. 他抱着制作动漫的梦想出国留学了。 Anh ấy đi du học ôm ấc ước mơ làm phim hoạt hình.
1479 いたむ **痛む** Hurt 痛 đau	足の傷が痛む/悲しみで胸が痛む My injured foot hurts / My chest is pained with sorrow 脚伤很痛/因悲伤而心痛 Vết thương ở chân đau / Đau ngực vì buồn thương
1480 いたむ **傷む** Damage 坏、腐败 hỏng, thiu, thối chịu thương tổn	古い家の屋根が傷む/ぶつかって果物が傷んだ The roof of the old house is damaged / The fruit was damaged when knocked 旧房子的屋顶坏了/由于碰撞，水果烂了 Mái nhà cũ bị hỏng / Hoa quả va đập bị dập nát

	1481	目的地に至る道/去年知り合って今に至る
	いたる 至る Reach, lead to 达、到 đạt tới, đến nơi	The road leading to the destination / Our acquaintanceship began the year before last and continues 通向目的地的道路/去年相识直到现在 Con đường đến nơi cần tới / Quen biết từ năm ngoái đến tận bây giờ

	1482	課長は、部長にはお世辞を言って部下には威張る。
	いばる 威張る Act haughtily, be overbearing 摆架子、逞威风 khoác lác, kiêu căng	The section manager butters up the department manager while lording it over subordinates. 课长对上司献殷勤，对下属逞威风。 Trưởng nhóm khoác lác với cấp dưới được trưởng phòng khen ngợi.

	1483	食べ物に飢えた動物が山から下りてきた。
	うえる 飢える Starve 饥饿 đói	Starving animals came down from the mountain. 饥饿的动物从山上下来了。 Một con vật đói bụng mò xuống khỏi núi. ❋飢え

	1484	湖に舟を浮かべる/目に涙を浮かべる
	うかべる 浮かべる Set afloat, fill (with tears) 漂浮、浮现 nổi lên	Float a boat on the lake / His eyes fill with tears 湖中漂着小舟/眼里噙着泪水 Thuyền nổi trên hồ / Trào nước mắt 自浮かぶ

	1485	上司の命令を受け入れる/研修生を受け入れる
	うけいれる 受け入れる Accept 接受、接收 chấp nhận, tiếp nhận	Accept your boss's opinions / Accept trainees 接受上司的命令/接收研修生 Tiếp nhận mệnh lệnh của cấp trên / Chấp nhận học viên ❋受け入れ

	1486	この地域の営業を受け持って3年になる。
	うけもつ 受け持つ Be put in charge of 掌管、负责 phụ trách, đảm nhận	It is three years since I was put in charge of sales in this region. 负责这块地区的营业已经三年了。 Đã ba năm kể từ khi tôi phụ trách bán hàng trong khu vực này.

	1487	彼は火事で全ての財産を失った。
	うしなう 失う Lose 失去 mất	He lost all of his assets in the fire. 他因为火灾失去了全部的财产。 Ông đã mất tất cả tài sản của mình do một đám cháy.

	1488	この飲み物は、水で薄めて飲んでください。
	うすめる 薄める Dilute 稀释、弄淡 pha loãng	Dilute this drink before drinking it, please. 这瓶饮料，请用水稀释后饮用。 Hãy pha loãng đồ uống với nước.

1489 うたがう 疑う Doubt 怀疑、猜测 nghi ngờ	真実かどうか疑う/事件の犯人と疑われる Have doubts as to the truth / Be suspected as the criminal in the incident 怀疑这是否是真相/被怀疑是案件的罪犯 Nghi ngờ không biết có phải sự thật hay không / Bị nghi ngờ là tội phạm của vụ án　　　　　　　　　　　　※疑い
1490 うちけす 打ち消す Contradict, squelch 否定、否认 xóa bỏ	その議員は辞職のうわさを打ち消した。 The Diet-member squelched rumors of his resignation. 那位议员否认了辞职的传言。 Ngài nghị sĩ đó đã xóa bỏ tin đồn từ chức.
1491 うつ 撃つ Shot 打、击 bắn	鳥を銃で撃った。 I shot birds with a gun. 用枪打鸟。 Tôi bắn một con chim bằng súng.
1492 うったえる 訴える Sue, complain 起诉、诉说 kiện, khiếu nại, kêu, nói	結婚詐欺で彼を訴える/医師に苦痛を訴える Sue him for marriage fraud / Complain of pain to a doctor 因婚姻诈骗而起诉他/向医生倾诉痛苦 kiện anh ta vì giả kết hôn / Nói với bác sĩ về sự đau đớn ※訴え
1493 うつむく Hang your head, be downcast 低头 cúi đầu	彼女は、恥ずかしそうにうつむいていた。 She hung her head looking ashamed. 她害羞地低下了头。 Cô ấy cúi đầu có vẻ xấu hổ.
1494 うつる 映る Reflect, show 反射 chiếu	テレビに私の町が映った。 My town was shown on TV. 电视中放映了我的城镇。 Ti vi đã chiếu về thị trấm của tôi. 他映す　※映り
1495 うなずく Nod 点头 gật đầu	「待っていて」と言うと、子供はうなずいた。 The child nodded on being told to wait. 我说了"等我一下"后，孩子点了点头。 Khi tôi nói "Đợi tí", đứa trẻ gật đầu.
1496 うばう 奪う Rob, raid 夺走 cướp	男がコンビニの金を奪って逃げた。 The man robbed the convenience store and fled. 男人抢了便利店的钱后逃走了。 Người đàn ông đã cướp tiền của cửa hàng tiện lợi và chạy trốn.

	1497	鶏が卵を産んだ。
	うむ	The chickens laid eggs.
	産む	鸡下了蛋。
	Lay (eggs), give birth to	Gà đã đẻ trứng.
	分娩、下蛋	
	sinh, đẻ	

	1498	死んだ小鳥を庭に埋める／客が会場を埋める
	うめる	Bury the dead birds in the garden / Guests fill the venue
	埋める	将死去的小鸟埋在了院子里／客人挤满了会场
	Bury, fill	Chôn chú chim bị chết trong vườn / Khách lấp đầy hội trường
	埋、挤满	
	chôn, lấp đầy	

	1499	味方を裏切って敵側につく／親の期待を裏切る
	うらぎる	Betray your allies and join the enemy / Betray parental expectations
	裏切る	背叛伙伴投向敌方／辜负父母的期望
	Betray	Phản bội đồng minh sang phía kẻ địch / Phản bội sự kỳ vọng của cha mẹ
	背叛、辜负	
	phản bội	❋ 裏切り

	1500	仕事を変えても大丈夫かを、占ってほしい。
	うらなう	I want you to predict for me whether changing job will be okay.
	占う	想要占卜一下，是不是换工作也不要紧。
	Tell the future, predict	Tôi muốn bói xem dù thay đổi công việc thì có ổn hay không.
	占卜、预测	
	bói	❋ 占い

	1501	大学へ行かせてくれなかった親を恨んでいる。
	うらむ	I resent my parents for not allowing me to go to university.
	恨む	痛恨不让我上大学的父母。
	Regret, resent	Tôi hận cha mẹ đã không để tôi vào đại học.
	痛恨	
	ghét, hận	❋ 恨み

	1502	化粧品メーカーが新しい商品を売り出した。
	うりだす	Cosmetics manufacturers have launched new products.
	売り出す	化妆品制造商发售了新的商品。
	Sell, launch on the market	Các nhà sản xuất mỹ phẩm đã đưa ra các sản phẩm mới.
	出售、发售	
	bán ra	❋ 売り出し

	1503	コンサートの観客数は予想を上回った。
	うわまわる	The number of people going to the concert exceeded expectations.
	上回る	音乐会的观众人数超过了预期。
	Exceed	Số khán giả của hòa nhạc vượt quá mong đợi.
	超过	
	vượt quá	

	1504	この画家は風景を多く描いている。
	えがく	This painter does a lot of landscapes.
	描く	这名画家大多描绘风景画。
	Draw, paint	Họa sĩ này đang vẽ rất nhiều phong cảnh.
	描绘、画	
	vẽ	

1505 える/うる **得る** Obtain, get 得到 đạt được	会社は大きな利益を得た。 The company made big profits. 公司获得了巨大的利益。 Công ty đã đạt được những lợi ích to lớn.
1506 おいだす **追い出す** Expel 赶出、逐出 đuổi theo	店の主人は、酔って暴れる客を追い出した。 The store owner chased out a customer who was drunk and making trouble. 店主把耍酒疯的客人赶了出去。 Chủ cửa hàng đã đuổi các khách hàng say rượu và điên cuồng.
1507 おうじる/おうずる **応じる/応ずる** Respond 答应、接受 trả lời	大臣はテレビ局のインタビューに応じた。 The minister responded in a TV interview. 大臣接受了电视台的采访。 Bộ trưởng trả lời phỏng vấn đài truyền hình.
1508 おえる **終える** Finish 结束 hoàn thành	用があったので、今日は仕事を早めに終えた。 I finished work early today because I had something to attend to. 因为有事，所以今天提早结束了工作。 Tôi có viễn nên hôm nay tôi đã hoàn thành công việc nhanh chóng.
1509 おおう **覆う** Cover 蒙上、盖上 bao phủ, trùm	大掃除するので、頭を布で覆った。 I covered my head as I am doing a big clean-up. 因为要大扫除，用布包住了头。 Vì làm tổng vệ sinh nên tôi quấn khăn trùm đầu.
1510 **オーバーする** Overrun 超过 quá	スピーチは５分をオーバーしてはいけない。 The speech must not go on for more than five minutes. 演讲不可以超过５分钟。 Bài phát biểu không được quá năm phút.
1511 おがむ **拝む** Worship 叩拜 thờ	お寺の中で、たくさんの人が仏の像を拝んでいた。 In the temple, many people were worshipping effigies of the Buddha. 寺庙里面有很多人叩拜了佛像。 Nhiều người đã thờ phật tượng Phật trong chùa.
1512 おぎなう **補う** Compensate, make up 填补、弥补 bổ sung	ビタミン不足を野菜ジュースで補っている。 I am making up for not taking enough vitamins by drinking vegetable juice. 用蔬菜汁弥补维生素不足。 Sự thiếu hụt vitamin được bổ sung bằng nước hoa quả.

1513 **おごる** Treat, pay for 请、请客 chiêu đãi, mời	^{こうはい} 後輩にランチをおごった。 I treated a junior colleague to lunch. 请晚辈吃了午饭。 Tôi đã mời đàn em bữa trưa. ※ **おごり**
1514 **おさめる** **収める** Put back, keep in 收纳、整理 thu cất, chứa	^{いま}　　　　^{しりょう}　　　　　　　　^{おさ} 今までの資料はこのファイルに収めてある。 Documents to date are kept in this file. 把到目前为止的资料都整理在这个文件夹里面。 Các tài liệu cho đến nay được chứa trong tập tin này. 自 ^{おさ}収まる
1515 **おさめる** **治める** Rule 处理、平定、治理 trị vì	^{くに}　　^{おさ}　　　　　　^{おう}　　^{かくめい}　^{ころ} この国を治めていた王は、革命で殺された。 The king who ruled this country was killed in a revolution. 治理这个国家的国王，在革命中被杀死了。 Nhà vua trị vì đất nước này đã bị giết trong cuộc cách mạng. 自 ^{おさ}治まる
1516 **おさめる** **納める** Pay 缴纳 nộp, đóng	^{げつまつ}　　　　^{じゅぎょうりょう}　^{おさ} 月末までに授業料を納めてください。 Please pay tuition fees by the end of the month. 请在月底之前缴纳学费。 Vui lòng đóng học phí vào đến hết cuối tháng. 自 ^{おさ}納まる
1517 **おそれる** **恐れる** Fear 害怕、恐惧 sợ	^{しっぱい}　^{おそ}　　　　　　^{せいこう} 失敗を恐れていたら、成功はできない。 You cannot succeed if you fear failure. 要是害怕失败，就不能成功。 Nếu bạn sợ thất bại, bạn không thể thành công. ※ ^{おそ}恐れ
1518 **おそわる** **教わる** Be taught, learn 受教、向……学习 được dạy	^{そ　ふ}　　^{い　ご}　　^{おそ} 祖父に囲碁を教わった。 I was taught go by my grandfather. 向祖父学习了围棋。 Tôi được ông dạy về cờ vây.
1519 **おどかす** **脅かす** Threaten 威胁、吓唬 đe dọa, dọa	^{おど}　　　　^{かね}　^{うば}　^{へび}　^{ともだち}　^{おど} ナイフで脅かして金を奪う/蛇で友達を脅かす Threaten with a knife and steal money / Threaten a friend with a snake 用刀威胁着抢钱/用蛇吓唬朋友 Đe dọa với một con dao để cướp tiền / Dùng con rắn dọa bạn
1520 **おとずれる** **訪れる** Visit 访问、到来 thăm, đến	^{かんこうち}　　^{おとず}　　　^{なつ}　^{おとず} 観光地を訪れる/夏が訪れる Visit a tourist area / Summer is coming 访问景点/夏天到来 Tham quan thắng cảnh / Mùa hè đến ※ ^{おとず}訪れ

1521 おとる **劣る** Be inferior 劣、次、不如 kém	今の子供の運動能力は親世代よりも劣っている。 Children today are less athletic than their parents' generation. 如今孩子的运动能力不如父母那一代。 Khả năng vận động của trẻ em ngày nay kém hơn so với thế hệ cha mẹ của chúng. ⇔優れる
1522 おどろかす **驚かす** Surprise, astonish 惊动、使惊讶 làm kinh ngạc	彼の自殺のニュースは人々を驚かした。 News of his suicide astonished people. 他自杀的新闻震惊了所有人。 Tin tức tự tử của ông ta làm mọi người ngạc nhiên.
1523 おもいこむ **思い込む** Imagine, be under the impression that 深信、确信 nghĩ	彼は明日も休みだと思い込んでいたようだ。 He seems to have imagined that tomorrow is also a holiday. 他好像误以为明天也是休息日。 Có vẻ như anh đã nghĩ rằng mai vẫn là ngày nghỉ. ※思い込み
1524 およぼす **及ぼす** Exert, affect 影响到、波及 ảnh hưởng đến	大災害の発生は国の経済に影響を及ぼす。 The disaster affected the national economy. 大灾难的发生会影响到国家的经济。 Sự xuất hiện của thảm hoạ ảnh hưởng đến nền kinh tế của đất nước.
1525 かかえる **抱える** Hold, have 抱、负担 ôm, giữ	大きな花束を抱える/借金を抱える Hold a large bunch of flowers / Have debts 抱着很大的花束/负债累累 Ôm một bó hoa lớn / Ôm khoản nợ
1526 かぎる **限る** Be limited to 限定、限于 giới hạn	この商品の配送は日本国内に限ります。 Delivery of this item is restricted to Japan. 这种商品的配送仅限于日本国内。 Giao hàng của sản phẩm này được giới hạn ở Nhật Bản.
1527 かける **欠ける** Be chipped 破缺、缺少、欠缺 thiếu	皿の縁が欠ける/常識に欠けた人 The edge of the dish is missing / Person who lacked common sense 盘子上有豁口/缺乏常识的人 Mọi người thiếu cạnh của món ăn / Người thiếu ý thức chung
1528 かじる Bite, crunch 啃、咬 cắn	りんごを木から取ってかじった。 I bit into an apple I had picked. 从树上摘下苹果啃了起来。 Tôi hái một quả táo từ cây và cắn ăn.

1529 かたよる 偏る Tend to 偏于、不公平、不平衡 lệch, không cân bằng	彼の食事は栄養が偏っている。 His diet tends to be poorly balanced nutritionally. 他的饮食营养不均衡。 Chế độ ăn uống của anh ấy không cân bằng về dinh dưỡng. ※偏り
1530 かたる 語る Talk, tell 谈、讲、讲述 kể chuyện	彼女は戦争のつらい経験を子供たちに語った。 She told the children about her harsh experience of war. 她向孩子们讲述了战争的惨痛经历。 Bà ấy kể cho bọn trẻ con những trải nghiệm khổ cực trong chiến tranh.
1531 かつぐ 担ぐ Carry, shoulder 担 vác	スキーを担いで冬山に登った。 I climbed the mountain carrying my skis. 扛着滑雪板爬上了雪山。 Tôi vác đồ trượt tuyết và leo núi mùa đông.
1532 かなう Come true 实现 trở thành hiện thực	長年の夢がかなってオリンピックに出場した。 My long-held dream of appearing in the Olympics has been realized. 实现了多年以来的梦想，参加了奥林匹克运动会。 Giấc mơ bao năm được tham dự Olympic đã trở thành hiện thực.
1533 かなえる Realize, make come true 使……实现 làm / khiến...thành hiện thực	努力して、宇宙飛行士になる夢をかなえた。 Through hard work, I realized my dream of becoming an astronaut. 经过努力，实现了成为宇航员的梦想。 Nỗ lực cố gắng, tôi đã làm cho ước mơ trở thành một phi hành gia của mình trở thành hiện thực.
1534 かねる 兼ねる Have two functions 兼任、兼备 kết hợp, kiêm nhiệm	このビルは事務所と住まいを兼ねている。 This building serves as both an office and residence. 这栋大楼兼备事务所和住宅的功能。 Tòa nhà này kết hợp nhà ở và văn phòng.
1535 かぶせる Cover, wrap in 蒙上、盖上 che phủ, bao phủ	虫が付かないように、りんごに袋をかぶせた。 I wrapped the apples in a bag to keep insects off. 为了防止虫咬，给苹果套上了袋子。 Tôi đã bao phủ táo bằng một chiếc túi để sâu không bám vào,
1536 きざむ 刻む Carve, chop 切碎、剁碎 thái, đục chạm	野菜を細かく刻んで、肉と混ぜた。 I chopped the vegetables up finely and mixed them with the meat. 把蔬菜细细剁碎，和肉混在一起。 Tôi thái nhỏ rau và trộn cùng với thịt.

232

1537 きらう 嫌う Hate, dislike 讨厌、憎恶 ghét	彼は理由もなくＡさんを嫌っている。 He dislikes A for no reason. 他没有理由地讨厌着A。 Anh ta ghét A không vì lý do nào.
1538 きんじる/きんずる 禁じる/禁ずる Forbid, prohibit 禁止 cấm, nghiêm cấm	大学内での喫煙は禁じられている。 Smoking on college premises is forbidden. 大学内禁止吸烟。 Hút thuốc trong các trường cao đẳng bị cấm.
1539 くう 食う Eat, have a meal 吃 ăn	昼はそばを食いに行こう。 Let's go out for soba for lunch. 中午去吃荞麦面吧。 Buổi trưa đi ăn mỳ soba thôi. ※食い物
1540 くぎる 区切る Break up, divide 分成段落、隔开 phân chia	長い文章を内容で４つに区切った。 I divided the long sentence into four parts, by phrase. 把长文章根据内容分成了4个段落。 Tôi chia nội dung đoạn văn dài thành 4 phần. ※区切り
1541 くだく 砕く Crush 打碎、砸碎 nghiền nhỏ, đập nhỏ	氷を砕いて、グラスに入れた。 I crushed the ice and put it in a glass. 把冰块打碎，倒入杯子里。 Tôi nghiền đá và cho vào ly. 自砕ける
1542 くたびれる Be tired 累、疲劳 tả tơi, mệt rã rời	今日は、一日中歩いてくたびれた。 I am tired from walking all day today. 今天一天都在走路累坏了。 Tôi mệt rã rời vì đi bộ cả ngày hôm nay.
1543 くだる 下る Go down 下去 xuống	私の家はこの坂を下った所にある。 My house is at the bottom of this slope. 我家就在这个斜坡的下方。 Đi xuống con dốc này là nhà của tôi. ⇔上る ※下り
1544 くっつける Stick to 把……粘上、使靠近 dính, dán, ghép	うっかり破いたノートをテープでくっつけた。 I stuck the tape on the accidentally torn notebook. 把不小心弄破的笔记用胶带粘上。 Dùng băng dính dán quyển sổ lỡ đềnh làm rách. 自くっつく

	1545	がんの治療は、手術と薬を組み合わせて行う。
	くみあわせる	Cancer treatment is a combination of surgery and medication.
	組み合わせる	结合手术和药物治疗癌症。
	Combine	Điều trị ung thư bằng cách kết hợp phẫu thuật và thuốc men.
	编在一起、组合	※組み合わせ
	kết hợp, kiêm nhiệm	

	1546	説明書を読んで、本棚を組み立てた。
	くみたてる	I read the instructions and assembled the bookshelf.
	組み立てる	阅读了说明书，组装了书架。
	Assemble	Tôi đọc hướng dẫn và lắp giá sách.
	装配、组装	※組み立て
	lắp ghép	

	1547	父は、考えるとき腕を組む癖がある。
	くむ	Father has a habit of folding his arms when he is thinking.
	組む	父亲在思考的时候，有交叉手臂的习惯。
	Cross, fold	Bố tôi có thói quen khoanh tay khi đang suy nghĩ.
	交叉	
	khoanh	

	1548	暑くて狂いそうだ/時計が狂う
	くるう	I am going crazy with the heat / My watch has gone haywire
	狂う	热得快要疯掉了/钟表出毛病了
	Go mad with	Nóng phát điên / Cái đồng hồ của tôi bị hỏng
	发狂、故障	※狂い
	điên, hỏng	

	1549	親猫は子猫をくわえて運んだ。
		The cat carried her kitten by the neck.
	くわえる	猫妈妈叼着小猫去别处了。
	Hold in mouth	Con mèo mẹ mang thêm con mèo đi cùng.
	叼	
	thêm	

	1550	新しいメンバーが加わる/スピードが加わる
	くわわる	New members join / Increase speed
	加わる	新成员加入/增加速度
	Be added	Thành viên mới gia nhập / Tăng tốc
	加入、增加	
	gia nhập, tăng	

	1551	一目見て、彼女はサークルの先輩に恋した。
	こいする	She fell in love at first sight with the club senior.
	恋する	只见了一面，她就爱上了社团的前辈。
	Fall in love	Trong lần gặp đầu tiên, cô ấy đã yêu đàn anh cùng câu lạc bộ.
	恋爱、爱上	
	yêu	

	1552	デモの参加者は1万人を超えた。
	こえる	Over 10,000 people participated in the demonstration.
	超える	示威游行的参与者已经超过了一万人。
	Exceed	Số người tham dự biểu tình đã vượt quá 10.000 người.
	超过	
	vượt quá	

234

1553 こがす 焦がす Scorch, burn 烧糊 làm cháy	うっかりして鍋を焦がしてしまった。 I accidentally scorched the pot. 一不留神，锅子就烧糊了。 Tôi bất cẩn làm cháy lò.
1554 こごえる 凍える Be chilled, freeze 冻僵 đông cứng, tê cóng, đóng băng	吹雪の中を歩いて、体が凍えた。 Walking in the blizzard, I felt the cold keenly all over. 在暴风雪中行走，身体都冻僵了。 Đi bộ trong cơn bão tuyết, cơ thể đã bị đóng băng.
1555 こす 越す Move (house) 搬家 đến chơi	昨日、隣に越してきました。どうぞよろしく。 I moved next door yesterday. Nice to meet you. 我昨天刚刚搬到隔壁。请多多关照。 Hôm qua tôi đã đến chơi nhà hàng xóm.
1556 こする Rub 擦、搓、摩擦、揉 dụi	子供は眠そうに目をこすった。 The child rubbed his eyes sleepily. 孩子揉了揉眼睛，好像困了。 Đứa trẻ dụi mắt có vẻ buồn ngủ.
1557 ことづける 言づける Send word 托人带口信 nói	部長への伝言を秘書に言づけた。 I gave the secretary a message for the department manager. 托秘书给部长带口信。 Tôi nói với thư ký lời nhắn cho trưởng phòng.
1558 ことなる 異なる Differ 不同、不一样 khác nhau	関東と関西は文化が異なる。 Kanto and Kansai have differing cultures. 关东和关西的文化不一样。 Kanto và Kansai khác nhau về văn hoá.
1559 このむ 好む Prefer, like 喜欢 yêu thích	猫は暖かい所を好む。 Cats like warm places. 猫喜欢温暖的地方。 Mèo yêu thích những nơi ấm áp. ※好み
1560 こめる 込める Be infused with 装填、包含 gửi vào, gồm, với	感謝の気持ちを込めて先生に花を贈った。 In a spirit of gratitude, I gave my teachers flowers. 充满感激地向老师送了花。 Tôi tặng thầy bó hoa với lòng cảm ơn sâu sắc.

1561	海に面した私の故郷は港町として栄えている。
さかえる 栄える Flourish 兴旺、繁荣昌盛 phồn thịnh	My hometown, which is on the coast, is a flourishing port. 我的故乡面朝大海，作为一座港口城市，繁荣昌盛。 Quê hương nằm sát biển của tôi ngày càng phồn thịnh với tư cách một thành phố cảng.

1562	風に逆らう/命令に逆らう
さからう 逆らう Go against, defy 逆、反、违背 đi ngược, chống lại	Go against the wind / Defy an order 逆风/违背命令 Đi ngược gió / Chống lại lệnh

1563	布を裂いて、けがをした足に巻いた。
さく 裂く Tear, break 撕开、切开 xé	I tore a piece of cloth and wrapped it round my injured foot. 撕开布，包裹了受伤的脚。 Tôi xé vải và quấn nó quanh chân bị thương của tôi.

1564	ポケットを探る/火事の原因を探る
さぐる 探る Explore, go through 探、摸、刺探、探查 tìm kiếm, lục (túi)	Go through your pockets / Seek the cause of the fire 摸口袋/探查火灾的原因 Lục túi / Tìm kiếm nguyên nhân hỏa hoạn ❋手探り

1565	渋滞を避けるために、回り道をして帰った。
さける 避ける Avoid 避开、避免 tránh	To avoid a traffic jam, I went back doing a detour. 为了避开堵车，绕道回家。 Để tránh tình trạng tắc đường, tôi đi đường vòng về nhà.

1566	太い柱で屋根を支える/悲しむ友人を支える
ささえる 支える Support 支撑、支持 nâng đỡ, hỗ trợ	Support the roof with a thick pillar / Support a grieving friend 用粗壮的柱子撑起屋顶。／支持悲痛的朋友。 Nâng đỡ mái nhà bằng cột to / Hỗ trợ người bạn đau khổ ❋支え

1567	彼は何かをささやいたが、聞こえなかった。
ささやく Whisper 低声私语、喃喃细语 thì thầm	He whispered something but I could not hear. 他在喃喃细语说着什么，听不清楚。 Anh ấy thì thầm gì đó, nhưng tôi không thể nghe được. ❋ささやき

1568	指にとげが刺さった。
ささる 刺さる Stick, stab 扎、扎进、刺入 bị đâm, hóc, mắc	I pricked my finger on a thorn. 手指被刺扎了。 Ngón tay bị dằm đâm.

	1569	花を花瓶に挿した。
さす 挿す Insert, put in 插入 cắm		I put flowers in the vase. 把花插在花瓶里。 Tôi cắm hoa vào bình.

	1570	ナイフがさびていて切れない。
さびる Rust 生锈、长锈 gỉ rét		The knife is rusty and does not cut well. 刀生锈了，切不了。 Con dao bị gỉ và không thể cắt. ※ さび

	1571	授業をサボって、映画を見に行った。
サボる Skip, miss 旷课、逃学 bỏ tiết, trốn học		I skipped class went to see a film. 旷课去看了电影。 Tôi đã bỏ học đi xem phim.

	1572	彼は、別れを告げないで故郷を去った。
さる 去る Leave 离开 rời		He left his home area without saying goodbye. 他没有告别就离开了故乡。 Anh ấy rời quê hương mà không nói lời tạm biệt.

	1573	このケーキは最後に砂糖をかけて仕上げます。
しあげる 仕上げる Finish, polish off 完成 hoàn thành		As a finishing touch you add sugar to the cake. 这块蛋糕最后再撒上砂糖就完成了。 Bánh ngọt này cuối cùng rắc đường vào là hoàn thành. 自 仕上がる ※ 仕上げ

	1574	庭に草が茂っている。
しげる 茂る Prosper, grow well 繁茂 mọc xanh tốt, um tùm		Grass is growing well in the garden. 院子里杂草丛生。 Cỏ mọc xanh tốt trong vườn.

	1575	物音が静まる／話をして心が静まる
しずまる 静まる Quieten down 平静下来、静下来 yên tĩnh, an tĩnh		Noise fades away / Talking calms the spirit 声响静下来。／谈话之后心平静下来。 Âm thanh yên tĩnh / Nói chuyện và tâm hồn an tĩnh

	1576	非常時には、係の指示に従ってください。
したがう 従う Obey, follow 服从、跟随 làm theo		In case of emergency, please follow the instructions. 紧急时刻服从主管的指示。 Vui lòng làm theo hướng dẫn trong trường hợp khẩn cấp.

1577

しびれる
Go numb
麻木
tê chân

長い時間畳に座っていたので、足がしびれた。

I was sitting on the *tatami* mat for a long time and my legs went numb.

因为在榻榻米上坐了很长时间，所以脚麻了。

Tôi đã ngồi trên chiếu tatami trong thời gian dài, nên chân tôi bị tê.

❋ しびれ

1578

しぼる
絞る
Squeeze, restrict
拧、挤、聚集
vắt, bóp

ぬれたタオルを絞る/問題点を絞って話す

Wring the water out of a damp towel / Focus on the discussion point

拧干湿毛巾里的水/聚集问题点讨论

Vắt cái khăn bị ướt / Nói chắt lọc điểm có vấn đề

1579

しめす
示す
Indicate
表示、出示
chỉ

地図上の「文」は学校を示す記号だ。

On a map, the symbol 文 signifies a school.

地图上的"文"是表示学校的记号。

Chữ 文 trên bản đồ là ký hiệu chi trường học.

1580

しめる
占める
Occupy, take up
占有、占据、占领
chiếm

2つの席を1人で占める/賛成が8割を占める

One person takes up two seats / Approval is 80%

一个人霸占了2个人的座位/赞成者占8成

1 người chiếm 2 ghế / Chiếm 80% sự tán thành

1581

しめる
湿る
Be damp
潮湿
ẩm ướt

朝干したのに、洗濯物がまだ湿っている。

I hung out the laundry in the morning to dry, but it's still damp.

早上虽然晾过了，可洗过的衣服还湿着。

Phơi từ sáng nhưng quần áo vẫn còn ẩm.

1582

しゃがむ
Squat, crouch
蹲下
ngồi xổm

子供が道にしゃがんで虫を探している。

The child squats in the street looking for insects.

孩子们蹲在路上寻找虫子。

Một đứa trẻ đang ngồi xổm trên đường và tìm kiếm côn trùng.

1583

しょうじる/しょうずる
生じる/生ずる
Arise
生长、产生
xảy ra

コンピューターのシステムに問題が生じた。

A problem arose with the computer system.

电脑的系统出了问题。

Đã xảy ra sự cố với hệ thống máy tính.

1584

すきとおる
透き通る
Be transparent
透明、清澈
trong suốt, trong vắt

この湖の水は透き通っている。

The water of this lake is crystal clear.

这片湖泊的水很清澈。

Nước hồ này trong vắt.

1585 **すくう** **救う** Save, rescue 搭救、拯救 cứu	住民が協力して、地震で大けがをした人を救った。 With the help of local residents, the man badly injured in the earthquake was saved. 居民协力把在地震中受重伤的人搭救出来了。 Các nhân viên cứu hộ đã giúp cứu người đàn ông bị thương nặng trong trận động đất. ※救い
1586 **すぐれる** **優れる** Be excellent 优秀 vượt trội	この下着は保温性に優れている。 This underwear has excellent heat retention. 这套内衣的保暖性很好。 Bộ đồ lót này có tính giữ nhiệt vượt trội. ⇔劣る
1587 **すずむ** **涼む** Cool yourself down 乘凉、纳凉 tránh nóng	暑いので、木の陰で涼んだ。 I cooled down in the shade of a tree as it was so hot. 因为太热了，在树荫下乘凉。 Trời nóng, vì thế tránh nóng dưới bóng cây.
1588 **すます/すませる** **済ます/済ませる** Complete, settle 完成、解决 hoàn thành, giải quyết	支払いを済ます/トラブルを金で済ます Complete payment / Sort the problem out with money 完成支付/用金钱解决矛盾 Hoàn thành thanh toán / Giải quyết rắc rối bằng tiền
1589 **すむ** **澄む** Be clear 清新、清澈 trong lành	山の空気は澄んでいる。 Mountain air is clear. 山里的空气很清新。 Không khí trên núi trong lành. ⇔濁る
1590 **する** **刷る** Print 印刷 in	この機械は、新聞を刷るときに使われる。 This machinery is used in printing newspapers. 这台机器是用来印刷报纸的。 Máy này được sử dụng khi in báo.
1591 **すれちがう** **擦れ違う** Meet in the street, bump into 擦肩而过 đi lướt qua nhau	今擦れ違った人はA先生だ。 The person I bumped into just now is Teacher A. 刚刚擦肩而过的人是A老师。 Người vừa đi lướt qua là thầy A.
1592 **ずれる** Diverge, be out, be off 错离、偏离 trượt, lệch	印刷がずれる/開始の時間がずれる The printing is off / The starting time has been put back 印偏了/开始的时间错过了 In lệch / Lệch thời gian bắt đầu 他 ずらす ※ずれ

1593

せおう
背負う
Carry on your back
背
mang vác

彼は私の荷物を背負ってくれた。

He carried my luggage on his back.
他帮我背了我的行李。
Anh ấy mang hành lý của tôi trên lưng tôi.

1594

せっする
接する
Touch
相邻、接触
tiếp giáp, tiếp xúc

いくつかの県と接する/笑顔で人と接する

It touches on several prefectures / Interact with people with a smiling face
与好几个县都相邻/用笑脸待人
Tiếp giáp với một số quận / Tiếp xúc với mọi người bằng khuôn mặt tươi cười

1595

せまる
迫る
Approach
迫近、临近、追使
đến gần, thúc giục

試験の日が迫る/借金を返せと迫る

The day of the examination is approaching / I urge him to pay back the debt
考试的日子临近/追使（对方）归还借款
Ngày thi đến gần / Thúc giục trả nợ tiền

1596

せめる
責める
Blame
责备
kết tội, đổ lỗi

上司は部下の失敗を責めた。

My boss took his subordinate to task for his failure.
上司责备了下属的失败。
Cấp trên kết tội cấp dưới về thất bại.

1597

せめる
攻める
Attack
攻打、攻击
tấn công

A国は、突然B国を陸と空から攻めた。

Country A suddenly launched a land-and-air attack on Country B.
A国突然从海陆两面攻打B国。
Quốc gia A bất ngờ tấn công đất liền và bầu trời của quốc gia B.

☀攻め

1598

そう
沿う
Go alongside
沿着
dọc theo

川に沿って道が続いている。

The road continues along the riverbank.
沿着河流有一条长长的道路。
Con đường chạy dọc theo con sông.

☀〜沿い（例：川沿い）

1599

そえる
添える
Attach
添加、伴随、附上
đính thêm

母の日のプレゼントに手紙を添えた。

I appended a letter to my Mother's Day gift.
母亲节礼物上附上了一封信。
Đính thêm một bức thư trên cho món quà dành cho Ngày của Mẹ.

1600

ぞくする
属する
Belong to
属于、归于
thuộc

この島は静岡県に近いが、東京都に属している。

This island is off Shizuoka Prefecture but it belongs to Tokyo metropolitan area.
这座岛虽然离静冈县很近，但是是归属于东京都的。
Hòn đảo này gần tỉnh Shizuoka, nhưng thuộc về Tokyo.

| 1601 そそぐ 注ぐ Flow into, pour 流入、注入、灌入 rót, đổ | 川が湾に注ぐ/ワインをグラスに注ぐ The river flows into the bay / Pour wine into the glass 河流流入海湾/把葡萄酒倒入酒杯 Dòng sông đổ vào vịnh / Rót rượu vào chai |

| 1602 そなえつける 備え付ける Be equipped with, have 设置、安装 trang bị | ホテルの各部屋に金庫が備え付けてある。 Every room in the hotel has a safe. 酒店的每间房间里都安着保险箱。 Mỗi phòng trong khách sạn đều được trang bị két an toàn. ※備え付け |

| 1603 そまる 染まる Dye, stain 染、染上 biến màu, nhuộm màu | この汁に布をつけると、茶色に染まる。 If you dip a cloth in this juice, it turns brown. 这汤汁一旦沾到布上，就会染成茶色。 Tôi để một miếng vải lên nước trái cây và nó biến thành màu vàng. |

| 1604 たいする 対する In relation to, to (in a ratio) 对、对于、比 đối với | 油が2に対して酢が1の割合でソースを作る。 Make a sauce with two parts oil to one part vinegar. 油和醋以2比1的比例制作酱汁。 Làm nước sốt với tỉ lệ 2 phần dầu 1 phần dấm. |

| 1605 たかめる 高める Increase 提高、抬高 nâng cao | 集中力を高めれば、勉強の効率が上がる。 If you increase your powers of concentration, you will study more efficiently. 提高专注力的话，学习的效率就会提高。 Nếu nâng cao sức tập trung, hiệu quả học tập sẽ cao lên. ※高まり |

| 1606 たくわえる 蓄える Store 储存、储备 tích trữ | 古代の人々はこの倉庫に穀物を蓄えた。 People of ancient times stored rice in this storeroom. 古代的人们把粮食储存在这间仓库里。 Người cổ đại đã tích trữ ngũ cốc trong kho. ※蓄え |

| 1607 たちなおる 立ち直る Recover 恢复 khôi phục, lấy lại | やっと母の死のショックから立ち直った。 Finally I recovered from the shock of my mother's death. 终于从母亲过世的打击中恢复了。 Cuối cùng tôi đã khôi phục sau cú sốc về cái chết của mẹ. ※立ち直り |

| 1608 たつ① Elapse, pass 经过、过去 trôi qua | 日本へ来てから、もう半年たった。 Half a year has already passed since I came to Japan. 到日本来、已经过去半年了。 Nửa năm đã trôi qua kể từ khi tôi đến Nhật Bản. |

1609 **たつ②** Leave 出发，启程 rời khỏi	明日は朝6時にホテルをたつ。 I will leave the hotel at six o'clock tomorrow morning. 明天早上6点从酒店出发。 Tôi sẽ rời khỏi khách sạn lúc 6 giờ sáng ngày mai.
1610 **たっする** **達する** Reach 到达，完成 đạt tới, lên	山の頂上に達する/目標の金額に達する Reach the top of the mountain / Reach the targeted amount 到达了山顶/完成了目标的金额 Lên đến đỉnh núi / Đạt được số tiền của mục tiêu
1611 **たてかえる** **立て替える** Pay on behalf of 垫付，代付 tạm ứng trước, thanh toán hộ	君の旅行代金は僕が立て替えておいたよ。 It was I who paid your travel expenses. 你的旅行费用是我垫付的噢。 Tôi đã tạm ứng tiền du lịch cho anh rồi đấy.
1612 **たてなおす** **立て直す** Rebuild, turn around 重建，重整 cải cách, tái tạo	新社長は悪化した経営を立て直した。 The new president turned around operations at the company. 新任社长重整了恶化的经营模式。 Giám đốc mới cải cách kinh doanh đang bị xấu đi. ※立て直し
1613 **たとえる** **例える** Compare 比喻，打比方 ví von, so sánh	スピーチで彼は人生を旅に例えた。 In the speech, he compared his life to a journey. 演讲中，他将人生比喻成了旅行。 Trong một bài phát biểu, ông so sánh cuộc đời của mình như một cuộc hành trình. ※例え
1614 **ダブる** Double, duplicate 重，重复 sao chép	作文で内容がダブっているところを削った。 I removed duplicated parts from the text. 删掉了作文里内容重复的部分。 Đã gạch những chỗ sao chép nội dung. ※ダブり
1615 **だます** Fool, cheat, trick 骗，欺骗 lừa	男は年寄りをだまして金を取った。 The man tricked the old man and took his money. 男人欺骗老年人获取了钱财。 Anh ta đã lừa lấy tiền của người già.
1616 **ためす** **試す** Try 试验，尝试 thử	口紅が自分に合うかどうか、買うまえに試した。 I tried the lipstick on before I bought it, to see if it would suit me. 买之前试了一下口红适不适合自己。 Tôi đã thử son trước khi mua để xem có hợp với mình không. ※試し

読んでみよう8

３つの願い（１）

　昔、ある町に夫婦が住んでいた。ある日、お金持ちの奥さんが通るのを見て、妻は、「私は、ああいうお金持ちに**憧れて**いたのよ。」と言った。すると、夫も、「俺も何でも人にやらせて、**威張って**いたいさ。」と**応じた**。

　妻は働きすぎて、**くたびれて**いたのだろう。急に、「結婚するまえ、あんた*は幸せにしてやるって言ったのに、今はこんなに貧乏で……。私を**だました**んだ。」と、怒り出した。「ああ、こんな時、神様が願いを聞いてくれたら……。」と言ったその時、突然１人のおばあさんが現れた。そして、「おまえたちの話は聞いた。願いごとを３つ**かなえて**あげよう。」と言うと、消えてしまった。

　夫婦はしばらく口を開けたままだったが、やがて夫は気が付くと、「おい、聞いたか！　願いが３つ**かなう**って。これはゆっくり考えないとな。」と言った。すると妻は、「そうね。でも、おなかがすいたね。大きなソーセージが食べたい！」と答えた。

*　あんた　You　你　ông

Three Wishes (1)

Once upon a time, a man and his wife lived in a town. One day, seeing the wife of a rich man pass by, his wife said, "If only I could have been rich like that, I would have been happy." Whereupon her husband said, "I too would like to throw my weight around and have people doing what I tell them."

His wife was probably exhausted from working too hard. Suddenly, she said angrily, "Before getting married, you said that you would make me happy. But today we live in such poor circumstances... I feel cheated. At times like this, if only the heavens would respond to our wishes." When these words were spoken, an old woman suddenly appeared. "I heard what you two were saying. And I will grant you three wishes," she said and then disappeared.

The couple stood there open-mouthed. Finally, the husband came to his senses and said, "She heard us, she is going to grant us three wishes! We need to think carefully about this." But the wife said, "Yes, but I am hungry. I want to eat a big sausage!"

三个愿望（1）

从前，有一个小镇上住着一对夫妻。有一天，妻子看到一位贵妇经过，说道："我也曾向往成为那样的有钱人啊。"于是，丈夫也回应道："我也想什么事都让别人做，逞逞威风啊。"

也许妻子工作过度，太过劳累了吧。她突然生气地对丈夫说："结婚之前，你明明说会让我幸福的。可现在却如此的贫穷……你欺骗了我！"她又说："啊，如果这个时候神明能听听我的愿望的话……"就在这个时候，突然出现了一位老奶奶。她说："我听到你们的对话了。就让你们实现三个愿望吧。"说完，老奶奶就消失了。

夫妻张大了嘴巴愣了一会儿，终于，丈夫回过神说："喂，听到了吗！她说可以实现三个愿望。我们得慢慢考虑啊。"于是妻子回答道："是啊。不过，肚子有点饿了啊。好想吃个大香肠啊！"

3 điều ước (phần 1)

Ngày xưa, ở một thị trấn nọ có cặp vợ chồng sinh sống. Khi nhìn bà vợ của gia đình giàu quá đi qua, người vợ nói: "Tôi ao ước được sống giàu có như vậy". Lập tức, người chồng đáp lại "Tôi cũng muốn việc gì cũng giao cho người khác làm còn mình có thể vênh vang khắp nơi"

Người vợ vì làm việc quá sức nên mệt rũ rượi. Đột nhiên, người vợ tức giận nói "Trước khi kết hôn anh đã nói sẽ làm cho tôi hạnh phúc vậy mà giờ đây cuộc sống nghèo khổ như thế này. Anh đã lừa tôi." Và khi chị ta đang nói rằng "A, lúc này giá mà có vị thần nào lắng nghe điều ước của mình" thì đột nhiên có một bà lão hiện ra. Và bà nói rằng "Ta đã nghe được câu chuyện của hai người. Ta sẽ hoàn thành 3 điều ước cho hai ngươi" rồi bà lão biến mất.

Hai vợ chồng há hốc mồm một lúc lâu và cuối cùng người chồng cũng nhận thức ra. Người chồng nói "Này, bà nghe chưa? 3 điều ước của chúng ta sẽ trở thành hiện thực. Vì vậy, hãy từ từ mà suy nghĩ." Lập tức người vợ trả lời "Đúng vậy, nhưng giờ tôi thấy đói quá. Tôi muốn ăn một cái xúc xích thật to".

244

3つの願い（2）

「大きなソーセージが食べたい！」妻がそう言うと、**抱えられない**ほど大きなソーセージが落ちてきた。夫は、「おまえがばかなのにはあきれたよ。願いを1つ使っちゃったじゃないか。」と妻を**責めた**。そして、「こんなソーセージ、おまえの鼻に**くっついて**しまえ！」と、どなった。たちまちソーセージは妻の鼻にくっついた。「あんたのせいで、鼻が……」と妻は**狂った**ように叫んだ。

「もう願いは1つしかない。俺は、金持ちになる。おまえは鼻でも**かじっていろ**。」

しかし、妻は、「嫌だ。最後のお願いでソーセージを取って」と、涙を**浮かべて**、夫に**訴えた**。

しかたなく夫は、「ソーセージを取ってくれ！」と叫んだ。すると、ソーセージは鼻から離れた。

「**飢えない**程度に**食えれば**、幸せさ。お互いを**恨んで争う**のはやめよう」と夫が言うと、「そうだね。**凍える**冬でも、暖かい火があれば、幸せだよね」と妻も笑って**うなずいた**。

Three Wishes (2)

When she said, "I want to eat a big sausage!" an enormous sausage so big you could not put your arms around it fell from the sky. The husband said angrily, "Oh no, you've gone and wasted one of our wishes, you fool. A sausage like that, I hope it gets stuck up your hooter!" As he ranted, the sausage stuck itself up her nose. "That's your fault," said the wife frantically. "My nose..."

"We only have one wish left. I am going to become rich. You probably will still have a banger stuck up your nose."

"To heck with that," said the wife, with tears streaming down her face. "Our last wish is to get this sausage out of my nose."

The husband felt he had no choice. "Get this sausage out of her nose" he said. Then the sausage fell away.

"If you have enough in life to keep hunger at bay, you will be happy. Let's stop quarrelling," the husband said.

"You're right, even in the cold winter, if there is a warm fire, you can be happy," his wife replied, with a smile and a nod.

三个愿望（2）

"好想吃个大香肠啊！"妻子刚说完，就有一根都抱不住的大香肠掉了下来了。丈夫责备妻子："你笨得让我受不了。不小心就用掉了一个愿望啊。"然后，丈夫又大声嚷道："这个大香肠，粘在你的鼻子上吧。"转眼间，香肠立刻就粘在了妻子的鼻子上。妻子像发疯了似的大叫："都怪你，我的鼻子……"

"现在只剩下一个愿望了。我要变成有钱人。你就啃自己的鼻子吧。"

可是，妻子噙着泪水，向丈夫哭诉道："我不要。用最后的愿望把大香肠拿走吧。"

没办法，丈夫只好叫道："请把大香肠取走吧。"于是，大香肠就和妻子的鼻子分开了。

丈夫说："只要挨不饿，就是幸福了。我们不要再这样痛恨对方、互相争吵了吧。"妻子也笑着点点头："是啊。就算是冰冷的冬天，只要有温暖的火，就是幸福了。"

3 điều ước (phần 2)

Khi người vợ vừa nói xong thì một cái xúc xích to đến nỗi không thể ôm xuể rơi xuống. Nghe vợ nói vậy, ông chồng đã trách mắng vợ "Tôi chán ngấy với sự ngu ngốc của bà. Chẳng phải là đã sử dụng mất một điều ước rồi không?" Và người chồng hét lên: "Cái xúc xích này dính vào mũi của bà đi". Lập tức miếng xúc xích gắn chặt vào mũi của người vợ. Người vợ gào thét như phát điên lên "Tại ông mà cái mũi của tôi..."

Chỉ còn lại một điều ước. "Tôi sẽ trở nên giàu có. Còn bà cắn cái mũi đi". Nhưng người vợ nói với chồng trong hai hàng nước mắt "Không đâu, điều ước cuối cùng là hãy lấy miếng xúc xích ra khỏi mũi của tôi"

Không còn cách nào người chồng hét to" hãy lấy miếng xúc xích ra đi". Miếng xúc xích rời khỏi mũi người vợ ngay tức thì.

Người chồng nói với vợ "Nếu vẫn có miếng ăn mà không chết đói là hạnh phúc rồi. Thôi chúng ta hãy dừng việc cãi cọ làm tổn thương lẫn nhau"

Ngời vợ mỉm cười gật đầu "Đúng vậy, cho dù mùa đông lạnh cóng, chỉ cần có ngọn lửa ấm áp là hạnh phúc rồi?"

動詞2 どうし	Verbs 2 动词 2 Động từ 2

1617

たもつ
保つ

Keep, store
保持、维持
giữ, duy trì

米は温度を一定に保った倉庫で保存する。
You keep rice in a storehouse at a constant temperature.
大米要保存在能维持一定温度的仓库里。
Gạo được lưu trữ trong một nhà kho duy trì nhiệt độ không đổi.

1618

たよる
頼る

Rely on
依靠
nhờ cậy, trông cậy

日本に住んでいる兄を頼って来日した。
I came to Japan expecting support from my brother.
依靠在日本居住的哥哥到日本来了。
Tôi nhờ cậy vào anh trai tôi sống ở Nhật và đến Nhật.

※ 頼り
たよ

1619

ちかう
誓う

Swear, vow
宣誓、发誓
thề

結婚式で二人は永遠の愛を誓った。
At the wedding, they vowed to love each other forever.
婚礼上两人发誓永远相爱。
Tại lễ cưới, họ đã thề yêu nhau mãi mãi.

※ 誓い
ちか

1620

ちかづける
近づける

Approach
接近、靠近
áp sát

目が悪い父は、顔を近づけて新聞を読む。
My father, whose vision is poor, holds the newspaper close to his face.
眼睛不好的父亲，脸贴着报纸阅读。
Người bố mắt kém của tôi cứ áp sát mặt vào khi đọc báo.

1621

ちぎる

Tear
撕碎、撕扯
bẻ nhỏ, xé nhỏ

パンを小さくちぎって、公園の鳥にやった。
I tore the bread into pieces and gave it to the birds in the park.
将面包撕碎，喂了公园的鸟。
Tôi bẻ nhỏ bánh mì và cho chim trong công viên ăn.

1622

ちぢむ
縮む

To shrink
缩、缩小
co lại

このひもは伸びたり縮んだりする。
This string will stretch and shrink.
这条绳子能伸能缩。
Cái dây này căng ra rồi co lại.

他 縮める
ちぢ

1623

ちぢれる
縮れる

Be curled
卷曲、起皱
nhàu nát, nhăn nhúm, bù xù

姉は髪の毛が縮れている。
My sister has curly hair.
姐姐的头发卷曲着。
Tóc em tôi bù xù.

1624 ちらかす 散らかす Mess up 弄得乱七八糟 bày bừa lộn xộn	子供は部屋を散らかしたまま遊びに行った。 The children went out to play, leaving the room in a mess. 孩子把房间弄得乱七八糟，没收拾就出去玩了。 Đứa trẻ cứ để nguyên phòng bày bừa rồi đi chơi.
1625 ちらす 散らす Scatter, disperse 弄散、散开 làm rụng tơi tả	雨と風が花を散らした。 The flowers were scattered by rain and wind. 风雨吹散了花。 Mưa và gió làm hoa rụng tơi tả.
1626 つきそう 付き添う Accompany, wait on 照顾、照料 hộ tống, đi cùng	姉が入院中の母に付き添っている。 My sister drops by my mother in hospital. 我的姐姐正在照料住院的母亲。 Chị gái tôi đang đi cùng mẹ tôi trong lúc nhập viện. ※付き添い
1627 つく 就く Take (a job) 从事 làm, có	彼は、やりたかった仕事に就いた。 He got the job he wanted. 他从事了向往的工作。 Anh ta có một công việc anh ta muốn.
1628 つく 突く Poke, stab 扎、刺 chọc, đâm	昔の人は、魚を棒で突いて捕った。 In the past, people caught fish by spearing them. 从前的人用棍子刺鱼的方式捕鱼。 Người xưa dùng gậy chọc cá để bắt cá.
1629 つぐ Pour out 注入、倒入 rót, đổ	父はグラスにビールをついだ。 My father poured the beer into the glass. 父亲向玻璃杯中倒入了啤酒。 Bố tôi rót bia vào cốc.
1630 つぐ 次ぐ Be next, follow 接着、次于 đứng sau, tiếp theo	今年の米の収穫は去年に次ぐ量だ。 The rice harvest this year was the second-largest ever, after last year's record. 今年大米的收获量仅次于去年。 Năm nay, vụ thu hoạch lúa gạo đứng xếp sau năm ngoái.
1631 つくす 尽くす Serve, give 尽、尽力、贡献力量 làm hết sức, dốc sức	最後まで全力を尽くす／社会の平和に尽くす I will do my best until the end / Give your best for peace in the community 直到最后竭尽全力／为社会的和平贡献力量 Làm mọi thứ cho đến cuối / Chúng tôi sẽ làm hết sức mình vì hòa bình trong xã hội

1632	
つけくわえる 付け加える Add 附加、补充 thêm	先ほどの話に一言付け加えさせてください。 Please let me add a comment to what we were just talking about. 请在刚才的讲话上补充一句。 Xin vui lòng cho tôi thêm một từ vào câu chuyện lúc nãy.
1633	
つける 漬ける Put on 淹、泡 Tắm, ướp	生の魚を酢に漬けた。 I put the raw fish in vinegar. 用醋淹了生鱼。 Ướp rượu vào cá sống.
1634	
つっこむ 突っ込む Thrust, stick into 插入、闯入 cho vào, nhét vào	ポケットに手を突っ込んで歩くと、危ないよ。 It's dangerous to walk with your hands in your pockets. 把手插在口袋里走路的话，很危险噢。 Đi bộ nhét tay vào túi quần là nguy hiểm đấy.
1635	
つとめる 努める Strive, do you best 尽力、努力 cố gắng	お客様にご満足いただけるサービスに努めます。 We do our best to provide services that satisfy our customers. 努力使顾客满意。 Chúng tôi cố gắng phục vụ cho khách hàng hài lòng.
1636	
つとめる 務める Serve 担任、充当 làm	彼は30年も社長を務めた。 He served as president for as long as 30 years. 他已经担任社长30年了。 Ông ta từng làm giám đốc trong ba mươi năm. 自務まる　※務め
1637	
つながる Connect, lead to 连续、关系 nối, dẫn tới	車が5kmもつながる/努力が成功につながる The cars are bumper-to-bumper for up to 5 km / Endeavor leads to success 汽车排起了5千米的长队/努力关系到成功 Xe nối thành hàng 5 km / Nỗ lực sẽ dẫn đến thành công 他つなげる　※つながり
1638	
つなぐ Connect, tie 连上、牵上 nắm	皆で手をつないで輪になった。 All of us formed a circle, hand in hand. 大家手牵手围成了一个圆圈。 Mọi người đều nắm tay nhau và tạo thành một vòng tròn.
1639	
つぶす 潰す Crush 压坏、事破产 làm bẹp, nghiền nát	箱を潰す/ライバルの会社を潰す Crush the box / Crush a rival company 压坏箱子/使对手的公司破产 Làm bẹp hộp / Nghiền nát công ty đối thủ

1640 **つぶる** Shut (eyes) 闭眼 nhắm	太陽がまぶしくて、目をつぶった。 I closed my eyes because the sunlight was so strong. 太阳很刺眼，所以闭上了眼睛。 Ánh mặt trời chói nên tôi nhắm mắt lại.
1641 **つまずく** Stumble, trip 绊倒、受挫 vấp, thất bại	石につまずく/計画がつまずいて中止になる Trip over a stone / The plans hit a hitch and got stopped 被石头绊倒/计划受挫中止 Vấp vào hòn đá / Kế hoạch thất bại nên bị dừng. ❋ つまずき
1642 **つまる** **詰まる** Become clogged 塞满、堵塞 kín mít, nghẽn, tắc	予定が詰まる/下水管が詰まる My schedule is full now / The sewage pipe is blocked 计划排得满满/下水道堵塞 Lịch trình kín mít / Đường ống bị tắc
1643 **つよめる** **強める** Step up 加强、增强 tăng cao	航空会社はテロへの警戒を強めている。 Airlines have stepped up their terror alertness. 航空公司加强了对恐怖活动的警戒。 Các công ty hãng hàng không ngày càng tăng cao cảnh giác với khủng bố. 自 強まる
1644 **つるす** Hang 挂、吊、悬 treo	ハンガーに上着とズボンをつるした。 I hung my coat and trousers on a hanger. 衣架上挂了上衣和裤子。 Tôi treo áo khoác và quần vào cái mắc áo.
1645 **てきする** **適する** Be suitable 适合 thích hợp	この土地は野菜を作るのに適している。 This land is suitable for growing vegetables. 这片土地适合栽培蔬菜。 Đất này thích hợp để trồng rau.
1646 **てらす** **照らす** Illuminate, light 照耀、照亮 chiếu sáng	懐中電灯で足元を照らして歩いた。 I walked in lighting my way with a torch. 用手电筒照亮脚下行走。 Tôi chiếu sáng dưới chân bằng cái đèn pin và bước đi.
1647 **といあわせる** **問い合わせる** Inquire 询问、打听 hỏi	電車に携帯を忘れたので、駅に問い合わせた。 I left my cellphone on the train, so I made inquiries at the station. 因为把手机忘在了电车上，所以去车站询问了一下。 Tôi quên điện thoại trên tàu, vì vậy tôi hỏi ở nhà ga. ❋ 問い合わせ

1648	針に糸を通す/国内に新幹線を通す
とおす	はり いと とお こくない しんかんせん とお
通す	Pass a thread through the needle / Open a bullet-train network in the country
Pass through, open to traffic	穿针引线／在国内开通新干线。
穿过、开通	Luồn chỉ vào kim / Đi xuyên qua trong nước bằng tàu shinkansen
luồn qua, đi qua	

1649	パン屋の前を通りかかると、いい匂いがした。
とおりかかる	や まえ とお にお
通りかかる	I happened to pass the bakery, and caught a nice smell.
Happen to pass	路过面包店门前，闻到了很香的味道。
路过	Hễ cứ đi ngang qua tiệm bánh, tôi thấy có mùi thơm.
đi ngang qua	

1650	ここの冬は寒いのを通り越して凍えるほどだ。
とおりこす	ふゆ さむ とお こ こご
通り越す	In this area, it is beyond cold in winter; it is absolutely freezing.
Pass, go beyond	这里的冬天岂止是冷，甚至让人感到冻僵。
超过、超越	Mùa đông nơi đây lạnh đến nỗi vượt qua cái lạnh đông cứng cả người.
vượt qua	

1651	夜中に台風が通り過ぎた。
とおりすぎる	よ なか たいふう とお す
通り過ぎる	The typhoon passed during the night.
Pass through	夜里台风经过了。
过去、经过	Một cơn bão đi qua nửa đêm.
đi qua	

1652	このナイフの先は、とがっていて危ない。
	さき あぶ
とがる	The tip of this knife is sharp and dangerous.
Be pointed	这把刀的尖端很尖很危险。
尖	Đầu của con dao này nhọn, nguy hiểm.
nhọn	

1653	荷物のひもを解く/テストの問題を解く
とく	に もつ と もんだい と
解く	Undo the luggage strings / Solve the test questions
Undo, solve	解开行李的绳子／解答考题
解开、解答	Tháo dây buộc hành lý / Giải câu hỏi của bài kiểm tra
tháo, cởi, giải	自 解ける

1654	このスープには野菜の成分が溶け込んでいる。
とけこむ	や さい せいぶん と こ
溶け込む	Vegetable ingredients are mixed into this soup.
Melt into, dissolve in	这碗汤里溶有蔬菜的成分。
溶化、融合	Trong món súp này các thành phần của rau đã hòa lẫn vào.
tan vào, hòa lẫn vào	

1655	この病院は最新の医療設備が整っている。
ととのう	びょういん さいしん い りょうせつ び ととの
整う	This hospital is equipped with the most up-to-date medical facilities.
Be equipped with, be ready	这家医院配备了最新的医疗设备。
整齐、完整	Bệnh viện này trang bị các thiết bị y tế mới nhất.
trang bị	

1656 **とどまる** Stay 停留、止于 ở lại	故郷にとどまる/平凡な記録にとどまる Stay in your home area / Be stuck at a mediocre level 停留在故乡/止于平凡的纪录 Ở lại quê hương / Dừng lại ở mức bình thường
1657 **どなる** Shout, bawl 咆哮、嚷、骂 gào lên	男が「うるさい！」と大きな声でどなった。 The man shouted out "Be quiet." 男人大声咆哮道："好吵啊！" Người đàn ông gào lên "Ồn quá." ※ どなり声
1658 **とぶ** **跳ぶ** Jump 跳跃 nhảy	子供が水たまりを跳んで越えた。 The child jumped over the puddle. 孩子跳过了水洼。 Đứa trẻ nhảy qua vũng nước.
1659 **ともなう** **伴う** Accompany, go with 带、伴随 cùng với, đi kèm	妻を伴って出掛ける/この手術は危険を伴う To go out taking your wife / This operation entails risk 陪伴妻子出门/这台手术带有危险性。 Đi chơi cùng với vợ / Phẫu thuật này có nguy hiểm đi kèm
1660 **とらえる** **捕らえる** Capture, grasp 逮捕、抓住 bắt giữ, nắm giữ	犯人を捕らえる/問題のポイントを捕らえる Capture the criminal / Grasp the key point of the issue 逮捕犯人/抓住了问题的要点 bắt giữ tội phạm / Nắm giữ điểm mấu chốt của vấn đề
1661 **とりあつかう** **取り扱う** Deal with, handle 对待 đối xử, dùng, sử dụng	割れやすい物だから、丁寧に取り扱って。 Handle this with care as it is fragile. 因为是易碎品，请小心对待。 Với những đồ dễ vỡ, phải sử dụng nhẹ nhàng. ※ 取り扱い
1662 **とりいれる** **取り入れる/採り入れる** Adopt, accept 采用 chấp thuận	部長は新人の案を取り入れた。 The department manager adopted the new guy's proposal. 部长采用了新人的方案。 Trưởng phòng đã chấp thuận đề án của nhân viên mới.
1663 **とりつける** **取り付ける** Install 安装 lắp đặt	部屋に新しいエアコンを取り付けた。 I installed a new air conditioner in the room. 在房间里装了新的空调。 Tôi đã lắp điều hòa mới ở trong phòng. ※ 取り付け

1664 とりもどす 取り戻す Regain, recover 恢复、收回 lấy lại	先生にほめられて、自信を取り戻した。 I recovered my confidence after being praised by the teacher. 被老师表扬，恢复了自信。 Được giáo viên khen, tôi lấy lại được sự tự tin.
1665 とる 採る Take, hire 采、采用 lấy, nhận	木の実を採る／新入社員を5名採る Pick fruit from the trees / Take on 5 new hires 采树上的果子／录用5名新员工 Hái quả cây / Nhận 5 nhân viên mới
1666 ながびく 長引く Prolong, extend 延长、拖延 kéo dài	いろいろな意見が出て、会議が長引いた。 A range of opinions were expressed, and the conference was extended. 产生了各种各样的意见，会议延长了。 Nhiều ý kiến được đưa ra, cuộc họp đã được kéo dài.
1667 ながめる 眺める Watch, look at 遥望、瞭望 nhìn ngắm	電車の窓から景色を眺めるのが好きだ。 I like to look at the scenery from the train window. 喜欢从电车的窗户里遥望景色。 Tôi thích nhìn ngắm phong cảnh từ cửa sổ tàu. ※眺め
1668 なぐさめる 慰める Comfort 安慰 an ủi	失恋した友達を慰めた。 I comforted my brokenhearted friend. 安慰了失恋的朋友。 Tôi an ủi người bạn bị thất tình. ※慰め
1669 なくす 亡くす Lose (someone) 死、丧 mất	彼は、幼いときに母親を亡くした。 His mother died in when he was very young. 他幼年丧母。 Anh ấy mất mẹ khi còn bé.
1670 なでる Stroke 抚摸 xoa	うちの犬は、背中をなでてやると喜ぶ。 My dog likes it when you stroke his back. 我家的狗，抚摸它的后背就会很高兴。 Con chó nhà tôi khi được xoa lưng nó rất vui mừng.
1671 なまける 怠ける Idle around 偷懒、懈怠 lười nhác, lười biếng	ピアノの練習を怠けて、母に叱られた。 I was told off by my mother for neglecting piano practice. 懈怠了钢琴的练习，被母亲批评了。 Tôi đã bị mắng bởi lười biếng luyện tập đàn piano. ※怠け者

1672	猫はミルクが入っていた皿をきれいになめた。
なめる Lick 舔 liếm	The cat licked the milk saucer clean. 猫把盛牛奶的盘子舔得很干净。 Con mèo liếm sạch đĩa sữa.

1673	チャイムを鳴らしても、誰も出てこない。
ならす **鳴らす** Ring, sound 鸣响 bấm (chuông)	Even when the doorbell rings, nobody comes out. 按了门铃，但没有人出来。 Cho dù bấm chuông nhưng không có ai đi ra.

1674	冷たいプールの水に体を慣らす。
ならす **慣らす** Familiarize, inure 使习惯 tập thích nghi	Immerse your body in cold water in the swimming pool to get used to it. 使身体习惯泳池冰冷的水。 Tập cho cơ thể thích nghi với nước bể lạnh.

1675	商売が成り立つ/大学は職員、教員、学生で成り立つ
なりたつ **成り立つ** Be completed, comprise 谈妥、组成 bao gồm, hình thành, thành lập	The commercial transaction was completed / A university comprises administrative and teaching staff, and students 谈妥买卖/大学由职员、教师和学生组成。 Việc kinh doanh hình thành / Trường đại học được thành lập bởi đội ngũ nhân viên, giáo viên, sinh viên　※成り立ち

1676	この文章は3つの段落から成る。
なる **成る** Consist 组成 tạo thành	This section consists of three paragraphs. 这篇文章由3个段落组成。 Bài này được tạo thành từ 3 đoạn.

1677	玄関に飾った花が匂う。
におう **匂う** Give off a smell 有香味 tỏa mùi thơm	The flowers decorating the entrance give off an aroma. 装饰在门口的花有香味。 Hoa trang trí ở lối vào tỏa mùi thơm.　※匂い

1678	ごみが臭う。
におう **臭う** Give off a bad smell, stink 有臭味 có mùi, bốc mùi	The garbage stinks. 垃圾有臭味。 Các mùi rác.　※臭い

1679	捕った虫を逃がす/チャンスを逃がす
にがす **逃がす** Release, let go 放跑、没有抓住 thả, để vuột mất	Let the captured insects go / Let a chance go 放跑了捕到的虫子/没有抓住机会 Thả con sâu đã bắt ra / Để vuột mất cơ hội

1680 **にくむ** **憎む** Hate 厌恶、憎恶 ghét	彼は不正を憎む気持ちが強い。 He very much tends to hate injustice. 他非常厌恶徇私舞弊的行为。 Anh ta rất ghét việc bất chính.
1681 **にごる** **濁る** Become muddy 浑浊 đục	大雨で川の水が茶色に濁った。 The heavy rain turned the river water muddy. 由于大雨，河水变成了浑浊的咖啡色。 Mưa lớn khiến nước sông đục ngầu thành màu nâu đỏ. ⇔澄む
1682 **にらむ** Stare, glower at 盯、瞪 lườm	怖い顔で相手をにらんだ。 He stared at his opponent with an intimidating expression. 用可怕的表情瞪了对方。 Lườm đối phương với khuôn mặt đáng sợ.
1683 **ねころぶ** **寝転ぶ** Lie down 横卧 ngả lưng	芝生に寝転んで、空を眺めた。 I lay on the grass and looked up at the sky. 横卧在草地上，遥望了天空。 Tôi ngả lưng trên bãi cỏ và nhìn bầu trời.
1684 **ねじる** Twist, turn 拧、扭动 vặn	肩を回したら、次は体をねじりましょう。 Turn your shoulders and then turn your whole body. 转动了肩膀之后，接下来扭动一下身体吧。 Sau khi quay vai thì tiếp theo hãy vặn người. 自ねじれる
1685 **ねっする** **熱する** Heat up 加热 làm nóng	フライパンを熱してから油を入れてください。 Heat up the frying pan and then add oil please. 请将平底锅加热之后放入油。 Hãy làm nóng chảo và sau đó thêm dầu.
1686 **ねらう** **狙う** Aim, be after 寻找……的机会、瞄准 nhắm	猫がねずみを狙っている。 The cat is after a mouse. 猫在寻找抓老鼠的机会。 Một con mèo nhắm vào một con chuột. ❋狙い
1687 **ねる** **練る** Knead, work out 掺和、推敲 nhào, lập	粉に水を加えて練る/計画を練る Add water to flour and knead / Prepare a plan 加水和面/推敲计划 Thêm nước vào bột và nhào trộn / Lập kế hoạch

1688 のぞく 除く Except, excluding 去掉、除了 loại bỏ, ngoại trừ	一部の地域を除いて、送料は無料です。 Except for certain areas, shipping is free. 除了一部分地区，运费是免费的。 Trừ một số khu vực, phí vận chuyển là miễn phí.
1689 のぞく Peep 窥视、窥探 liếc nhìn, nhìn	ドアを少し開けて外をのぞいた。 I opened the door ajar and peeped out. 打开一道门缝，窥视了一下外面。 Tôi mở cửa và nhìn ra ngoài.
1690 のぞむ 望む View, hope for 遥望、期望 nhìn, mong ước	遠くに富士山を望む／平和な暮らしを望む View Mount Fuji in the distance / Wish for a peaceful life 在远处遥望富士山／期望和平的生活 Nhìn núi Phú sĩ từ xa / Mong ước một cuộc sống hòa bình ☀望み
1691 のべる 述べる State, say 陈述、讲述 trình bày, nói	会議で意見を述べる／筆者が本で考えを述べる Give an opinion at the meeting / The writer expresses his ideas in a book 在会议上陈述意见／笔者通过书讲述想法 Trình bày ý kiến trong cuộc họp / Tác giả nói lên suy nghĩ bằng cuốn sách
1692 のぼる 上る Go uphill 攀登、高达 leo lên, lên tới	坂道を上る／けが人は数百人に上る To go uphill / As many as several hundred people were injured 攀登坡道／伤者高达数百人 Leo lên đường đồi / Số người bị thương lên tới hàng trăm người ⇔下る ☀上り
1693 のりこむ 乗り込む Get in, board 搭乘、乘坐 lên tàu	京都駅で団体客が新幹線に乗り込んできた。 At Kyoto Station, a group boarded the *shinkansen*. 在团队游客在京都站搭乘了新干线。 Đoàn khách đã lên tàu Shinkansen tại ga Kyoto.
1694 のる 載る Be carried (text) 登载 đăng	私の投書が今朝の新聞に載った。 My letter appeared in the newspaper this morning. 我的投稿登上了报纸。 Bài viết của tôi đăng trên báo sáng nay.
1695 はがす 剥がす Peel 剥掉、剥下 bóc, dỡ	カップに付いた値段のシールを剥がした。 I peeled the price seal from the cup. 剥掉粘在杯子上的价格贴纸。 Tôi đã bóc nhãn giá dính lên cốc. 自剥げる

1696 はげます 励ます Encourage, cheer up 鼓励、激励 động viên, khích lệ	試合に負けた友人を励ました。 I cheered up my friends who had lost the match. 鼓励了输掉比赛的朋友。 Tôi động viên người bạn bị thua trong trận thi đấu. ❊ 励まし
1697 はさまる 挟まる Get caught 夹、卡 kẹp	電車のドアにかばんが挟まった。 A bag got caught in the door of the train. 包被电车的门夹住了。 Túi bị kẹp vào cửa xe ô tô.
1698 はたす 果たす Fulfil 实现、完成 hoàn thành	目的を果たす/親の役割を果たす Fulfil its purpose / Fulfil the role of parents 实现目标/完成父母的职责 Hoàn thành mục tiêu / Hoàn thành vai trò là cha mẹ
1699 ばっする 罰する Punish 处罚 phạt	動物をいじめた人を罰する法律がある。 There are laws to punish people who abuse animals. 法律规定虐待动物的人要受处罚。 Có điều luật luật để trừng phạt những người bắt nạt thú vật.
1700 はなす 放す Let go 放、放掉 thả	卵から育てた魚を川に放した。 I released fish raised from eggs into the river. 把孵化的鱼放生到了河里。 Tôi thả cá ra đã nuôi lớn từ trứng ra sông. 自 放れる
1701 はぶく 省く Omit, skip 省略、节省 loại bỏ, bớt, bỏ qua, tiết kiệm	細かい説明を省く/できるだけ手間を省く Skip detailed explanations / Save as much time and effort as possible 省略了详细的说明/尽量省事儿 Bỏ qua giải thích chi tiết / Tiết kiệm càng nhiều công sức càng tốt
1702 はやす 生やす Grow (beard) 蓄、生长 để(râu), nuôi	祖父は、あごにひげを生やしている。 My father is growing a beard. 祖父的下巴上蓄着胡须。 Ông tôi để râu ở cằm.
1703 はらいこむ 払い込む Pay (in) 缴纳、交纳 nộp tiền, đóng tiền	入学金を大学に払い込んだ。 I paid the enrolment fee to the university. 向大学交纳了入学金。 Tôi đã đóng lệ phí tuyển sinh cho trường đại học. ❊ 払い込み

1704 はりきる **張り切る** Be in high spirits 干劲十足 hăng hái	弟は、代表選手に選ばれて張り切っている。 My brother was delighted at being selected for the team. 弟弟被选为了代表选手，现在干劲十足。 Em trai tôi hăng hái khi được chọn làm cầu thủ đại diện.
1705 はる **張る** Put up (tent) 搭，支 dựng (lều)	キャンプ場でテントを張った。 I put up a tent at the campsite. 在营地搭了帐篷。 Tôi dựng một cái lều tại khu cắm trại.
1706 はんする **反する** Oppose, run counter to 违反、相反 trái ngược	この記事は事実に反する。 This article runs counter to facts. 这篇报道与事实相反。 Bài báo này trái ngược với sự thật.
1707 ひかえる **控える** Hold off from, be in the offing 控制、面临 kiêng, cận kề	酒を控える/試合を明日に控える Refrain from drinking alcohol / A match is scheduled for tomorrow 控制饮酒/明天就要比赛了 Kiêng uống / Trận thi đấu cận kề ngay ngày mai
1708 ひきおこす **引き起こす** Cause 引起 gây ra, dẫn đến	昨夜の大雨は洪水を引き起こした。 The heavy rain last night caused flooding. 昨夜的大雨引起了洪水。 Mưa lớn vào đêm qua gây ra lũ lụt.
1709 ひきおとす **引き落とす** Deduct, withdraw 划账、扣款 rút tiền, trừ tiền	口座から電気代を引き落とす。 The electricity charge is paid directly from the account. 电费从账户被扣除。 Trừ tiền từ tài khoản ngân hàng.
1710 ひきかえす **引き返す** Turn back 返回、折返 quay trở lại	道を間違えて、来た道を引き返した。 We got lost, and went back the way we had come. 走错了路，又折返到来时的路了。 Tôi đi nhầm đường và quay lại đường đã đi.
1711 ひきとめる **引き止める** Hold back 挽留 giữ lại, níu	帰ろうとした彼女を引き止めた。 She looked as though she wanted to go back, but I held her back. 挽留了打算回去的女朋友。 Tôi định đi về thì cô ấy giữ lại.

1712 ひっかかる **引っかかる** Catch on 挂上、受骗 vướng, mắc	コードが足に引っかかる/詐欺に引っかかる The cord caught my foot / I was caught by a scam 电线挂到了脚上/受到诈骗 Dây vướng vào chân / Vướng vào vụ lừa đảo
1713 ひっかける **引っかける** Hang on 披上 treo, móc	ジャケットをいすに引っかけた。 I hung my jacket on the back of the chair. 将夹克披到了椅子上。 Móc áo khoác vào ghế.
1714 ひっこむ **引っ込む** Retract, withdraw 憋、待 hóp lại, lui vào	痩せておなかが引っ込む/部屋に引っ込む His stomach retracted from dieting / Withdraw into the room 瘦下来肚子都憋进去了/待在房间里 Khi gầy bụng hóp lại / Lui vào phòng
1715 ひねる Twist, turn 拧 vặn	蛇口をひねったが、水が出なかった。 I turned the faucet, but no water came out. 虽然拧了水龙头，但是不出水。 Tôi vặn vòi, nhưng nước không ra.
1716 ひびく **響く** Resound 响、回响 vang, truyền	このホールは音や声がよく響く。 Voices and other sounds carry well in this hall. 这间大厅回音效果很好。 Âm thanh và tiếng nói truyền rất tốt trong hội trường này. **＊響き**
1717 ひろまる **広まる** Spread 传播、蔓延 lan rộng	そのうわさは、すぐにみんなに広まった。 That rumor instantly spread among everybody. 那桩传闻，立刻就在大家中传开了。 Tin đồn này ngay lập tức lan rộng đến tất cả mọi người.
1718 ふかめる **深める** Deepen 加深、加强 khắc sâu, làm sâu sắc thêm	ホームステイをして、日本への理解を深めた。 I deepened my understanding of Japan through a homestay. 经历了寄宿生活，加深了对日本的理解。 Qua chương trình ở nhà người bản xứ, tôi đã hiểu sâu sắc về Nhật Bản. **自深まる**
1719 ふくむ **含む** Include, contain 含、含有 chứa	レモンはビタミンＣを多く含む。 Lemon contains a lot of Vitamin C. 柠檬富含维生素C。 Chanh chứa rất nhiều vitamin C.

1720 **ふくめる** **含める** Include, incorporate 包括 bao gồm	兄弟は私を含めて５人です。 Including myself, we are five siblings. 包括我，兄弟共有5人。 Anh em tôi bao gồm cả tôi có 5 người.
1721 **ふくらます** **膨らます** Inflate 鼓 thổi phồng, phồng	膨らました風船を子供にあげた。 I gave the inflated balloon to the child. 把鼓起来的气球给了孩子。 Tôi tặng quả bóng đã thổi phồng cho đứa trẻ.
1722 **ふざける** Fool around, joke 开玩笑、打闹 đùa giỡn	授業中にふざけて、先生に怒られた。 My teacher got angry because we were fooling around in class. 在上课时开玩笑，被老师训斥了。 Đùa giỡn trong giờ học, tôi bị cô giáo giận.
1723 **ぶつ** Beat, hit 打、敲打 đánh	兄弟げんかをして、弟をぶってしまった。 I quarreled with my brother and accidentally hit him. 和弟弟吵架，一不小心打了弟弟。 Cãi nhau với anh em, tôi đã đánh em trai tôi.
1724 **ふりかえる** **振り返る** Look back 回头、回顾 nhìn lại	後ろを振り返る／１年間の生活を振り返る Look back / Look back over one year of one's life 回头看后/回顾一年的生活 Nhìn lại đằng sau / Nhìn lại cuộc sống của 1 năm ❉ 振り返り
1725 **ふりこむ** **振り込む** Transfer 转账、转入 chuyển khoản	入学金を大学の口座に振り込んだ。 I transferred the enrolment fee into the university's account. 将入学费用转入了大学的账户。 Tôi đã chuyển khoản phí nhập học vào tài khoản của trường đại học.
1726 **ふれる** **触れる** Touch 触碰、提到 chạm	隣の人と肩が触れた／首相が人口問題に触れた Brush the next person's shoulder / The Prime Minister touched on the population issue 触碰到了旁边人的肩膀/首相提到了人口问题 Chạm vào vai người bên cạnh / Thủ tướng đã chạm đến vấn đề dân số
1727 **へこむ** Dent 凹、凹陷 lõm	電柱にぶつかって、車の前がへこんだ。 I ran into a utility pole and dented the car in front. 撞到电线杆子上，车的前面凹了进去。 Tôi đâm vào cột điện, phần phía trước của xe bị lõm vào.

1728 へだてる **隔てる** Separate 隔开、间隔 phân, ngăn cách	<ruby>川<rt>かわ</rt></ruby>を<ruby>隔<rt>へだ</rt></ruby>てて２つの<ruby>市<rt>し</rt></ruby>が<ruby>隣<rt>とな</rt></ruby>り<ruby>合<rt>あ</rt></ruby>っている。 The two neighboring cities are separated by a river. 两座城市彼此相邻，被河流隔开。 Hai thành phố nằm sát nhau phân cách bằng dòng sông.
1729 ほうる **放る** Throw 扔、抛 ném	<ruby>子供<rt>こども</rt></ruby>が<ruby>放<rt>ほう</rt></ruby>ったボールを<ruby>犬<rt>いぬ</rt></ruby>が<ruby>取<rt>と</rt></ruby>りに<ruby>行<rt>い</rt></ruby>った。 The dog went to fetch the ball thrown by the child. 让狗去取孩子抛出的球。 Con chó chạy đi lấy quả bóng mà đứa trẻ ném ra.
1730 ほどく Unwind, undo 解开 cởi, tháo	ひもを<ruby>解<rt></rt></ruby>ほどいて、<ruby>靴<rt>くつ</rt></ruby>を<ruby>脱<rt>ぬ</rt></ruby>いだ。 I undid my shoelaces and took off my shoes. 解开鞋带，脱掉了鞋子。 Tôi tháo dây và cởi giầy ra. 自 ほどける
1731 ほほえむ Smile, beam 微笑 mỉm cười	お<ruby>母<rt>かあ</rt></ruby>さんは<ruby>赤<rt>あか</rt></ruby>ちゃんを<ruby>見<rt>み</rt></ruby>てほほえんだ。 On seeing the baby, the mother smiled. 妈妈看着婴儿微笑。 Người mẹ nhìn đứa bé mỉm cười. ❈ ほほえみ
1732 ほる **彫る** Carve 雕刻 chạm, khắc	<ruby>発見<rt>はっけん</rt></ruby>された<ruby>石<rt>いし</rt></ruby>には<ruby>古代<rt>こだい</rt></ruby>の<ruby>文字<rt>もじ</rt></ruby>が<ruby>彫<rt>ほ</rt></ruby>ってあった。 Ancient text was carved into the stone that was discovered. 被发现的石头上刻着古代的文字。 Hòn đá được phát hiện có khắc những văn tự cổ đại.
1733 まかせる/まかす **任せる/任す** Leave, entrust to (someone) 委托、托付 phó thác	<ruby>来年<rt>らいねん</rt></ruby>から<ruby>会社<rt>かいしゃ</rt></ruby>の<ruby>経営<rt>けいえい</rt></ruby>を<ruby>息子<rt>むすこ</rt></ruby>に<ruby>任<rt>まか</rt></ruby>せる。 Next year, I will entrust management of the company to my son. 从明年开始将公司的经营委托给儿子。 Tôi phó thác việc kinh doanh của công ty cho con trai từ năm sau.
1734 まく **巻く** Wind, roll 卷、缠、围 quảng, cuốn	<ruby>母<rt>はは</rt></ruby>は<ruby>首<rt>くび</rt></ruby>にスカーフを<ruby>巻<rt>ま</rt></ruby>いて<ruby>出掛<rt>でか</rt></ruby>けた。 My mother went out with a scarf wound around her head. 母亲在脖子上围好围巾出门了。 Mẹ tôi cuốn khăn vào cổ và đi ra ngoài.
1735 まく① Sow 播、播撒 gieo (hạt), rắc	<ruby>畑<rt>はたけ</rt></ruby>に<ruby>野菜<rt>やさい</rt></ruby>の<ruby>種<rt>たね</rt></ruby>をまいた。 I sowed vegetable seeds in the field. 向田地里播撒了蔬菜的种子。 Gieo hạt giống rau trên ruộng. ❈ <ruby>種<rt>たね</rt></ruby>まき

1736 **まく②** Sprinkle 撒 phun	<ruby>雨<rt>あめ</rt></ruby>が<ruby>降<rt>ふ</rt></ruby>らないので、<ruby>庭<rt>にわ</rt></ruby>に<ruby>水<rt>みず</rt></ruby>をまいた。 I watered the garden with bucket and hose because of the drought. 因为没有下雨，所以向院子里撒了水。 Vì trời không mưa nên tôi phun nước vào vườn.
1737 **まじる** **混じる** Mix, merge 混合、掺杂 lẫn	<ruby>米<rt>こめ</rt></ruby>にごみが<ruby>混<rt>ま</rt></ruby>じっている。 Impurities have been mixed into the rice. 大米中掺杂着杂物。 Rác lẫn vào gạo.
1738 **ます** **増す** Increase, swell 增多 dâng lên, tăng cao	<ruby>台風<rt>たいふう</rt></ruby>で<ruby>川<rt>かわ</rt></ruby>の<ruby>水<rt>みず</rt></ruby>が<ruby>増<rt>ま</rt></ruby>して<ruby>危険<rt>きけん</rt></ruby>な<ruby>状態<rt>じょうたい</rt></ruby>だ。 The river is swollen from the typhoon, and is in a dangerous condition. 台风导致河水上涨，情况危险。 Vì bão nước sông dâng cao dẫn đến tình trạng nguy hiểm. ※〜<ruby>増<rt>ま</rt></ruby>し（<ruby>例<rt>れい</rt></ruby>：１<ruby>割<rt>わり</rt></ruby>増し）
1739 **マスターする** Master 掌握 nắm vững	１か<ruby>月<rt>げつ</rt></ruby>で<ruby>仕事<rt>しごと</rt></ruby>のやり<ruby>方<rt>かた</rt></ruby>をマスターした。 I mastered this job within a month. 一个月的时间内掌握了工作的方法。 Tôi đã nắm vững cách làm việc trong một tháng.
1740 **まねく** **招く** Invite 邀请、引起 mời, gây (hiểu lầm)	パーティーに<ruby>友人<rt>ゆうじん</rt></ruby>を<ruby>招<rt>まね</rt></ruby>く／<ruby>発言<rt>はつげん</rt></ruby>が<ruby>誤解<rt>ごかい</rt></ruby>を<ruby>招<rt>まね</rt></ruby>く Invite a friend to the party / The statement invites misunderstanding 邀请朋友参加派对／发言引起了误会 Mời một người bạn đến bữa tiệc / Phát ngôn gây hiểu nhầm ※<ruby>招<rt>まね</rt></ruby>き
1741 **まよう** **迷う** Get lost, be unsure about 迷、迷惑 lạc, phân vân	<ruby>道<rt>みち</rt></ruby>に<ruby>迷<rt>まよ</rt></ruby>う／<ruby>進学<rt>しんがく</rt></ruby>か<ruby>就職<rt>しゅうしょく</rt></ruby>か<ruby>判断<rt>はんだん</rt></ruby>に<ruby>迷<rt>まよ</rt></ruby>う Get lost / I am wavering between study and taking a job 迷路/升学还是就业，面对选择很迷茫 Lạc đường / Phân vân trong việc quyết định đi học tiếp hay đi làm ※<ruby>迷<rt>まよ</rt></ruby>い
1742 **みあげる** **見上げる** Look up 仰望、抬头看 nhìn lên	<ruby>空<rt>そら</rt></ruby>を<ruby>見上<rt>みあ</rt></ruby>げると、<ruby>星<rt>ほし</rt></ruby>がたくさん<ruby>出<rt>で</rt></ruby>ていた。 When I looked at the sky, I saw that many stars are out. 仰望天空，有很多星星。 Nhìn lên bầu trời, rất nhiều ngôi sao đã hiện ra.
1743 **みおろす** **見下ろす** Look down on 俯视、往下看 nhìn xuống	ビルの４０<ruby>階<rt>かい</rt></ruby>から<ruby>街<rt>まち</rt></ruby>を<ruby>見下<rt>みお</rt></ruby>ろした。 I looked down on the town from the 40th story of the office building. 从大楼的40层俯视了街道。 Tôi nhìn xuống phố từ tầng 40 của tòa nhà.

1744 みかける **見掛ける** See by chance 看到、看见 nhìn thấy, bắt gặp	街で大学時代の先輩を見掛けた。 I saw an older fellow student from university days in the street. 在街道上看到了大学时的前辈。 Tôi thấy đàn anh thời đại học trên phố.
1745 みつめる **見詰める** Stare, look hard at 注视、凝视 nhìn chăm chú	彼は彼女をじっと見詰めてプロポーズした。 Looking steadily at her, he proposed. 他凝视着她，向她求婚了。 Anh ấy nhìn chăm chú vào cô ấy và cầu hôn.
1746 みとめる **認める** Admit, acknowledge 承认、赏识 thừa nhận, chấp nhận	自分の失敗を認める/彼の発明を世界が認める I acknowledge my mistakes / The whole world recognizes his invention 承认自己的失败/他的发明得到了世界的赏识。 Chấp nhận thất bại của bản thân / Thế giới thừa nhận phát minh của mình
1747 みなれる **見慣れる** Be familiar with 看惯、熟悉 nhìn quen thuộc	昔の見慣れた町は、すっかり変わっていた。 The old town I was familiar with has changed completely. 从前那个熟悉的城镇完全变了样子。 Thị trấn quen thuộc ngày xưa đã thay đổi hoàn toàn.
1748 みのる **実る** Ripen, grow 成熟、有成果 ra quả, thu kết quả	秋になって果実が実る/長年の苦労が実る In autumn the fruit ripens / The labor of many years bears fruit 到秋天果实都实成熟了/长年的辛苦有了结果 Vào mùa thu cây cối ra quả / Những khó khăn của nhiều năm đã cho ra kết quả ❈ 実り
1749 みまう **見舞う** Visit, be hit by 探望、遭受 thăm (bệnh), đến thăm	病気の友人を見舞う/台風に見舞われる Visit a sick friend / Be hit by a typhoon 探望生病的朋友/遭受台风 Thăm người bạn bị ốm / Bị cơn bão đến thăm ❈ (お) 見舞い
1750 みまわす **見回す** Look around 环视、张望 nhìn quanh	タクシーが来ないか、辺りを見回した。 I looked around, hoping to see a taxi approaching. 环视了四周看看有没有出租车过来。 Tôi nhìn quanh xem tắc xi đến chưa.
1751 めいじる/めいずる **命じる/命ずる** Tell, order 任命、命令 ra lệnh	審判は選手に退場を命じた。 The referee told the player to leave the field. 裁判命令了选手离场。 Trọng tài ra lệnh cho vận động viên ra khỏi sân.

1752 めぐまれる 恵まれる Be blessed 受到恩惠 được (trời) ban cho	遠足は良い天気に恵まれた。 The outing was blessed with fine weather. 郊游受到了好天气的恩惠。 Chuyến tham quan dã ngoại được trời ban cho thời tiết đẹp.
1753 めざめる 目覚める Wake up, awaken 睡醒、覚醒 tỉnh dậy, thức giấc, thức tỉnh	朝早く目覚める/権利意識に目覚める Wake up early in the morning / Awaken awareness of rights 早晨很早就睡醒了/权利意识觉醒了 Thức giấc sớm vào buổi sáng / Thức tỉnh ý thức về quyền lợi ❋目覚め
1754 めんする 面する Face, be facing 面对、面临 giáp với, sát	私の部屋は道路に面しているので、うるさい。 My room is noisy because it faces the street. 因为我的房间面对马路，所以很吵。 Vì phòng của tôi nằm sát đường nên rất ồn.
1755 もうかる Make money 赚钱 thu lời	株が上がってもうかった。 He made money because the stock went up. 股票上涨，赚钱了。 Thu lời vì cổ phiếu tăng giá. 他 もうける
1756 もぐる 潜る Dive 潜水、潜入 lặn	小さいころ、よく海に潜って貝を採った。 When I was little, I used to dive in the sea in search of shellfish. 小时候，经常潜入大海采集贝类。 Khi còn nhỏ, tôi thường lặn biển và tìm sò.
1757 もちいる 用いる Use 使用、采用 sử dụng, để cập	医師は手術に新しい方法を用いた。 The doctor used a new surgical method. 医生在手术中采用了新的方法。 Bác sĩ sử dụng một phương pháp mới cho phẫu thuật.
1758 もてる Be liked 受欢迎 thu hút	優しい彼は女性にもてる。 Being a nice guy, he is liked by girls. 温柔的他很受女性欢迎。 Người đàn ông hiền lành thu hút các cô gái.
1759 もとづく 基づく Be based on 根据、基于 dựa trên, dựa vào	結論は実験結果に基づいている。 This conclusion is based on the results of experimentation. 结论基于实验的结果。 Kết luận dựa trên kết quả thực nghiệm.

1760 **もとめる** **求める** Ask, seek 寻求、购买 yêu cầu	援助を求める/旅先で求めた宝石 Ask for help / Jewels bought while travelling 寻求援助/在旅游目的地买的宝石 Yêu cầu trợ giúp / Đồ trang sức tìm kiếm từ du khách ※求め
1761 **ものがたる** **物語る** Tell, relate 讲述、说明 cho thấy, thể hiện	顔の深いしわが彼の苦労を物語っている。 The deep wrinkles on his face tell his story of hardship. 脸上深深的皱纹讲述着他的辛苦。 Những nếp nhăn trên khuôn mặt đã cho thấy sự khổ cực của anh ấy.
1762 **もむ** Massage 按摩、揉 xoa bóp	毎晩、祖母の肩をもんであげる。 Every evening, I massage my grandmother's shoulder. 每晚，帮祖母揉肩膀。 Tối xoa bóp vai cho bà ngoại mỗi tối.
1763 **もりあがる** **盛り上がる** Be excited, agitated 隆起、高涨 trồi lên, phấn khích	地震で地面が盛り上がる/恋の話で盛り上がる The ground level rises in the earthquake / We were excited by the love story 地震使地面拱起/恋爱的话题使气氛高涨 Mặt đất trồi lên vì động đất / Phấn khích với câu chuyện tình yêu ※盛り上がり
1764 **もる** **盛る** Serve 盛、装 chất đầy, xếp đầy	果物をガラスの器に盛る。 The fruit is served in the glass dishes. 将水果盛到玻璃的容器里。 Xếp đầy trái cây vào khay đựng thủy tinh.
1765 **もれる** **漏れる** Leak out, be left out 漏、排除在外 xuyên qua, bị loại	カーテンから光が漏れる/名簿から名前が漏れる Light seeps in between the curtains / His name was left off the list 帘子漏光/名字排除在名单之外 Ánh sáng xuyên qua rèm / Tên bị loại ra khỏi danh sách ※漏れ
1766 **やっつける** Beat, defeat 打败、干掉 đánh	兄が、いじめっ子をやっつけてくれた。 My brother gave the bully a beating. 哥哥帮我教训了欺负我的孩子。 Anh trai của đánh cho kẻ bắt nạt một trận.
1767 **やぶく** **破く** Tear up 撕碎 xé	0点のテストを破いて捨てた。 I tore up my zero-score test and threw it away. 撕碎扔掉了0分的试卷。 Tôi đã xé bài kiểm tra bị điểm 0 và ném nó đi.

1768 やぶれる **敗れる** Be defeated 输、败北 bị đánh bại	チャンピオンが決勝戦で敗れた。 <small>けっしょうせん　やぶ</small> The champion was defeated in the finals. 冠军在决赛中输了。 Nhà vô địch đã bị đánh bại trong trận chung kết.
1769 よこぎる **横切る** Cross 横过、横穿 chạy ngang trước mặt	突然、運転する車の前を猫が横切った。 <small>とつぜん　うんてん　くるま　まえ　ねこ　よこぎ</small> The cat suddenly darted across the path of my car. 有只猫突然从正在行驶的汽车前横穿了过去。 Con mèo đột nhiên băng qua trước xe ô tô đang chạy.
1770 よこす Send, give 寄来、打来 nhắn tin	姉は「駅に着いた」と電話をよこした。 <small>あね　えき　つ　でんわ</small> My sister gave me a phone call saying she had arrived at the station. 姐姐打电话过来说：“我到站了。” Chị gái tôi đã nhắn tin rằng "Chị đã đến nhà ga rồi."
1771 よせる **寄せる** Come near, bring 靠近、寄予 vỗ vào bờ	波が寄せる/被害者に同情を寄せる <small>なみ　よ　ひがいしゃ　どうじょう　よ</small> Waves roll in / I have sympathy for the victims 波浪靠近/寄予被害人同情 Sóng vỗ vào bờ / Đồng cảm với người bị hại
1772 よびかける **呼びかける** Call, urge 呼唤、呼吁 gọi, kêu gọi	誰かに呼びかけられる/募金協力を呼びかける <small>だれ　よ　ぼきんきょうりょく　よ</small> Be summoned by somebody / Urge somebody to make a donation 有人叫我/呼吁募捐的合作 Được ai đó gọi / Kêu gọi hiệp lực quyên góp ※ 呼びかけ
1773 よびだす **呼び出す** Call, summon 叫过来 gọi	仕事中の友人を電話に呼び出してもらった。 <small>しごとちゅう　ゆうじん　でんわ　よ　だ</small> I had my friend called out from work. 给工作中的朋友打电话，把朋友叫了出来。 Tôi gọi người bạn đang làm việc ra nghe điện thoại. ※ 呼び出し
1774 よびとめる **呼び止める** Hail 叫住 ngăn	警官が僕を呼び止めた。 <small>けいかん　ぼく　よ　と</small> The policeman called out and stopped me. 警察叫住了我。 Cảnh sát đã ngăn tôi lại.
1775 りゃくす/りゃくする **略す/略する** Abbreviate 省略、缩写 viết tắt	入試は入学試験を略したものだ。 <small>にゅうし　にゅうがくしけん　りゃく</small> "Nyuushi" is an abbreviation in Japanese for "Nyuugaku Shiken". "入学考"是入学考试的简称。 Từ "thi đầu vào" là từ viết tắt của từ thi tuyển đầu vào đại học. ※ 略語<small>りゃくご</small>

読んでみよう９

日本のこと、どのくらい知っていますか

【地理】
・日本は海によって大陸から**隔てられて**います。
・日本は４つの大きい島から**成って**います。
・東京は海に**面して**います。海に**面して**いない県もあります。
・本州* は四国と大きい橋で、北海道、九州とはトンネルで**つながっ**

ています。

【日本の自然】
・日本は南北に長く、多様な自然に**恵まれて**います。
・日本には温泉がたくさんあります。**含まれる**成分によって、強く**臭**

うことがあります。

【政治・経済】
・日本では、憲法に**反する**法律や政策は認められません。
・明治時代、政府は欧米から技術者や学者を**招き**、欧米の文化や

技術や学問を**取り入れる**ように**努めました**。
・日本は、明治以降、何度か大きな戦争を体験しました。第２次

世界大戦を反省して、憲法で、戦争をしないと**誓いました**。
・１９６０年代から経済が発展し、国民の生活は豊かになりまし

た。現在はアメリカ、中国に**次ぐ**経済大国になっています。

【食】
・日本の気候は米作りに**適して**いて、日本で消費される米は、ほ

とんど日本産です。小麦、大豆は輸入に**頼って**います。
・日本料理は、ヘルシーなものが多いので、世界に**広まって**います。
・和菓子には、豆をゆでて**潰し**、**練った**ものをよく使います。

* 本州 The largest and most central island of Japan 日本列島中最大且位于中心的岛屿。

　 một đảo trung tâm rộng lớn nhất trong quần đảo Nhật Bản

How much do you know about Japan?

Geographical features
- · Japan is separated from continental Asia by the Sea of Japan.　· It comprises four large islands.
- · Tokyo is on the coast, but there are prefectures that are entirely inland.
- · Honshu is linked with Shikoku by a large bridge, and with Hokkaido and Kyushu by tunnels.

The natural world in Japan
- · It is a long way from north to south Japan, and the diversity of nature is very great.
- · There are a lot of hot springs. Due to certain component chemicals, some of them smell pungently.

Politics and economy
- · In Japan, laws and government policy must comply with the Constitution.
- · In the Meiji period, the government invited technical and other experts and academics from Europe and America to Japan, and the country strove to adopt western culture, technology and learning.
- · After the Meiji period, Japan experienced major wars several times. In regret over World War II, the country pledged in its Constitution never again to wage war.
- · With the economy developing again from the 1960s, living standards rose. Today, the country has become an economic superpower, third in the world after America and China.

Diet
- · Japan's climate lends itself to rice cultivation. The rice consumed in Japan is nearly all of Japanese origin. The country depends on imports for wheat and soybeans.
- · Containing many healthy items, the Japanese diet has spread throughout the world.
- · In confectionery, boiled, crushed and kneaded beans are often used.

日本之事知多少?

【地理】
- · 日本被海洋与大陆隔开。　· 日本由四个大岛组成。
- · 东京临海。也有县不临海。　· 本州与四国经大桥相连，与北海道和九州以隧道相通。

【日本的自然】
- · 日本自南向北很长，被赋予了丰富多样的自然景色。
- · 日本有很多温泉。根据所含成分的不同，也有温泉会有强烈的气味。

【政治·经济】
- · 在日本，任何违反宪法的法律及政策都不被承认。
- · 明治时期，日本政府积极邀请欧美的技术人员和学者，为引进欧美的文化、技术与知识而努力。
- · 日本在明治时期之后，数次经历大规模的战争。日本对第二次世界大战进行反省，在宪法中起誓不再挑起战争。
- · 从1960年代开始，经济发展了，国民生活变得富裕，现在，日本成为了仅次于美国和中国的经济大国。

【饮食】
- · 日本的气候适合种植大米，日本人吃的大米基本上都是日本产的。小麦和大豆则依赖进口。
- · 日本料理大都很健康，所以正在全世界普及。
- · 日式点心通常使用将豆子煮熟捣碎后熬制而成的馅料。

Bạn biết gì bao nhiêu về Nhật Bản?

【Địa lý】
- · Nhật Bản được phân tách khỏi lục địa do biển.　· Nhật Bản được tạo thành từ 4 hòn đảo lớn.
- · Tokyo nằm giáp biển. Nhưng cũng có các quận không giáp biển.
- · Đảo Honshu được nối với Shikoku bằng một cây cầu lớn, nối với Hokkaido, Kyushu bằng đường hầm.

【Thiên nhiên ở Nhật】
- · Nhật Bản nằm trải dài từ bắc vào nam, có thiên nhiên đa dạng.
- · Có rất nhiều suối nước nóng ở Nhật Bản. Tùy thuộc vào các thành phần liên quan, mà có những nơi suối nước nóng có mùi mạnh.

【Chính trị / Kinh tế】
- · Ở Nhật Bản, luật pháp và chính sách trái với Hiến pháp không được cho phép.
- · Trong thời kỳ Meiji, chính phủ đã mời các kỹ sư và học giả từ châu Âu và Hoa Kỳ và cố gắng tiếp thu nền văn hoá, công nghệ và học vấn của phương Tây.
- · Ở Nhật Bản, sau thời Meiji, trải qua các cuộc chiến tranh lớn nhiều lần. Sau khi rút kinh nghiệm từ cuộc chiến tranh thế giới thứ 2, trong hiến pháp đã quy định Nhật Bản sẽ không tham chiến.
- · Từ những năm 1960, khi nền kinh tế phát triển, cuộc sống của người dân đã trở nên giàu có, và hiện giờ Nhật Bản trở thành cường quốc kinh tế sau Mỹ và Trung Quốc.

【Thực phẩm】
- · Khí hậu của Nhật Bản rất thích hợp để chế biến gạo và gạo tiêu thụ ở Nhật chủ yếu là gạo do Nhật Bản sản xuất. Lúa mì và đậu nành phụ thuộc vào nhập khẩu.
- · Món ăn Nhật Bản vì có nhiều món ăn lành mạnh tốt cho sức khỏe nên được phổ biến trên toàn thế giới.
- · Với các bánh kẹo, thường hay chế biến theo cách luộc rồi nghiền đậu và nhào trộn làm thành bánh.

	i-Adjectives
い形容詞 けいようし	い形容詞
	Tính từ đuôi i

1776

あおじろい
青白い

Pale
青白色的、苍白的
nhợt nhạt

青白いライトの光／青白い顔
Glow of pale light / Pale face
青白色的灯光／苍白的脸
Ánh sáng nhợt nhạt / Khuôn mặt nhợt nhạt

1777

あやしい
怪しい

Suspicious, dubious
可疑的、不可靠的
đáng ngờ nghi ngờ

怪しい男がいる／彼が来るかどうか怪しい
There is a suspicious-looking man there / It is doubtful whether he will come
有个可疑的男人／他来还是不来，真不可靠
Có một người đàn ông đáng ngờ / Tôi nghi ngờ việc anh ta đến hay không

---

1778

あらい
荒い

Rough, wild
粗暴的、凶猛的
dữ dội, hung tợn

台風が近づいているせいか、波が荒い。
The sea is rough, perhaps because the typhoon is approaching.
也许是台风正在接近的缘故，波涛很凶猛。
Vì cơn bão đang đến gần nên biển động dữ dội.

1779

あらい
粗い

Rough, coarse
粗的、大的
thô, lổn nhổn

目が粗いセーターを編んだ。
I knitted a coarse sweater.
编织了大网格的毛衣。
Tôi đan một chiếc áo sợi thô.
⇔細かい

1780

ありがたい

Be grateful
难得的、值得感谢的
biết ơn, cảm kích, thật tốt

ありがたく頂く／仕事が早く済んでありがたい
Be thankful to receive something / I am glad that the job was finished quickly
心怀感恩地受领／工作早早结束，真高兴
Tôi nhận với lòng biết ơn / Tôi cảm kích vì công việc của bạn được hoàn thành sớm

---

1781

あわただしい
慌ただしい

Hurried
匆忙的、不稳定的
bận rộn, khẩn trương, bồn chồn không yên

12月は忙しくて、何だか気分も慌ただしい。
In December I am so busy and somehow cannot relax.
12月很忙，总觉得静不下心。
Tháng mười hai rất bận rộn và tâm trạng cũng bồn chồn không yên.

1782

うすぐらい
薄暗い

Dim
昏暗的
lờ mờ, tối tăm

この倉庫は窓が少なくて薄暗い。
This warehouse has few windows and is dark.
仓库的窗户很少，有些昏暗。
Nhà kho này có ít cửa sổ nên ánh sáng cứ lờ mờ.

1783 うらやましい Jealous 令人羨慕的、令人嫉妒的 ghen tị, thèm muốn	勉強もスポーツもできる彼がうらやましい。 I am jealous that he can both study and do sports. 学习和运动都很优秀的他令人羡慕。 Tôi ghen tị với anh ta cả về học tập và thể thao.
1784 おさない 幼い (Very) young 年幼的 thơ bé, ấu trĩ	幼いころからパイロットになるのが夢だった。 From childhood, it was my dream to become a pilot. 从年幼的时候开始就梦想成为飞行员。 Từ khi còn thơ bé tôi đã có giấc mơ là trở thành phi công.
1785 おしい 惜しい Regrettable 可惜的、遗憾的 đáng tiếc	あと1点で合格できたのに、惜しかったね。 You would have passed with just one more point. You must feel bad about it. 多1分就合格了，太可惜了。 Chỉ cần thêm một điểm là đỗ rồi, tiếc nhỉ.
1786 おめでたい Good (news), joyous 可喜的、可贺的 đáng mừng	結婚、出産と、おめでたいことが続いた。 With the marriage and birth, the good news continued. 结婚、生子，可喜的事情一件接着一件。 Kết hôn rồi sinh con, những việc đáng mừng liên tiếp diễn ra.
1787 おもたい 重たい Heavy 重的、沉的 nặng	パソコンも辞書も入れると、かばんが重たい。 If I put both a PC and dictionary into my bag, it will get heavy. 电脑和词典也放入了进去，包变得很重。 Nếu cho cả một máy tính xách tay và một cuốn từ điển vào, túi sẽ nặng.
1788 かしこい 賢い Smart, clever 聪明的 thông minh, lanh lợi	3歳で平仮名が読めるなんて、賢い子だ。 What a clever boy, you can read hiragana at the age of three. 3岁居然认识平假名，真是聪明的孩子。 Mới 3 tuổi mà đọc được bảng chữ cái hiragana thì thật thông minh.
1789 かわいらしい Pretty, cute 可爱的、讨人喜欢的 dễ thương, đáng yêu	赤ちゃんは、かわいらしい足で歩いた。 The baby toddled along on his cute little feet. 婴儿用可爱的小脚丫走路。 Em bé bước đi với bước chân đáng yêu. ❋ かわいらしさ
1790 きみがわるい 気味が悪い Creepy, weird 感到可怕的 cảm giác sợ hãi	毎晩、夜中に女の泣く声がして気味が悪い。 Every night, I hear the sound of a girl crying and it is weird. 每晚，半夜有女人哭泣的声音，感到很可怕。 Đêm đêm, tôi cảm thấy sợ hãi khi tiếng khóc trong đêm khuya của cô gái.

1791	後輩は、くだらないうわさ話ばかり聞かせる。
くだらない Worthless 无聊的 ngớ ngẩn	From younger students I hear nothing but worthless gossip. 晚辈净让我听些无聊的闲话。 Đàn em toàn kể những tin đồn vớ vẩn.

1792	煙いから、たばこを吸わないで。
けむい **煙い** Smoky 烟气熏人的、呛人的 có khói	It's smoky, so please do not have a cigarette. 很呛人，所以请不要吸烟。 Vì có khói nên xin đừng hút thuốc.

1793	険しい山道を登る/険しい表情で話す
けわしい **険しい** Steep, severe 险峻的、可怕的 dốc, khắt khe, nghiêm khắc	Climb a steep mountain path / Speak with a critical frown 攀爬险峻的山路/用可怕的表情说话 Leo lên ngọn núi dốc / Nói chuyện bằng thái độ nghiêm khắc

1794	離れて暮らす両親が恋しい。
こいしい **恋しい** Missed, beloved, dear 怀念的、想念的 nhớ, thương nhớ	I miss my parents who live a long way away. 想念分开生活的父母。 Tôi nhớ cha mẹ tôi ở xa.

1795	いつも騒がしいA君が今日は静かだ。
さわがしい **騒がしい** Noisy 吵闹的、嘈杂的 ồn ào	Student A, who is usually noisy, is quiet today. 一直吵闹的A今天很安静。 Cậu A- người lúc nào cũng ồn ào hôm nay lại trầm tĩnh.

1796	彼とは釣りを通じて知り合って親しくなった。
したしい **親しい** Close, intimate 亲近的、亲密的 thân thiết	I got to know him and became a close friend through fishing. 我和他通过钓鱼认识变得亲近了起来。 Tôi biết anh ta qua câu cá rồi trở nên thân thiết.

1797	この料理はしつこい/酒をしつこく勧められる
しつこい Cloying, insistent 味道浓重的、缠人 vị đậm(thức ăn), dai dẳng, lằng nhằng	This meal is too rich / He kept trying to press alcohol on me 这道菜味道浓重/被缠人地劝酒了 Món ăn này vị đậm / Bị chuốc rượu một cách dai dẳng

1798	誰もしない仕事をしょうがなく1人でやった。
しょうがない It cannot be helped 没办法、无奈的 không có cách nào khác	I ended up doing the job myself, as no-one else was willing to. 无奈地一个人做了谁都不做的工作。 Tôi đã phải làm việc mà không có ai muốn làm cả.

1799	海の水はしょっぱい。
しょっぱい Salty 咸的 mặn	The seawater is salty. 海水是咸的。 Nước biển mặn.

1800	彼女は、いつも私におごらせてばかりでずうずうしい。
ずうずうしい Insolent 厚脸皮的、厚颜无耻的 trơ tráo, vô liêm sỉ	She is insolent and always makes me pay the bill. 她总是让我请客，太厚颜无耻了。 Cô ấy lúc nào cũng trơ tráo toàn bắt tôi chiêu đãi.

1801	君に借りた本を汚してしまって、すまない。
すまない Sorry 对不起、抱歉 xin lỗi	I am sorry that I have got the book that you lent me dirty. 一不小心弄脏了你借给我的书，对不起。 Tôi xin lỗi vì đã làm bẩn quyển sách mượn bạn.

1802	彼はずるいから、いつも責任を取らない。
ずるい Sly 狡猾的 xảo quyệt, xảo trá	He never takes responsibility because he is sly. 因为他很狡猾，所以总是不负责任。 Anh ta là người xảo trá, không bao giờ chịu trách nhiệm.

1803	このナイフは鋭い／彼は観察力が鋭い
するどい **鋭い** Sharp, acute 锋利的、敏锐的 sắc, sắc bén	This knife is sharp / His powers of observation are acute 这把刀很锋利/他的观察力很敏锐 Con dao này sắc bén / Anh ta có năng lực quan sát sắc bén ⇔鈍い　※鋭さ

1804	この店は騒々しくて、落ち着いて話ができない。
そうぞうしい **騒々しい** Noisy 吵闹的、喧嚣的 ồn ã	This shop is so noisy I cannot have a relaxed conversation. 这家店里很嘈杂，不能平心静气地说话。 Cửa hàng này ồn ã và không thể nói chuyện yên tĩnh được.

1805	服を裏返しに着ているよ。そそっかしいね。
そそっかしい Careless 粗心大意、冒失 hấp tấp, vội vàng	You're wearing your clothing back-to-front. How sloppy you are. 衣服穿反了呦。太粗心大意了。 Anh đang mặc áo trái đấy. Thật hấp tấp.

1806	彼は、何でも相談できる頼もしい男だ。
たのもしい **頼もしい** Reliable 可靠的 đáng tin	He is a reliable man who you can consult with over anything. 他是个什么都能跟他聊的可靠的男人。 Ông ấy là người đàn ông đáng tin có thể tâm sự được bất cứ điều gì.

1807	この１週間、たまらない暑さが続いている。
たまらない Unbearable 受不了、不能忍受的 khôn chịu nổi, cực kỳ	This unbearable heat has continued for over a week. 这一周，持续着无法忍受的炎热。 Thời tiết nóng không chịu nổi tiếp diễn một tuần nay.

1808	だらしない子ね。使った物は元に戻しなさい。
だらしない Sloppy 邋遢的、不整洁的 cẩu thả, luộm thuộm, bần	What a sloppy child you are. When you use something, put it back afterward. 真是个邋遢的孩子。用完的东西放回原处。 Thật là một đứa trẻ luộm thuộm. Hãy xếp lại những đồ đã dùng về chỗ cũ.

1809	キャプテンは、力強く勝利への決意を語った。
ちからづよい **力強い** Powerful 有力的 mạnh mẽ	The captain forcefully expressed his determination to win. 队长有力地讲述了向往胜利的决心。 Thuyền trưởng nói với quyết tâm mạnh mẽ để giành chiến thắng. ※力強さ

1810	家族や友人の命を奪った戦争が憎い。
にくい **憎い** Hateful 可憎的、可恶的 ghét, căm ghét	The war, which took the lives of family members and friends, was abhorrent. 我憎恨夺走家人和朋友生命的战争。 Tôi ghét chiến tranh đã cướp đi cuộc sống của gia đình và bạn bè.

1811	弟はいつも憎らしいことを言ってくる。
にくらしい **憎らしい** Hateful 讨厌的、可憎的 đáng ghét, ghê tởm	My brother is always saying hateful things. 弟弟总是说令人厌恶的话。 Em tôi luôn nói với những lời đáng ghét.

1812	ナイフが鈍くて切れない／弟は動作が鈍い
にぶい **鈍い** Dull, blunt 钝的、迟钝的 cùn, chậm chạp	The knife is too blunt to cut / My younger brother moves slowly 这把刀很钝，不能切东西/弟弟的动作很迟钝 Con dao cùn không thể cắt được / Động tác của anh ấy chậm chạp ⇔鋭い

1813	仕事がのろいと店長に叱られた。
のろい Slow, dull 懒怠的 chậm chạp,	I was scolded by the shop manager for working slowly. 被店长训斥了懒怠工作。 Làm việc chậm chạp là tôi bị người quản lý khiển trách.

1814	こんな安い給料で働くなんて、ばからしい。
ばからしい Foolish 无意义的、无聊的 vô lý, ngu ngốc	It is foolish to work for such a low salary. 为了这么便宜的工资工作，真是愚蠢。 Làm việc với mức lương rẻ mạt như vậy thật ngu ngốc.

1815
はげしい
激しい
Fierce, heavy
激烈的
dữ dội, khủng khiếp

夕方から激しい雨になった。
Heavy rain set in from early evening.
傍晚开始下起了大雨。
Từ buổi chiều, trời bắt đầu mưa dữ dội.

1816
はばひろい
幅広い
Wide, broad
广泛的
sâu rộng, rộng rãi (nhiều lĩnh vực)

彼は歌手、俳優など幅広い活動をしている。
He is active in a wide range of fields, including singing and acting.
他当歌手、演员等，活跃在各领域。
Anh ấy hoạt động rộng rãi như là ca sĩ và diễn viên.

1817
ひとしい
等しい
Equal
相等的
bình đẳng, bằng nhau

この三角形は3つの角度が等しい。
This triangle has three corners with equal angles.
这个三角形，三个角度都是相等的。
Hình tam giác này có ba góc bằng nhau.

1818
ふさわしい
Ideal, suitable
适合的、恰当的
thích hợp

この仕事にふさわしい人材を探している。
I am looking for the ideal person for this job.
正在寻找适合这份工作的人。
Tôi đang tìm kiếm người thích hợp cho công việc này.

1819
まちどおしい
待ち遠しい
Look forward to
焦急等待、盼望已久
nóng lòng, mong ngóng, trông đợi

留学した娘の帰国が待ち遠しい。
I can hardly wait for my daughter to come back after completing her overseas study.
焦急等待留学的女儿回国。
Tôi nóng lòng mong chờ ngày con gái du học nước ngoài trở về.

1820
まぶしい
(Uncomfortably) bright
耀眼的、炫目的、刺眼的
chói

太陽がまぶしいので、サングラスを掛けた。
I put on sunglasses because the sun was too bright.
因为太阳太刺眼了，所以戴了墨镜。
Vì mặt trời chói sáng nên tôi đeo kính râm.

1821
みにくい
醜い
Ugly
丑陋的
xấu xí, đáng xấu hổ

醜い姿／醜い争い
Ugly figure / ugly conflict
丑陋的样子／丑陋的争斗
Dáng vẻ xấu xí / Cuộc chiến đáng xấu hổ

1822
めでたい
Happy, joyous
可喜可贺的
hạnh phúc, đáng mừng

今年で、めでたく結婚10周年を迎えた。
This year marks the joyous 10th anniversary of our marriage.
今年，可喜可贺地迎来了结婚十周年。
Năm nay đã chào đón 10 năm cuộc hôn nhân hạnh phúc.

1823 **めんどうくさい** Bothersome 麻烦的 phiền hà, rắc rối	書類が複雑で、書くのがめんどうくさい。 The documents are complicated, and filling them in is bothersome. 文件很复杂，写起来很麻烦。 Tài liệu phức tạp nên viết rất phiền hà.
1824 **ものたりない** **物足りない** Inadequate 不够满意的、感到欠缺的 không đủ, không thỏa mãn	この料理は、量が少なくて物足りない。 This meal is small and unsatisfactory. 这道菜量太少了，有点不够。 Thức ăn này số lượng ít nên không đủ.
1825 **やかましい** Noisy, fastidious 吵闹的、爱唠叨的 ầm ỹ, phiền phức	工場の音がやかましい／母は行儀にやかましい The factory is noisy / Mother is a stickler for good manners 工厂的声音很吵／母亲在行为规范方面很严厉 Tiếng ồn của nhà máy ầm ỹ / Mẹ tôi cứ xử phiền phức
1826 **ゆるい** **緩い** Loose 宽松的、平缓的 lỏng, thoải thoải	痩せてズボンが緩くなった／緩い坂を上る After I dieted, my trousers became baggy / Go up a gentle slope 瘦下来，裤子都变松了／爬缓坡 Vì gầy nên quần lỏng / Leo lên quá đồi thoai thoải
1827 **わかわかしい** **若々しい** Youthful 看起来很年轻的 trẻ trung, đầy sức sống	祖母は活動的で、いつまでも若々しい。 My grandmother is very active, and seems forever young. 祖母很活跃，无论何时看起来都很年轻。 Bà tôi ưa hoạt động lúc nào cũng trẻ trung đầy sức sống.

な形容詞 けいようし	na-Adjectives な形容词 Tính từ đuôi na

1828 **あいまい** Ambiguous, vague 含糊的 mập mờ, mơ hồ	あいまいな文章で、筆者の考えが分からない。 It is difficult to understand what the writer is thinking because the text is vague. 文章含糊不清，不知道作者的想法。 Bằng câu văn mập mờ, tôi không thể hiểu được suy nghĩ của tác giả. ※あいまいさ
1829 **あきらか** **明らか** Clear 清楚的、明白的 rõ ràng	わが国の将来の人口減少は、統計からも明らかだ。 It is clear from statistics that the population will decline in our country. 从统计可以清晰地看出我国将来的人口减少情况。 Sự sụt giảm dân số trong tương lai của nước ta trong số liệu thống kê là rất rõ ràng.

1830 **あくしつ** **悪質** Malicious 性质恶劣 xấu xa, ác ý	悪質な詐欺に遭って、全財産を取られた。 I fell victim to a malicious scam and lost all my assets. 遭遇到性质恶劣的诈骗，全部财产都被拿走了。 Tôi đã gặp phải sự lừa đảo xấu xa và bị lấy toàn bộ tài sản.
1831 **あらた** **新た** New 新的、重新 mới	仕事が増えたので、新たに人を雇った。 Work has increased so I hired somebody new. 因为工作增加了，所以重新雇了人。 Vì công việc đã tăng lên nên tôi đã thuê một người mới.
1832 **あわれ** **哀れ** Pity 可怜的、凄惨的 đáng thương	捨てられた子犬の鳴き声が哀れに聞こえた。 With pity I heard the barking of the discarded puppy. 被丢弃的小狗的叫声很可怜。 Tôi nghe thấy những âm thanh đáng thương của con chó bị vứt bỏ.
1833 **あんい** **安易** Easy 容易的、简单的 dễ dãi	働かないでもうけようなんて、安易な考えだ。 It is easy to say that you can make money without even working. 不工作就能赚钱什么的，真是简单的想法。 Không làm việc mà vẫn kiếm được tiền là một suy nghĩ dễ dãi.
1834 **いだい** **偉大** Great (prestige) 伟大的 vĩ đại, xuất chúng	彼は偉大な芸術家で素晴らしい作品を残した。 He was a great artist and left wonderful works behind. 他是伟大的艺术家，其佳作留存于世。 Ông là một nghệ sĩ vĩ đại đã để lại những tác phẩm tuyệt vời. ❈ 偉大さ
1835 **おおはば** **大幅** Great (size) 大幅度的 lớn, rộng, nhiều	新空港の建設費は予算を大幅に上回った。 Construction costs for the new airport have greatly exceeded the budget. 新机场的建设费大幅度地超过了预算。 Chi phí xây dựng của sân bay mới đã vượt quá ngân sách rất nhiều.
1836 **おも** **主** Main 主要的 chính	今日の主なニュースは物価の話題だった。 The main news today was about consumer prices. 今天主要的新闻是关于物价的话题。 Các tin chính của ngày hôm nay là chủ đề về giá cả.
1837 **おんだん** **温暖** Mild, temperate 温暖的 ôn đới	この花は温暖な気候でしか育たない。 This flower grows only in temperate climates. 这种花只有温暖的气候中才能培育。 Hoa này chỉ trồng ở khí hậu ôn đới. ❈ 温暖化

1838 **かいてき** **快適** Comfortable 舒适 thoái mái	新幹線は揺れも小さく、静かで快適だ。 The *shinkansen* is a quiet, smooth and comfortable ride. 新干线晃动轻微，安静舒适。 Đi tàu shinkansen rung lắc nhỏ lại yên tĩnh thật thoái mái dễ chịu. ☀**快適さ**
1839 **カジュアル** Casual 休闲、简便 đời thường	この店はカジュアルな衣料の専門店だ。 This is a specialist store for casual wear. 这家店是专门卖休闲装的。 Cửa hàng này là một cửa hàng quần áo đời thường.
1840 **かっぱつ** **活発** Lively 活泼的 hoạt bát	弟は明るくて活発な性格だ。 My brother has a lively, cheerful personality. 弟弟的性格开朗活泼。 Em trai tôi có tính cách tươi vui hoạt bát. ☀**活発化**
1841 **からっぽ** **空っぽ** Empty 空荡荡的 rỗng, trống rỗng	箱を開けてみたら、中は空っぽだった。 Looking inside the box after opening it, I saw that it was empty. 打开箱子看了一下，里面空空如也。 Khi tôi mở hộp, bên trong trống rỗng.
1842 **かんせつてき** **間接的** Indirect 间接的 gián tiếp	間接的に聞いた話だが、彼は結婚するらしい。 I heard indirectly that he is going to get married. 虽然是间接听到的话，但据说他结婚了。 Là câu chuyện tôi nghe gián tiếp nhưng hình như anh ta kết hôn. ☀**間接税**
1843 **きがる** **気軽** Feel free to 轻松愉快、随意的 khoan khoái, thoái mái (đừng ngại)	悩みがあったら、気軽に相談してください。 If you have any problems, feel free to seek advice. 有烦恼的话，请随便跟我聊聊。 Nếu có gì lo lắng, hãy thoái mái trao đổi nhé.
1844 **きちょう** **貴重** Valuable 珍贵的 quý báu	外国で生活したことは貴重な体験だった。 Living overseas was a valuable experience. 在国外生活过是珍贵的经历。 Sống ở nước ngoài là một kinh nghiệm quý báu.
1845 **きのどく** **気の毒** Feel sorry for 可怜、凄惨 đáng thương, không may	災害で家を失った人が気の毒だ。 I feel sorry for people who lost their homes in the disaster. 因灾难失去了家的人很可怜。 Những người mất nhà vì thảm họa thật đáng thương.

1846

きみょう

奇妙

Strange, peculiar

奇妙的、奇异的

kỳ lạ

この島には奇妙な形の岩がたくさんある。

On this island, there are a lot of strangely shaped rocks.

这座岛上有很多奇异形状的石头。

Có rất nhiều đá hình kỳ lạ trên hòn đảo này.

1847

きゅうくつ

窮屈

Cramped

窄小的、狭窄的

chật chội, chật cứng

混んだ電車の中は窮屈で、少しも動けない。

It is cramped in the crowded train, and you can hardly move at all.

拥挤的电车内空间很狭窄，一点也动不了。

Tàu đông người chật cứng nên không thể cử động được tí nào.

1848

きゅうげき

急激

Dramatic

急剧

đột biến, đột nhiên...mạnh mẽ

雨が続いて、野菜が急激に値上がりした。

With the continuing rain, the price of vegetables rose dramatically.

雨一直下，蔬菜急剧地涨价了。

Khi mưa liên tục giá rau tăng đột biến.

1849

きゅうそく

急速

Rapid

快速、迅速

đột nhiên...nhanh chóng, cấp tốc

1960年代に日本経済は急速に発展した。

The Japanese economy developed rapidly in the 1960s.

1960年代日本经济快速发展。

Nền kinh tế Nhật Bản đột nhiên phát triển nhanh chóng vào những năm 1960.

1850

きよう

器用

Dexterity

巧的、灵巧的

khéo tay, có tay nghề

姉は器用で、自分の服は自分で作る。

My elder sister is good with her fingers and makes her own clothes.

姐姐很灵巧，自己的衣服自己做。

Chị gái tôi khéo tay, tự may trang phục cho mình.

⇔不器用

1851

きょうりょく

強力

Powerful

强力的

mạnh

この装置は強力な磁石で物を持ち上げる。

This device lifts things using a powerful magnet.

这个装置靠强力磁铁提起物品。

Thiết bị này nâng vật thể bằng nam châm mạnh.

1852

きょくたん

極端

Extreme, drastic

极端的

cực đoan

国民は政策の極端な変更を望まない。

The people do not want to see drastic changes in policy.

国民不希望政策有极端的变化。

Công chúng không muốn thực hiện những thay đổi cực đoan trong chính sách.

1853

きょだい

巨大

Huge

巨大的

khổng lồ

昔の王が造った巨大な墓を見学した。

I went to see the huge tomb made by a king in ancient times.

参观了古代国王建造的巨大的陵墓。

Tôi đã tham quan ngôi mộ khổng lồ được vị vua ngày xưa xây dựng.

※巨大化

1854	父は定年後、毎日気楽な生活をしている。
きらく **気楽** Carefree, easy 舒服的、轻松的 thư thái, an nhàn	父は定年後、毎日気楽な生活をしている。 Since retirement, my father has made it easy every day. 父亲退休后，每天过着轻松的生活。 Cha tôi có một cuộc sống an nhàn hàng ngày sau khi nghỉ hưu.

1855	彼はよく仕事をする勤勉な人だ。
きんべん **勤勉** Diligent 勤勉的 chăm chỉ	彼はよく仕事をする勤勉な人だ。 He is a diligent man who works hard. 他是一个努力工作、非常勤奋的人。 Anh ấy là một người chăm chỉ làm việc.

1856	初めてのデートで割り勘なんて、彼はけちだ。
けち Stingy 吝啬的、小气的 keo kiệt	初めてのデートで割り勘なんて、彼はけちだ。 It is stingy of him to split the bill on a first date. 第一次约会居然就AA制，他太小气了。 Chia đôi hóa đơn trong ngày hẹn đầu tiên, anh ta thật keo kiệt.

1857	質問は大いにけっこうです。何でもどうぞ。
けっこう Pretty, fairly, OK 很好、非常好 được	質問は大いにけっこうです。何でもどうぞ。 It's OK if there are a lot of questions. Fire away. 有问题非常好。什么都可以问。 Các bạn có nhiều câu hỏi cũng được. Xin mời hỏi gì cũng được.

1858	彼の話し方は丁寧で、下品な言葉は使わない。
げひん **下品** Vulgarity 粗野的、粗俗的 khiếm nhã, kém chất lượng	彼の話し方は丁寧で、下品な言葉は使わない。 He speaks in a polite way, and does not use vulgar words. 他说话的方式很礼貌，不使用粗俗的话语。 Cách nói chuyện của anh ấy lịch sự và anh ấy không sử dụng những từ khiếm nhã. ⇔上品

1859	彼女は何でもできるが、謙虚で威張らない。
けんきょ **謙虚** Humble, modest 谦虚的 khiêm tốn	彼女は何でもできるが、謙虚で威張らない。 She can do anything, but she is humble and does not boast. 她虽然什么都会，但是很谦虚不张扬。 Cô ấy có thể làm bất cứ điều gì, nhưng khiêm tốn không kiêu căng.

1860	個人情報の管理には厳重な注意が必要だ。
げんじゅう **厳重** Strict 严重、严肃、严格 cẩn thận, nghiêm ngặt	個人情報の管理には厳重な注意が必要だ。 It is necessary to pay strict attention to management of personal information. 必须严格注意个人信息的管理。 Cần phải chú ý cẩn thận đến việc quản lý thông tin cá nhân.

1861	懸命な努力の結果、彼は代表選手に選ばれた。
けんめい **懸命** Hard, gruelling 拼命、奋力 hết mình	懸命な努力の結果、彼は代表選手に選ばれた。 As a result of his intense efforts, he was chosen to join the team. 拼命努力的结果是，他被选为了代表选手。 Do những nỗ lực hết mình của mình, anh ấy đã được chọn vào đội tuyển quốc gia.

1862

ごういん
強引
Force through, impose
强制、蛮干
ép buộc, cưỡng ép

部長は、反対を無視して強引に事業を進めた。
The department manager ignored all opposition, and forced the project through.
无视部长的反对，强硬地推进了事业。
Đạo diễn bỏ qua điều ngược lại, và buộc phải tiến hành dự án.

1863

こううん
幸運
Fortune, luck
幸运的
may mắn

幸運なことに、宝くじに当たった。
I was lucky enough to win in the lottery.
幸运地中奖了。
Nhờ may mắn, tôi đã trúng xổ số.
⇔不運

1864

ごうか
豪華
Gorgeous, splendid
豪华的
xa hoa lộng lẫy

彼女はとても豪華な結婚式を挙げた。
She organized a really gorgeous wedding.
她举行了非常豪华的结婚典礼。
Cô ấy đã tổ chức lễ cưới xa hoa.

1865

こうきゅう
高級
High-class, luxury
高级的
cao cấp, hàng

彼はいつも高級な腕時計をしている。
He always wears a luxury watch.
他总是戴着高级手表。
Anh ấy luôn đeo một cái đồng hồ tốt.

1866

こうせい
公正
Fair, just
公正
công bằng

裁判は公正に行われた。
The trial was conducted fairly.
审判公正地审理了。
Phiên tòa đã được thực hiện công bằng.

1867

こうだい
広大
Vast
广大的、广阔
rộng lớn

広大な砂漠に木を植えた。
I planted trees in the vast desert.
在广阔的沙漠里种了树。
Đã trồng cây cối trên sa mạc rộng lớn.

1868

こうど
高度
Advanced, sophisticated
高度的、高级的
tiên tiến, hàng đầu

このロボットは高度な技術を集めて作られた。
This robot was built using a combination of sophisticated technologies.
这个机器人是集合了高级技术而被制造出来。
Robot này được tạo ra bằng cách tập hợp các công nghệ tiên tiến.
※高度化 ※高度経済成長

1869

こうへい
公平
Fair, equal
公平
công bằng

社員の評価を公平に行うことは難しい。
It is difficult to ensure a fair evaluation of employees.
公平地进行职员评价是很困难的。
Rất khó để đánh giá nhân viên một cách công bằng.
⇔不公平 ※公平性

1870
ごうりてき
合理的
Rational, reasonable
合理的
hợp lý, hiệu quả, năng suất

無駄を減らして合理的に仕事を進めよう。
Let's cut waste and find a more rational approach to work.
减少无用功，合理地推进工作。
Hãy giảm thiểu lãng phí và tăng hiệu quả công việc.
※合理化　※合理性

1871
こんなん
困難
Difficult
困难的
khó khăn

彼は困難な状況でも最後まで諦めない。
Even in a difficult situation, he sticks it out to the end.
即使是在困难的状况中，直到最后他也不放弃。
Anh ấy sẽ không từ bỏ ngay cả trong hoàn cảnh khó khăn.
※困難さ

1872
さいてき
最適
Ideal, perfect
最适合的
thích hợp, hoàn hảo

この喫茶店は読書に最適な所だ。
This coffee shop is the ideal place for reading books.
这家咖啡馆是最适合读书的地方。
Cửa hàng cà phê này là nơi hoàn hảo để đọc sách.
※最適化

1873
さいわい
幸い
Fortunate
幸运
may mắn

事故で誰もけがをしなかったのは幸いだった。
It was fortunate that nobody was injured in the accident.
事故中谁都没有受伤真幸运。
Thật may mắn vì không có ai bị thương trong tai nạn.

1874
さわやか
爽やか
Refreshing, bracing
清爽的、爽朗的
dễ chịu, khoan khoái

山の爽やかな風は気持ちがいい。
It is good to feel the refreshing mountain winds.
清爽的山风很舒服。
Làn gió núi dễ chịu làm tâm trạng thoải mái.
※爽やかさ

1875
じつようてき
実用的
Practical
实用的
tính thiết thực, hiệu quả

旅行に役に立つ実用的な会話を習った。
I studied practical conversation that would be useful on a journey.
学习了对旅行有帮助的实用会话。
Tôi đã học được cách nói mang tính thiết thực khi đi du lịch.
※実用化　※実用性

1876
しゃこうてき
社交的
Sociable
善于社交的
tính quảng giao, ưu giao tiếp

彼女は誰にでも話しかける社交的な性格だ。
She has a sociable nature and will chat to anybody.
她是跟谁都能交流的善于社交的性格。
Cô ấy có tính quảng giao, ai cũng có thể bắt chuyện được.
※社交性

1877
しゅよう
主要
Major
主要的
quan trọng, chính

首相はアジアの主要な都市を訪問した。
The prime minister visited major cities in Asia.
首相访问了亚洲的主要城市。
Thủ tướng đã thăm các thành phố chính của châu Á.
※主要都市　⊕主～（例：主目的）

	1878	純情な彼女は人を疑うことを知らない。
	じゅんじょう **純情** Genuine, innocent 纯真的、天真的 trong sáng, ngây thơ	She is a very genuine person who never mistrusts people. 天真的她不懂得怀疑别人。 Cô gái ngây thơ không biết nghi ngờ mọi người.

	1879	彼は彼女を愛する純粋な気持ちを歌にした。
	じゅんすい **純粋** Pure 纯粹的 thuần khiết, trong trẻo	He wrote a song expressing his pure feelings of love for her. 他把爱她的纯粹的心情写成了歌曲。 Anh đã hát diễn tả tâm trạng thuần khiết yêu thương cô ấy.

	1880	ビルの建設は順調に進んでいる。
	じゅんちょう **順調** Smooth, favorable 顺利 trôi chảy, thuận lợi	Construction of the office block is proceeding smoothly. 大楼的建设正在顺利地进行着。 Việc xây dựng tòa nhà đang tiến hành thuận lợi.

	1881	子供は自分がいたずらをしたと正直に言った。
	しょうじき **正直** Honest, frank 诚实、坦率 chính trực, ngay thẳng	The child frankly admitted that he had been naughty. 孩子坦言自己做了恶作剧。 Đứa trẻ nói thành thật nói rằng mình đã trêu chọc bạn. ※正直者

	1882	父の誕生日に上等なワインを贈った。
	じょうとう **上等** Superior, premium 上等的 hảo hạng, thượng hạng	I gave my father premium quality wine for his birthday. 父亲生日我送了上等的酒。 Tôi đã tặng bố tôi một chai rượu hảo hạng vào ngày sinh nhật.

	1883	彼女の話し方は丁寧で上品だ。
	じょうひん **上品** Elegant, graceful 文雅 thanh lịch, quý phái	Her way of speaking is polite and elegant. 她的说话方式礼貌而文雅。 Cách nói chuyện của cô ấy lịch sự, thật là quý phái. ⇔下品

	1884	彼は、神経質で細かいことを気にする。
	しんけいしつ **神経質** Nervousness 神经质 nhạy cảm, bất ổn	He is nervous by nature and very meticulous. 他有些神经质，零碎的事情也放在心上。 Anh ta nhạy cảm nên để ý tới những thứ nhỏ nhặt.

	1885	息子は大学卒業後の進路を真剣に考えている。
	しんけん **真剣** Serious 认真的 nghiêm túc	My son is thinking seriously about what he will do after leaving college. 儿子正认真地考虑着大学毕业后的出路。 Con trai tôi đang suy nghĩ nghiêm túc về sự nghiệp của mình sau khi tốt nghiệp đại học.

1886 しんこく 深刻 Serious, grave 严重 trầm trọng, nghiêm trọng	農家にとって、水不足は深刻な問題だ。 Water shortages are a serious problem for farmers. 对于农民来说，缺水是严重的问题。 Đối với nông dân, thiếu nước là một vấn đề nghiêm trọng. ※ 深刻化
1887 しんちょう 慎重 Careful 小心、谨慎 cẩn thận	夜の山道を慎重に運転した。 I drove carefully along the mountain roads at night. 夜间山道上小心开车。 Tôi lái xe cẩn thận khi đi đường núi vào buổi tối.
1888 シンプル Simple 简洁 đơn giản	この地図はシンプルで分かりやすい。 This map is simple and easy to read. 这张地图很简洁，容易看懂。 Bản đồ này rất đơn giản nên dễ hiểu.
1889 すいちょく 垂直 Vertical 垂直 vuông góc	この寺は太い柱が地面に垂直に立っている。 In this temple, a wide pillar rises vertically from the ground. 这座寺庙有一根粗的柱子竖立在地上。 Ngôi đền này có một trụ cột to đứng vuông góc với mặt đất. ⇔ 水平
1890 すいへい 水平 Horizontal, level 水平 mặt phẳng	傾いた床を水平にする工事を依頼した。 I asked a builder to make my sloping floor level again. 委托了将倾斜的地板弄平的工程。 Chúng tôi yêu cầu thi công để làm phẳng mặt sàn nghiêng. ⇔ 垂直 ※ 水平線
1891 ストレート Straight 直、直接 thẳng, thẳng thắn	ストレートな髪/彼はストレートにものを言う Straight hair / He talks in a straight way 直发/他直截了当地说话 Tóc duỗi thẳng / Ông ấy nói chuyện thẳng thắn
1892 すなお Obedient 直爽 ngoan ngoãn, dễ bảo	妹はすなおな性格で、注意されたらすぐ直す。 My sister is obedient by nature, and immediately does the right thing when told of a problem. 妹妹的性格很直爽，被叮嘱了就立刻改正。 Em gái tôi có tính cách ngoan ngoãn nên chỉ cần nhắc nhở là sửa sai ngay.
1893 スマート Smart 时髦的、聪明的 (hình dáng) thon nhỏ, thông minh	スマートな形の靴/スマートな話し方 "Smart-shape" shoes / Smart way of speaking 时髦的鞋/聪明的说话方式 Đôi giày với hình dáng thon nhỏ / Cách nói chuyện thông minh

1894 スリム Slim 苗条的、瘦的 mảnh mai	このドレスはスリムな人によく似合う。 This dress suits slim people well. 这件礼服适合苗条的人。 Cái váy này phù hợp với người mảnh mai.
1895 せいけつ 清潔 Clean 干净的 sạch sẽ	毎日、洗濯した清潔な服を着ている。 Each day, I wear clean, newly washed clothes. 每天都穿着洗干净的衣服。 Hằng ngày, tôi mặc quần áo sạch sẽ mà tôi đã giặt. ⇔不潔
1896 せいしき 正式 Official, formal 正式 chính thức	今年こそ彼女に正式にプロポーズしよう。 This year of all years, I want to formally propose to her. 今年一定要向她正式求婚。 Hãy chính thức cầu hôn với cô ấy trong năm nay. ⊕正〜（例：正社員）
1897 せいじょう 正常 Normal, regular 正常 bình thường	事故で遅れていた電車のダイヤが正常に戻った。 The train timetable has returned to normal after delays caused by an accident. 因事故晚点的电车的运行时刻恢复正常了。 Lịch trình của đoàn tàu bị muộn do vụ tai nạn đã trở lại bình thường.　　※正常化
1898 せつじつ 切実 Urgent 切实 nghiêm trọng	学費の値上げは学生にとって切実な問題だ。 The increase in tuition fees is an urgent problem for students. 学费涨价对于学生来说是切实的问题。 Việc tăng học phí là một vấn đề nghiêm trọng đối với sinh viên.
1899 そっくり True to life, very similar 一模一样 giống hệt	彼は父親の若いころにそっくりだ。 He looks just like a younger version of his father. 他和年轻时候的父亲一模一样。 Anh ấy trông giống hệt cha mình khi còn trẻ.
1900 そっちょく 率直 Frank 坦率、直率 thật thà, ngay thẳng, thẳng thắn	社員は社長に率直に自分の意見を言った。 The employee gave his frank opinion to the company president. 员工直率地向社长提出了自己的意见。 Nhân viên đã nói thẳng thắn ý kiến của mình với giám đốc.
1901 そまつ 粗末 Coarse, poor 粗糙的、不精致 đơn sơ, đạm bạc	泊まったホテルは、古くて食事も粗末だった。 The hotel we stayed at was old and the food was of poor quality. 住宿的宾馆很旧，食物也是粗茶淡饭。 Khách sạn tôi đã nghi trợ là một khách sạn cũ và bữa ăn cũng đạm bạc.

1902 たいくつ **退屈** Boring 无趣、无聊 buồn chán	今日^{きょう}は、何^{なに}もすることがなくて退屈^{たいくつ}だ。 I am bored today, having nothing to do. 今天什么都没做很无聊。 Hôm nay không có gì để làm thật buồn chán.
1903 **タイムリー** Timely 适时、及时 hợp thời	タイムリーな話題^{わだい}を選^{えら}んで放送^{ほうそう}した。 A show with a timely topic was selected and broadcast. 选择了适时的话题进行了播放。 Chúng tôi đã chọn một chủ đề hợp thời và phát sóng.
1904 たいら **平ら** Flat, level 平的、平坦的 bằng phẳng	山道^{やまみち}を登^{のぼ}ると、広場^{ひろば}のような平^{たい}らな所^{ところ}に出^でた。 Reaching the top of the mountain pass I came onto a plateau. 爬上山路，眼前出现了广场般平坦的地方。 Khi tôi leo lên con đường núi, tôi đi đến một nơi bằng phẳng như quảng trường.
1905 たよう **多様** Variety of 多样的 đa dạng, nhiều	日本列島^{にほんれっとう}には多様^{たよう}な生物^{せいぶつ}が存在^{そんざい}する。 Biodiversity in the Japanese archipelago is very great. 日本列岛上生存着多样的生物。 Có nhiều sinh vật khác nhau tồn tại ở các quần đảo của Nhật Bản. ※ 多様化^{たようか}　※ 多様性^{たようせい}
1906 ちてき **知的** Intellectual 智慧的、知性的 trí tuệ, khôn ngoan,	彼女^{かのじょ}は知的^{ちてき}で落^おち着^ついた話^{はな}し方^{かた}をする。 She has a calm, knowledgeable way of speaking. 她用知性沉着的方式说话。 Cô ấy có một cách nói chuyện bình tĩnh và khôn ngoan.
1907 ちゅうしょうてき **抽象的** Abstract 抽象的 tính trừu tượng	彼^{かれ}が言^いうことは、いつも抽象的^{ちゅうしょうてき}で分^わからない。 He always speaks in abstract terms, and is difficult to understand. 他说的话总是很抽象，令人费解。 Những gì anh ấy nói luôn luôn trừu tượng và tôi không hiểu. ⇔ 具体的^{ぐたいてき}
1908 ちゅうとはんぱ **中途半端** Halfway, incomplete 半途而废、态度暧昧 giữa chừng	弟^{おとうと}はいつも中途半端^{ちゅうとはんぱ}なところでやめてしまう。 My brother always quits halfway in. 弟弟总是半途而废。 Anh trai tôi luôn bỏ cuộc giữa chừng.
1909 ちょくせつてき **直接的** Direct 直接的 trực tiếp	風邪^{かぜ}の直接的^{ちょくせつてき}な原因^{げんいん}はウイルスだ。 The direct cause of colds is a virus. 感冒的直接原因是病毒。 Nguyên nhân trực tiếp của cảm lạnh là một vi-rút. ⇔ 間接的^{かんせつてき}

1910 つよき 強気 Aggressive, heated 坚决的、强硬的 mạnh mẽ	おとなしい彼が珍しく強気な発言をした。 Usually calm, he spoke remarkably heatedly. 温和的他罕见地发表了强硬的演说。 Anh ấy- con người hiền lành-đã nói những lời mạnh mẽ hiếm hoi.
1911 てがる 手軽 Easy 简单、简便 dễ dàng	この菓子は家でも手軽に作れる。 This confectionery is easy to make at home. 这种点心即便在家里也能轻轻松松地做出来。 Bánh kẹo này có thể làm được ở nhà một cách dễ dàng.
1912 てきかく 的確 Exact, precise 正确、准确 chính xác	自分の考えを的確な言葉で表すことは難しい。 It's difficult for me to find the right words to express my thoughts. 将自己的想法用准确的话语表达出来是很难的。 Rất khó để diễn đạt suy nghĩ của tôi bằng những từ ngữ chính xác.
1913 てきせつ 適切 Proper, right 恰当、合适 phù hợp, thích hợp	手当てが適切だったので、けがは軽く済んだ。 I got the right care, so my injury was not severe. 因为处置得当，所以伤口没有进一步恶化。 Vì điều trị thích hợp nên vết thương nhanh khỏi.
1914 てきど 適度 Moderate 适度、适当 vừa phải, phù hợp	祖父は適度な運動を日課にしている。 My grandfather makes a routine of moderate exercise. 适当的运动是祖父每天必做的事。 Ông tôi hằng ngày đều vận động ở mức độ vừa phải.
1915 でこぼこ 凸凹 Uneven, rough 凹凸不平、坑洼不平 gồ ghề, lồn nhồn	この山道は石が多くて凸凹だ。 This mountain path has many stones and is uneven. 这里的山道石头多，坑洼不平。 Đường núi này lắm đá sỏi lồn nhồn.
1916 てごろ 手頃 Reasonable 适手的、合适的 vừa tầm, vừa phải	通勤に手頃な大きさのバッグを見付けた。 I found a handy-sized bag for commuting. 找到了大小适合上下班的包。 Tôi tìm thấy một túi có kích thước vừa phải để đi làm.
1917 でたらめ Nonsense 毫无道理、胡说八道 nhảm nhí, linh tinh	彼はよくうそをつくから、今の話もでたらめだ。 He often tells lies, so what he just said is also nonsense. 他经常说谎，刚才那番话也是胡说八道。 Anh ta thường nói dối, và câu chuyện bây giờ cũng là nhảm nhí.

	1918	毎日雨が降って、典型的な梅雨の天気だ。
	てんけいてき **典型的** Typical 典型的 mang tính điển hình	Rain every day is typical weather for the rainy season. 每天都下雨，是典型的梅雨天气。 Trời mưa mỗi ngày, đúng là thời tiết điển hình của mùa mưa.

	1919	この湖の水は透明で、底までよく見える。
	とうめい **透明** Transparent 透明的 trong suốt	The water in this lake is transparent, and you can see right to the bottom. 这面湖水清澈透明，连湖底都能看清。 Nước trong hồ này là trong suốt, có thể nhìn thấy đáy. ※透明性　※透明度

	1920	布にしわにならない特殊な加工をした。
	とくしゅ **特殊** Special 特殊的 đặc biệt	I used a special process that ensures the cloth does not crease. 对布料进行了不产生皱纹的特殊加工。 Tôi đã thực hiện gia công đặc biệt để vải không nhăn.

	1921	このチーズの独特な香りが好きだ。
	どくとく **独特** Distinctive 独特的 độc đáo	I like the distinctive aroma of this cheese. 我喜欢这块奶酪的独特香味。 Tôi thích hương vị độc đáo của loại phô mai này.

	1922	中学生になって、弟は急に生意気になった。
	なまいき **生意気** Cheeky, cocky 自大、傲慢、狂妄 kiêu ngạo, tinh vi	When he started going to junior high school, my brother suddenly became cheeky. 上了初中，弟弟突然变得狂妄了。 Từ khi trở thành một học sinh trung học cơ sở, em trai tôi đột nhiên trở nên tinh vi.

	1923	石を磨いて、表面を滑らかにした。
	なめらか **滑らか** Smooth 平滑、光滑 nhẵn bóng	I polished the stone and made the surface smooth. 石头经过打磨，表面变得光滑了。 Tôi mài hòn đá và làm cho bề mặt đã nhẵn bóng.

	1924	母はのんきな性格で、慌てることがない。
	のんき Carefree 不慌不忙、从容不迫 bình tĩnh	My mother has a carefree nature and never gets flustered. 母亲是从容不迫的性格，从未慌张过。 Mẹ tôi có tính cách bình tĩnh, không hoảng sợ.

	1925	こんな問題も解けないなんて、君はばかだ。
	ばか Fool 笨蛋 ngốc	You must be a fool if you cannot solve this problem. 这种问题都解决不了，你真是笨蛋。 Không giải được câu như thế này, mày thật ngốc. ※ばか者

1926 **はなやか** **華やか** Splendid 华贵的、华丽的 lộng lẫy, hảo nhoáng	受賞式の華やかなパーティーに招待された。 I was invited to a splendid party for the award ceremony. 受到了豪华的获奖仪式聚会的邀请。 Tôi đã được mời đến một bữa tiệc hảo nhoáng tại lễ trao giải. ※華やかさ
1927 **ひきょう** Cowardly 卑鄙的 đê tiện, hèn hạ	大勢で1人をいじめるのは、ひきょうだ。 It's cowardly for a group of people to bully one person. 这么多人欺负一个人，太卑鄙了。 Trêu chọc một người bằng cả đám đông, thật đê tiện. ※ひきょう者
1928 **ひっし** **必死** Desperate, hard 必死、拼命 liều mạng, cố sống cố chết	入学試験を控えて、必死に勉強している。 I am studying like mad ahead of the entrance examination. 临近入学考试，正在拼命地学习。 Kỳ thi đại học đang đến gần, tôi cố sống cố chết học ôn.
1929 **びみょう** **微妙** Subtle 微妙的 tinh tế	この絵の特徴は微妙な色の使い方だ。 A feature of this picture is its subtle use of color. 这幅画的特点是微妙的颜色使用方式。 Nét đặc sắc của bức tranh này là cách sử dụng màu sắc tinh tế.
1930 **びょうどう** **平等** Equal 平等的 công bằng, bình đẳng	人は人種や性別に関係なく平等だ。 People are equal regardless of ethnicity or gender. 人，无关乎人种或性别，都是平等的。 Con người bình đẳng với nhau không kể màu da giới tính. ⇔不平等　※男女平等
1931 **びんかん** **敏感** Sensitive to 敏感的 nhạy cảm, mẫn cảm, thính	彼女は小さな音にも敏感に反応する。 She is sensitive even to small sounds. 即使是细小的声音她的反应都很敏锐。 Cô ấy phản ứng mẫn cảm với cả tiếng động nhỏ.
1932 **ふうん** **不運** Unlucky 不幸的 bất hạnh, số đen	2度も火事に遭うなんて、彼は不運な人だ。 He was really unlucky to have been involved in two fires. 居然遭遇两次火灾，他真是个不幸的人。 Hai lần gặp hỏa hoạn, anh ta đúng là số đen. ⇔幸運
1933 **ふけつ** **不潔** Dirty 不干净 bẩn, mất vệ sinh	同じタオルを何日も使うのは不潔だ。 It is dirty to use the same towel for days on end. 连着几天都用同一条毛巾，不干净。 Mấy ngày cùng sử dụng cùng một khăn tắm thật mất vệ sinh. ⇔清潔

1934 **ふじゆう** **不自由** Inconvenient, not free 不自由、不方便 bất tiện	右手をけがして、字を書くのが不自由だった。 When I hurt my right hand, I could no longer write freely. 右手受了伤，写字不方便。 Vì tay phải bị thương nên việc cầm bút viết thật bất tiện. ⇔自由
1935 **ふじゅん** **不順** Unseasonable 不顺、不好 không thuận lợi	この夏は、天候が不順で野菜や果物が育たない。 This summer, the weather has been unseasonable and vegetables and fruit will not grow. 这个夏天，因为天气不好，蔬菜和水果都不生长。 Mùa hè này, thời tiết không thuận lợi nên rau quả không phát triển.
1936 **ふせい** **不正** Wrong, unauthorized 不正当 bất chính, trái phép	会社のパソコンに不正なアクセスがあった。 The computers of the company have been accessed without authorization. 在公司的电脑上有不正当的访问。 Đã có truy cập trái phép vào máy tính của công ty.
1937 **ふめい** **不明** Unclear (point) 不明白 không rõ ràng, thắc mắc	不明な点はメールでお問い合わせください。 Please contact us by e-mail if you need further explanation. 不明白的地方请发邮件询问。 Vui lòng liên hệ với chúng tôi qua email nếu có thắc mắc.
1938 **ふよう** **不要** Unnecessary 不需要 không cần thiết	帰国するので、不要な物を友人に譲った。 As I'm going back to my country, I gave stuff I did not need to my friends. 因为要回国了，所以不需要的物品都转让给了朋友。 Vì về nước nên tôi nhường lại cho bạn những đồ không cần thiết. ⇔必要
1939 **ふり** **不利** Unfavorable 不利 bất lợi	この契約はわが社には不利だ。 This contract is unfavorable for our company. 这份合同对我们公司不利。 Hợp đồng này là bất lợi cho công ty chúng ta. ⇔有利
1940 **ふりょう** **不良** Bad 不好 không tốt	最近、忙しすぎて体調が不良だ。 Recently, my health has suffered from my being too busy. 最近太忙了，身体不太好。 Gần đã, vì uá bận nên tình trạng sức khoẻ của tôi không tốt.
1941 **へいき** **平気** Be unconcerned, not mind 没关系、不在乎 không sao, bình thường	子供は、寒くてもTシャツ1枚で平気だ。 Even when cold, children are alright in just one T-shirt. 这个孩子，即便天气冷只穿一件T恤也没关系。 Đứa trẻ, mặc dù trời lạnh, vẫn bình thường khi chỉ mặc mỗi chiếc áo phông.

1942

へいこう
平行
Parallel
平行
song song

国道は川とほぼ平行に通っている。
The national highway runs more or less parallel to the river.
国道和河流大体上是平行的。
Đường quốc lộ chạy song song với sông.
✳平行線

1943

へいぼん
平凡
Ordinary
平凡
bình thường

父の一生は平凡だったが、幸せだったと思う。
My father led a very ordinary life, but I think he was happy.
我觉得父亲的一生虽然平凡，却很幸福。
Cha tôi đã sống một đời bình thường nhưng tôi nghĩ ông ấy đã rất hạnh phúc.

1944

ヘルシー
Healthy
健康的
lành mạnh

健康のために、ヘルシーな食事を続けている。
I am continuing to eat healthy food, for my health.
为了健康，一直坚持健康饮食。
Tôi đang tiếp tục những bữa ăn lành mạnh tốt cho sức khỏe.

1945

ほうけんてき
封建的
Feudal
封建的
mang tính phong kiến

女子に教育は不要だというのは封建的な考えだ。
The idea that girls do not need education is feudal.
女子不该受教育是封建思想。
Việc cho rằng phụ nữ không cần học hành là một suy nghĩ mang tính phong kiến.
✳封建制

1946

ほうふ
豊富
Abundant
丰富
phong phú

この酒屋はワインの種類が豊富だ。
This liquor store has a lot of varieties of wine.
这家酒馆的红酒种类丰富。
Cửa hàng rượu này phong phú về các loại rượu vang.
✳〜豊富（例：経験豊富）

1947

ほがらか
朗らか
Cheerful
开朗
phấn khởi, rạng rỡ, vui vẻ

彼女は朗らかな性格で周りを明るくする。
A cheerful personality, she brightens up all around her.
她的性格开朗，使周围变快活。
Cô ấy với tính cách vui vẻ làm cho xung quanh bừng sáng theo.

1948

ホット
Hot
热的、新鲜的
nóng hổi

この番組ではホットな話題をお伝えします。
You will learn about hot topics of the day on this program.
本节目向您播报热门的话题。
Chương trình này sẽ cho các bạn biết về những chủ đề nóng hổi.

1949

ほんかくてき
本格的
Authentic, real thing
地道的
đích thực

この店では本格的な中国料理が食べられる。
You can eat authentic Chinese food at this restaurant.
这家店里可以吃到地道的中国菜。
Bạn có thể ăn các món ăn Trung Quốc đích thực tại cửa hàng này.

1950

マイペース
In your own way
我行我素
chỉ theo ý mình

彼はマイペースで、他人の考えを気にしない。
Being a individualist, he doesn't much care about what other people think.
他我行我素，不考虑他人感受。
Anh ta không để ý đến suy nghĩ của người khác mà chỉ theo ý mình.

1951

まんまる
真ん丸
Perfectly round
溜圆
tròn

東の空に真ん丸な月が出た。
A full moon appeared in the eastern sky.
东方的天空出现了圆圆的月亮。
Mặt trăng tròn xuất hiện ở bầu trời phía đông.

1952

みごと
見事
Splendid, brilliant
漂亮、精彩
tuyệt vời, tuyệt đẹp

今年は庭の桜が見事に咲いた。
This year, the cherry blossoms in the garden bloomed splendidly.
今年，院子里的樱花开得很漂亮。
Hoa anh đào nở rộ tuyệt đẹp trong vườn năm nay.

1953

みぢか
身近
Familiar, close to you
身边的
thân cận, gần bên người

身近な人の意見を聞く/バッグを身近に置く
Listen to the opinions of people close to you / Put the bag by your side
听身边人的意见/把包放在身边
Nghe ý kiến của những người thân cận / Để túi gần bên người

1954

みっせつ
密接
Close, tight
亲密、密切
chặt chẽ

A国とB国は密接な関係にある。
Country A and Country B have close relations.
A国与B国关系密切。
Nước A và nước B có một mối quan hệ chặt chẽ.

1955

みょう
妙
Strange
奇怪、怪异
kỳ lạ

出張中の彼が東京にいるなんて、妙だ。
It's strange that he is in Tokyo given that he is supposedly away on business.
出差中的他居然在东京，真是奇怪。
Việc anh ấy đang đi công tác mà lại vẫn đang ở Tokyo thì thật là kỳ lạ.

1956

むくち
無口
Taciturn
沉默寡言
trầm lặng, ít nói

普段無口な彼が珍しくよくしゃべった。
He is always quiet but remarkably spoke up.
平素沉默寡言的他很难得地侃侃而谈。
Hiếm khi một con người trầm lặng như anh ấy lại nói rất nhiều.

1957

めいかく
明確
Clear, explicit
明确
rõ ràng, chính xác

政府は憲法改正の意志を明確にした。
The government clarified the purpose of the amendments to the constitution.
政府明确了修正宪法的意志。
Chính phủ đã thể hiện rõ ý chí sẽ sửa đổi hiến pháp.
❋明確化

1958	事故で車がめちゃくちゃになった。
めちゃくちゃ Completely messed up 乱七八糟 lộn xộn	The car was a write-off after the accident. 由于事故，汽车面目全非了。 Chiếc xe trở nên lộn xộn sau vụ tai nạn.

1959	最近はモダンな柄の浴衣が人気だ。
モダン Modern 現代、近代 hiện đại	*Yukata* with modern patterns have recently become popular. 最近花纹具有现代感的浴衣很受欢迎。 Những chiếc Yukata có hoa văn hiện đại gần đây rất được ưa chuộng.

1960	たばこには体に有害な物質が含まれている。
ゆうがい **有害** Harmful 有害 có hại	Tobacco contains substances that are harmful to human health. 烟草中含有对人体有害的物质。 Thuốc lá có chứa các chất có hại cho cơ thể. ❋有害物質

1961	私のパスポートは10年間有効だ。
ゆうこう **有効** Effective, valid 有效 có hiệu lực, có giá trị	My passport is valid for 10 years. 我的护照有效期为10年。 Hộ chiếu của tôi có giá trị trong 10 năm. ❋有効性　❋有効〜（例：有効期間）

1962	彼女は多くの小説家を育てた有能な編集者だ。
ゆうのう **有能** Capable, talented 有才能的 có năng lực, có khả năng	She is a talented editor who fostered many novelists. 她是一位培养了多名小说家的有能力的编辑。 Cô ấy là một biên tập viên có khả năng đào tạo ra nhiều tiểu thuyết gia.

1963	このスポーツは背が高い人のほうが有利だ。
ゆうり **有利** Advantage, asset 有利 có lợi	In this sport, height is an asset. 这项运动，身材高大的人有优势。 Môn thể thao này những người cao có lợi. ⇔不利

1964	今年も不景気が続くという見方が有力だ。
ゆうりょく **有力** Influential 有力 ảnh hưởng	An influential school of thought holds that the recession will continue into this year. 今年经济也会持续不景气的观点是有力的。 Có quan điểm cho rằng cuộc suy thoái kinh tế sẽ tiếp tục ảnh hưởng trong năm nay.

1965	友達の愉快な話を聞いて、みんな笑った。
ゆかい **愉快** Pleasant, amusing 愉快 hài hước, vui nhộn	Everybody laughed at my friends' amusing banter. 听了朋友愉快的话，大家笑了。 Mọi người cười phá lên khi nghe câu chuyện hài hước của một người bạn.

1966 **ユニーク** Unique 独特 độc đáo	この幼稚園の教育方針はユニークだ。 The educational policies of this kindergarten are unique. 这所幼儿园的教育方针很独特。 Chính sách giáo dục của trường mẫu giáo này rất độc đáo.	
1967 **ようい** **容易** Easy 容易 dễ dàng	いじめの問題を解決するのは容易ではない。 It is not easy to solve the problem of bullying. 解决欺凌问题不是一件容易的事。 Không dễ dàng để giải quyết vấn đề bắt nạt.	
1968 **ようき** **陽気** Merry 开朗 vui vẻ	父はお酒を飲むと、陽気に歌い出す。 My father begins to sing merrily when he drinks alcohol. 父亲一喝酒，就会开朗地唱起歌。 Bố tôi hễ cứ uống rượu là ca hát vui vẻ.	
1969 **ようち** **幼稚** Childish 幼稚 ấu trĩ, trẻ con	彼はわがままで、考え方も幼稚だ。 He is selfish, and also childish in his ideas. 他很任性，想法也幼稚。 Anh ta ích kỷ và cách suy nghĩ của anh ấy trẻ con.	
1970 **よくばり** **欲張り** Greedy, grasping 贪婪、贪得无厌 tham lam	彼はお金も地位も欲しがる欲張りな人だ。 He is a greedy person who seeks both money and status. 他是个金钱地位都想要的贪婪的人。 Anh ta là một người đàn ông tham lam muốn cả tiền lẫn địa vị.	
1971 **よけい** **余計** Needless, extra 多余 dư thừa	余計な心配をする/お菓子を1つ余計にもらう Worry needlessly / Get one extra cake for free 杞人忧天/多拿一个点心 Lo lắng dư thừa / Tôi nhận dư 01 cái kẹo	
1972 **らんぼう** **乱暴** Rough 粗暴 hỗn loạn, linh tinh	パソコンを乱暴に扱ったら、壊れてしまった。 I was rough in handling my computer, and I broke it. 粗暴地使用电脑，结果电脑坏了。 Tôi đã sử dụng máy tính linh tinh nên nó bị hỏng.	
1973 **りこう** **利口** Clever 聪明、伶俐、机灵 lanh lợi, mồm mép	この子は何でもすぐに理解する利口な子だ。 This child is a smart child who understands things immediately. 这个孩子什么都理解得很快，是个聪明的孩子。 Đứa trẻ này là một đứa trẻ lanh lợi cái gì cũng hiểu.	

1974 れいせい 冷静 Calm 冷静 bình tĩnh	非常のときこそ冷静になる必要がある。 In times of emergency, you have to be calm. 正因为是非常时期，才必须冷静。 Cần phải bình tĩnh trong trường hợp khẩn cấp. ※冷静さ
1975 ロマンチック Romantic 浪漫 lãng mạn	星がきれいで、ロマンチックな気分になる。 The stars are beautiful and the mood is romantic. 星星很漂亮，气氛变得浪漫。 Vì ngôi sao đẹp quá nên tâm trạng cũng trở nên lãng mạn.
1976 わずか A little 少 ít ỏi, một ít	安い給料から家賃を払うと、残りはわずかだ。 After paying rent out of my paltry salary only a little is left. 从微薄的工资中支付房租后，剩的就很少了。 Sau khi trả tiền thuê nhà từ phần lương rẻ mạt thì chỉ còn lại một ít tiền.

読んでみよう 10

占い好きのマリコ

「うれしい。今日は６月が１位！」と、ルームメイト*のマリコが言った。１位というのは、テレビの占いの結果のことだ。生まれた月で、毎日１位から１２位までが変わるのだ。マリコが生まれた６月は、「今日のあなたは、**的確**な判断でどんな**困難**な問題も解決できます。**強気**な態度で多少**強引**なやり方をしても、みんながあなたを**頼**もしいと思って**有能**さを認めてくれるでしょう。」となっている。「ヨンジャは３月だから、７位ね。『**率直**に意見を言うと、**親しい**人からも**生意気**だと思われます。でも、**あいまい**な態度も誤解のもと。**謙虚**に、そして**冷静**に伝えれば、きっと分かってもらえます。**爽やか**な笑顔を忘れないで。』だって。」

最初は、マリコの占い好きを**ばからしい**と思った。「ヨンジャは血液型がＡ型だから、**神経質**で、恋愛にも**慎重**でしょ。」と言われたときは、**知的**なマリコがなぜこんなことを**すなお**に信じるのか、**くだらない**と、あきれたものだ。だが、占いは私の国にもあるし、世の中はそんなに**合理的**なものでもない。**深刻**にならないで、今日の占いも、つい**余計**なことを言ってしまう自分への注意だと考えれば、それでいいと思っている。

* ルームメイト Roommate 室友 bạn cùng phòng

Mariko's hobby, fortune-telling

"Great. Today's luckiest people are those born in June!" said my roommate Mariko. That was the result of the fortune-telling on TV. Based on the month when you were born, you get a daily ranking from 1st to 12th. For June, Mariko's month, the forecast says, "Today you will be able to solve even the hardest problems through accurate judgment. Even when you have an aggressive attitude and you are being forceful, everyone will think you are dependable and acknowledge your talents." Says Mariko: "Yeon-jia, you were born in March, so you are ranked 7th. If you voice your opinions frankly, you can expect to be thought cheeky by those close to you. However, a vague attitude will also lead to misunderstandings. If you talk modestly and calmly, you will surely be understood. Do not forget to wear an inspiring smile.

Initially, I thought Mariko ridiculous for liking fortune-telling. When she said, "Yeon-jia, you are blood type A, so you are sensitive and should be cautious in love," I could not understand how brainy Mariko could naively believe that sort of stuff, and it turned me off. However, people also tell fortunes in my country. Not everything that people do is rational. If you do not take it too seriously, it's OK if you use it as a safeguard against saying stupid things.

喜好占卜的麻里子

"真开心。今天 6 月排第 1 名!"，我的室友麻里子说道。她说的第 1 名指的是电视里占卜的结果。根据出生的月份，每天的第 1 到第 12 名都会发生变化。麻里子所出生的 6 月的评语是:"今天的你，不论遇到什么困难，都会通过准确的判断去解决。就算强势地采取强硬的做法，大家也会觉得你值得信赖而认同你的才能吧。""妍子你是三月出生的，所以排第 7 位噢。电视里说, '你要是坦率地说出意见，就算亲近的人也会觉得你傲慢。但是，含糊不清的态度也是误解的根源。要是能谦虚而冷静地传达自己的观点的话，一定能被理解的。不要忘记面带爽朗的笑容噢。'"

最初，我觉得麻里子喜欢占卜有点傻乎乎的。当听到她说"妍子，你的血型是 A 型，所以应该有点神经质，而且对恋爱很慎重吧? "的时候，我觉得，知性的麻里子怎么会认真地相信这种东西呢? 真是无聊到让我惊呆了。可是，我们国家也有占卜，这个世界也并不总是那么的合乎常理。我想，不用当真，如果把今天的占卜当作是对不知不觉就会说废话的自己的忠告就可以了。

Mariko thích bói toán

"Tôi rất vui. Hôm nay tháng Sáu là số 1!" – người bạn cùng phòng Mariko nói. Số 1 là kết quả của việc bói trên truyền hình. Tùy vào tháng sinh mà vị trí thay đổi từ số 1 đến số 12 mỗi ngày. Tháng Sáu mà Mariko được sinh ra có kết quả là "Hôm nay bạn sẽ giải quyết được mọi khó khăn bằng phán đoán chính xác của mình. Tuy rằng cách làm có hơi gia trưởng bởi thái độ mạnh mẽ nhưng mọi người sẽ nghĩ bạn đáng tin và bạn có thể được mọi người thừa nhận có năng lực."

"Bởi vì Yeon Jia sinh vào tháng ba nên là số 7 nhi." Nếu nói thẳng ý kiến thì có thể bạn sẽ bị cho rằng đang tinh vi. Nhưng, nếu thái độ mơ hồ thì sẽ gây hiểu lầm. Nếu bạn khiêm nhường, và bình tĩnh khi nói,thì chắc chắn mọi người sẽ hiểu. Và đừng quên giữ khuôn mặt tươi cười nhé."

Lúc đầu tôi đã nghĩ việc yêu thích bói toán của Mariko thật ngu ngốc. Khi mà bị Mariko nói rằng "Yeon Jia là nhóm máu A, vì nhạy cảm dễ tổn thương nên thận trọng trong tình cảm". Tôi đã ngạc nhiên khi thấy một Mariko thông minh tại sao lại ngây thơ tin vào những điều như thế này. Tuy vậy, ở nước tôi cũng có bói toán và trong cuộc sống luôn có những điều không hợp lý. Tôi nghĩ rằng đừng trầm trọng vấn đề lên quá và coi việc bói toán hôm nay là điểm để lưu ý bản thân đừng có những phát ngôn không cần thiết, thế là được.

副詞 ふくし	Adverbs 副词 Phó từ

1977

あいかわらず
相変わらず
As usual
照旧、依然
như thường lệ

兄は、相変わらず仕事が忙しいようだ。
My older brother seems busy with work as usual.
哥哥依然是工作很忙的样子。
Anh trai tôi dường như bận rộn với công việc như thường lệ.

1978

あくまで
飽くまで
Ad nauseam
彻底、始终
cho đến cuối cùng

彼は飽くまで自分の意見を主張した。
He kept repeating his opinion ad nauseam.
他始终坚持自己的观点。
Ông ấy vẫn giữ vững ý kiến của mình cho đến cuối cùng.

1979

あっさり
Light (meal)
清淡
thanh đạm

油が少なくて、あっさりした料理が食べたい。
I would like to eat food that is light and uses less oil.
想吃少油清淡的菜。
Tôi muốn ăn nhưng món ít dầu thanh đạm.

1980

あらためて
改めて
Again
重新
thêm một lần nữa

この事件は改めて調査する必要がある。
It's necessary to reopen the investigation into this incident.
这一案件有重新调查的必要。
Cần điều tra vụ việc này thêm một lần nữa.

1981

あれこれ
This and that, one thing or another
这个那个
này nọ, linh tinh

あれこれ考えるより実際にやってみなさい。
Try actually doing something rather than just thinking about every angle.
与其想这个那个，不如实际试着做一下吧。
Thay bằng việc nghĩ này nghĩ nọ thì hãy thử bắt tay vào làm thực tế đi.

1982

あんがい
案外
Unexpected
意外
trái dự đoán, không ngờ

問題を解いてみたら、案外簡単だった。
Trying to solve the problem, I found it was unexpectedly easy.
试着解答问题，发现很简单。
Khi thử giải quyết vấn đề thì nó đơn giản trái với dự đoán.

1983

いきいき
生き生き
With enthusiasm
活泼、生气勃勃
hăng hái, đầy sức sống

彼女は職場で生き生きと働いている。
She does her job enthusiastically at her workplace.
她在职场上生气勃勃地工作着。
Cô ấy luôn làm việc hăng hái tại nơi làm việc.

副

1984	水泳大会に初出場して、いきなり優勝した。
いきなり Unexpectedly 突然、马上 bất ngờ, đột ngột	It was my first appearance in the swimming competition, and against all expectation I won. 初次参加游泳比赛，马上就赢得了冠军。 Lần đầu tham gia giải thi đấu bơi lội, tôi bất ngờ giành giải nhất.
1985	母は私のすることに、いちいち文句を言う。
いちいち Never fail to, without exception 逐一、全部 mọi thứ, tất cả	My mother complains at every single thing I do. 母亲对我做的事情逐一抱怨。 Mẹ tôi phàn nàn về tất cả những gì tôi làm.
1986	一応原稿は書いたが、まだ修正が必要だ。
いちおう **一応** For the moment, provisionally 大致、大体 tạm thời	I have provisionally completed the manuscript, but still need to revise it. 原稿大致写出来了，但仍有修改的必要。 Tạm thời tôi đã viết bản thảo, nhưng vẫn cần phải chỉnh sửa.
1987	優勝した選手に、一段と大きな拍手が送られた。
いちだんと **一段と** Significantly more 更加、愈发 ngày càng, hơn hẳn, hơn nữa	The winning athlete got a noticeably big round of applause. 给冠军选手送上了更加热烈的掌声。 Nhiều tràng vỗ tay hơn nữa đã được gửi tới cầu thủ chiến thắng.
1988	今日買った小説を一気に読んでしまった。
いっきに **一気に** At a sitting, at one go 一口气、一下子 một mạch, một hơi, một lèo	I read the novel I bought today at one sitting. 一口气读完了今天买的小说。 Tôi đã đọc một mạch cuốn tiểu thuyết mà tôi mua ngày hôm nay.
1989	父は一見怖そうに見えるが、実は優しい。
いっけん **一見** At first glance 乍一看 lần đầu gặp	My father looks scary at first glance, but he is a nice guy in reality. 父亲看上去很凶，但是实际上很温柔。 Bố tôi lần đầu gặp thì trông có vẻ đáng sợ nhưng thật ra ông ý rất hiền.
1990	合図の音で選手が一斉に走り出した。
いっせいに **一斉に** All at once 一起 đồng loạt, cùng lúc, đồng thời	At the signal, the athletes began running all at once. 信号声一响，选手们一起跑了起来。 Các cầu thủ đồng loạt chạy khi nghe thấy tiếng hiệu lệnh.
1991	台風が近づいて、風が一層強くなった。
いっそう **一層** Still more 更加、愈发 hơn hẳn	The wind became still stronger as the typhoon drew nearer. 台风临近，风变得更加强烈了。 Cơn bão tiến gần, gió thổi mạnh hơn hẳn.

298

1992 いったい 一体 Precisely, just (what) 到底、究竟 không hiểu, không biết	事故の原因は一体何だったのだろうか。 Just what was it that caused the accident?. 事故的原因究竟是什么呢? Nguyên nhân gây ra tai nạn không hiểu là gì nhỉ?
1993 いったん 一旦 Once, after 暂且、暂时 một lát, một lúc	一旦火を止めて、調味料を入れた。 Once I had turned off the heat, I added the flavoring. 暂时关一下火,放入了调味料。 Tắt bếp một lát và thêm gia gia vị vào.
1994 いっぱんに 一般に In general 一般来说、普偏地 nói chung, nhìn chung	一般に女性のほうが平均寿命が長い。 Women generally have longer life expectancy. 一般来说,女性的平均寿命更长。 Nói chung phụ nữ có tuổi thọ dài hơn. ❊ 一般化
1995 いまに One of these days, before long 不久、早晚 thậm chí ngay bây giờ, sớm	努力すれば、いまに結果が現れるよ。 If you work at it, you will get results one of these days. 努力的话,早晚会有结果的。 Nếu bạn cố gắng, kết quả sẽ sớm hiển thị đấy.
1996 いやいや Unwillingly 不情愿地、勉强地 miễn cưỡng	いやいや勉強しても身に付かない。 Even when I force myself to study, I just cannot internalize things. 即使勉强学习了,也不能掌握。 Cho dù miễn cưỡng học tập thì cũng không thể vào đầu được.
1997 うろうろ Loiter 徘徊 đi tha thẩn, đi lòng vòng	変な男が近所をうろうろしていた。 A strange-looking man was loitering around the neighborhood. 可疑的男子在附近徘徊。 Một người đàn ông kỳ lạ đã đi lòng vòng quanh khu phố.
1998 おおいに 大いに Grandly 很、非常 rất, nhiều	昨日は、カラオケで大いに歌って、楽しかった。 Yesterday, I sang karaoke lustily and it was fun. 昨天在卡拉OK厅开怀高歌,很开心。 Hôm qua chúng tôi hát karaoke rất nhiều thật vui vẻ.
1999 おもいきり/おもいっきり 思い切り/思いっ切り Tremendously, hugely 尽情地、痛快地 thỏa thích, hết mình	テストの翌日は、遊園地で思い切り楽しんだ。 The day after the test, I tremendously enjoyed myself at the amusement park. 考试的第二天,去游乐园尽情享受了一把。 Sau hôm kiểm tra, tôi đã vui chơi thỏa thích ở khu vui chơi.

2000 **おもわず** **思わず** Unconsciously, instinctively 忍不住、不由得 bất giác, bất chợt	彼の話がおかしくて、思わず笑ってしまった。 His story was so funny, I could not help laughing. 他说的话很好笑，我忍不住笑了出来。 Câu chuyện của anh ta buồn cười tôi bất chợt cười phá lên.
2001 **およそ/おおよそ** Approximately 大约 khoảng	京都府の人口はおよそ２６０万人である。 The population of Kyoto is approximately 2.6 million. 京都府的人口大约有 260 万人。 Dân số của Thủ phủ Kyoto là khoảng 2,6 triệu người.
2002 **おりかえし** **折り返し** By return, as soon as I get back 立刻、马上 lại	主人が戻りましたら、折り返しお電話します。 I'll have my husband call you back as soon as he returns. 我丈夫回来的话，立刻给您回电话。 Khi chồng tôi trở về, chồng tôi sẽ gọi lại cho anh.
2003 **がたがた** With a bang or jolt, shakily 哆哆嗦嗦地、发抖 lập cập	外に出ると、ひどく寒くてがたがた震えた。 I went outside and it was so terribly cold I was shaking like a leaf. 一到外面，就冷得直发抖。 Khi đi ra ngoài, vì trời rất lạnh nên tôi run lập cập.
2004 **がたんと** With a bang, jolt 咯噔 (坚硬物品碰撞声) kít lại, sầm	エレベーターが、突然がたんと止まった。 The elevator suddenly stalled, with a jolt. 电梯突然咯噔一声停下了。 Thang máy đột ngột dừng sầm lại.
2005 **かならずしも** **必ずしも** (Not) necessarily 不一定、未必 không phải lúc nào cũng, không hẳn là	現代ではがんは必ずしも治らない病気ではない。 In the modern age, cancer is no longer necessarily an incurable disease. 在现代，癌症未必是不能治愈的疾病。 Trong thời hiện đại, ung thư không phải lúc nào cũng là bệnh không chữa khỏi được.
2006 **からりと** Bright and clear 明亮开阔、干透 khác hẳn	台風が過ぎて、今朝はからりと晴れた。 The typhoon passed and it was clear this morning. 台风过去后，今天早上晴空万里。 Cơn bão qua đi và sáng nay trời hửng nắng khác hẳn. ❀ からっと
2007 **かりに** Supposing 假如 giả sử	かりに今１億円あったら、何に使いますか。 Supposing you had 100 million yen. What would you do with it? 假如有一亿日元，你会怎么用？ Giả sử bây giờ bạn có 100 triệu yên, bạn sẽ dùng cái gì?

2008 **ぎっしり** Tightly 满满的 chật cứng, chật ních	本棚に本がぎっしり詰まっている。 The books are crammed tightly into the bookshelf. 书架上摆满了书。 Các cuốn sách được xếp chật cứng trên giá sách.
2009 **きっちり** Tightly, exactly 紧紧地、精确地 tròn, vừa vặn, chính xác	箱にきっちり詰める/きっちり仕事をする Pack tightly into a box / Do a job exactly as told 箱子被塞得满满的/一丝不苟地工作 Xếp vừa vặn vào hộp / Làm việc chính xác
2010 **きっぱり** Definitely, determinedly 断然、干脆 thẳng thừng, dứt khoát	病気になって、酒もたばこもきっぱりやめた。 I fell ill and resolutely gave up alcohol and tobacco. 生病了，干脆地戒掉了烟酒。 Tôi bị bệnh nên tôi đã dứt khoát bỏ uống rượu và hút thuốc.
2011 **きょろきょろ** Look around (restlessly) 东张西望 nhìn quanh, nhìn khắp nơi	辺りをきょろきょろ見回して、友人を探した。 Seeking my friend, I looked all around. 朝周围东张西望地寻找朋友。 Tôi nhìn khắp nơi xung quanh tìm kiếm người bạn của tôi.
2012 **ぎらぎら** Glaringly 晃眼、闪耀 chói chang	真夏の太陽がぎらぎらと照っている。 The mid-summer sun glares down. 盛夏时分的阳光晃眼地照射着。 Mặt trời mùa hè đang chiếu ánh nắng chói chang.
2013 **ぎりぎり** At the last minute, only just 最大限度、极限 sát nút, sát giờ,	バスの発車時刻に、ぎりぎり間に合った。 I only just arrived in time to catch the bus. 刚好赶上了巴士的发车时间。 Tôi đến kịp sát giờ khởi hành xe buýt.
2014 **くしゃくしゃ** Ruffle 乱七八糟、蓬乱、皱巴巴 rối bù, nhăn nhúm, nhàu nát	風が強くて、髪がくしゃくしゃになった。 The wind was strong and ruffled my hair. 风太大了，头发被吹得乱七八糟。 Gió thổi mạnh, tóc tôi rối bù lên.
2015 **くすくす** Giggle 窃笑 khúc khích	少女はくすくす笑いながら漫画を読んでいた。 The girl was reading *manga* while giggling. 女孩一边看漫画一边窃笑。 Cô gái vừa đọc truyện tranh vừa cười khúc khích.

	2016	疲れて家に帰ると、彼はぐったりと横になった。
		Tiring, he went home and flopped down on the sofa for a lie-down.
ぐったり		疲惫地回到家，他疲惫得瘫倒下来。
Stagger with exhaustion		Mệt mỏi trở về nhà, anh ta nằm rũ rượi.
精疲力竭、疲惫		
mệt lử, rã rời, rũ rượi		

	2017	地震のとき、高層ビルがぐらぐら揺れていた。
		When the earthquake struck, I saw high office buildings wobbling.
ぐらぐら		地震时，高层建筑摇摇欲坠。
Wobbly, falteringly		Vào thời điểm xảy ra động đất, những tòa nhà chọc trời lắc lư mạnh.
摇晃		
rung bần bật, lắc lư mạnh		❀ ぐらっと　❀ ぐらりと

	2018	くれぐれも、お気をつけてお帰りください。
		Give my regards and take care as you travel home.
くれぐれも		回家的路上，请千万注意安全。
Give regards, sincerely		Rất mong anh cẩn thận khi ra về.
反复、千万		
chân thành, rất mong		

	2019	午前中から気温がぐんぐん上昇した。
		From morning, the temperature rose steadily.
ぐんぐん		从上午开始气温迅速地上升了。
Steadily		Nhiệt độ tăng nhanh từ sáng.
迅速地		
nhanh chóng		

	2020	９０点以上を取った人は、ごくわずかだった。
		Very few students scored 90 or more points.
ごく		90分以上的人非常少。
Very		Những người đạt trên 90 điểm cực kỳ ít.
非常		
cực kỳ, vô cùng		

	2021	蹴ったボールが、ころころ転がっていった。
		The ball rolled away after it was kicked.
ころころ		踢飞的球骨碌碌地滚动。
Roll along		Quả bóng bị đá lăn lông lốc.
滚动、骨碌碌		
tròn, lông lốc		

	2022	雨がざあざあ降っている。
		The rain comes pattering down.
ざあざあ		雨哗啦啦地下着。
Rush, gurgle, patter		Mưa đang rơi rào rào.
哗啦啦（雨猛烈降落的声音）		
rào rào		

	2023	最初は留守だったが、再度電話したら通じた。
さいど		The first time he was out, but I got through the second time I called.
再度		虽然一开始不在家，但是再次打电话过去就打通了。
Again, second time		Lần đầu gọi thì vắng nhà nhưng gọi lần nữa thì đã nghe máy.
第二次、再一次		
lần nữa		⊕ 再〜（例：再利用）

2024 **さすが** As expected 不愧是 quá thật, đúng là	さすがプロだ。素晴らしい演奏だ。 No doubt about it, he's a pro. It is a wonderful performance. 不愧是专业的。真是精彩的演奏。 Quá đúng là chuyên nghiệp. Đó là một màn biểu diễn tuyệt vời.
2025 **さっさと** Quickly 迅速 nhanh chóng	さっさと仕事を終わらせて、早く帰ろう。 Let's get the job finished quickly and go back home early. 迅速地做完工作，早点回家吧。 Hãy hoàn thành công việc một cách nhanh chóng và về sớm.
2026 **さっそく** **早速** Immediately 马上 ngay, nhanh	ネットで本を頼んだら、早速次の日に届いた。 I asked for a book online and it was delivered immediately, the next day. 在网上订了书，第二天就马上送到了。 Khi tôi đặt một cuốn sách trên mạng, nó đã được chuyển đến ngay vào ngày hôm sau.
2027 **さっと** Quickly 忽然、一下子 đột ngột, lập tức	老人が乗ってくると、彼はさっと席を譲った。 When the old man boarded, he quickly gave up his seat. 老人上了车，他一下子就给让了座。 Khi ông lão bước lên tàu, anh ấy lập tức đứng dậy nhường chỗ.
2028 **ざっと** Roughly, in outline 粗略、大概 lướt, tóm tắt, khoảng chừng	同僚に会議の結果をざっと報告した。 I roughly summarized the meeting for my colleagues. 向同事大概报告了会议结果。 Tôi báo cáo tóm tắt kết quả cuộc họp với các đồng nghiệp.
2029 **さっぱり** Freshly, neatly, not at all 清爽、完全 sảng khoái, hoàn toàn	入浴してさっぱりする/話がさっぱり通じない Feel fresh from having a bath / Not get your message across properly 洗完澡很爽快/完全说不通 Tôi cảm thấy sảng khoái sau khi tắm bồn / Tôi hoàn toàn không hiểu câu chuyện
2030 **さらさら** Smooth, silky 流利地、柔顺的 mượt mà, trơn tru	さらさらと字を書く/さらさらした髪 Have smooth handwriting / Silky hair 流畅地写字/柔顺的头发 Viết chữ trơn tru / Tóc mượt mà
2031 **さらに①** Even ~er, still more 更加 hơn	地下鉄ができて、交通がさらに便利になった。 With the completion of the subway, it has become even easier getting around. 通了地铁，交通变得更加便利了。 Khi có tàu tàu điện ngầm, giao thông trở nên thuận tiện hơn.

2032 **しきゅう** **至急** Urgent 尽快、火速 khẩn cấp, gấp	至急、会社に連絡してください。 Please contact the company urgently. 请尽快跟公司联络。 Vui lòng liên hệ với công ty gấp.
2033 **しくしく** Sob 抽抽搭搭地 thút thít	叱られた女の子が、しくしく泣いていた。 The girl who was told off was sobbing. 被训斥了的女孩子抽抽搭搭地哭了。 Bé gái bị mắng đang khóc thút thít.
2034 **しじゅう** Constantly 始终 liên tục, từ đầu đến cuối	母は、しじゅう「忙しい」と言っている。 Mother constantly says "I'm busy". 母亲始终说自己很忙。 Mẹ liên tục nói "Bận lắm".
2035 **じっくり** Deliberately, carefully 慢慢地、仔细地 cẩn thận, kĩ lưỡng	作文のテーマをじっくり考えて決めた。 I selected the theme of the text after careful thought. 仔细地考虑后决定了作文的题目。 Tôi quyết định suy nghĩ kĩ lưỡng về chủ đề của bài văn.
2036 **じつに** **実に** Indeed 实在是 quá thực, vô cùng, thật sự	山の頂上から見た景色は、実に見事だった。 The view from the top of the mountain was indeed stunning. 从山顶看的景色，实在是太美了。 Quang cảnh nhìn từ đỉnh núi xuống thực sự rất tuyệt vời.
2037 **しばしば** Often 屡次 thường xuyên, hay	各地で、しばしば同様の事件が起きている。 Similar incidents have been occurring frequently all over the country. 同样的案件屡次在各地发生。 Ở nhiều nơi, các sự cố tương tự xảy ra thường xuyên.
2038 **しみじみ** Seriously 深切地 sâu sắc, thấm thía	留学して、親のありがたさをしみじみ感じる。 Studying overseas, I felt a deep sense of gratitude to my parents. 出国留学后，深切地感受到父母的恩情。 Đi du học, tôi cảm thấy biết ơn bố mẹ một cách sâu sắc.
2039 **じめじめ** Wet, damp, muggy 潮湿、湿润 ẩm ướt, ẩm đạm, nhớp nháp	梅雨の時期は、じめじめする。 The rainy season is muggy. 梅雨时节十分潮湿。 Vào mùa mưa lúc nào cũng ẩm ướt.

2040
しゅとして
主として
Principally
主要
chủ yếu

この商品は主として南米に輸出されている。
This product is chiefly exported to South America.
这种商品主要向南美出口。
Sản phẩm này chủ yếu xuất khẩu sang Nam Mỹ.

2041
じょじょに
徐々に
Gradually
慢慢地、逐渐
dần dần

薬が効いて、熱が徐々に下がってきた。
The medicine worked, and my fever gradually went down.
药起了作用，烧慢慢地退了下来。
Thuốc có hiệu quả, cơn sốt dần dần hạ xuống.

2042
しょっちゅう
Constantly
经常、总是
thường xuyên

兄と弟は、しょっちゅうけんかしている。
My older and younger brothers are constantly quarreling.
哥哥和弟弟总是打架。
Anh trai và em trai tôi thường xuyên cãi nhau.

2043
じろじろ
Staringly
无所顾忌地盯视
chằm chằm

人の顔をじろじろ見るのは失礼だ。
It's rude to stare at people.
无所顾忌地盯着别人脸看很没有礼貌。
Nhìn chằm chằm vào mặt của người khác là thô lỗ.

※ じろっと　　※ じろりと

2044
すくなくとも
少なくとも
At least
至少
ít nhất

けがが治るまで、少なくとも1週間はかかる。
It will take at least one week to recover from the injury.
伤口痊愈，至少需要一周时间。
Phải mất ít nhất một tuần để lành vết thương.

2045
すっきり
Neatly
整洁、舒畅
gọn gàng sạch sẽ, tươm tất

片付けたら、部屋がすっきりした。
After I cleaned up, the room was neat and tidy.
打扫之后，屋子变得非常整洁。
Sau khi được xếp dọn, căn phòng trở nên gọn gàng sạch sẽ.

2046
すっと
Straightaway
迅速地、一下子
nhanh chóng

老人を助けた若者は、すっと街に消えた。
The young person who helped the old man promptly disappeared into the streets.
帮助了老人的年轻人迅速地消失在街上。
Người thanh niên giúp đỡ cụ già đã nhanh chóng biến mất trên phố.

2047
すでに
Already
已经
đã

急いで駅へ行ったが、電車はすでに出ていた。
I hurried to the station but the train had already left.
急忙赶去车站，但是电车已经开走了。
Tôi nhanh chóng đi đến ga, nhưng đoàn tàu đã rời đi.

2048 **ずらりと** In a row 排成排 thành hàng	店の前にお客が<ruby>並<rt>なら</rt></ruby>ずらりと<ruby>並<rt>なら</rt></ruby>んでいた。 Customers formed a neat line outside the shop. 店前客人排成长队。 Khách hàng đã xếp thành hàng trước cửa hàng. ❀ ずらずら ❀ ずらっと
2049 **せいいっぱい** **精いっぱい** Earnest, hard 竭尽全力 hết mình	<ruby>家族<rt>かぞく</rt></ruby>のために、<ruby>彼<rt>かれ</rt></ruby>は<ruby>精<rt>せい</rt></ruby>いっぱい<ruby>働<rt>はたら</rt></ruby>いた。 He worked hard for the sake of his family. 为了家人，他竭尽全力工作。 Vì gia đình, anh ta làm việc hết mình.
2050 **せいぜい** At best, at most 最多 tối đa, nhiều nhất có thể	<ruby>趣味<rt>しゅみ</rt></ruby>に<ruby>使<rt>つか</rt></ruby>えるお<ruby>金<rt>かね</rt></ruby>は、せいぜい<ruby>月<rt>つき</rt></ruby>に1<ruby>万円<rt>いちまんえん</rt></ruby>だ。 I will have at most 10,000 yen per month to spend on my hobbies. 能用在兴趣爱好的钱，每月最多一万日元。 Số tiền đó có thể được sử dụng cho sở thích tối đa trong 1 tháng là 10.000 yên.
2051 **せっせと** Hard, busily 勤勤恳恳地 siêng năng, cần cù	<ruby>家<rt>いえ</rt></ruby>を<ruby>買<rt>か</rt></ruby>うために、<ruby>両親<rt>りょうしん</rt></ruby>はせっせと<ruby>働<rt>はたら</rt></ruby>いた。 My parents worked hard to save up for a house. 为了买房子，父母勤勤恳恳地工作。 Cha mẹ tôi cần cù làm việc để mua nhà.
2052 **ぜひとも** By all means 无论如何、务必 nhất định, bằng mọi cách	ぜひとも、この<ruby>会社<rt>かいしゃ</rt></ruby>で<ruby>働<rt>はたら</rt></ruby>かせてください。 Please do let me work at this company. 请一定让我在这个公司工作。 Nhất định hãy cho tôi làm việc tại công ty này.
2053 **せめて** At least 起码、至少 ít nhất	せめて1<ruby>週間<rt>しゅうかん</rt></ruby>くらいは<ruby>夏休<rt>なつやす</rt></ruby>みが<ruby>欲<rt>ほ</rt></ruby>しい。 I would like to take at least a week in summer holidays. 想要至少一周左右的暑假。 Tôi muốn nghỉ hè ít nhất một tuần.
2054 **そうとう** **相当** Relatively, quite 很、相当 tương đối	<ruby>彼<rt>かれ</rt></ruby>があの<ruby>学校<rt>がっこう</rt></ruby>に<ruby>入<rt>はい</rt></ruby>るのは<ruby>相当難<rt>そうとうむずか</rt></ruby>しい。 It would be quite difficult for him to get into that school. 他想进那所学校很难。 Việc có thể vào trường đại học đó của anh ta là tương đối khó khăn. ❀ <ruby>相当数<rt>そうとうすう</rt></ruby>
2055 **ぞくぞく** **続々** A string of 陆续、接着 liên tiếp	<ruby>会社<rt>かいしゃ</rt></ruby>の<ruby>説明会<rt>せつめいかい</rt></ruby>に<ruby>続々<rt>ぞくぞく</rt></ruby>と<ruby>学生<rt>がくせい</rt></ruby>が<ruby>集<rt>あつ</rt></ruby>まってきた。 A string of students gathered to attend the company briefing. 公司说明会上陆续有学生聚集过来。 Sinh viên tập trung liên tiếp nhau dự buổi giới thiệu của các công ty.

2056 **ぞろぞろ** In groups 陆陆续续 rậm rịch	映画が終わって、観客がぞろぞろ出てきた。 After the film finished, the audience came out in groups. 电影结束后，观众陆陆续续走了。 Sau khi bộ phim kết thúc, khán giả rậm rịch ra về.
2057 **たいがい** **大概** Mostly 大概、差不多 đại khái, khoảng	朝は大概6時頃に目が覚める。 Mostly, I wake up at around six o'clock in the morning. 早上差不多六点左右醒过来。 Tôi thường thức dậy vào buổi sáng khoảng 6 giờ.
2058 **たいして** **大して** Really not that, not very 接否定、表示并不太……、并不怎么…… không...lắm	今回のテストは大して難しくなかった。 This test was really not that difficult. 这次的考试并不是太难。 Bài thi này không khó lắm.
2059 **たいそう** **大層** Really, awfully 很、甚、非常 vô cùng, quá	父は、好きなチームが優勝して大層ご機嫌だ。 My father is in a very good mood because his team won. 父亲看到喜欢的队赢了比赛非常高兴。 Cha tôi đang trong tâm trạng vô cùng vui vẻ khi đội bóng yêu thích giành chức vô địch.
2060 **たえず** **絶えず** Constantly 不断、不绝 không dứt, thường xuyên	この道路は、夜間でも絶えず車が通っている。 This road is constantly busy with traffic, even at night. 这条路，晚上也不断有车来往。 Con đường này cho dù buổi đêm vẫn có xe chạy thường xuyên.
2061 **たしょう** **多少** Somewhat 多少、稍微 ít nhiều, hơi	多少高くても、いいカメラを買いたい。 Even if it costs a bit, I want to buy a good camera. 即使价格稍微高一点，也想买一台好相机。 Tôi muốn mua một máy ảnh tốt cho dù giá hơi đắt một tí.
2062 **ただ①** Just, only, nothing but 只、仅 chỉ, toàn	試験が近いから、ただ勉強に集中するだけだ。 I will just concentrate on my studies as the examination is close. 因为考试临近，所以只将精力集中在学习上。 Vì kỳ thi quá gần, tôi chỉ tập trung vào việc học của mình.
2063 **ただいま** Just now 刚刚 hiện giờ	ただいま関東地方で震度4の地震がありました。 There was an earthquake of intensity four just now in the Kanto region. 刚刚，关东地区发生了烈度5级的地震。 Hiện đã có một trận động đất có cường độ 4 richter ở khu vực Kanto.

2064
ただちに
直ちに
Immediately
立刻、立即
ngay lập tức

事故の連絡があったので、直ちに救助に向かった。
An accident report came in and we immediately set out to help.
得到事故的联络，立刻寻求救援了。
Vì có liên lạc báo về vụ tai nạn nên tôi ngay lập tức đi cứu hộ.

2065
たちまち
Immediately, instantly
马上、顷刻
nhanh chóng, ngay tức thì

話題の新製品は、たちまち売り切れた。
The new product everybody's talking about sold out immediately.
备受热议的新产品，马上就卖完了。
Sản phẩm mới của chủ đề đã được bán hết ngay tức thì.

2066
たっぷり
Plenty
充分、足够
nhiều, đầy đủ

出発まで時間はたっぷりあります。
There's plenty of time before the departure.
距离出发还有很长时间。
Có rất nhiều thời gian cho đến lúc khởi hành.

2067
だぶだぶ
Loose, baggy
肥大、宽松
thùng thình

10kgも痩せて、ズボンがだぶだぶになった。
I lost 10 kg and my trousers became loose.
瘦了10千克，裤子变得又肥又大了。
Tôi gầy đi 10kg nên cái quần rộng thùng thình.

2068
たまたま
By chance
偶然、碰巧
tình cờ, ngẫu nhiên

上司が、たまたま同じ大学の出身だった。
My boss happened to graduate at the same university as me.
我的上司碰巧是和我同一所大学毕业的。
Tình cờ tôi và cấp trên xuất thân từ cùng một trường đại học.

2069
だらだら
Trickle, be sloppy
滴滴答答地、拖拖拉拉地
tong tóng, lê thê

汗がだらだら流れる/だらだら仕事をする
Sweat drips trickle / Work inefficiently
汗滴滴答答流下来/拖拖拉拉地工作
Mồ hôi rơi tong tóng / Tôi làm việc chậm chạp lê thê

2070
たんに
単に
Simply, only
只、仅
chỉ là

いじめは単に子供の世界だけの問題ではない。
Bullying is not a problem affecting only the world of children.
欺凌不只是存在于孩子世界里的问题。
Bắt nạt không chỉ là vấn đề của trẻ em.

2071
ちゃくちゃくと
着々と
Steadily
稳步而顺利地
dần dần vững chắc

駅前の開発が着々と進んでいる。
The station forecourt development is progressing steadily.
站前的开发正在稳步进展。
Sự phát triển ở phía trước của nhà ga đang dần dần tiến triển vững chắc.

2072 **ちらちら** Intermittently, glimpse 纷纷、瞟 là tà, thấp thoáng	雪がちらちら降る／人の顔をちらちら見る Snow falls lightly / Get a glimpse of somebody's face 雪纷纷落下／瞟了几眼别人的脸 Tuyết rơi là tà / Tôi nhìn thấp thoáng gương mặt người ※ ちらっと　※ ちらりと
2073 **つい** Just cannot help 不知不觉 lỡ	安売りだと、ついたくさん買いすぎてしまう。 If it is a bargain sale, then I just cannot help buying more stuff than I need. 因为很便宜，不知不觉就买多了。 Vì nghĩ là bán rẻ nên tôi lỡ mua quá nhiều.
2074 **ついで** **次いで** Then 接着、随后 kế tiếp, tiếp theo	社長が挨拶し、次いで部長の挨拶があった。 First came the greeting from the president and then from the department manager. 社长致辞后，接着是部长的致辞。 Giám đốc chào hỏi rồi tiếp đến trưởng phòng chào hỏi.
2075 **ついに** Finally 最终、终于 cuối cùng	彼は、ついに夢だった宇宙飛行士になった。 He finally realized his dream of becoming an astronaut. 他终于成了梦想的宇宙飞行员。 Cuối cùng giấc mơ trở thành một phi hành gia của anh ta cũng thành.
2076 **つねに** **常に** Always 经常地、总是 thường, luôn	多数の意見が常に正しいとは限らない。 You cannot say that opinions of the majority are always correct. 多数人的意见也并非总是正确的。 Ý kiến của đa số không hẳn lúc nào cũng đúng.
2077 **てんてんと** **点々と** In bits 星星点点 rải rác, lấm tấm	服に果物のしみが点々と付いていた。 Bits of fruit were stuck to his clothing. 衣服上沾了水果污渍。 Nước trái cây dính thành vết lấm tấm vào quần áo.
2078 **どうどうと** **堂々と** Proudly, assertively 威严庄重、坦荡 đoàng hoàng	彼は大勢の前で堂々と意見を述べた。 He assertively stated his opinion in front of the crowd. 他在众多人前坦荡地陈述了意见。 Ông ta đã đoàng hoàng bày tỏ ý kiến của mình trước nhiều người.
2079 **とうぶん** **当分** For the time being 暂时、一时 trong một thời gian	足が痛くて、当分走れそうにない。 I don't think I can run for the moment because my foot hurts. 脚很疼，好像暂时跑不了了。 Vì chân bị đau nên tôi có vẻ sẽ không thể chạy trong một thời gian.

2080 とっくに Long before 很早、早就 trước đây đã lâu	チケットは、とっくに売り切れていた。 The tickets sold out long before. 票很早就卖完了。 Vé đã được bán hết trước đây đã lâu.
2081 どっと All at once 一时间大量出现 bất chợt ùn tới	桜が咲くと、観光客がどっとやって来る。 When the cherry blossom blooms, the tourists suddenly come all at once. 樱花一开，游客就会大量涌入。 Khi hoa anh đào nở, du khách bất chợt kèo ùn ùn tới.
2082 とにかく/ともかく Anyway, anyhow 总之、姑且 dẫu sao	結果は分からないが、とにかくやってみよう。 I do not know how it is going to turn out, but let's try it anyway. 虽然不知道结果，总之先做做看。 Tôi không biết kết quả như thế nào nhưng dẫu sao hãy thử làm xem.
2083 ともに 共に Both 一起、共同 cùng với, cùng nhau	彼も私も共に高校時代は野球をやっていた。 Both he and I played baseball when we were at high school. 他和我都是高中时代打棒球的。 Cả tôi và anh ấy cùng chơi bóng chày ở trường trung học.
2084 とりあえず Just, for the moment, anyway 暂时、姑且 trước tiên	仕事はまだあるが、とりあえず5分休もう。 We still have work to do, but let's just take a break for five minutes. 虽然工作还没做完，姑且先休息5分钟吧。 Công việc vẫn còn nhưng trước tiên hãy nghỉ 5 phút.
2085 とんとん Knocking sound 咚咚（敲打声） cộc cộc	ドアをとんとんたたく音がした。 I heard a knock at the door. 传来了咚咚的敲门声。 Tôi nghe tiếng gõ cửa cộc cộc.
2086 なにも 何も Not necessarily, no need to 并（不）、（不）必 không việc gì	時間はある。何もそんなに急ぐ必要はない。 We have time, there is no need to hurry. 时间还有。不必那么着急。 Vẫn còn thời gian. Không việc gì phải vội vàng cả.
2087 なにより 何より More than anything 再好不过、最好 hơn bất cứ thứ gì	私は音楽を聞くのが何より好きだ。 I like listening to music more than anything. 我最喜欢听音乐了。 Tôi thích nghe nhạc hơn bất cứ thứ gì.

2088	何だか悪いことが起こりそうな気がする。
なんだか **何だか** Somehow, without any particular reason 总觉得 có điều gì đó	Somehow, I have a feeling something bad might happen. 总觉得有种不好的事情要发生。 Tôi linh cảm rằng có điều gì xấu sẽ xảy ra.

2089	あの先生は何と今年で100歳になるそうだ。
なんと **何と** Somehow, surprisingly 竟然 thật	I heard that the teacher is surprisingly going to be 100 year-old this year. 听说那位老师今年竟然要一百岁了。 Nghe nói thầy giáo đó thật sự năm nay 100 tuổi rồi.

2090	何とか今日中にこの仕事を終わらせたい。
なんとか **何とか** Somehow, by any means 想办法、设法 dù thế nào đi nữa	I want to finish this job somehow during the day. 想办法今天把这个工作做完吧。 Dù thế nào đi nữa tôi muốn kết thúc công việc này trong hôm nay.

2091	夏の朝の散歩は何とも気持ちがいい。
なんとも **何とも** Somehow, for reasons I cannot explain 真的、实在 rất	Somehow, I just feel good strolling on a summer morning. 夏天早上散步真是太舒服了。 Tôi cảm thấy rất thoải mái khi đi bộ vào buổi sáng mùa hè.

2092	私は田舎の自然の中で伸び伸び育った。
のびのび **伸び伸び** Free and easy 悠闲、悠然自得 thoải mái, thong dong	I had a free and easy upbringing in the countryside, in the bosom of nature. 我是在乡下的大自然中悠闲成长起来的。 Tôi lớn lên thong dong trong thiên nhiên của làng quê.

2093	車は渋滞した道をのろのろ走った。
のろのろ Slow 慢悠悠 chầm chậm	The car inched slowly along the lane with the traffic jam. 车在堵车的路上慢悠悠地开着。 Ô tô vì tắc đường nên chạy chầm chậm trên đường.

2094	留学の費用は、果たしていくらかかるのか。
はたして **果たして** Really, (what/how) on the earth, in the end 到底 rốt cuộc, thật sự	Roughly how much does it in fact cost to study abroad? 留学的费用到底需要多少？ Chi phí đi du học ở nước ngoài rốt cuộc tốn bao nhiêu?

2095	ぱちぱち拍手する/目をぱちぱちする
ぱちぱち Crackling, blink 噼噼啪啪、不停眨眼的样子 (vỗ tay) bộp bộp, nháy mắt	Clap loudly / Blink 啪啪鼓掌/眨巴着眼睛 Vỗ tay bộp bộp / Nháy mắt ※ ぱちりと　　※ ぱっちりと

2096	ばったり倒れる/友達にばったり会う
ばったり	Fall with a thud / Run into a friend
With a thud, run into	突然倒下/突然遇见朋友
突然倒下、突然遇见	Sụp độ bất thình lình / Bất ngờ gặp bạn
bất ngờ, bất thình lình	

2097	周りに注意して、傘をぱっと開いた。
ぱっと	Looking around me in case there was somebody near, I yanked open the umbrella.
In a flash, instantly	注意着周围，啪的打开了伞。
突然、一下子	Tôi chú ý xung quanh rồi mở ô xòe bật ra.
xòe ra, mở rộng ra	

2098	包丁を使う子供をはらはらしながら見ていた。
はらはら	On tenterhooks, I watched the children handling kitchen knives.
Be on tenterhooks	紧张地看着用菜刀的孩子。
担心、忧虑	Tôi vừa nhìn tim vừa đập thình thịch khi thấy đứa bé dùng dao.
tim đập thình thịch	

2099	今年の冬は比較的暖かい。
ひかくてき **比較的**	Winter this year is relatively warm.
Relatively, comparatively	今年冬天比较暖和。
比较	Mùa đông năm nay tương đối ấm.
tương đối	

2100	突然の雨で、全身びっしょりぬれてしまった。
びっしょり	I was drenched from head to foot in the sudden downpour.
Drenched	因为突然下雨，全身都湿透了。
湿透	Vì cơn mưa đột ngột, cả người tôi ướt đẫm.
ướt đẫm, nhễ nhại	

2101	使うまえに説明書を一通り読んだ。
ひととおり **一通り**	I skimmed through the instructions before using it.
Skim over, look through	使用之前先粗略地看一遍说明书。
粗略、大概	Tôi đọc qua một lượt quyển hướng dẫn trước khi sử dụng.
một lượt	

2102	ドアがひとりでに開いた。
ひとりでに	The door opened by itself.
By itself	门自动打开了。
自动地	Cánh cửa tự nhiên mở ra.
tự nhiên	

2103	ひょっとしたら宝くじが当たるかもしれない。
ひょっとしたら	There is a possibility that I might win the lottery.
Possibly	说不定能中彩票。
也许、说不定	Có lẽ tôi sẽ trúng số số.
có lẽ	

2104	ひろびろした所でお弁当を食べましょう。
ひろびろ **広々** Spacious 宽敞、广阔 rộng rãi	Let's find an open space and eat our boxed lunches there. 在宽敞的地方吃便当吧。 Chúng ta hãy ăn trưa ở một nơi rộng rãi.

2105	以前働いていた会社で再び働き始めた。
ふたたび **再び** Again 再、又、重 lại	I began working again at the company I was employed at before. 回以前的公司又开始工作了。 Tôi bắt đầu làm việc lại một lần nữa tại công ty tôi đã từng làm việc trước đây.

2106	祖母は、ふだん着物を着ていることが多い。
ふだん Usually 平时 thường ngày	My grandmother usually wears a *kimono*. 祖母平时经常穿和服。 Bà tôi thường ngày hay mặc kimono.

2107	ぶつぶつ独り言を言う／ぶつぶつ文句を言う
ぶつぶつ Grumbling 嘟哝、发牢骚 lầm bầm, cầu nhàu	Grumble to yourself / Make complaints 嘟哝着自言自语／小声地发着牢骚 Lầm bầm nói chuyện một mình / Lầm bầm phàn nàn

2108	ふと外を見ると、庭の梅の花が咲いていた。
ふと By chance, unintentionally 偶然、突然 bất chợt ùn tới	I happened to look outside and noticed the plum blossoms in the garden. 偶然向外面看了一下，庭院的梅花开了。 Bất chợt nhìn ra ngoài, hoa mận đang nở đầy vườn.

2109	高い所に上ったら、足がぶるぶる震えた。
ぶるぶる Trembling 发抖、哆嗦 lập cập	When I reached the high place, my legs began to tremble. 爬上了高处，脚在发抖。 Khi lên tới chỗ cao, chân tôi đã run lập cập. ※ ぶるっと

2110	ふわふわした布団／風船がふわふわ空に浮く
ふわふわ Fluffy 软绵绵、轻飘飘 êm ái, lơ lửng	A fluffy *futon* / The balloon wafted in the air 松软的被子／气球轻飘飘地飞在空中 Đệm êm ái / Bong bóng bay lơ lửng trên trời ※ ふわりと　　※ ふんわりと

2111	油で手がべたべたする／母親にべたべた甘える
べたべた Sticky, clinging 黏糊糊、纠缠在一起 dính dính, bám lấy	Get your hands sticky with oil / Behave like a little boy to his mother 油弄得手黏糊糊的／缠着妈妈撒娇 Vì dính dầu nên tay dính dính / Bám dính lấy mẹ ※ べったりと

2112

べつに
別に

(Not) particularly
没什么特别的
không có gì đặc biệt

別に用事はないが、声が聞きたくて電話した。

I do not have anything particular to say; I just called to hear your voice.

没什么特别的事，就是想听声音了就打了电话。

Chẳng có việc gì đặc biệt đâu nhưng vì muốn nghe giọng nói của em mà tôi gọi điện.

2113

ぽかぽか

Nice and warm
温暖、暖洋洋
ấm áp dễ chịu

今日は、ぽかぽか暖かくて気持ちがいい。

Today I feel good because it is nice and warm.

今天暖洋洋的，心情很好。

Hôm nay, tôi cảm thấy ấm áp và dễ chịu.

2114

ぽたぽた

In drops
滴滴答答
rơi tí tách, nhỏ giọt

暑くて、歩くだけで汗がぽたぽた落ちた。

It was so hot that the sweat trickled down just from walking.

太热了，仅仅是走路，汗就滴滴答答地流下来了。

Trời nóng mà chỉ đi bộ nên mồ hôi rơi tí tách.

※ぽたっと　※ぽたりと

2115

ほぼ

Almost
大体上
gần như đã, hầu hết

島と島を結ぶ橋がほぼ完成した。

The bridge connecting the islands is almost complete.

连接岛和岛的桥大体上完成了。

Cầu nối hòn đảo và hòn đảo gần như đã hoàn thành.

2116

ぽろぽろ

Dribble food, crumble
一颗一颗地往下掉
vương vãi

子供はご飯をぽろぽろこぼしながら食べている。

The children are dribbling grains of rice as they eat their food.

孩子一边吃一边掉饭粒。

Bọn trẻ vừa ăn vừa làm đổ cơm vương vãi.

2117

ほんらい
本来

Originally, from the first
本来、向来
về bản chất, về cơ bản

猿は、本来群れを作って生きる動物だ。

Monkeys have always formed and lived in groups.

猴子向来是群居的动物。

Khi là động vật về bản chất sống theo bầy đàn.

2118

まえもって
前もって

In advance
预先、事先
trước

見学する所を前もって調べておく。

I research places before I visit them.

事先调查一下参观的地方。

Nghiên cứu trước địa điểm tham quan.

2119

まさか

No way
莫非
chắc chắn...không

まさかあの山が噴火することはないだろう。

There is no way that volcano is going to erupt.

那座山不至于喷发吧。

Chắc chắn không có việc ngọn núi đó sẽ phun trào.

2120 **まさに** **正に** Exactly 的确、确实 đúng như	事実は正にあなたの言う通りだ。 The facts are exactly as you state them. 事实的确如你所说。 Sự thật đúng như lời anh nói.
2121 **ますます** More and more 愈来愈 càng	１年住んで、日本がますます好きになった。 Having lived here a year, I came to like Japan more and more. 住了一年，愈来愈喜欢日本了。 Tôi đã sống một năm và tôi yêu Nhật Bản ngày càng nhiều hơn.
2122 **まるまる** Tubby, whole 溜圆、完全、全部 béo tròn, tất cả, toàn bộ	まるまる太った赤ちゃん/まるまる損をした A tubby baby / I lost the lot 胖乎乎的婴儿/全都损失了 Một em bé béo tròn / Tôi đã mất tất cả
2123 **まんいち** **万一** In the unlikely event of 万一 Vạn nhất, nhỡ	万一事故が起きたら、すぐ警察に連絡して。 In the unlikely event of an incident, please immediately contact the police. 万一发生了事故，请尽快联系警察。 Nhỡ tai nạn xảy ra thì hãy báo ngay cho cảnh sát.
2124 **みずから** **自ら** Oneself 亲自 chính mình, tự mình	自ら進んで、会長に立候補した。 Proposing himself, he ran for the chairmanship. 自己主动参加竞选会长。 Anh ta tự mình tiến lên, ứng cử cho chức giám đốc.
2125 **むかむか** Be queasy 恶心（想呕吐状） nộn nạo	食べすぎて、胃がむかむかする。 I ate too much and now feel queasy in my guts. 吃多了，胃有点恶心。 Ăn quá nhiều nên bụng nộn nạo.
2126 **むしむし** Muggy 闷热 nóng ẩm	日本の梅雨は、むしむしして過ごしにくい。 The mugginess of the rainy season in Japan is difficult to endure. 日本的梅雨时节，闷热难熬。 Mùa mưa Nhật Bản thời tiết nóng ẩm rất khó chịu.
2127 **むしろ** Rather 与其……不如…… thà	途中でやめるなら、むしろしないほうがいい。 If you're going to give up half way, then it is probably better not to start in the first place. 与其半途而废，不如不做为好。 Nếu từ bỏ giữa chừng thì thà đừng làm còn hơn.

2128 **もうじき** Soon 马上、就要 sắp, sắp sửa	暖^{あたた}かくなったので、もうじき桜^{さくら}が咲^さくだろう。 It has gotten warmer, so the cherry blossom will soon be coming out. 因为天气变暖了，所以樱花马上就要开了吧。 Vì trời ấm lên,hoa anh đào có lẽ sắp nở hoa.
2129 **もともと** Originally 原本、本来 vốn là, nguyên là	うどんは、もともと中国^{ちゅうごく}の食^たべ物^{もの}だそうだ。 *Udon* are thought to have been eaten originally in China. 据说乌冬面本来是中国的食物。 Nghe nói Udon vốn là món ăn của Trung Quốc.
2130 **やがて** In due course 不久 chẳng mấy chốc	今^{いま}は寒^{さむ}いが、やがて春^{はる}が来^きて暖^{あたた}かくなるだろう。 It is cold now, but spring will come in due course and it will get warmer. 虽然现在还冷，不久春天来到，就会变暖和了吧。 Bây giờ trời đang lạnh nhưng chẳng mấy chốc mùa xuân đến và trời chắc sẽ ấm lên.
2131 **やや** Slightly 稍稍、些许 hơi	今年^{ことし}の問題^{もんだい}は去年^{きょねん}よりやや難^{むずか}しかった。 The questions this year were a little more difficult than last year. 今年的题目比起去年稍难了些。 Câu hỏi năm nay hơi khó hơn câu hỏi năm ngoái.
2132 **ようやく** At last 终于 cuối cùng	病気^{びょうき}が治^{なお}って、ようやく明日^{あす}退院^{たいいん}できる。 I have recovered from my illness and can finally go home from hospital. 病好了，明天终于可以出院了。 Bệnh đã khỏi, cuối cùng có thể rời bệnh viện vào ngày mai.
2133 **よほど** Greatly, hard. 很、颇、相当 nhiều, hết sức	よほど勉強^{べんきょう}しないと、卒業^{そつぎょう}できそうもない。 If you don't study hard, you probably will not be able to graduate. 如果不好好学习的话，就不能毕业了。 Nếu tôi không học hết sức, tôi sẽ không thể tốt nghiệp.
2134 **より** More 更 hơn	より良^よい方法^{ほうほう}がないか、もう一度^{いちど}考^{かんが}えよう。 Let's think again about whether there is a better way than this. 再考虑一下有没有更好的办法吧。 Hãy suy nghĩ thêm một lần nữa xem liệu có cách nào tốt hơn hay không.
2135 **わざと** On purpose 故意、有意 cố tình	幼^{おさな}い弟^{おとうと}は、わざとジュースをこぼして母^{はは}を怒^{おこ}らせた。 My younger brother upset mother by deliberately spilling juice. 年幼的弟弟故意打翻了果汁，惹怒了母亲。 Cậu em còn nhỏ của tôi cố tình làm đổ nước hoa quả khiến mẹ tức giận.

2136 わざわざ Take trouble to 特地 cắt công	<ruby>友<rt>とも</rt></ruby><ruby>達<rt>だち</rt></ruby>が<ruby>忘<rt>わす</rt></ruby>れ<ruby>物<rt>もの</rt></ruby>をわざわざ<ruby>家<rt>いえ</rt></ruby>まで<ruby>届<rt>とど</rt></ruby>けてくれた。 My friends took the trouble to bring the thing I forgot to my home. 朋友特地把我遗忘的东西送到我家里来。 Bạn tôi cất công mang đến tận nhà cho tôi món đồ tôi để quên.
2137 わりに/わりと 割に/割と Relatively 意外、比较地 tương đối	<ruby>今<rt>いま</rt></ruby>の<ruby>仕事<rt>しごと</rt></ruby>は<ruby>割<rt>わり</rt></ruby>と<ruby>楽<rt>らく</rt></ruby>で、<ruby>給料<rt>きゅうりょう</rt></ruby>も<ruby>悪<rt>わる</rt></ruby>くない。 My current job is relatively easy and the salary is not bad. 现在的工作比较轻松，工资也不差。 Công việc hiện nay tương đối dễ dàng và lương cũng không tệ.

<ruby>連体詞<rt>れんたいし</rt></ruby>

Adnominal Adjectives
连体词
Tiền tố bổ nghĩa cho danh từ, Tính từ

2138 あくる 明くる + Noun. Next, then 翌、第二 tiếp theo, sau	<ruby>結婚<rt>けっこん</rt></ruby>して、<ruby>明<rt>あ</rt></ruby>くる<ruby>年<rt>とし</rt></ruby>に<ruby>子供<rt>こども</rt></ruby>が<ruby>生<rt>う</rt></ruby>まれた。 I got married, and in the following year had a child. 结婚后，第二年生下了孩子。 Tôi kết hôn và năm sau thì sinh em bé.
2139 あらゆる + Noun. Every 所有的、一切的 mọi	<ruby>病気<rt>びょうき</rt></ruby>を<ruby>治<rt>なお</rt></ruby>すために、あらゆる<ruby>治療<rt>ちりょう</rt></ruby>を<ruby>受<rt>う</rt></ruby>けた。 I received the full range of treatments to cure my illness. 为了治疗疾病，接受了所有的治疗。 Tôi nhận mọi cách điều trị để có thể chữa khỏi bệnh.
2140 いわゆる + Noun So-called, otherwise known as, is said to be 所谓的、世人所说的 được gọi là	<ruby>優勝<rt>ゆうしょう</rt></ruby>した<ruby>彼女<rt>かのじょ</rt></ruby>は、いわゆるテニス<ruby>界<rt>かい</rt></ruby>の<ruby>女王<rt>じょおう</rt></ruby>だ。 The winner is said to be the queen of the world of tennis. 获得冠军的她，是所谓的网球界女王。 Cô gái chiến thắng được gọi là là nữ hoàng quần vợt.
2141 たいした 大した + Noun. (Not) badly, (not) much 非常的、了不起的、严重的 nghiêm trọng, to tát	<ruby>自転車<rt>じてんしゃ</rt></ruby>で<ruby>転<rt>ころ</rt></ruby>んだが、<ruby>大<rt>たい</rt></ruby>したけがではなかった。 I fell off my bicycle, but did not hurt myself much. 骑自行车摔倒了，但是没有严重的伤。 Tôi bị ngã xe đạp nhưng đó không phải là chấn thương nghiêm trọng.
2142 たんなる 単なる + Noun. Merely 仅仅、只是 chỉ đơn thuần	<ruby>有名選手<rt>ゆうめいせんしゅ</rt></ruby>が<ruby>引退<rt>いんたい</rt></ruby>するというのは<ruby>単<rt>たん</rt></ruby>なるうわさだ。 It is merely a rumor that the famous athlete will retire. 那位有名的运动员退役只是传言。 Việc cầu thủ nổi tiếng sẽ nghỉ hưu chỉ đơn thuần là tin đồn.

2143 **ほんの** Only 一点点、些许 chỉ, đúng	パンが固くて、ほんの**一口**しか食べられない。 The bread is so hard, I can only eat a little. 面包太硬了，只吃了一点点就吃不下了。 Bánh mì cứng quá nên tôi không thể ăn hết bằng chỉ bằng một miếng.
2144 **わが** My, our 我的、我们的 chúng ta	わが校ができてから、**今年**で１００年になる。 This year will be our school's centennial. 我们学校建校以来，今年已是100年了。 Đã một trăm năm kể từ khi trường chúng ta được thành lập năm nay.

接続詞

Conjunctions
接续词
Liên từ

2145 **あと** Additionally 还有、另外 sau đó	**参加者**には**名札**と**資料**を渡してください。あと、**会費**ももらってください。 Please hand over to the participants their name-tags and information sheets. Additionally, please take membership fees. 请把姓名挂牌和资料交给参加的人。还有，会费也请收一下。 Xin hãy phát thẻ tên và tài liệu cho những người tham gia. Ngoài ra, vui lòng thu phí hội viên.
2146 **あるいは** Or 或者、还是 hoặc	**留学**するか、あるいは**大学院**に**進む**かで**迷っ**ている。 I cannot decide whether to study abroad or go to graduate school. 一直在犹像去留学还是考研。 Tôi đang phân vân giữa việc đi du học hoặc học tiếp lên cao học.
2147 **こうして** Thus, that is how 如此、这样 cứ như vậy	Ａ**選手**はみんなが**寝た**あとも**毎日練習**した。こうして、**今回**の**大記録**が**生まれた**のだ。 Athlete A practiced every day even after other people had gone to bed. That was how this record was set. A选手每天大家睡觉后仍在练习。就这样，这次的大纪录得以诞生。 Cầu thủ A hằng ngày sau khi mọi người đã ngủ lại tập luyện. Cứ như vậy, trong giải đấu lần này đã lập kỉ lục.
2148 **さらに②** What's more 在此之上、另外 hơn nữa	**今日**は**朝**から**大雨**だ。さらに、**風**も**強**まってきた。 We've had heavy rain since the morning today. What's more, the wind has strengthened. 今天从早上开始就下大雨。在此之上，风也更大了。 Trời mưa to từ sáng nay. Hơn nữa, gió cũng mạnh lên.

2149	Bさんは難しい試験に合格した。しかも、成績がトップだったそうだ。
しかも	Mr. B passed a difficult examination. Moreover, it seems he got top marks.
Moreover	B考过了很难的考试。而且，听说成绩是第一名。
而且、并且	Anh B đã đỗ kỳ thi khó khăn. Hơn nữa, nghe nói thành tích của anh ấy còn vị trí cao.
hơn nữa	

2150	国民は教育を受ける権利がある。したがって、経済的な理由で進学できないのはおかしい。
したがって	The people have a right to an education. Therefore, it is abnormal if you cannot go to college for economic reasons.
Therefore	国民有受教育的权利。因此，因为经济上的理由而不能升学很奇怪。
因此	Người dân có quyền hưởng giáo dục. Do đó, việc lấy lý do vì
do đó	điều kiện kinh tế nên không thể học tiếp thì thật kỳ lạ.

2151	工業の発達はマイナスの面もあった。すなわち、環境汚染の問題である。
すなわち	The development of industry also had negative impact; that is, the problem of environmental pollution.
That is	工业发达也有不好的一面。也就是，环境污染问题。
也就是说、换言之	Phát triển công nghiệp cũng có mặt tiêu cực. Có nghĩa là đó
có nghĩa là	chính là vấn đề ô nhiễm môi trường.

2152	彼は常に学年のトップだ。それでも、自分の成績に満足していないようだ。
それでも	He is always top of his grade. Even so, it seems he is not satisfied with his performance.
But even so	他常年位居年级第一。即便如此，好像仍不满足于自己的成绩。
即便如此	Anh ấy luôn ở tốp thành tích cao trong học tập. Tuy nhiên, có vẻ
vậy mà, tuy nhiên, nhưng...vẫn	như anh ta không hài lòng với điểm số của mình.

2153	洗濯が済んだら、掃除をしてね。それと、犬の散歩もお願いね。
それと	After you finish the washing, clean up please. And then take the dog for a walk, OK?
And then	洗完衣服后，打扫一下吧。还有，带狗散步也拜托了。
还有	Sau khi giặt giũ xong hãy dọn dẹp. Thêm nữa, nhờ cô dắt chó đi
thêm nữa	dạo.

2154	彼にはやり方を丁寧に説明した。それなのに、間違えてばかりいる。
それなのに	I carefully explained to him how to do it. And yet he keeps on getting it wrong.
And yet	对他详细地解释了做法。尽管那样，也总是弄错。
尽管那样	Tôi giải thích cẩn thận cách làm. Tuy nhiên, anh ấy toàn nhầm.
vậy mà, tuy nhiên	

2155 ただ② However 可是、不过 ngoại trừ, thế nhưng	試験の問題は易しかった。ただ、解答を書く欄を間違えてしまったんだ。 The examination questions were easy. However, I made a mistake filling in the answer column. 试题是简单的。可是，答案填写栏弄错了。 Câu hỏi bài kiểm tra rất dễ. Thế nhưng tôi đã nhầm lẫn hàng khi viết câu trả lời.
2156 ただし However 但、但是 tuy nhiên, nhưng	年齢は何歳でもかまいません。ただし、海外でも働ける方を募集しています。 Age does not matter, but I am recruiting people who can also work abroad. 年龄几何无所谓。但是，要募集能在海外工作的人。 Tuổi tác không thành vấn đề. Tuy nhiên, chúng tôi đang cần tuyển người có thể làm việc ở nước ngoài.
2157 で In light of this, so 所以 vì vậy, do vậy	今までの製品は使いにくいという苦情がありました。で、改善したのがこの製品です。 We have had complaints that products released to date have been difficult to use. So this product is an improved version. 有投诉说迄今为止的产品使用不方便。所以，这是改善后的产品。 Vì có những lời phàn nàn rằng sản phẩm khó sử dụng. Vì vậy, sản phẩm được cải tiến là sản phẩm này.
2158 なお Further 此外 ngoài ra	登山の参加者は7時に集合してください。なお、弁当は自分で用意してください。 Those going on the mountaineering trip please gather at seven o'clock. In addition, please prepare your own box lunch. 登山的参加人员请于7点集合。此外，请自行准备便当。 Những người tham gia leo núi hãy tập hợp lúc 7 giờ. Ngoài ra, hãy tự chuẩn bị bữa trưa cho mình.
2159 もっとも Though 不过 mặc dù vậy, tuy nhiên	ロボットの技術者になりたいです。もっとも、希望通りにいくかは分かりません。 I want to become a robot technician, though I do not know if I will get my wish. 想成为机器人技术人员。不过，不知道能不能如愿。 Tôi muốn trở thành một kỹ thuật viên robot. Tuy nhiên, tôi không biết mình có được theo đúng nguyện vọng không?
2160 ようするに 要するに In short 总之、总归 tóm lại, nói ngắn gọn	外国語が上手になりたいなら、繰り返して練習することだ。要するに、近道はない。 If you want to become skilled at foreign languages keep on practicing. In short, there is no shortcut. 如果想提高外语水平，就要反复地练习。总之，没有捷径。 Nếu bạn muốn giỏi ngoại ngữ, hãy thực hành nó một cách liên tục. Nói ngắn gọn, không có con đường tắt.

320

読んでみよう11

外国語上達法（1）

——今日は、来日して**およそ1年**になるバッハさんに日本語の勉強法を伺います。勉強するとき、大切なことは何でしょうか。

バッハ　「私は、まず、どのくらい上手になりたいか、目標を決めます。文法を**一通り**勉強することは大事ですが、**あらゆる**言葉を知る必要はありません。私の場合は、**せめて**意見が交換できるようになりたいと思いました。」

——目標が大事なんですね。

バッハ　「そうです。目標があれば、勉強は**大して**つらくありません。忙しくても、**ほんの**少しの時間があれば、**せっせと**単語を覚えるようにしました。**いやいや**勉強しても効果がないと思います。」

——いくら勉強しても、**さっぱり**上手にならないと思ったことはありませんか。

バッハ　「ありますよ。でも、私には、話したいことがたくさんあるんです。そういう時、**いちいち**文法を**あれこれ**考えるより、まず口に出すようにしました。ちょっと間違っていても、**案外**通じることが分かると、**さらに**努力できて、会話力が**ぐんぐん**伸びます。そうすると、**ますます**話したいことが出てきます。」

How to master a foreign language (1)

—Today, I want to talk about Japanese-language study methods with Mr. Bach, who has been in Japan for about one year. What do you consider important when studying?

Bach: First, you set yourself a target, specifying what level you want to take it to. Looking through the grammar is important, but you do not need to know all the words. In my case, I considered as my minimum the ability to exchange opinions.

—The goal is important, isn't it?

Bach: Yes, it is. If you have a target, study will not be so tough. Even when busy, I was able to remember words well even putting only a little time into it. I don't think you will get any benefit if you have to force yourself to study.

—No matter how much you studied, were there times when you frankly thought you would never get good at it?

Bach: Yes, there were. But I have a lot of things I want to talk about. When I felt I was getting nowhere, I just spoke out, without worrying too much about getting the grammar right every time. Even if you get it a bit wrong, your conversation skills will gradually improve if you work at it and you will be able to communicate better than you had expected. If you do that, you will find yourself wanting to talk more and more.

提高外语的方法（1）

　　提问者：“今天，我们向来日本近一年的巴赫先生请教日语的学习方法。学习日语的时候最重要的是什么呢？”

　　巴赫：“我认为，首先，要确定自己的目标，想要自己的日语要达到什么程度。大致学习一下语法很重要，但没有必要学习全部的词汇。就我个人而言，我的目标是至少能够交换意见。”

　　提问者：“目标确实很重要呢。”

　　巴赫：“是啊。有了目标的话，学习就不会太痛苦。就算很忙，只要有一点点时间，我也会孜孜不倦地背单词。我认为学习不主动，是没有效果的。”

　　提问者：“你有没有遇到过，不管你怎么学习，也完全没有提高的情况？”

　　巴赫：“当然有过。不过，我有很多话想说。这种时候，我不是逐一地去考虑应该使用哪个语法，而是先说出口。然后意外地发现，就算说错一点，他们也是能明白的。因此你再更加地努力，会话能力就会突飞猛进。这样的话，就能涌出更多想聊的话题。”

Phương pháp nâng cao ngoại ngữ (Phần 1)

—Hôm nay, tôi sẽ hỏi anh Bach, người đã ở Nhật khoảng một năm về phương pháp học tiếng Nhật. Khi học ngoại ngữ, theo anh điều gì là quan trọng?

Bach: Theo tôi, trước hết, phải xác định mục tiêu là mình muốn đạt đến trình độ như thế nào? Tuy học ngữ pháp một lượt quan trọng nhưng không cần biết tất cả mọi từ vựng. Trường hợp của mình, tôi đã nghĩ ít nhất là để mình có thể trao đổi ý kiến.

—Vậy mục tiêu có vai trò quan trọng nhỉ.

Bach: Vâng, Nếu có mục tiêu rồi thì việc học tập không có gì quá vất vả. Cho dù bận rộn nhưng chỉ cần có ít thời gian rảnh là tôi lại chăm chỉ học để có thể nhớ được từ vựng. Tôi nghĩ rằng nếu học hành miễn cưỡng thì sẽ không thu lại kết quả.

—Đã khi nào mà cho dù bạn học bao nhiêu đi chăng nữa, bạn vẫn chẳng thấy giỏi lên tí nào không?

Bach: Có chứ. Nhưng tôi thì có rất nhiều điều muốn nói. Những lúc như thế, thay bằng việc ngồi nghĩ từng câu từng câu ngữ pháp sẽ thế này thế kia thì tôi trước hết cố gắng nói ra miệng. Cho dù có thể bị sai một chút nhưng khi nhận ra rằng có thể giao tiếp nhiều hơn mình nghĩ, bạn sẽ càng cố gắng hơn, và khả năng hội thoại tiến bộ rất nhanh. Cứ làm như vậy, bạn sẽ có thể càng ngày càng diễn đạt được nhiều hơn điều mình muốn nói.

外国語上達法（２）

――日本では、小学生から英語のコミュニケーション力を伸ばそうとしていますが。

バッハ　「うーん。コミュニケーションとは何かが問題だと思います。先日、あるお寺で**いきなり**青年に英語で話しかけられました。私はドイツ人ですよ（笑い）。**それなのに**英語で『いつ日本へ来たか』『日本食が食べられるか』と勝手に話しかけてくるんです。**要するに**、コミュニケーションじゃなくて、**単に**英語が使いたいだけなんです。言葉は、**本来**コミュニケーションの道具です。伝えたいことがあることが**何より**大切で、それを**何とか**伝えようとすることで上手になります。**ただし、ひとりでに**話せるようにはなりません。語学の天才なんて、**ごく**少数です。**したがって**勉強する努力は、欠かせませんね。」

――貴重なお話をありがとうございました。

バッハ　「私の日本語は、**せいぜい**日常会話ができる程度で、**大した**ことはありません。それに、**飽くまで**私の個人的な考えですから、**必ずしも**役に立つとは言えないと思います。でも参考にしてもらえたらうれしいです。」

How to master a foreign language (2)

—In Japan, people are taught from elementary school to develop their communication skills in English.

Bach: Indeed. But I think the problem is what you consider communication to be. The other day, out of the blue, at a temple, I was spontaneously addressed in English by some young person, and I am a German (laughs). He was able to ask in English, "When did you come to Japan," and "Can you eat Japanese food?" In short, it was nothing to do with communication, he just wanted to use English. Words are supposed to be a tool for communication. Most important is having something you want to say. You get better simply by managing to express yourself somehow. However, you cannot get fluent by talking to yourself. Linguistic geniuses are very thin on the ground. So the ability to study is essential.

—Thank you for your valuable contribution.

Bach: My Japanese is nothing special. It's just enough to deal with everyday conversation. But that is my personal approach. I cannot say that I find it particularly useful. I will be happy though to know that the knowledge is there in the future.

提高外语的方法（2）

　　提问者："在日本，好像从小学生开始就想要提高英语交流能力。"

　　巴赫："嗯。问题在于要先弄清楚交流是什么？前几天，我在一座寺院突然被一个年轻人用英语搭话。我是德国人啊（笑）。尽管如此，那个年轻人还是自顾自地用英语和我搭话。'什么时候来的日本？''能吃得惯日本料理吗？'总之，这个年轻人不是为了交流，只是单纯地想说英语而已。语言，本来就是交流的工具。有想要传达给对方的东西比什么都重要。把想传达的东西尽办法地传达给对方，这样水平就会提高。不过，独自一个人是不能提高语言能力的。什么语言天才，毕竟是少数。所以，努力学习是不可或缺的呢。"

　　提问者："非常感谢您的宝贵建议。"

　　巴赫："我的日语也就是日常会话的程度，没什么大不了的。而且，这些建议终归只是我个人的看法，并不一定全都有用。不过，如果能给你们提供一些参考，我就很高兴了。"

Phương pháp nâng cao ngoại ngữ (2)

—Tại Nhật Bản, chúng tôi đang cố gắng mở rộng khả năng giao tiếp tiếng Anh từ bậc tiểu học nhưng...

Bach: Ừm. Tôi nghĩ thế nào là giao tiếp thì mới chính là vấn đề. Hôm trước, tại một ngôi chùa nọ tôi đột nhiên bị một thanh niên bắt chuyện bằng tiếng Anh. Tôi là người Đức đấy (cười). Vậy mà người đó cứ tùy tiện hỏi tôi bằng những câu tiếng Anh như "Anh đến Nhật khi nào? Anh ăn được đồ ăn Nhật Bản không?". Nói tóm lại, đó không phải là giao tiếp mà đơn thuần chỉ là anh ta muốn sử dụng tiếng Anh mà thôi. Ngôn từ vốn dĩ là công cụ của giao tiếp. Việc có điều muốn diễn đạt quan trọng hơn bất cứ điều gì nên bằng việc truyền đạt điều mình muốn nói ra thì bạn sẽ giỏi lên. Tuy nhiên bạn cũng không thể nói được mà chỉ có một mình. Thiên tài về ngôn ngữ thực sự rất ít. Do đó việc nỗ lực trong học tập là điều không thể thiếu.

—Cám ơn anh về buổi nói chuyện quý báu này.

Bạch: Tiếng Nhật của tôi chỉ ở trình độ giao tiếp thông thường không phải là gì to tát. Vì đây là suy nghĩ cá nhân tôi nên không thể nói nhất định sẽ hữu dụng với mọi người. Tuy nhiên, nếu các bạn có thể tham khảo được gì đó thì tôi sẽ rất vui.

<table>
<tr>
<td>
敬語 けい ご
</td>
<td>
Honorific Expressions
敬语
Kính ngữ
</td>
<td></td>
</tr>
</table>

2161 **あがる** Eat, drink, consume 吃、喝、品尝 thưởng thức, dùng	料理が冷めないうちに、おあがりください。りょうりさ Please eat while the meal remains warm. 请趁热吃吧。 Trong lúc thức ăn còn chưa nguội, xin mời thưởng thức.
2162 **うけたまわる** **承る** Receive 聆听、接受 nhận	２泊３日、２名様のご予約を承りました。に はくみっかに めいさまよ やくうけたまわ We have accepted a reservation from you two for three days and two nights. 三天两晚，两位的预约我们已经接受了。 Chúng tôi nhận đặt phòng cho hai người, 3 ngày 2 đêm.
2163 **お/ご〜ねがう** **お/ご〜願う** Request, seek 希望…… Xin hãy	日程の変更をご検討願います。にっていへんこうけんとうねが I hope you will consider changing the schedule. 希望能商量一下日程变更的事情。 Xin hãy xem xét thay đổi lịch trình.
2164 **お/ご〜もうしあげる** **お/ご〜申し上げる** Remark, explain 我来…… nói	部長に代わり、ご説明申し上げます。ぶ ちょうかせつめいもう あ I will explain things in place of the department manager. 由我来代替部长进行说明。 Tôi xin giải thích thay cho trưởng phòng.
2165 **おこしになる** Arrive 来 đi đến	お車で、おこしになるのはご遠慮ください。くるまえんりょ Please do not arrive by car. 请不要开车前来。 Vui lòng không đi đến bằng xe hơi.
2166 **おんちゅう** **御中** To (address) （邮件上）公启 Kính gửi	○○大学入試係御中だいがくにゅう し がかりおんちゅう To: Entrance examination officials at XX University 某某大学入学考试部门公启 Kính gửi: Hội đồng xét tuyển đầu vào đại học○○
2167 **ぞんじあげる** **存じ上げる** Know 知道、想、认为 biết	お兄様のことは、よく存じ上げております。にいさまぞん あ I know all about your older brother. 我知道您哥哥。 Tôi được biết về chuyện anh trai của ngài.

2168 ぞんじる/ぞんずる 存じる/存ずる Think, wish 想、认为 biết, nghĩ	お元気でお過ごしのことと存じます。 I wish you well. 我想您应该过得不错。 Tôi biết bạn đang sống khỏe mạnh.
2169 ちょうだいする Receive 收到 nhận	先日は、けっこうな物をちょうだいしました。 The other day I received something pretty. 前几天，收到了个相当好的东西。 Hôm qua, tôi đã nhận được khá nhiều đồ.

挨拶・感動詞 あいさつ・かんどうし	Greetings, Interjections 寒暄语・感叹词 Chào hỏi, Thán từ

2170 あ/あっ Ah 啊 Ôi, Ôi	あっ、間違えた。答えは2番だ。 Ah, I made a mistake. The answer is two. 啊，错了。答案是第2个。 Ôi, sai mất rồi. Câu trả lời là số 2.
2171 あのね You know what, actually 唉、那个 này, nghe tớ bảo này	あのね、実は来月、結婚するんだ。 Actually, I'm getting married next month. 那个，其实，下个月我要结婚了。 Này nghe tớ bảo, thực ra tháng tới tớ sẽ kết hôn.
2172 あら Oh, gosh! 哎呀 A, Ó	あら、山田さん。久しぶりですね。 Gosh, long time no see, Mr. Yamada. 哎呀，山田先生。好久不见了呢。 Ô, ông Yamada. Đã lâu lắm không gặp ông?
2173 いちにのさん 一二の三 Signal to begin something 一二三（口号） hô đến 3 (trong 123)	一二の三で持ち上げて。一二の三、それっ。 When I say "one, two, three," you lift it up, ok? One, two, three, go. 一二三举起来。一二三、嘿。 Nâng nó khi tôi hô đến 3 nhé. Nào 123 nâng nào.
2174 いや No, not 不（惊讶感叹时的语气） không đâu, A	「行く?」「いや、行かない」/いや、驚いた "Are you going?" "No, I am not" / "Well, I never!" "去吗?" "不，不去。"/啊，真令人惊讶 "Đi nào?" "Không, tôi sẽ không đi" / A, thật ngạc nhiên

	2175	えっ、その話、本当ですか。
え/えっ What? Huh? 啊 É		What? Is that story true? 啊，说真的吗? É, câu chuyện đó, có thật không?

	2176	おい、待ってくれ。俺も行くよ。
おい Hey! 喂 này		Hey, please wait, I'm coming too. 喂，等一下。我也去。 Này, đợi tôi với. Tôi cũng đi mà.

	2177	おお、寒い。
おお Wow, sound of surprise 啊 Ôi		Ooh, it's cold. 啊，好冷。 Ôi, lạnh quá.

	2178	「おおい」と遠くから男の呼ぶ声が聞こえた。
おおい A call from a distance, like ahoy! 喂、嗨 này này		I heard a man calling out from a distance. 从远处传来一声男人喊的"喂"。 Tôi đã nghe thấy tiếng gọi "này này" từ phía xa của người đàn ông.

	2179	おや、ここに置いたはずのかばんがない。
おや Hullo! Oh my! 哎、唉、噢 Ôi		Hullo! The bag I thought I put here has gone! 哎，明明放在这里的包没了。 Ôi, cái túi mà tôi đã đặt ở đây không có.

	2180	「コーヒー2つね」「かしこまりました」
かしこまりました Certainly, got it 明白了、知道了 vâng, tôi đã hiểu rồi ạ / vâng, thưa ngài		"Two coffees, please." "Got it." "两杯咖啡。""明白了。" "Cho tôi 2 cốc cà phê" "Vâng, thưa ngài"

	2181	こらっ、そこに上っちゃだめだ。
こらっ/これっ Hey! 喂、哎 Này		Hey, you can't climb there! 哎，这不许爬。 Này, không được trèo lên đó.

	2182	さ、早く行こう。
さ Right! 喂 Nào		Right, let's go quickly! 喂，早点走吧。 Nào, đi nhanh lên.

2183 **しいっ** Hush 嘘 Xuyt	**しいっ、静かにしなさい。** Hush, be quiet. 嘘，安静点。 Xuyt, giữ yên lặng nào.
2184 **しまった** Oops, oh dear 糟糕 Chết rồi	**しまった。乗り越した。また、寝ちゃったよ。** Oops, I missed my station. I fell asleep again. 糟了，坐过站了。又睡着了啊。 Chết rồi, đi quá điểm xuống rồi. Lại ngủ quên mất.
2185 **しめた** Excellent! 好极了，太棒了 thích quá, tuyệt	**しめた。母さんが留守だ。ゲームができる。** Excellent! Mother is out and I can play computer games. 太棒了。妈妈出门了。可以玩游戏了。 Tuyệt. Mẹ đi vắng rồi. Có thể chơi game được rồi.
2186 **しょくん** **諸君** You guys 大家，各位 các bạn	**新入社員の諸君、一言社長として言っておく。** You new hires, as president I have a few words to say to you. 新进职员的各位，我作为社长说几句话。 Các bạn nhân viên mới, tôi xin nói vài lời với tư cách là giám đốc.
2187 **そうそう** Yes, of course 对了，想起来了 Đúng rồi	**そうそう、忘れてた。この前、千円借りたね。** Yes, that's right, I forgot. I borrowed 1,000 yen the other day. 对了，忘记了。最近借了1000日元呢。 Đúng rồi, tôi đã quên mất. Trước đây tôi đã vay anh 1000 yên nhỉ.
2188 **そうだ** That's it 对了（突然想起） Đúng vậy	**そうだ。いいこと思いついた。** That's it. I've got an idea. 对了！忽然想起个好主意了。 Đúng vậy. Tôi đã nảy ra một ý tưởng tốt.
2189 **それっ** Here goes 哎、喂、来 ...nào	**ボール投げるよ。それっ。** I'm going to throw the ball. Here goes. 球扔过去了哦。来！ Tôi sẽ ném bóng. Ném nào.
2190 **どれどれ** Let's see 哎、喂 nào nào	**問題が難しいのか。どれどれ、見せてごらん。** Is the problem difficult then? Let's see, let me have a look. 问题难吗？哎，给我看看。 Câu hỏi khó à. Nào nào để tôi xem.

2191 なあ Hey 呐 này	なあ、このセーターいいだろう。
	Hey, this sweater is nice, isn't it?
	呐，这件毛衣不错吧？
	Này, chiếc áo len này đẹp nhi.

2192 ね/ねえ Hey (to attract attention) 哎、喂 này	ねえ、お母さん、新しい靴を買ってよ。
	Hey, mom, please buy me new shoes.
	喂，妈妈，买双新鞋子吧。
	Này, mẹ ơi, con mới mua giầy.

2193 はあ Indeed 啊 À	はあ、なるほど、確かにその通りですね。
	Aha. I see, it really is true then, I guess.
	啊，原来如此，确实是这样。
	À thảo nào. Quả thật đúng là như vậy nhi.

2194 ほら Look! 瞧、喂 Nhìn kia	ほら、あそこ。あそこにいるのが私の父よ。
	Look! Over there. That's my father over there.
	瞧，那里。在那里的人是我父亲。
	Nhìn kia, ở chỗ kia. Người ở chỗ kia là cha tôi đó.

2195 まあ Oh my word! Wow! 哎呀 Ôi	まあ、きれいな景色。来て良かったわ。
	Wow, that's beautiful scenery. I'm glad we came.
	哎呀，好漂亮的景色。到这里来太好了。
	Ôi cảnh đẹp quá. Thật tốt vì đã đến đây.

2196 まいった 参った That's too bad, damn 受不了、吃不消 Chết rồi	参った。電車が遅れてる。また遅刻だ。
	That's too bad. The train is late. I'm going to be late again.
	受不了了。电车来晚了。又迟到了。
	Chết rồi. Xe lửa đến chậm. Tôi lại đi làm muộn.

2197 やあ Hi! 呀、喂 Ô, A	やあ、久しぶり。どうしてた？
	Hi, it's been a long time. What have you been up to?
	呀，好久不见。怎么样了？
	Ô, lâu rồi rồi mới gặp. Anh dạo này thế nào?

2198 やれやれ Whew! 哎呀呀 Phù	やれやれ、ようやく締め切りに間に合った。
	Whew, I just made the deadline.
	哎呀呀，终于赶上了截止时间。
	Phù, cuối cùng tôi cũng nộp kịp kỳ hạn.

2199 よいしょ Oof! (sound expressing physical effort) 嗨哟 Ái chà chà	よいしょ。このリュック重いねえ。 Oof! This rucksack is heavy, isn't it? 嗨哟! 这个背包挺重呢。 Ái chà chà. Cái ba lô này nặng ghê nhỉ.
2200 よし Right! Good! 好 Được rồi	あと少しで頂上だ。よし、がんばろう。 We are almost at the summit. Right, let's stick at it just a little bit more. 还有一点就到山顶了。好! 加油。 Chỉ còn một chút nữa là lên đến đỉnh rồi. Được rồi, cố lên nào.

付録　ふろく
Appendix　附录　Phụ lục

日本の三権
にほん　さんけん

The Three Branches of the Japanese Government
日本的三权分立　Tam quyền ở nhật

立法権
りっぽうけん

Legislative Power　立法权　Quyền lập pháp

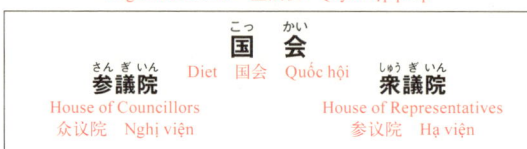

国会
こっかい

Diet　国会　Quốc hội

参議院　さんぎいん
House of Councillors
众议院　Nghị viện

衆議院　しゅうぎいん
House of Representatives
参议院　Hạ viện

行政権
ぎょうせいけん
Administrative Power
行政权　Quyền hành pháp

司法権
しほうけん
Judicial Power
司法权　Quyền tư pháp

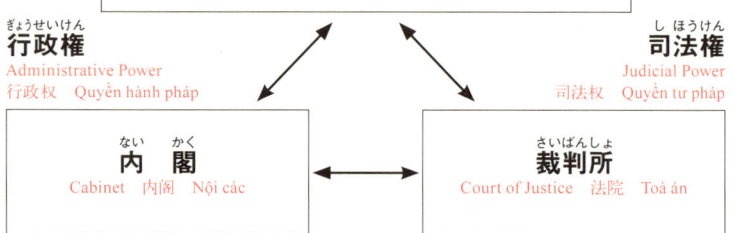

内閣　ないかく
Cabinet　内阁　Nội các

裁判所　さいばんしょ
Court of Justice　法院　Toà án

主な中央省庁
おも　ちゅうおうしょうちょう

Main Government Ministries
主要的中央机关　Các bộ ngành chính trực thuộc trung ương

総務省　そうむしょう
Ministry of Internal Affairs and Communications　总务省　Bộ nội vụ và truyền thông

法務省　ほうむしょう
Ministry of Justice　法务省　Bộ Tư Pháp

外務省　がいむしょう
Ministry of Foreign Affairs　外务省　Bộ Ngoại Giao

財務省　ざいむしょう
Ministry of Finance　财务省　Bộ Tài Chính

文部科学省（文科省）　もんぶかがくしょう（もんかしょう）
Ministry of Education, Culture, Sports, Science and Technology
文科省　Bộ Văn hóa Giáo dục Thể thao Khoa học Công nghệ

厚生労働省（厚労省）　こうせいろうどうしょう（こうろうしょう）
Ministry of Health, Labour and Welfare
厚生劳动省　Bộ Y tế Lao động Phúc lợi

農林水産省（農水省）　のうりんすいさんしょう（のうすいしょう）
Ministry of Agriculture, Forestry and Fisheries
农林水产省　Bộ Nông Lâm Thủy sản

経済産業省（経産省）　けいざいさんぎょうしょう（けいさんしょう）
Ministry of Economy, Trade and Industry
经济产业省　Bộ Kinh tế Thương mại Công nghiệp

国土交通省（国交省）　こくどこうつうしょう（こっこうしょう）
Ministry of Land, Infrastructure, Transport and Tourism
国土交通省　Bộ Đất đai Hạ tầng Giao thông Du lịch

環境省　かんきょうしょう
Ministry of the Environment　环境省　Bộ Môi trường

防衛省　ぼうえいしょう
Ministry of Defense　防卫省　Bộ Quốc phòng

身近な行政機関
Local Government Organizations
常用的行政机构　Các cơ quan hành chính

市役所・区役所・町役場・村役場
City office, ward office, town office　区政府，市政府，镇公所，村公所
Ủy ban nhân dân thành phố, quận, ban quản lý khu phố, thôn xóm

都庁・道庁・府庁・県庁
Tokyo Metropolitan Government Office, Hokkaido Government Office, Osaka/Kyoto Prefectural
Government Office, Prefectural Government Office　东京都政府，道厅，府厅，县厅
Văn phòng chính phủ thủ đô Tokyo, Hokkaido, Kyoto/Osaka và các tỉnh

警察署　Police station　警察局　Sở cảnh sát

消防署　Fire station　消防机关　Cục phòng cháy chữa cháy

保健所　Public health center　卫生站　Trung tâm y tế

税務署　Tax office　税务局　Cục thuế

国際連合(国連)の主要機関
Main Organizations of the United Nations
联合国主要机构　Các cơ quan chính của liên hợp quốc

国連安全保障理事会 (UNSC)
United Nations Security Council　联合国安理会　Hội đồng bảo an

国際司法裁判所 (ICJ)
International Court of Justice　国际法庭　Toà án tư pháp quốc tế

国連児童基金 (UNICEF)
United Nations Children's Fund　联合国儿童基金会　Quỹ nhi đồng Liên hợp quốc

国際労働機関 (ILO)
International Labour Organization　国际劳工组织　Tổ chức lao động quốc tế

国連教育科学文化機関 (UNESCO)
United Nations Educational, Scientific and Cultural Organization　联合国教科文组织
Tổ chức giáo dục, khoa học và văn hoá Liên hợp quốc

世界保健機関 (WHO)
World Health Organization　世界卫生组织　Tổ chức y tế thế giới

国連難民高等弁務官事務所 (UNHCR)
United Nations High Commissioner for Refugees　联合国难民署
Cao uỷ của Liên hợp quốc về người tị nạn

日本の祝日
Japanese National Holidays
日本的节日　Các ngày lễ ở Nhật Bản

1月1日 (いちがつついたち)	**元日** (がんじつ) New Year's Day　元旦　Ngày đầu năm
1月第2月曜日 (いちがつだいにげつようび) *	**成人の日** (せいじん ひ) Coming-of-Age Day　成人节　Ngày lễ thành nhân
2月11日 (にがつじゅういちにち)	**建国記念の日** (けんこくきねん ひ) National Foundation Day　建国纪念日　Ngày quốc khánh
3月21日頃 (さんがつにじゅういちにちごろ)	**春分の日** (しゅんぶん ひ) Vernal Equinox Day　春分　Ngày xuân phân
4月29日 (しがつにじゅうくにち)	**昭和の日** (しょうわ ひ) Shōwa Day　昭和天皇誕辰日　Ngày Chiêu Hoà (Showa)
5月3日 (ごがつみっか)	**憲法記念日** (けんぽうきねんび) Constitution Day　宪法纪念日　Ngày kỉ niệm hiến pháp
5月4日 (ごがつよっか)	**みどりの日** (ひ) Greenery Day　绿之日　Ngày xanh
5月5日 (ごがついつか)	**こどもの日** (ひ) Children's Day　儿童节　Tết thiếu nhi
7月第3月曜日 (しちがつだいさんげつようび) **	**海の日** (うみ ひ) Marine Day　海之日　Ngày của biển
8月11日 (はちがつじゅういちにち)	**山の日** (やま ひ) Mountain Day　山之日　Ngày của núi
9月第3月曜日 (くがつだいさんげつようび) **	**敬老の日** (けいろう ひ) Respect-for-Aged Day　敬老节　Ngày kính lão
9月23日頃 (くがつにじゅうさんにちごろ)	**秋分の日** (しゅうぶん ひ) Autumnal Equinox Day　秋分　Ngày thu phân
10月第2月曜日 (じゅうがつだいにげつようび) *	**体育の日** (たいいく ひ) Health and Sports Day　体育节　Ngày thể dục thể thao
11月3日 (じゅういちがつみっか)	**文化の日** (ぶんか ひ) Culture Day　文化节　Ngày văn hoá
11月23日 (じゅういちがつにじゅうさんにち)	**勤労感謝の日** (きんろうかんしゃ ひ) Labor Thanksgiving Day　勤感谢日　Ngày biết ơn người lao động
12月23日 (じゅうにがつにじゅうさんにち)	**天皇誕生日** (てんのうたんじょうび) Emperor's Birthday　天皇诞辰纪念日　Sinh nhật Nhật Hoàng

*　**第2月曜日** (だいにげつようび) the second Monday of the month　第二个星期一
　　thứ 2 lần thứ 2 trong tháng

**　**第3月曜日** (だいさんげつようび) the third Monday of the month　第三个星期一
　　thứ 2 lần thứ 3 trong tháng

日本の主な時代区分

Main Historical Periods of Japan

日本主要的时代划分　Phân chia các thời kỳ chính của nhật

700年		奈良時代
800	**古代**	
900	Ancient times, antiquity	平安時代
1000	古代　cổ đại	
1100		
1200		鎌倉時代
1300	**中世**	
1400	Medieval times, Middle Ages	室町時代
1500	中世纪　trung cổ	
		安土桃山時代
1600		
1700	**近世**	江戸時代
	Early modern times	
1800	近世　cận trung	
		明治時代　1868 - 1912
1900	**近代**	大正時代　1912 - 1926
	Modern times	
	近代　cận đại	昭和時代　1926 - 1989
2000	**現代**	
	Present age/day, today	平成　1989 -
	現代　hiện đại	

日本の地理
Geography of Japan
日本的地理　Địa lý Nhật Bản

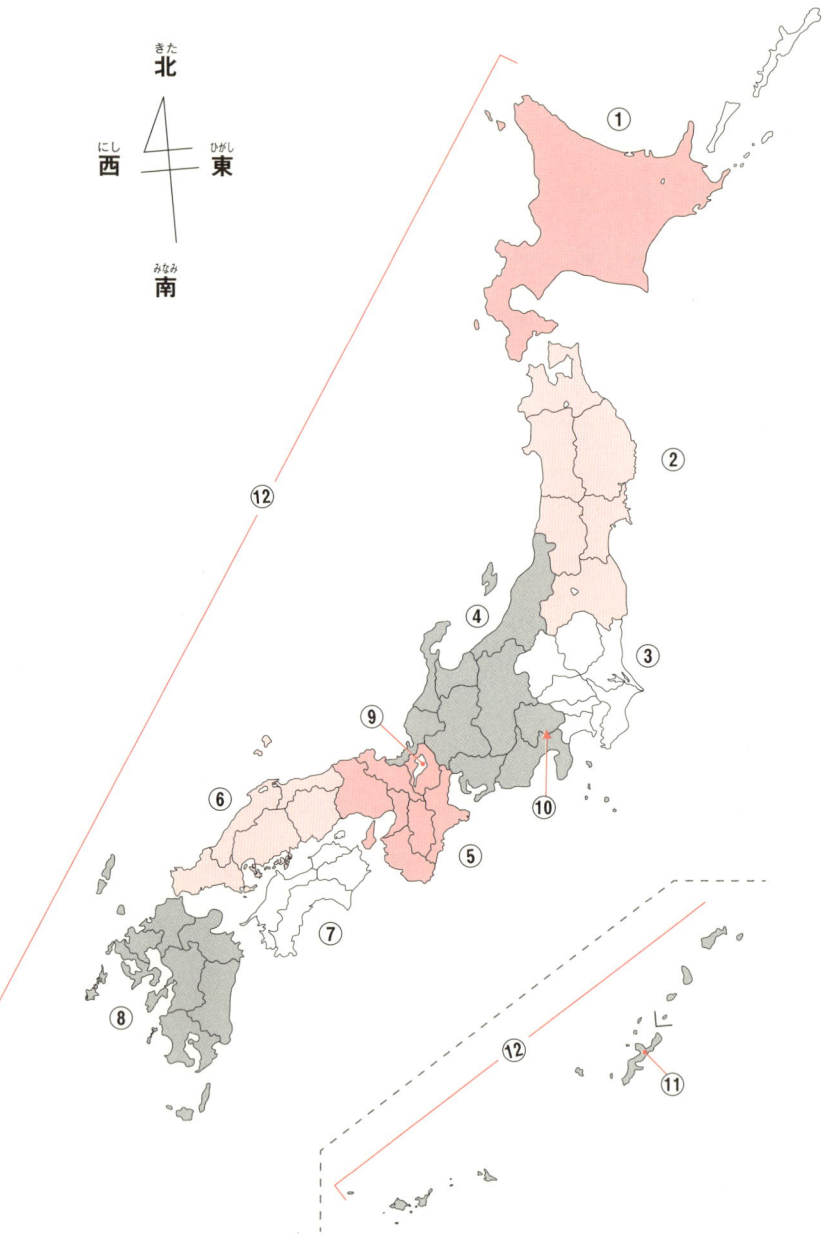

北 _{きた}

西 _{にし}　東 _{ひがし}

南 _{みなみ}

地方 （ちほう） Districts 地方、地区　Vùng	都道府県 （とどうふけん） Prefectures　都道府县 Thành phố và các tỉnh trực thuộc trung ương
① 北海道地方（ほっかいどうちほう）	北海道（ほっかいどう）
② 東北地方（とうほくちほう）	青森県（あおもりけん）、岩手県（いわてけん）、宮城県（みやぎけん）、秋田県（あきたけん）、 山形県（やまがたけん）、福島県（ふくしまけん）
③ 関東地方（かんとうちほう）	茨城県（いばらきけん）、栃木県（とちぎけん）、群馬県（ぐんまけん）、埼玉県（さいたまけん）、 千葉県（ちばけん）、東京都（とうきょうと）、神奈川県（かながわけん）
④ 中部地方（ちゅうぶちほう）	新潟県（にいがたけん）、富山県（とやまけん）、石川県（いしかわけん）、福井県（ふくいけん）、 山梨県（やまなしけん）、長野県（ながのけん）、岐阜県（ぎふけん）、静岡県（しずおかけん）、 愛知県（あいちけん）
⑤ 近畿地方（きんきちほう）*	三重県（みえけん）、滋賀県（しがけん）、京都府（きょうとふ）、大阪府（おおさかふ）、 兵庫県（ひょうごけん）、奈良県（ならけん）、和歌山県（わかやまけん）
⑥ 中国地方（ちゅうごくちほう）	鳥取県（とっとりけん）、島根県（しまねけん）、岡山県（おかやまけん）、広島県（ひろしまけん）、 山口県（やまぐちけん）
⑦ 四国地方（しこくちほう）	徳島県（とくしまけん）、香川県（かがわけん）、愛媛県（えひめけん）、高知県（こうちけん）
⑧ 九州地方（きゅうしゅうちほう）	福岡県（ふくおかけん）、佐賀県（さがけん）、長崎県（ながさきけん）、熊本県（くまもとけん）、 大分県（おおいたけん）、宮崎県（みやざきけん）、鹿児島県（かごしまけん）、沖縄県（おきなわけん）

* 三重県（みえけん）を除（のぞ）いた近畿地方（きんきちほう）を関西（かんさい）という場合（ばあい）がある。

With the exception of Mie prefecture, the Kinki region is called Kansai.
有时将三重县以外的近畿地区叫作关西。
Cũng có trường hợp người ta gọi khu vực miền Trung Tây Bộ của Nhật trừ tỉnh Mie là Kansai.

⑨ 琵琶湖（びわこ）　Lake Biwa　琵琶湖　Hồ Biwa
⑩ 富士山（ふじさん）　Mt. Fuji　富士山　Núi Phú Sỹ
⑪ 沖縄本島（おきなわほんとう）　Main island of Okinawa　冲绳本岛　Đảo chính Okinawa
⑫ 日本列島（にほんれっとう）　Japanese Archipelago　日本列岛　Quần đảo Nhật Bản

色 / カラー
Colors
颜色　Màu sắc

白・ホワイト	White　白色　màu trắng
黒・ブラック	Black　黑色　màu đen
赤・レッド	Red　红色　màu đỏ
青・ブルー	Blue　蓝色　màu xanh
黄色・イエロー	Yellow　黄色　màu vàng
茶色・ブラウン	Brown　茶色　màu nâu
緑・グリーン	Green　绿色　màu xanh lá cây
こげ茶	Dark brown　深棕色　màu nâu sẫm
水色	Light blue　淡蓝色 màu xanh nước biển, xanh nhạt
紺	Navy, dark blue　藏青色、藏蓝色 màu xanh đậm
灰色・グレー	Grey　灰色　màu xám, ghi
紫・パープル	Purple　紫色　màu tím
ピンク	Pink　粉红色　màu hồng
ベージュ	Beige　米黄色　màu beige (nâu vàng nhạt)
オレンジ	Orange　橘黄色、橙黄色　màu cam
金色・ゴールド	Gold　金色　màu vàng
銀色・シルバー	Silver　银色　màu bạc
無色	Colorless　无色　không màu

数字と計算
すうじ　けいさん

Numbers and Calculations
数学与计算　Chữ số và phép tính

◆ **位** <ruby>位<rt>くらい</rt></ruby>　Decimal place, digit　位、位数　vị trí

桁 <ruby>桁<rt>けた</rt></ruby>　Digit　位数　chữ số

<ruby>兆<rt>ちょう</rt></ruby>の<ruby>位<rt>くらい</rt></ruby>　<ruby>億<rt>おく</rt></ruby>の<ruby>位<rt>くらい</rt></ruby>　<ruby>万<rt>まん</rt></ruby>の<ruby>位<rt>くらい</rt></ruby>　<ruby>十<rt>じゅう</rt></ruby>の<ruby>位<rt>くらい</rt></ruby>　<ruby>一<rt>いち</rt></ruby>の<ruby>位<rt>くらい</rt></ruby>

1 2,3 4 5,6 7 8,9 0 1,2 3 4

じゅうにちょう　さんぜんよんひゃくごじゅうろくおく　ななせんはっぴゃくきゅうじゅうまん　せんにひゃくさんじゅうよん

1 0 0 0 0
<ruby>桁<rt>けた</rt></ruby>の<ruby>数字<rt>すうじ</rt></ruby>
5桁の数字

◆ **小数** <ruby>小数<rt>しょうすう</rt></ruby>　Decimal　小数　chữ số phần thập phân

0 . 3
<ruby>零点三<rt>れい てん さん</rt></ruby>
<ruby>小数点<rt>しょうすうてん</rt></ruby>

◆ **分数** <ruby>分数<rt>ぶんすう</rt></ruby>　Fraction　分数　phân số

<ruby>十分の三<rt>じゅうぶんのさん</rt></ruby>
$$\frac{3}{10}$$
3 ——→ <ruby>分子<rt>ぶん し</rt></ruby>　Numerator　分子　tử số
1 0 ——→ <ruby>分母<rt>ぶん ぼ</rt></ruby>　Denominator　分母　mẫu số

◆ **倍** <ruby>倍<rt>ばい</rt></ruby>　Times　倍　lần

<ruby>2倍<rt>にばい</rt></ruby>　<ruby>3倍<rt>さんばい</rt></ruby>

割合 <ruby>割合<rt>わりあい</rt></ruby>　Percentage, ratio　比例　tỷ lệ

<ruby>人口<rt>じんこう</rt></ruby>の<ruby>2割<rt>に わり</rt></ruby>（<ruby>20％<rt>にじゅっパーセント</rt></ruby>）
<ruby>消費税<rt>しょう ひ ぜい</rt></ruby><ruby>8％<rt>はちパーセント</rt></ruby>

◆ **足し算** <ruby>足<rt>た</rt></ruby>し<ruby>算<rt>ざん</rt></ruby>　Addition　加法　phép cộng
掛け算 <ruby>掛<rt>か</rt></ruby>け<ruby>算<rt>ざん</rt></ruby>　Multiplication　乘法　phép nhân

引き算 <ruby>引<rt>ひ</rt></ruby>き<ruby>算<rt>ざん</rt></ruby>　Subtraction　减法　phép trừ
割り算 <ruby>割<rt>わ</rt></ruby>り<ruby>算<rt>ざん</rt></ruby>　Division　除法　phép chia

＋（<ruby>足<rt>た</rt></ruby>す）　Add, plus　加　cộng
－（<ruby>引<rt>ひ</rt></ruby>く）　Subtract　减　trừ
×（<ruby>掛<rt>か</rt></ruby>ける）　Multiply　乘　nhân
÷（<ruby>割<rt>わ</rt></ruby>る）　Divide　除　chia

…（<ruby>余<rt>あま</rt></ruby>り）　Remainder　余数　dư, còn thừa
＝（は/イコール）　Equal　等于　bằng

<ruby>3<rt>たす</rt></ruby>＋<ruby>9<rt>ひく</rt></ruby>－<ruby>8<rt>かける</rt></ruby>×<ruby>5<rt>わる</rt></ruby>÷4<ruby>＝<rt>は</rt></ruby>2

<ruby>31<rt>わる</rt></ruby>÷5<ruby>＝<rt>は</rt></ruby>6<ruby>…<rt>あまり</rt></ruby>1

338

助数詞　単位
Counter Suffixes, Units
量词，单位　Số từ, Đơn vị

ミリ（ミリメートル）	mm	Millimeter　毫米　milimet
センチ（センチメートル）	cm	Centimeter　厘米　centimet
へいほうメートル	m^2	Square meter　平方米　mét vuông
アール	a	Are　公亩　A（＝100m²）
ヘクタール	ha	Hectare　公顷　hecta
へいほうキロメートル	km^2	Square kilometer　平方千米　kilomet vuông
じょう	畳	~ mat (counter for tatami mats)　张，块（榻榻米的量词）　~ chiếu
りっぽうセンチメートル	cm^3	Cubic centimeter　立方厘米　centimet khối
りっぽうメートル	m^3	Cubic meter　立方米　mét khối
シーシー	cc	cc, cubic centimeter　立方厘米　CC (đơn vị đo thể tích)
リットル	L	Liter　升　lit
トン	t	Ton　吨　tấn
びょう	秒	Second　秒　~ giây
ねんど	年度	Fiscal year　年度　năm, niên độ ~
せいき	世紀	~ century　世纪　thế kỷ ~
めい	名	~ person (counter for people)　名　~ người
アンペア	A	Ampere　安培　Ămpe
ボルト	V	Volt　伏特　vôn
ワット	W	Watt　瓦　oát
カロリー	cal	Calorie　卡路里　calo
ヘクトパスカル	hPa	Hectopascal　百帕　hectopascal (đơn vị đo áp suất)
ぶ	分	Suffix for temperature, 1/10 of a degree Celsius　分　1/10 độ C (Đơn vị đo nhiệt độ)
ちょうめ・ばん/ばんち・ごう	丁目・番/番地・号	City block ~, block number ~, number ~　巷・号/门牌号　phố số ~, khu số ~, nhà số ~
ごうとう	号棟	Building number ~ (housing complex)　第……栋　toà nhà số ~ (toà chung cư ~)
ごうかん	号館	Building number ~ (large facility)　第……馆　toà nhà số ~ (toà nhà lớn)

国や地域の略称

Kanji Abbreviations for Countries/Regions
国家，地域的简称　Từ viết tắt tên các nước và khu vực

国・地域名	略称	訳
アジア	亜（あ）	Asia　亚洲 Châu Á
ヨーロッパ	欧（おう）	Europe　欧洲 Châu Âu
アメリカ	米（べい）	United States of America 美国　Châu Mỹ, Mỹ
イギリス	英（えい）	United Kingdom　英国 Anh
イタリア	伊（い）	Italy　意大利 Ý, Italia
インド	印（いん）	India　印度 Ấn Độ
オーストラリア	豪（ごう）	Australia　澳大利亚 Úc, Austraylia
カナダ	加（か）	Canada　加拿大 Canada
韓国（かんこく）	韓（かん）	Korea　韩国 Hàn Quốc
台湾（たいわん）	台（たい）	Taiwan　台湾 Đài Loan
中国（ちゅうごく）	中（ちゅう）	China　中国 Trung Quốc
ドイツ	独（どく）	Germany　德国 Đức
フランス	仏（ふつ）	France　法国 Pháp
ベトナム	越（えつ）	Vietnam　越南 Việt Nam
ロシア	露（ろ）	Russia　俄罗斯 Nga

索引
<small>さく いん</small>

Index　索引　Mục lục tra cứu

—— す ——

監修
石井怜子　　　麗澤大学

著者
小谷野美穂
森田亮子　　　IKOMA Language School
青柳方子　　　淑徳日本語学校
大野純子　　　公益財団法人アジア学生文化協会日本語コース
木村典子
塩田安佐　　　JICA シニア海外ボランティア　タジキスタン派遣
鈴木英子　　　国際善隣学院
山崎洋子　　　長沼スクール東京日本語学校
王亜茹　　　　日中経済協会北京事務所
齋藤明子　　　フジ国際語学院
田川麻央　　　明海大学複言語複文化教育センター
守屋和美　　　亜細亜友之会外語学院
米原貴子

翻訳
英語　Ian Channing
中国語　華東理工大学出版社
ベトナム語　Trịnh Thị Phương Thảo（チン・ティ・フオン・タオ）　ハノイ国家大学外国語大学教授

装丁・本文デザイン
糟谷一穂

新完全マスター単語 日本語能力試験 N2
重要 2200 語

2018 年 1 月 15 日　初版第 1 刷発行

監　修　石井怜子
著　者　小谷野美穂　森田亮子　青柳方子　大野純子　木村典子
　　　　塩田安佐　鈴木英子　山崎洋子　王亜茹　齋藤明子
　　　　田川麻央　守屋和美　米原貴子
発行者　藤嵜政子
発　行　株式会社スリーエーネットワーク
　　　　〒102-0083　東京都千代田区麹町 3 丁目 4 番
　　　　　　　　　　トラスティ麹町ビル 2F
　　　　電話　営業　03（5275）2722
　　　　　　　編集　03（5275）2725
　　　　http://www.3anet.co.jp/
印　刷　倉敷印刷株式会社

学习方法用例

首先，翻阅整本书，勾选已掌握的单词。然后，数一数有多少不认识的单词。如果不认识的单词有1800个，离日本语能力考试还有3个月（90天）的话，1800÷90=20，也就是说，一天记20个单词就可以了。按照这种方法，给自己设定一个目标。

哪怕学习5～10分钟，只要日积月累就能提高单词量。所以要养成利用碎片时间的习惯，比如可以在电车上，或等待朋友的间隙记单词。如果已经记住了单词，拿出红卡遮住词义，确认一下自己是否理解该单词吧。如果时间充足，把"前一天学过的单词"一并复习，可以巩固学习效果。

到了第二周，请遮住词义看一看第一周学过的单词，勾选"没有释义也不明白意思的单词"。没有勾选的就是你不会的单词。到了第三周、第四周，反复翻阅本书，增加"勾选过的单词"吧。学语言最重要的就是这样的"重复学习法"。

Hướng dẫn cách học

Trước hết hãy xem toàn bộ cuốn sách để kiểm tra lượng từ vựng mà bạn đã biết. Sau đó, hãy thử đếm số lượng từ vựng mà bạn chưa biết. Nếu số từ mà bạn không biết là 1800 từ, mà thời gian cho tới kỳ thi năng lực tiếng Nhật còn 3 tháng nữa (90 ngày), hãy làm phép tính 1800÷90=20, tức là mỗi ngày bạn phải nhớ hết 20 từ. Như vậy, hãy đặt mục tiêu "mỗi ngày nhớ 20 chữ".

Chỉ trong 5 ~ 10 phút ngắn ngủi, nhưng nếu học đều đặn vốn từ vựng của bạn cũng có thể tăng lên rõ rệt. Hãy cố gắng tạo cho mình thói quen học trong bất cứ khoảng thời gian trống nào bạn có như: trong lúc di chuyển bằng tàu điện, trong lúc chờ gặp bạn v.v. Khi học từ vựng, hãy dùng tấm giấy đỏ che đi phần dịch, để xác định xem mình có hiểu ý nghĩa của từ hay không. Khi có thời gian, bạn cũng nên luyện tập phần "từ vựng đã học ngày hôm trước", như vậy bạn có thể nhớ ý nghĩa của từ hơn nữa.

Sau một tuần học cuốn giáo trình này, đến tuần thứ hai hãy xem lại và dùng giấy đỏ che đi phần dịch, để kiểm tra xem mình có hiểu ý nghĩa của từ mà không cần phải xem phân dịch hay không. Từ nào chưa được đánh dấu là từ bạn chưa nhớ. Trong tuần thứ 3 và thứ 4 bạn hãy xem đi xem lại số từ để làm tăng số lượng "từ đã kiểm tra". Để học từ, việc "luyện tập nhắc đi nhắc lại nhiều lần" như thế này là rất quan trọng.

example, you don't know 1,800 words, and there are three months (90 days) until the next Japanese Language Proficiency Test, you will need to study 20 words a day (1,800÷90 = 20) to remember all the words by the time of the test. If you study in this manner, make your goal "Remembering 20 Words a Day."

Even in short periods of 5 to 10 minutes, you can build up your vocabulary. Try to develop the habit of studying when you have periods of free time, such as when commuting by train or waiting for a friend. After studying a word, use the red plastic sheet to hide the translation, so you can check if you remember the meaning. If you have the time, you can deepen your memorization of words by reviewing what you studied the following day.

After completely finishing the book, start again but use the red sheet to cover the translation. Tick the words you understand without having to look at the translation. The words without a tick are the ones you have not remembered properly. Study with this book three or four times or more to increase the number of ticked words. It is important that you repeatedly review when studying the words.

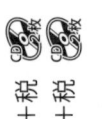
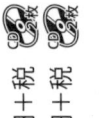

学習方法の例

まず、本全体を見て、知っている単語にチェックをつけましょう。次に、知らない単語を数えて、知らない単語が1800語で、次の日本語能力試験までに全部覚えられますね。このように、「1日に20覚える」ように、目標をたてましょう。

(90日)後の場合、1800÷90＝20、つまり1日に20語勉強すれば試験まで間と何度も単語帳を見て、「チェック済みの単語」を増やしてください。言葉の勉強はこのようにくり返し復習することが大切です。

5～10分の短い時間でも、学習を積み重ねれば実力はアップします。電車での移動中や、友達との待ち合わせ中など、空いた時間を活用して勉強する習慣をつけましょう。単語を勉強したら、赤シートで訳を隠して、意味がわかるか確認します。時間があると「前の日に勉強した単語」も復習すると、しっかり意味を覚え

ることができます。

この本の勉強が1周終わったら、2周目は赤シートで訳を隠して見直します。「訳がなくても意味がわかる単語」にチェックをつけましょう。チェックがないのは、あなたが苦手な単語です。3周、4周と何度も単語帳を見て、

An Example of How to Study

First of all, look through the book and tick the words you know. Next, count the number of words you don't know. If, for

チェックシート

- 学習した言葉の番号と、日付を記入し、勉強の記録をつけましょう。どこまで学習したか、先生に確認してもらってもいいでしょう。次のページを拡大コピーして利用してください。

- Keep a study record, writing the number of words studied and the date. You could also ask your teacher to confirm how many words you have studied.
Please copy and enlarge the next page.

- 填写所学单词的序号和日期，记录你的学习。你也可以给老师确认你已经学到哪里。
请将下面这一页放大复印后使用。

- Hãy điền vào phần ghi chú nội dung học số hiệu của từ đã học và ngày học. Như vậy, giáo viên cũng có thể kiểm tra xem bạn đã học đến đâu.
Bạn hãy phóng to bảng sau để sử dụng.

日付	学習した言葉の番号	チェック	日付	学習した言葉の番号	チェック
9/1	1 ～ 20	(済)	9/6	41 ～ 60	(済)
9/2	21 ～ 40	(済)	/	～	
9/3	120 ～ 150	(済)	/	～	
9/5	61 ～ 85	(済)	/	～	

チェックシートのPDFファイルが、ダウンロードできます。

新完全マスター単語

単語

日本語能力試験 N2

重要2200語

―学習方法の例―

An Example of How to Study

学习方法用例

Hướng dẫn cách học

スリーエーネットワーク

日付	学習した言葉の番号	チェック	日付	学習した言葉の番号	チェック
/	～		/	～	
/	～		/	～	
/	～		/	～	
/	～		/	～	
/	～		/	～	
/	～		/	～	
/	～		/	～	
/	～		/	～	
/	～		/	～	
/	～		/	～	
/	～		/	～	
/	～		/	～	
/	～		/	～	
/	～		/	～